ਮੜ੍ਹੀ ਦਾ ਦੀਵਾ

ਲੇਖਕ ਦੀਆਂ ਹੋਰ ਪੁਸਤਕਾਂ

ਨਾਵਲ : ਮੜ੍ਹੀ ਦਾ ਦੀਵਾ, ਅੱਧ ਚਾਨਣੀ ਰਾਤ, ਆਥਣ ਉੱਗਣ, ਰੇਤੇ ਦੀ ਇੱਕ ਮੁੱਠੀ, ਕੁਵੇਲਾ, ਅੰਨ੍ਹੇ ਘੋੜੇ ਦਾ ਦਾਨ, ਪਹੁ ਫੁਟਾਲੇ ਤੋਂ ਪਹਿਲਾਂ, ਪਰਸਾ, ਆਹਣ (1964 ਤੋਂ 2009 ਤਕ)

ਕਹਾਣੀ-ਸੰਗ੍ਰਹਿ: ਸੱਗੀ ਫੁੱਲ, ਚੰਨ ਦਾ ਬੂਟਾ, ਓਪਰਾ ਘਰ, ਕੁੱਤਾ ਤੇ ਆਦਮੀ, ਬਿਗਾਨਾ ਪਿੰਡ, ਮਸਤੀ ਬੋਤਾ, ਰੁੱਖੇ ਮਿੱਸੇ ਬੰਦੇ, ਪੱਕਾ ਟਿਕਾਣਾ, ਚੋਣਵੀਆਂ ਕਹਾਣੀਆਂ, ਕਰੀਰ ਦੀ ਢਿੰਗਰੀ, ਜਿਉਂਦਿਆਂ ਦੇ ਮੇਲੇ

ਨਾਟਕ : ਨਿੱਕੀ ਮੋਟੀ ਗੱਲ, ਫਰੀਦਾ ਰਾਤੀਂ ਵੱਡੀਆਂ, ਵਿਦਾਇਗੀ ਤੋਂ ਪਿੱਛੋਂ

ਵਾਰਤਕ : ਪੰਜਾਬ ਦੇ ਮੇਲੇ ਤੇ ਤਿਉਹਾਰ, ਲੇਖਕ ਦਾ ਅਨੁਭਵ ਤੇ ਸਿਰਜਣ-ਪ੍ਰਕਿਰਿਆ, ਦੁਖੀਆ ਦਾਸ ਕਬੀਰ ਹੈ, ਸਤਜੁਗ ਦੇ ਆਉਣ ਤਕ, ਡਗਮਗ ਛਾਡਿ ਰੇ ਮਨ ਬਾਉਰਾ, ਨਿਆਣਮੱਤੀਆਂ, ਦੂਜੀ ਦੇਹੀ (ਸਵੈਜੀਵਨੀ), ਜੀਵਨ ਤੇ ਸਾਹਿਤ

ਬੱਚਿਆਂ ਲਈ : ਬਕਲਮਖ਼ੁਦ, ਟੁੱਕ ਖੋਹ ਲਏ ਕਾਵਾਂ, ਲਿਖਤਮ ਬਾਬਾ ਖੇਮਾ, ਬਾਬਾ ਖੇਮਾ, ਗੱਪੀਆਂ ਦਾ ਪਿਓ ਤੇ ਵੀਹ ਪੁਸਤਕਾਂ ਹੋਰ ਛਪ ਚੁੱਕੀਆਂ ਹਨ।

ਹਿੰਦੀ ਵਿਚ : ਮੜ੍ਹੀ ਕਾ ਦੀਵਾ, ਘਰ ਔਰ ਰਾਸਤਾ (ਅਣਹੋਏ ਦਾ ਅਨੁਵਾਦ), ਰੇਤ ਕੀ ਇੱਕ ਮੁੱਠੀ, ਪਾਂਚਵਾਂ ਪਹਿਰ (ਕੁਵੇਲਾ ਦਾ ਅਨੁਵਾਦ), ਸਾਂਝ ਸਵੇਰ (ਆਥਣ ਉੱਗਣ ਦਾ ਅਨੁਵਾਦ), ਅੱਧ ਚਾਂਦਨੀ ਰਾਤ, ਸਭ ਦੇਸ ਪਰਾਇਆ (ਅੰਨ੍ਹੇ ਘੋੜੇ ਦਾ ਦਾਨ ਦਾ ਅਨੁਵਾਦ), ਪਰਸਾ, ਆਧਾਰ ਚਯਨ ਕਹਾਣੀਆਂ (ਚੋਣਵੀਆਂ ਕਹਾਣੀਆਂ), 2007-08 ਵਿਚ ਗੁਰਦਿਆਲ ਸਿੰਘ ਰਚਨਾਵਲੀ (ਪ੍ਰਕਾਸ਼ਨ ਅਧੀਨ)।

ਅੰਗਰੇਜ਼ੀ : Last Flicker (ਮੜ੍ਹੀ ਦਾ ਦੀਵਾ ਦਾ ਅਨੁਵਾਦ), Night of the Half Moon (ਅੱਧ ਚਾਨਣੀ ਰਾਤ), Parsa, The Survivors (ਅਣਹੋਏ ਦਾ ਅਨੁਵਾਦ), Earthy Tones (ਚੋਣਵੀਆਂ ਕਹਾਣੀਆਂ ਦਾ ਅਨੁਵਾਦ)

ਹੋਰ ਭਾਸ਼ਾਵਾਂ : ਮਲਿਆਲਮ ਭਾਸ਼ਾ ਵਿਚ ਕਹਾਣੀ-ਸੰਗ੍ਰਹਿ ਤੇ ਅੰਨ੍ਹੇ ਘੋੜੇ ਦਾ ਦਾਨ; ਉੜੀਆ ਵਿਚ, ਮੜ੍ਹੀ ਦਾ ਦੀਵਾ, ਅੱਧ ਚਾਨਣੀ ਰਾਤ (ਭਾਰਤ ਦੀਆਂ ਸਭ ਭਾਸ਼ਾਵਾਂ 'ਚ ਅਨੁਵਾਦ); ਰੂਸੀ ਵਿਚ ਪੰਜ ਲੱਖ ਕਾਪੀ ਮੜ੍ਹੀ ਦਾ ਦੀਵਾ ਦਾ ਅਨੁਵਾਦ; ਸ਼ਾਹਮੁਖੀ ਲਿਪੀ ਵਿਚ ਮੜ੍ਹੀ ਦਾ ਦੀਵਾ, ਅੱਧ ਚਾਨਣੀ ਰਾਤ, ਜਿਉਂਦਿਆਂ ਦੇ ਮੇਲੇ। ਅਨੇਕ ਹੋਰ ਭਾਸ਼ਾਵਾਂ ਵਿਚ ਅਨੁਵਾਦ।

ਅਨੁਵਾਦ : ਮੇਰਾ ਬਚਪਨ (ਗੋਰਕੀ), ਬਿਰਾਜ ਬਹੂ (ਸ਼ਰਤ ਚੰਦਰ), ਭੁੱਲੇ ਵਿੱਸਰੇ ਚਿੱਤਰ (ਭਗਵਤੀ ਚਰਣ ਵਰਮਾ), ਜ਼ਿੰਦਗੀਨਾਮਾ (ਕ੍ਰਿਸ਼ਨਾ ਸੋਬਤੀ), ਮ੍ਰਿਗਨੈਨੀ (ਵ੍ਰਿੰਦਾਵਨ ਲਾਲ ਵਰਮਾ), ਤੀਹ ਪੁਸਤਕਾਂ ਹੋਰ ਹਿੰਦੀ, ਅੰਗਰੇਜ਼ੀ ਤੋਂ ਪੰਜਾਬੀ ਤੇ ਪੰਜਾਬੀ ਤੋਂ ਹਿੰਦੀ ਵਿਚ। (ਆਪਣੇ ਅੱਠ ਨਾਵਲ ਹਿੰਦੀ 'ਚ ਅਨੁਵਾਦ ਕੀਤੇ ਹਨ)

ਲੇਖਕ ਬਾਰੇ ਪੁਸਤਕਾਂ :

* ਅਭਿਨੰਦਨ ਗ੍ਰੰਥ (ਸੰਪਾਦਕ: ਡਾ. ਟੀ. ਆਰ. ਵਿਨੋਦ, ਡਾ. ਕਰਮਜੀਤ ਸਿੰਘ)
* ਗਲਪਕਾਰ ਗੁਰਦਿਆਲ ਸਿੰਘ (ਡਾ. ਟੀ. ਆਰ. ਵਿਨੋਦ)
* ਗੁਰਦਿਆਲ ਸਿੰਘ ਦੀ ਨਾਵਲ ਚੇਤਨਾ (ਕਿਸ਼ਨ ਸਿੰਘ)
* ਨਾਵਲਕਾਰ ਗੁਰਦਿਆਲ ਸਿੰਘ ਦੀ ਤ੍ਰਾਸਦ-ਦ੍ਰਿਸ਼ਟੀ (ਡਾ. ਰਾਜਿੰਦਰ ਸਿੰਘ)
* ਪਰਸਾ ਚਿੰਤਨ-ਚੇਤਨਾ (ਪਰਮਜੀਤ ਸਿੰਘ ਢੀਂਗਰਾ)
* ਗੁਰਦਿਆਲ ਸਿੰਘ ਦੇ ਨਾਵਲਾਂ ਵਿਚ ਮਿੱਥ, ਗੀਤ ਅਤੇ ਯਥਾਰਥ (ਵੀਰਪਾਲ ਕੌਰ)
* ਪਰਸਾ ਦਾ ਰਚਨਾ-ਸੰਸਾਰ (ਪਰਬਜੀਤ ਕੌਰ ਦੀਪ)
* ਗੁਰਦਿਆਲ ਸਿੰਘ ਦੀ ਨਾਵਲ-ਰਚਨਾ (ਸ਼ਹਿਨਾਜ਼ ਸਿੱਧੂ)
* ਗੁਰਦਿਆਲ ਸਿੰਘ ਦੇ ਨਾਵਲ, ਸਭਿਆਚਾਰਕ ਪ੍ਰਸੰਗ (ਅਮਰਜੀਤ ਕੌਰ ਵੜਿੰਗ)
* ਅਸਤਿਤਵਵਾਦ ਤੇ ਗੁਰਦਿਆਲ ਸਿੰਘ ਦੇ ਨਾਵਲ (ਮਨਜਿੰਦਰ ਸਿੰਘ)
* ਗੁਰਦਿਆਲ ਸਿੰਘ ਦਾ ਗਲਪ ਪੈਰਾਡਾਇਮ (ਡਾ. ਨਰਵਿੰਦਰ ਸਿੰਘ)
* ਗੁਰਦਿਆਲ ਸਿੰਘ ਦਾ ਰਚਨਾ ਸੰਸਾਰ (ਸੁਤਿੰਦਰ ਸਿੰਘ ਨੂਰ ਤੇ ਡਾ. ਰਵੇਲ ਸਿੰਘ)
* ਗੁਰਦਿਆਲ ਸਿੰਘ ਦੇ ਦੋ ਪ੍ਰਮੁੱਖ ਨਾਵਲ (ਸਰਗੁਰਬਰਿੰਦਰ ਕੌਰ)
* Rereading of Gurdial Singh's fiction (Editors: Amar Tarsem, Kumar Sushil)
* ਪੀਐਚ. ਡੀ. ਥੀਸਿਜ਼: ਛੇ

ਮੜ੍ਹੀ ਦਾ ਦੀਵਾ

ਗੁਰਦਿਆਲ ਸਿੰਘ

Marhi Da Deewa(A Novel)
by
Gurdial Singh

2023
Published by Lokgeet Parkashan
printed & bound by Unistar Books Pvt. Ltd.
301, Industrial Area, Phase-9,
S.A.S. Nagar, Mohali-Chandigarh (India)
email : unistarbooks@gmail.com
website : www.unistarbooks.com
Ph. +91-172-5027427, 5027429

© 2023
Produced and bound in India

ਬਲਬੀਰ ਸਿੰਘ ਨੂੰ

ਬੰਦਿਆ ਤੇਰੀਆਂ ਦਸ ਦੇਹੀਆਂ
ਇਕੋ ਗਈ ਵਿਹਾ ਨੌਂ ਕਿਧਰ ਗਈਆਂ !

ਇਕ

ਨੰਦੀ ਨੂੰ ਵਿਹੜੇ ਵਿਚ ਬੈਠਿਆਂ ਝਉਲਾ ਪਿਆ, ਕੋਈ ਬੰਦਾ ਸੂਟ੍ਹੀ ਕੇ ਅੰਦਰੋਂ ਨਿਕਲ ਕੇ ਥਾਈ ਵੱਲ ਤੁਰਿਆ ਜਾਂਦਾ ਸੀ। ਉਹਦਾ ਚਿੱਤ ਕਾਹਲਾ ਪੈ ਗਿਆ ਤੇ ਡੰਗੋਰੀ ਚੁੱਕ ਕੇ ਉਹ ਸੂਟ੍ਹੀ ਦੇ ਘਰ ਨੂੰ ਤੁਰ ਪਈ।

"ਆਉਂਦੀ ਐ ਕਚੀਲ ।" ਦੂਰੋਂ ਈ ਨੰਦੀ ਨੂੰ ਵੇਖ ਕੇ, ਮੁਸਕੜੀਏ ਹਸਦਿਆਂ ਸੂਟ੍ਹੀ ਨੇ ਹੌਲੀ ਜਿਹੀ ਕਿਹਾ ਤੇ ਨਾਲ ਈ ਉੱਚੀ ਦੇਣੇ ਬੋਲੀ, "ਪੈਰੀਂ ਪੈਨੀਂ ਐਂ ਅੰਬੋ !"

ਸੂਟ੍ਹੀ ਨੇ ਭਾਂਡੇ ਵਿਚੇ ਛੱਡ ਕੇ ਪੀੜ੍ਹੀ ਚੁੱਕ ਲਿਆਂਦੀ ਤੇ ਆਪਣੇ ਕੋਲ ਡਾਹ ਕੇ ਨੰਦੀ ਨੂੰ ਬੈਠਣ ਲਈ ਸੈਨਤ ਕਰਦਿਆਂ ਮੁੜ ਭਾਂਡੇ ਮਾਂਜਣ ਲਗ ਪਈ।

"ਬੁੱਢ-ਸੁਹਾਗਣ, ਤੇਰੇ ਬੱਚੇ ਜਿਉਣ, ਤੇਰੇ ਵੀਰ ਜਿਉਣ !" ਪੀੜ੍ਹੀ 'ਤੇ ਬਹਿੰਦਿਆਂ ਨੰਦੀ ਅਸੀਸਾਂ ਦਿੰਦੀ ਰਹੀ। ਫੇਰ ਉਹਨੇ ਡੰਗੋਰੀ ਪਾਸੇ ਰੱਖ ਕੇ ਤੇ ਮੂੰਹ ਸੂਟ੍ਹੀ ਦੇ ਨੇੜੇ ਕਰਕੇ ਹੌਲੀ ਜਿਹੀ ਪੁੱਛਿਆ, "ਕੋਈ ਪਰੌਹਣਾ ਆਇਐ ਅੱਜ ?"

"ਆਹੋ," ਸੂਟ੍ਹੀ ਨੇ ਉੱਚੀ ਸਾਰੀ ਜਵਾਬ ਦਿੱਤਾ, "ਮੇਰੀ ਭੂਆ ਦਾ ਪੁੱਤ ਐ, ਖਾਨਿਓਂ।"

"ਕਿਵੇਂ ਸੁੱਖ ਨਾਲ ਈ ਆਇਐ ?"

"ਆਹੋ। ਘੁੱਦੇ ਦਾ ਮੁੰਡਾ ਵੇਖਣ ਆਇਐ। ਵੱਡੀ ਕੁੜੀ ਸੁੱਖ ਨਾਲ ਮੁਟਿਆਰ ਐ।"

ਨੰਦੀ ਚੁੱਪ ਕਰ ਗਈ। ਉਹਦੀਆਂ ਨਿੱਕੀਆਂ ਅੱਖਾਂ ਇਕ ਵਾਰ ਰਤਾ ਕੁ ਲਿਸ਼ਕੀਆਂ, ਪਰ ਮੁੜ ਧੁੰਦ-ਲੁਕੇ ਤਾਰਿਆਂ ਵਾਂਗ ਮੱਧਮ ਪੈ ਗਈਆਂ।

"ਕੁੜੇ ਪੁੱਤ," ਕੁਝ ਚਿਰ ਪਿੱਛੋਂ ਨੰਦੀ ਇੰਜ ਬੋਲੀ ਜਿਵੇਂ ਸੂਟ੍ਹੀ ਦੀ ਮਿੰਨਤ ਕਰਦੀ ਹੋਵੇ, "ਤੂੰ ਸੁੱਖ ਨਾਲ ਬਾਰ੍ਹੀਂ ਬਾਰ੍ਹੀਂ ਕੋਹੀਂ ਜਾ ਕੇ ਲੋਕਾਂ ਦੇ ਘਰ ਵਸਾ 'ਤੇ ਕੋਈ ਆਵਦੇ ਦਿਉਰ ਦਾ ਵੀ ਬੰਨ੍ਹ-ਸੁਭ ਕਰਾ ਦਿੰਦੀ।"

ਸੂਟ੍ਹੀ ਦੀ ਮੱਲੋਮੱਲੀ ਹਾਸੀ ਨਿਕਲ ਗਈ। ਪਰ ਨੰਦੀ ਤੋਂ ਮੂੰਹ ਲੁਕਾਣ ਲਈ ਉਸ ਮੁੜ੍ਹਕਾ ਪੂੰਝਣ ਦੇ ਬਹਾਨੇ ਘੁੰਡ ਖਿੱਚ ਕੇ ਮੂੰਹ ਪੂੰਝ ਲਿਆ। ਬਹੁਤੀ ਹਾਸੀ ਸੂਟ੍ਹੀ ਨੂੰ 'ਦਿਉਰ' ਸ਼ਬਦ ਸੁਣ ਕੇ ਆਈ। ਨੰਦੀ ਨੇ ਵਿਹੜੇ ਦੀ ਕਿਸੇ ਵਹੁਟੀ ਕੋਲ ਕਦੇ ਆਪਣੇ ਜਗਸੀਰ ਨੂੰ 'ਤੇਰਾ ਜੇਠ' ਨਹੀਂ ਸੀ ਆਖਿਆ; ਪਰ ਉਂਜ ਪੁਰਾਣੀਆਂ ਤੇ ਨਵੀਆਂ ਵਿਆਹੀਆਂ ਸਾਰੀਆਂ ਈ ਜਾਣਦੀਆਂ ਸਨ ਕਿ ਉਹਦਾ ਜਗਸੀਰ ਕਈਆਂ ਦੇ ਸਹੁਰਿਆਂ ਪਤ੍ਰਿਉਰਿਆਂ ਦਾ ਹਾਣੀ ਸੀ।

"ਮੈਂ ਤਾਂ ਬਥੇਰੇ ਤਰਲੇ ਮਾਰਦੀ ਐਂ ਬਈ ਆਵਦੇ ਕਿਸੇ ਭੈਣ ਭਾਈ ਦੇ ਘਰ ਟੁੱਕ ਪੱਕਣ ਲੱਗ ਜੇ, ਪਰ ਕੋਈ ਆਉਤਰਾ ਨੱਕ ਈ ਨ੍ਹੀਂ ਕਰਦਾ," ਸੂਟ੍ਹੀ ਨੇ ਘੜਿਆ-ਘੜਾਇਆ ਜਵਾਬ ਦਿੰਦਿਆਂ ਕਿਹਾ, "ਜੀਹਨੂੰ ਆਖੀਦੈ ਅੱਗੋਂ ਉਮਰ ਦਾ ਫਾਨਾ ਫਸਾ ਬਹਿੰਦੈ।"

"ਖ਼ਬਰੈ ਲੋਕ ਕੀ ਸਜਾਏ ਜੁਆਕ ਭਾਲਦੇ ਐ। ਉਮਰ ਨੂੰ ਕੀ ਉਹ ਨੱਬਿਆਂ ਦਾ ਹੋ ਗਿਆ; ਕੁੱਤੇ ਦੀ ਬਮਾਰੀ ਵੇਲੇ ਦਾ ਜਰਮ ਐਂ ਲੋਕਾਂ ਦੇ ਜਿਹੜੇ ਸੱਤਰੇ-ਬਹੱਤਰੇ ਵਿਆਹੇ ਜਾਂਦੇ ਐ ਉਹ ਬਾਹਲੇ ਸੋਹਣੇ ਹੁੰਦੇ ਐ!"

"ਇਹ ਤਾਂ ਕਾਰਨ ਵਾਲੇ ਜਾਨਣ ਆਪਣੇ ਕੀ ਸਾਰੇ ਐ, ਅੰਬੋ!"

ਨੰਦੀ ਫੇਰ ਚੁੱਪ ਕਰ ਗਈ। ਪਹਿਲਾਂ ਵਾਂਗ ਈ ਇਕ ਵਾਰ ਫੇਰ ਉਹਦੀਆਂ ਨਿੱਕੀਆਂ ਅੱਖਾਂ ਬਿੰਦ ਦਾ ਬਿੰਦ ਲਿਸ਼ਕੀਆਂ ਤੇ ਮੁੜ ਧੁੰਦਲੀਆਂ ਪੈ ਗਈਆਂ।

ਸੂਟ੍ਹੀ ਨੇ ਭਾਂਡੇ ਇੱਕਠੇ ਕੀਤੇ ਤੇ ਟੋਕਰੇ ਵਿਚ ਰੱਖ ਕੇ, ਦਾਲ ਧਰਨ ਲਈ ਗੋਹੇ ਭੰਨਣ ਲੱਗ ਪਈ। ਉਹਨੂੰ ਪਤਾ ਸੀ ਕਿ ਜੇ ਉਹ ਮੁੜ ਨੰਦੀ ਕੋਲ ਜਾ ਬੈਠੀ ਤਾਂ ਉਹਨੇ ਦਿਨ ਛਿਪੇ ਤਕ ਗੱਲਾਂ ਨਹੀਂ ਮੁੱਕਣ ਦੇਣੀਆਂ। ਜਿੱਦੋਂ ਦੀ ਨੰਦੀ ਵਿਧਵਾ ਹੋਈ ਸੀ ਓਦੋਂ ਪਿਛੋਂ ਤਾਂ ਜਿਵੇਂ ਉਹਨੂੰ ਸ਼ੁਦਾ ਜਿਹਾ ਈ ਹੋ ਗਿਆ ਸੀ। ਜਿਸ ਕੋਲ ਜਾ ਕੇ ਬਹਿੰਦੀ ਆਪਣੀਆਂ ਇਹੋ ਗੱਲਾਂ ਛੇੜੀ ਰੱਖਦੀ। ਸਾਰੇ ਵੇਹੜੇ ਦੀਆਂ ਤੀਵੀਆਂ ਉਹਤੋਂ ਅੱਕੀਆਂ ਪਈਆਂ ਸਨ। ਨਾਲੇ ਉੱਚਾ ਸੁਣਨ ਕਰਕੇ ਹੋਰ ਵੀ ਪੱਲਾ ਛੁਡਾਉਣ ਦਾ ਯਤਨ ਕਰਦੀਆਂ ਸਨ। ਜ਼ੋਰ ਨਾਲ ਬੋਲ ਕੇ ਉਹਨੂੰ ਗੱਲ ਸੁਣਾਉਣੀ ਪੈਂਦੀ ਸੀ। ਨੰਦੀ ਵੀ ਹੁਣ ਭਾਵੇਂ ਦੂਜਿਆਂ ਦੇ ਏਸ ਵਤੀਰੇ ਨੂੰ ਸਮਝਣ ਲਗ ਪਈ ਸੀ ਪਰ ਉਹਤੋਂ ਘਰੇ ਵੀ ਟਿਕ ਕੇ ਨਹੀਂ ਸੀ ਬੈਠਾ ਜਾਂਦਾ। ਸਾਰਾ ਦਿਨ ਸੁੰਞੇ ਘਰ ਵਿਚ ਬੈਠੀ ਨੂੰ ਡਰ ਆਉਣ ਲਗ ਪੈਂਦਾ। ਹਾਰ ਕੇ ਜਿੱਧਰ ਨੂੰ ਮੂੰਹ ਆਉਂਦਾ ਉਠ ਕੇ ਤੁਰ ਪੈਂਦੀ; ਪਰ ਅੱਗੋਂ ਲੋਕਾਂ ਦੀਆਂ ਚੁਭਵੀਆਂ ਗੱਲਾਂ ਤੇ ਮਸ਼ਕਰੀਆਂ ਸੁਣ ਕੇ ਉਹਦਾ ਚਿਤ ਭੈੜਾ ਪੈ ਜਾਂਦਾ ਬਿੰਦ-ਝੱਟ ਬਹਿ ਕੇ ਮੁੜ ਆਪਣੇ ਸਿਵਿਆਂ ਵਰਗੇ ਘਰ ਵਿਚ ਆ ਬਹਿੰਦੀ।

ਹੁਣ ਵੀ ਸੂਟ੍ਹੀ ਦਾ ਰੁਖ਼ ਵੇਖ ਕੇ ਉਹ ਬਿੰਦ ਕੁ ਤਾਂ ਬੈਠੀ ਰਹੀ, ਫੇਰ ਆਪੇ ਈ ਉੱਠ ਖੜੋਤੀ ਤੇ ਡੰਗੋਰੀ ਦੇ ਸਹਾਰੇ ਤੁਰਨ ਲੱਗਿਆਂ ਉਹਨੇ ਲੰਮਾ ਸਾਰਾ ਹਉਕਾ ਭਰਿਆ, "ਰਾਮ, ਤੂੰਹੀਂ!"

ਜਦੋਂ ਉਹ ਸੂਟ੍ਹੀ ਦੀ ਦਿਹਲੀ ਟੱਪਣ ਲੱਗੀ ਤਾਂ ਉਹਨੂੰ ਜਾਪਿਆ ਸੂਟ੍ਹੀ ਨੇ ਮੁੜ ਉਹੋ ਸ਼ਬਦ ਆਖੇ ਸਨ ਜਿਹੜੇ ਉਸ ਕਿੰਨੇ ਵਾਰੀ ਪਹਿਲਾਂ, ਉਦੋਂ ਸੁਣੇ ਸਨ, ਜਦੋਂ ਉਹਨੂੰ ਚੰਗਾ ਸੁਣਦਾ ਹੁੰਦਾ ਸੀ।

"ਭਾਲਦੀ ਐ ਏਥੋਂ ਡੋਲ਼ੇ! ਫੇਰ ਤਾਂ ਜਾਣੀਦੀ ਤੱਗੇ ਕਰਾ-ਕੇ ਪਾਊਗੀ ਡੋਲੀਓਂ ਉਤਰਦੀ ਨੂੰਹ ਨੂੰ!'

ਨੰਦੀ ਨੂੰ ਹੋਰ ਝਉਲਾ-ਝਉਲਾ ਦਿੱਸਣ ਲਗ ਪਿਆ। ਉਹਦੀ ਕੁੱਬੀ ਪਿੱਠ ਵਿਚ ਪੀੜ ਹੋਣ ਲਗ ਪਈ। ਕੰਧ ਨਾਲ ਖੱਬਾ ਹੱਥ ਘਸਾਉਂਦਿਆਂ ਤੇ ਸੱਜੇ ਨਾਲ ਡੰਗੋਰੀ ਸਹਾਰੇ ਆਪਣਾ-ਆਪ ਬੋਚਦਿਆਂ ਉਹ ਹੌਲੀ ਹੌਲੀ ਤੁਰਨ ਲੱਗ ਪਈ। ਘਰ ਆ ਕੇ ਇੰਜ ਮੰਜੀ ਉਤੇ ਡਿੱਗ ਪਈ ਜਿਵੇਂ ਉਹਦੇ ਅੰਗਾਂ ਵਿਚੋਂ ਉਕਾ ਈ ਸਾਹ-ਸਤ ਨਿਕਲ ਗਿਆ ਹੋਵੇ।

"ਹੇ-ਰਾ-ਮ!" ਉਸ ਫੇਰ ਇਕ ਲੰਮਾ ਹਾਉਕਾ ਲਿਆ ਤੇ ਆਪ-ਮੁਹਾਰੀ ਇੰਜ ਬੋਲਣ ਲੱਗ ਪਈ, ਜਿਵੇਂ ਕਿਸੇ ਨਾਲ ਗੱਲਾਂ ਕਰਦੀ ਹੋਵੇ।

"ਜਾਏ-ਖਾਣਿਆਂ ਕੋਈ ਘੋੜੀਆਂ ਜੋੜੀਆਂ ਤਾਂ ਨ੍ਹੀਂ ਸੀ ਮੰਗੀਆਂ; ਕਿਸੇ ਅੰਨ੍ਹੀ-ਕਾਣੀ ਦਾ ਢੋਅ-ਮੇਲ ਈ ਬਣਾ ਦਿੰਦਾ! ਵੀਹ ਵਰ੍ਹੇ ਹੋ-ਗੇ ਮਾ-ਰ ਕੋਈ ਕਸਰ ਛੱਡੀ ਐ ਮੈਂ ਖੂਹੀਂ-ਟੋਭੀਂ ਪੈਣ ਦੀ! ਪੁੱਤ-ਪਿੱਟਾ ਨਾ ਕੋਈ ਦੇਵੀ-ਦਿਉਤਾ ਬਹੁੜਿਆ, ਨਾ ਕਿਸੇ ਪੀਰ-ਫਕੀਰ ਨੇ ਸੁਣੀ। ਖਬਰੈ ਸਾਡਾ ਕੀ ਭੁੰਨ ਕੇ ਬੀਜਿਆ ਸੀ। ਅਕੇ, ਬਾਰ੍ਹੀਂ ਵਰ੍ਹੀਂ ਰੂੜੀ ਦੀ ਵੀ ਸੁਣੀ ਜਾਂਦੀ ਐ, ਪਰ ਸਾਡੀ ਤਾਂ ਕਿਸੇ ਅਉਤਰੇ ਨੇ ਵੀਹਾਂ ਵਰ੍ਹਿਆਂ ਪਿਛੋਂ ਵੀ ਨਾ ਸੁਣੀਂ। ਲੋਕਾਂ ਦੇ ਸਤ-ਸਤ ਵਿਆਹੇ ਗਏ, ਪਰ ਮੇਰਾ ਇੱਕੋ... ਨ੍ਹੇਰ ਵੇ ਡਾਢਿਆ ਨ੍ਹੇਰ...!"

ਸੁੱਖਾਂ ਸੁਖ ਸੁਖ ਉਹਨੇ ਚਹੁੰ ਧੀਆਂ ਪਿਛੋਂ ਇਕ ਪੁਤ ਖੱਟਿਆ ਸੀ। ਜੱਗ ਵਿਚ ਆਪਣਾ ਸੀਰ ਪੈ ਗਿਆ ਸਮਝ ਕੇ ਉਹਨੇ ਉਹਦਾ ਨਾਂ ਜਗਸੀਰ ਰੱਖਿਆ। ਕਿਨ੍ਹਾਂ ਚਾਵਾਂ

ਨਾਲ ਤੇ ਔਖਾਂ ਨਾਲ ਉਹਨੇ ਆਪਣੇ ਪੁੱਤ ਨੂੰ ਪਾਲਿਆ; ਪਰ ਜਦੋਂ ਅਗਾਂਹ ਵਾਧਾ ਵਧਣ ਦਾ ਵੇਲਾ ਆਇਆ ਤਾਂ ਜਿਵੇਂ ਬਿਧ-ਮਾਤਾ ਨੇ ਨੰਦੀ ਨੂੰ ਆਖਿਆ : "ਨੰਦੀਏ, ਤੂੰ ਆਪਣੇ ਏਸ ਨਿਹਫਲ ਬੂਟੇ ਨੂੰ ਸਾਂਭ ਰੱਖ, ਇਹਨੂੰ ਫਲ ਲੱਗਣ ਦੀ ਰੁੱਤ ਮੈਂ ਨਹੀਂ ਆਉਣ ਦੇਣੀ!" ਪਰ ਬਿਧ-ਮਾਤਾ ਤੋਂ ਵਿਹਰ ਕੇ ਵੀ ਨੰਦੀ ਨੇ ਕੀ ਕੀ ਪਾਪੜ ਨਹੀਂ ਵੇਲੇ, ਆਪਣੇ ਜਗਸੀਰ ਦਾ ਘਰ ਬੰਨ੍ਹਣ ਲਈ! ਜੀਹਦੀ ਕਦੇ ਪਿੱਠ ਨਹੀਂ ਸੀ ਵੇਖੀ ਉਹਦੇ ਪੈਰ ਫੜੇ ਸਨ। ਫੇਰ ਵੀ ਉਹਦੀ ਕੋਈ ਪੇਸ਼ ਨਹੀਂ ਸੀ ਗਈ। ਜਗਸੀਰ ਦੀ ਉਮਰ ਹੁਣ ਦੋਂਹ-ਉੱਤੇ ਚਾਲ਼ੀਆਂ ਵਰ੍ਹਿਆਂ ਦੀ ਹੋ ਚੱਲੀ ਸੀ, ਅਜੇ ਤੱਕ ਨੰਦੀ ਤੋਂ ਕਿਤੇ ਹੱਥ ਨਹੀਂ ਸੀ ਪਿਆ।

ਜਗਸੀਰ ਦੇ ਪਿਉ ਮਰੇ ਨੂੰ ਕੋਈ ਪੰਦਰਾਂ ਵਰ੍ਹੇ ਹੋ ਗਏ ਸਨ। ਜਦੋਂ ਉਹ ਜਿਊਂਦਾ ਸੀ ਤਾਂ ਨੰਦੀ ਨੇ ਉਹਦੇ ਬਥੇਰੇ ਤਰਲੇ ਕੀਤੇ ਤੇ ਕਿਸੇ ਨੂੰ ਚਾਰ ਛਿੱਲੜ ਲੈ-ਦੇ ਕੇ ਈ ਕੋਈ ਵਸੀਲਾ ਬਣਾ ਲਵੇ। ਪਰ ਉਹ ਆਪਣੇ ਧਰਮ ਦਾ ਪੂਰਾ ਸੀ ਤੇ ਉਸ ਨੰਦੀ ਦੀ ਕਦੇ ਨਾ ਸੁਣੀਂ। ਅਜਿਹੇ ਵੇਲੇ ਅੱਗੋਂ ਸਗੋਂ ਉਹ ਹਿਰਖ ਕੇ ਆਖਦਾ, "ਜਦੋਂ ਮੈਂ ਆਪਣੀਆਂ ਚਾਰੇ ਧੀਆਂ ਪੁੰਨ ਦੀਆਂ ਦਿੱਤੀਐਂ ਤਾਂ ਪੁੱਤ ਪਿਛੈ ਇਹ ਕਲੰਕ ਕਿਵੇਂ ਖੱਟ-ਲਾਂ?" ਤੇ ਉਸ ਆਪਣੀ ਅੜੀ ਅਖ਼ੀਰਲੇ ਦਮ ਤੱਕ ਫੜੀ ਰੱਖੀ।

ਉਂਜ ਭਾਵੇਂ ਕਿਵੇਂ ਨਾ ਕਿਵੇਂ ਨੰਦੀ ਇਹ ਸਾਰੀਆਂ ਗੱਲਾਂ ਵੀ ਨਜਿੱਠ ਲੈਂਦੀ, ਪਰ ਜਿਹੜਾ ਕਲੰਕ ਉਹ ਕਿਵੇਂ ਵੀ ਨਹੀਂ ਸੀ ਧੋ ਸਕਦੀ ਉਹ ਉਹਦੇ ਪੇਕਿਆਂ ਦੀ ਅਣਹੋਂਦ ਸੀ। ਇਹ ਇਕ ਅਜਿਹਾ ਅਟਕਾਅ ਸੀ ਕਿ ਏਸੇ ਗੱਲ ਪਿਛੇ ਕਈ ਵਾਰੀ ਸਾਰੀ ਦੀ ਸਾਰੀ ਬਣੀਂ ਬਣਾਈ ਖੇਡ ਵਿਗੜ ਗਈ ਸੀ। ਜਦੋਂ ਵੀ ਕੋਈ ਵੇਖਣ ਵਾਲਾ ਆਉਂਦਾ ਤਾਂ ਲੋਕਾਂ ਦੀ ਚੁੱਕ 'ਚ ਆਇਆ ਸਭ ਤੋਂ ਪਹਿਲਾਂ ਇਹੋ ਗੱਲ ਪੁੱਛਦਾ, "ਮੁੰਡੇ ਦੇ ਨਾਨਕੇ ਕਿਥੇ ਐ?"

ਨੰਦੀ ਕੀ ਦੱਸੇ? ਕਿੰਨੀ ਵਾਰੀ ਉਸ ਏਸੇ ਗੱਲ ਪਿੱਛੇ ਝੂਠ ਬੋਲਿਆ ਸੀ, ਪਰ ਭਾਨੀ-ਮਾਰ ਜੇ ਅਜਿਹੇ ਝੂਠ ਚੱਲਣ ਦਿੰਦੇ ਹੁੰਦੇ ਤਾਂ ਸ਼ਾਇਦ ਕਿਸੇ ਦਾ ਕੋਈ ਵੀ ਕੁਆਰਾ ਨਾ ਰਹਿੰਦਾ।

ਨੰਦੀ ਪੇਕਿਆਂ-ਵਾਹਰੀ ਸੀ। ਜਗਸੀਰ ਦੇ ਪਿਉ ਨੇ ਭਾਵੇਂ ਉਹਨੂੰ ਜਿਊਂਦੇ ਜੀਅ ਕਦੇ ਇਹ ਗੱਲ ਚਿਤਾਰਨ ਨਹੀਂ ਸੀ ਦਿੱਤੀ, ਪਰ ਲੋਕਾਂ ਦੀ ਦੰਦ-ਕਥਾ ਨੂੰ ਉਹ ਵੀ ਕਿਵੇਂ ਰੋਕ ਲੈਂਦਾ? ਮਾਰਦੇ ਦਾ ਤਾਂ ਬੰਦਾ ਹੱਥ ਫੜ ਲਏ, ਪਰ ਬੋਲਦੇ ਦੀ ਜੀਭ ਕਿੰਜ ਫੜੇ? ਨੰਦੀ ਸਾਂਹਸੀਆਂ ਦੀ ਧੀ ਸੀ। ਉਹਦੇ ਮਾਪੇ ਪਤਾ ਨਹੀਂ ਕਿਧਰ ਮਰ-ਖੱਪ ਗਏ ਸਨ। ਉਹਨਾਂ ਬਾਰੇ ਮੁੜ ਉਸ ਕਦੇ ਕੁਝ ਨਹੀਂ ਸੁਣਿਆਂ। ਜਦੋਂ ਨੰਦੀ ਨੂੰ ਇਹ ਬੀਤੀਆਂ ਗੱਲਾਂ ਯਾਦ ਆ ਜਾਂਦੀਆਂ ਤਾਂ ਉਹ ਹੁਣ ਵੀ ਕਈ ਵਾਰੀ ਸਾਰੀ-ਸਾਰੀ ਰਾਤ ਰੋਂਦੀ ਰਹਿੰਦੀ। ਫੇਰ ਜਦੋਂ ਅਜਿਹੇ ਪੱਥਰ-ਚਿੱਤ ਮਾਪਿਆਂ ਦਾ ਖ਼ਿਆਲ ਆਉਂਦਾ, ਜਿਨ੍ਹਾਂ ਉਹਦਾ ਮੁੜ ਕਦੇ ਮੂੰਹ ਵੀ ਆ ਕੇ ਨਹੀਂ ਸੀ ਵੇਖਿਆ ਤਾਂ ਸਬਰ ਦਾ ਘੁੱਟ ਭਰ ਕੇ ਚੁੱਪ ਕਰ ਜਾਂਦੀ।

ਨੰਦੀ ਤੇ ਜਗਸੀਰ ਦੇ ਪਿਉ ਦੀ ਆਪਣੀ ਇਕ ਇਸ਼ਕ- ਕਹਾਣੀ ਸੀ। ਉਹਦੇ ਟੱਪਰੀ-ਵਾਸ ਮਾਪੇ ਜਦੋਂ ਦੇਸ-ਪਰਦੇਸ ਕਛਦੇ ਏਧਰ ਆਏ ਤਾਂ ਨੰਦੀ ਦਾ ਜਗਸੀਰ ਦੇ ਪਿਉ ਨਾਲ ਮੇਲ ਹੋ ਗਿਆ। ਉਹ ਆਪਣੇ ਸਾਰੇ ਕਬੀਲੇ ਤੋਂ ਵਿਹਰ ਕੇ ਜਗਸੀਰ ਦੇ ਪਿਉ ਨਾਲ ਨੱਸ ਗਈ। ਸਾਂਹਸੀਆਂ ਦਾ ਸਾਰਾ ਲਾਣਾ ਉੱਠ ਕੇ ਜਦੋਂ ਉਹਨੂੰ ਭਾਲਣ ਚੜ੍ਹਿਆ ਤਾਂ ਉਹ ਆਪੇ ਹੀ ਉਨ੍ਹਾਂ ਕੋਲ ਆ ਗਈ ਤੇ ਇਹ ਗੱਲ ਅੱਜ ਤਾਈਂ ਵੀ ਪੁਰਾਣੇ ਬੁੱਢਿਆਂ ਨੂੰ ਨਹੀਂ ਸੀ ਭੁੱਲੀ ਕਿ ਕਿਵੇਂ ਉਹ ਘੱਗਰੀ ਦੀ ਲਾਂਗੜ ਮਾਰ ਕੇ, ਗੰਡਾਸਾ ਮੋਢੇ ਤੇ ਧਰ ਕੇ, ਸ਼ੀਂਹਣੀ ਵਾਂਗ, ਸਾਰਿਆਂ ਨੂੰ ਸਾਹਮਣੀ ਹੋ ਖੜੋਤੀ ਸੀ। ਉਹਦਾ ਇਹ ਰੁਖ ਵੇਖ ਕੇ ਉਹਦੇ ਪਿਉ ਨੇ ਸਾਰਿਆਂ ਨੂੰ ਵਰਜ ਦਿਤਾ ਸੀ ਕਿ ਦੂਰੋਂ ਈ ਰੋਣੀ ਆਵਾਜ਼ ਵਿਚ ਉਸ ਡੱਕੇ ਤੋੜ

ਕੇ ਸੁੱਟਦਿਆਂ ਆਖਿਆ ਸੀ : "ਆਹ ਲੈ ਨੰਦੀਏ ਤੂੰ ਅੱਜ ਸਾਡੇ ਵਨੀਓਂ ਮਰ ਗਈ ਤੇ ਅਸੀਂ ਤੇਰੇ ਵਨੀਓਂ। ਜਿਹੜੇ ਖਾਤੇ ਮਰਜੀ ਐ ਜਾ ਪੈ, ਅਸੀਂ ਮੁੜ ਤੇਰਾ ਮੂੰਹ ਨਹੀਂ ਵੇਖਣ ਆਉਣਾ!..."

ਤੇ ਮੁੜ ਅੱਜ ਤਾਈਂ ਨਾ ਨੰਦੀ ਨੇ ਆਪਣੇ ਮਾਪਿਆਂ ਨੂੰ ਭਾਲਿਆ ਨਾ ਉਹਨਾਂ ਈ ਕਦੇ ਏਸ ਪਿੰਡ ਵੱਲ ਮੂੰਹ ਕੀਤਾ। ਨੰਦੀ ਨੂੰ ਇਹ ਸਭ ਯਾਦਾਂ ਜਿਵੇਂ ਵਿੱਸਰ ਗਈਆਂ ਸਨ; ਪਰ ਵੱਡੇ ਵੱਡੇ ਫੱਟਾਂ ਦੇ ਨਿਸ਼ਾਨਾਂ ਵਾਂਗ ਅਜੇ ਵੀ ਇਨ੍ਹਾਂ ਦੇ ਨਿਸ਼ਾਨ ਸਾਫ਼ ਦਿਸਦੇ ਸਨ।

ਉਹਦੇ ਪੇਕਿਆਂ-ਵਾਹਰੀ ਹੋਣ ਸਦਕਾ ਈ ਉਹਦੀਆਂ ਚਾਰੇ ਧੀਆਂ ਚੰਗੇ ਘਰੀਂ ਨਹੀਂ ਸੀ ਵਿਆਹੀਆਂ ਗਈਆਂ। ਤਿੰਨਾਂ ਦੇ ਤਾਂ ਸਾਕ ਓਥੇ ਕਰਨੇ ਪਏ ਸਨ ਜਿਥੇ ਮੁੰਡੇ ਕਈ ਵਰ੍ਹਿਆਂ ਦੇ ਰੁਕੇ ਹੋਏ ਸਨ। ਨੰਦੀ ਜਗਸੀਰ ਦੇ ਪਿਉ ਅੱਗੇ ਪਿੱਟ ਕੇ ਬਹਿ ਰਹੀ ਸੀ ਕਿ ਜਦੋਂ ਧੀਆਂ ਅਜਿਹੇ ਨਰਕ ਵਿਚ ਈ ਸੁਟਣੀਐਂ ਤਾਂ ਮੁੱਲ ਕਿਉਂ ਨਾ ਲਿਆ ਜਾਏ। ਜਦੋਂ ਲੋਕ ਮੂੰਹ ਅੱਡ ਕੇ ਆਪ ਮੰਗ ਲੈਂਦੇ ਸਨ ਉਦੋਂ ਉਹਨਾਂ ਦਾ ਧਰਮ ਤੇ ਨੰਦੀ ਦੇ ਪੇਕਿਆਂ ਵਾਹਰੀ ਹੋਣ ਦੀ ਗੱਲ ਕਿਧਰ ਜਾਂਦੀ ਸੀ? ਜਦੋਂ ਲੋਕਾਂ ਦਾ ਕੋਈ ਧਰਮ ਨਹੀਂ ਤਾਂ ਅਸੀਂ ਈ ਕੋਈ ਇਹਦਾ ਠੇਕਾ ਲਿਐ? ਪਰ ਉਹ ਕਦੇ ਨਾ ਮੰਨਿਆਂ। ਉਹ ਸਗੋਂ ਅੱਗੋਂ ਆਪਣਾ ਧਰਮ-ਗਿਆਨ ਘੋਟਣ ਲੱਗ ਪੈਂਦਾ : "ਜਿਸ ਦੁਨੀਆਂ ਮਗਰ ਲੱਗ ਕੇ ਧਰਮ ਛੱਡ ਦਿਤਾ ਉਹ ਕੋਈ ਬੰਦੈ?"

"ਚੰਦਰਿਆ, ਜੇ ਤੂੰਹੀ ਮੇਰੀ ਗੱਲ ਮੰਨ ਲੈਂਦਾ ਤਾਂ ਹੁਣ ਨੂੰ ਸੁਖ ਨਾਲ ਵਿਹੜੇ ਨੂੰ ਭਾਗ ਨਾ ਲੱਗੇ ਹੁੰਦੇ!" ਨੰਦੀ ਨੇ ਪਿਆਂ-ਪਿਆਂ ਜਿਵੇਂ ਜਗਸੀਰ ਦੇ ਪਿਉ ਨੂੰ ਸੰਬੋਧਨ ਕਰਦਿਆਂ ਆਖਿਆ : "ਕਿਸੇ ਪੋਤੇ ਤੋਂ ਸਿੜ੍ਹੀ ਨੂੰ ਹੱਥ ਲੁਆ ਕੇ ਤੁਰਦਾ ਤਾਂ ਗਤ ਹੋ ਜਾਂਦੀ। ਹੁਣ ਪਿਆ ਨਰਕਾਂ ਦੀ ਅੱਗ 'ਚ ਸੜਦਾ ਹੋਵੇਂਗਾ। ਦੱਸ ਤੇਰਾ ਧਰਮ ਤੈਨੂੰ ਕੀ ਤਾਰੂ?" ਪਰ 'ਨਰਕ' ਸ਼ਬਦ ਦਾ ਚੇਤਾ ਕਰਕੇ ਓਹਨੂੰ ਜਾਪਿਆ ਜਿਵੇਂ ਉਹਨੇ ਜਗਸੀਰ ਦੇ ਪਿਉ ਦਾ ਤ੍ਰਿਸਕਾਰ ਕੀਤਾ ਸੀ। ਇਹ ਖ਼ਿਆਲ ਆਉਂਦਿਆਂ ਈ ਉਹਦੇ ਚਿਹਰੇ ਦੀਆਂ ਸਾਰੀਆਂ ਝੁਰੜੀਆਂ ਵਿਚ ਚੀਸਾਂ ਪੈਣ ਲੱਗ ਪਈਆਂ ਤੇ ਅਸਮਾਨ ਉਹਨੂੰ ਅੱਗ ਵਰਗਾ ਦਿੱਸਣ ਲੱਗ ਪਿਆ। ਅਜਿਹੇ ਖ਼ਿਆਲਾਂ ਤੋਂ ਹੁਣ ਉਹਨੂੰ ਡਰ ਆਉਣ ਲੱਗ ਪਿਆ ਸੀ। ਉਸ ਪਾਸਾ ਪਰਤਿਆ ਤੇ ਚੁੰਨੀ ਨਾਲ ਮੂੰਹ ਢਕ ਕੇ ਚੁੱਪ ਕਰ ਗਈ। ਆਥਣੇ ਜਦੋਂ ਜਗਸੀਰ ਘਰ ਆਇਆ ਤਾਂ ਨੰਦੀ ਅਜੇ ਵੀ ਮੰਜੀ ਉਤੇ ਪਈ ਸੀ।

"ਕੀ ਗੱਲ ਐ ਬੇਬੇ, ਅੱਜ ਬਰਤ ਰਖਣ ਦੀ ਸਲਾਹ ਐ?" ਜਗਸੀਰ ਨੇ ਠੰਢੇ ਹਾਰੇ ਵੱਲ ਨਿਗ੍ਹਾ ਮਾਰ ਕੇ ਆਖਿਆ।

"ਜਦੋਂ ਬੇਬੇ ਸਿਵਿਆਂ 'ਚ ਜਾਂਦੀ ਰਹੀ ਓਦੋਂ ਬਰਤ ਰਖ ਰਖ ਵੀ ਬਥੇਰਾ ਡੱਕ-ਲੀਂ, ਕਿਸੇ ਨੇ ਨ੍ਹੀਂ ਤੇਰੇ ਮੂਹਰੇ ਥਾਲ ਪਰੋਸ ਪਰੋਸ ਧਰਨੇ।" ਨੰਦੀ ਨੇ ਮੋੜਵਾਂ ਜਵਾਬ ਦਿਤਾ।

ਤੁਰਤ ਤਾਂ ਜਗਸੀਰ ਨੂੰ ਮੱਲੋ-ਮੱਲੀ ਹਾਸੀ ਆ ਗਈ, ਪਰ ਨਾਲ ਦੀ ਨਾਲ ਉਹਦਾ ਚਿੱਤ ਭੈੜਾ ਪੈ ਗਿਆ। ਨੰਦੀ ਦੀਆਂ ਆਥਣ-ਉਗਣ ਦੀਆਂ ਅਜਿਹੀਆਂ ਗੱਲਾਂ ਤੋਂ ਉਹਨੂੰ ਹੁਣ ਅਕੇਵਾਂ ਹੋਣ ਲੱਗ ਪਿਆ ਸੀ। ਦਿਨੋਂ ਦਿਨ ਨੰਦੀ ਦਾ ਇਹ ਸ਼ੁਦਾ ਵਧਦਾ ਜਾਂਦਾ ਸੀ। ਜਿੰਨਾ ਚਿਰ ਜਗਸੀਰ ਘਰ ਰਹਿੰਦਾ, ਆਨੀ-ਬਹਾਨੀ ਉਹ ਵਿੰਗੇ-ਟੇਢੇ ਢੰਗ ਨਾਲ ਇਹੋ ਗੱਲ ਛੇੜੀ ਰੱਖਦੀ। ਏਸੇ ਕਰਕੇ ਜਗਸੀਰ ਕਈ ਵਾਰੀ ਸਾਰਾ-ਸਾਰਾ ਦਿਨ ਤੇ ਕਦੇ ਕਦੇ ਰਾਤ ਵੀ ਘਰ ਨਹੀਂ ਸੀ ਆਉਂਦਾ। ਪਰ ਨਾਲ ਈ ਨੰਦੀ ਦੀ ਅਜਿਹੀ ਤਰਸਯੋਗ ਹਾਲਤ ਵੀ ਉਹਤੋਂ ਨਹੀਂ ਸੀ ਜਰੀ ਜਾਂਦੀ। ਜਦੋਂ ਵੀ ਉਹ ਕੁਝ ਕੁਵੇਲਾ ਕਰ ਆਉਂਦਾ ਨੰਦੀ ਉਹਨੂੰ ਮੁੜ ਮੁੜ ਪੁਛਦੀ ਕਿ ਉਹ ਕਿਥੇ ਗਿਆ ਸੀ? ਏਸ ਪੁੱਛ-ਪਛਾਈ ਤੋਂ ਵੀ ਜਗਸੀਰ ਨੂੰ ਬੜਾ ਅਕੇਵਾਂ

ਹੁੰਦਾ। ਅਖੀਰ ਉਹ ਸੋਚਦਾ, 'ਪਤਾ ਨ੍ਹੀਂ ਹੋਰ ਇਕ ਦੋ ਵਰ੍ਹੇ ਇਹਨੇ ਜਿਊਣੈਂ ਕਿ ਨਹੀਂ ਹੁਣ ਕਾਹਦੇ ਪਿਛੇ ਇਹਨੂੰ ਦੁਖੀ ਕਰਨੈਂ!" ਵਾਹ ਲਗਦੀ ਉਹ ਨੰਦੀ ਦੀਆਂ ਸਾਰੀਆਂ ਗੱਲਾਂ ਸੁਣ ਕੇ ਹਾਸੇ ਵਿਚ ਟਾਲ ਦਿੰਦਾ। ਨੰਦੀ ਨੂੰ ਪੂਰਾ ਭਰੋਸਾ ਸੀ ਕਿ ਉਹਦਾ ਜਗਸੀਰ ਕਪੁੱਤ ਨਹੀਂ।

"ਬੇਬੇ ਤੜਕੇ ਮੈਂ 'ਆਪਣੇ' ਖੇਤ ਹਲ਼ ਜੋੜਨੈਂ।" ਜਗਸੀਰ ਨੇ ਨੰਦੀ ਦਾ ਧਿਆਨ ਏਧਰੋਂ ਹਟਾਉਣ ਲਈ ਕਿਹਾ।

'ਆਪਣੇ ਖੇਤ' ਦਾ ਨਾਂ ਸੁਣ ਕੇ ਬਿੰਦ ਕੁ ਤਾਂ ਨੰਦੀ ਚੁੱਪ ਕਰਕੇ ਪਈ ਰਹੀ, ਪਰ ਫੇਰ ਆਪ ਈ ਉੱਠ ਕੇ ਡੰਗੋਰੀ ਚੁਕਦਿਆਂ ਉਸ ਮਲਵੀਂ ਜੀਭ ਨਾਲ ਕਿਹਾ : "ਭਲੀ ਹੋਈ!" ਇਹ ਦਿਨ ਨੰਦੀ ਲਈ ਵਰ੍ਹੇ-ਦਿਨਾਂ ਦੇ ਦਿਨ ਵਰਗਾ ਹੁੰਦਾ ਤੇ ਹੁਣ ਤੱਕ ਉਹ ਏਸ ਦਿਨ ਨੂੰ ਇੱਕ ਤਿਹਾਰ ਵਾਂਗ ਮਨਾਂਦੀ ਆਈ ਸੀ। ਏਸੇ ਕਰਕੇ ਉਹ ਚੁੱਪ ਚੁਪੀਤੀ ਉੱਠ ਕੇ ਕੋਠੜੀ ਅੰਦਰ ਚਲੀ ਗਈ ਤੇ ਆਪਣੇ ਲੱਕੜ ਦੇ ਪੁਰਾਣੇ ਸੰਦੂਕ ਕੋਲ ਜਾ ਖੜੋਤੀ। ਆਲੇ ਵਿਚ ਪਏ ਛਿੱਕੂ ਵਿਚੋਂ ਉਸ ਟੋਹ-ਟਾਹ ਕੇ ਕੁੰਜੀ ਲੱਭੀ ਤੇ ਜੰਗਾਲ ਦੀ ਖਾਧੀ ਜਿੰਦਰੀ ਖੋਲ੍ਹਣ ਲੱਗ ਪਈ।

"ਮੈਂ ਆਵਾਂ ਬੇਬੇ ਜੇ ਜਿੰਦਰਾ ਨ੍ਹੀਂ ਖੁਲ੍ਹਦਾ ਤਾਂ?" ਜਗਸੀਰ ਨੇ ਹਾਸੇ ਵਜੋਂ ਬਾਹਰੋਂ ਈ ਆਖਿਆ।

ਪਰ ਨੰਦੀ ਚੁੱਪ ਕਰਕੇ ਕੁੰਜੀ ਨੂੰ ਜਿੰਦਰੀ ਵਿਚ ਭੁਆਉਂਦੀ ਰਹੀ। ਜਗਸੀਰ ਨੂੰ ਪਤਾ ਸੀ ਹਰ ਹਾੜ੍ਹੀ ਸੌਣੀ, ਸਾਲ ਵਿਚ ਦੋ ਵਾਰੀ ਉਹ ਏਸ ਜਿੰਦਰੀ ਨੂੰ ਖੋਲ੍ਹਦੀ ਸੀ ਤੇ ਉਸ ਜਗਸੀਰ ਨੂੰ ਵੀ ਕਦੇ ਏਸ ਸੰਦੂਕ ਦੇ ਨੇੜੇ ਨਹੀਂ ਸੀ ਆਉਣ ਦਿੱਤਾ। ਭਾਵੇਂ ਜਗਸੀਰ ਨੂੰ ਪਤਾ ਸੀ ਕਿ ਸੰਦੂਕ ਵਿਚ ਬਿਨਾਂ ਚਾਰ ਪੁਰਾਣੇ ਕਪੜਿਆਂ ਤੇ ਇਕ ਦੋ ਚਾਂਦੀ ਦੀਆਂ ਟੂਮਾਂ ਤੋਂ ਹੋਰ ਕੁਝ ਵੀ ਨਹੀਂ ਸੀ ਪਰ ਤਦ ਵੀ ਉਹਦਾ ਜੀਅ ਕਈ ਵਾਰ ਕੀਤਾ ਸੀ ਕਿ ਇਹਨੂੰ ਖੋਲ੍ਹ ਕੇ ਵੇਖੇ ਕਿ ਨੰਦੀ ਨੇ ਏਸ ਵਿਚ ਕੀ ਲੁਕਾਇਆ ਹੋਇਆ ਸੀ। ਫੇਰ ਆਪੇ ਈ ਉਹਨੂੰ ਨੰਦੀ ਦੀ ਉਹ ਗੱਲ ਚੇਤੇ ਆ ਜਾਂਦੀ ਜੋ ਕਈ ਵਰ੍ਹੇ ਹੋਏ ਉਹਨੇ ਏਵੇਂ ਹਾੜ੍ਹੀ ਦੀ ਬਿਜਾਈ ਵੇਲੇ ਸੰਦੂਕ ਖੋਲ੍ਹਦਿਆਂ ਆਖੀ ਸੀ। ਜਦੋਂ ਜਗਸੀਰ ਉਹਦੇ ਸੰਦੂਕ ਖੋਲ੍ਹਦੀ ਦੇ ਕੋਲ ਜਾ ਖੜੋਤਾ ਤਾਂ ਉਹਨੇ ਕਿਹਾ ਸੀ :

"ਮੇਰੇ ਮਰੀ ਪਿਛੋਂ ਕੁਸ਼ ਕਰੀਂ, ਪਰ ਮੇਰੇ ਜਿਊਂਦਿਆਂ ਜਿਊਂਦਿਆਂ ਏਸ ਸੰਦੂਕ ਨੂੰ ਹੱਥ ਨਾ ਲਾਈਂ।"

ਤੇ ਉਹ ਦਿਨ ਹੱਦ ਜਗਸੀਰ ਕਦੇ ਏਸ ਸੰਦੂਕ ਦੇ ਨੇੜੇ ਨਹੀਂ ਸੀ ਗਿਆ।

ਪਲ ਕੁ ਪਿਛੋਂ ਨੰਦੀ ਹੱਥ ਵਿਚ ਇਕ ਚਾਂਦੀ ਦਾ ਰੁਪਈਆ ਲੈ ਕੇ ਬਾਹਰ ਆ ਗਈ, ਤੇ ਜਗਸੀਰ ਨੂੰ ਫੜਾਉਂਦਿਆਂ ਬੋਲੀ : "ਲੈ ਅਠਿਆਨੀ ਦੇ ਚੌਲ਼ ਤੇ ਅਠਿਆਨੀ ਦੀ ਸ਼ਕਰ ਲੈ ਆ। ਮਗਰ ਹੁਣ ਦੋ ਈ ਰਹਿ-ਗੇ। ਸੌਣੀ ਤਾਈਂ ਤਾਂ ਮਰਦੀ ਨ੍ਹੀਂ ਓਦੂੰ ਪਿਛੋਂ ਇਕ ਬਚੂਗਾ ਉਹਦਾ ਮੇਰੇ ਤੇ ਖੱਫਣ ਪਾ-ਦੀਂ।"

"ਤੈਨੂੰ ਮੈਂ ਇਕ ਰੁਪਈਏ ਵਾਲਾ ਖੱਫਣ ਪਾ ਕੇ ਤੋਰੂੰ ਬੇਬੇ?" ਜਗਸੀਰ ਨੇ ਮੁਸਕਰਾ ਕੇ ਕਿਹਾ। "ਤੂੰ ਵੇਖੀਂ ਤਾਂ ਸਹੀ ਤੇਰੇ ਤੇ ਦੁਸਾਲੇ ਪਾ ਕੇ ਤੇਰਾ ਐਸਾ ਬਮਾਨ ਕੱਢੂੰ ਬਈ ਦੁਨੀਆਂ ਪਈ ਦੇਖੇ!"

"ਲੈਂ ਪਾਈਂ ਚਾਹੇ ਨਾ ਪਾਈਂ, ਦਸਾਲਿਆਂ ਨਾਲ ਕਿਹੜਾ ਗਤ ਹੋ-ਜੂ!"

ਨੰਦੀ ਦਾ ਰੁਖ ਫੇਰ ਉਸ ਪਾਸੇ ਹੋਇਆ ਵੇਖ ਕੇ ਉਹ ਉੱਠ ਖੜੋਤਾ ਤੇ ਰੁਪਈਆ ਫੜ ਕੇ ਹੱਟੀ ਵਲ ਤੁਰ ਗਿਆ।

ਦੋ

ਜਗਸੀਰ ਜਦੋਂ ਸਵੇਰੇ ਉੱਠਿਆ ਓਦੋਂ ਅਜੇ ਕੁੱਕੜ ਨੇ ਪਹਿਲੀ ਬਾਂਗ ਈ ਦਿੱਤੀ ਸੀ। ਹਨੇਰੇ ਪੱਖ ਦੀ ਨੌਂਵੀਂ ਦਾ ਚੰਨ ਅਜੇ ਹੁਣੇ ਚੜ੍ਹਿਆ ਸੀ। ਜਗਸੀਰ ਨੇ ਨੰਦੀ ਨੂੰ ਆਵਾਜ਼ ਮਾਰੀ। ਉਹ ਜਾਗਦੀ ਈ ਪਈ ਸੀ। ਜਗਸੀਰ ਬੱਕਰੀ ਚੋਣ ਲੱਗ ਪਿਆ ਤੇ ਨੰਦੀ ਨੇ ਚਾਹ ਧਰ ਦਿੱਤੀ। ਚਾਹ ਪੀ ਕੇ ਜਗਸੀਰ ਕਾਹਲ ਨਾਲ ਧਰਮ ਸਿੰਘ ਦੇ ਘਰੋਂ ਬਲਦ ਲੈਣ ਤੁਰ ਪਿਆ। ਉਥੇ ਅਪੜ ਕੇ ਉਹਨੇ ਵੇਖਿਆ ਕਿ ਆਪਣੇ ਨੇਮ ਅਨੁਸਾਰ, ਧਰਮ ਸਿੰਘ ਨੇ ਜਗਸੀਰ ਦੇ ਜਾਣ ਤੋਂ ਪਹਿਲਾਂ ਈ, ਬਲਦਾਂ ਨੂੰ ਪੱਠੇ ਪਾ ਦਿਤੇ ਸਨ।

"ਪੱਠੇ ਚਰ-ਲੇ, ਬਾਈ, ਬਲਦਾਂ ਨੇ ?" ਜਗਸੀਰ ਨੇ ਜਾਂਦਿਆਂ ਈ ਪੁੱਛਿਆ।

"ਹਾਂ ਖਾਸੇ ਚਿਰ ਦੇ ਪਾਏ ਐ।" ਧਰਮ ਸਿੰਘ ਨੇ ਖੁਰਲੀ ਵਿਚ ਹੱਥ ਮਾਰਦਿਆਂ ਕਿਹਾ ਤੇ ਬਲਦਾਂ ਨੂੰ ਥਾਪੀ ਦੇ ਕੇ ਬੋਲਿਆ, "ਹੁਣ ਤਾਂ ਕੁੱਖਾਂ ਕੱਢੀ ਖੜੋਤੇ ਐ ਲੈ ਜਾ!"

ਜਗਸੀਰ ਨੇ ਸਦਾ ਵਾਂਗ ਧਰਮ ਸਿੰਘ ਦੇ ਪੈਰਾਂ ਨੂੰ ਹੱਥ ਲਾਏ ਤੇ ਧਰਮ ਸਿੰਘ ਨੇ ਅਸੀਸਾਂ ਦਿਤੀਆਂ, "ਤੇਰੀ ਜੜ੍ਹ ਪਾਤਾਲ ਲੱਗੇ! ਦਿਹ ਨਰੋਈ ਰਹੇ! ਦੂਣਾ ਚੌਣਾ ਹੋਵੇਂ!"

ਜਗਸੀਰ ਬਲਦਾਂ ਪਿਛੇ ਹਲ ਪਾ ਕੇ ਤੁਰ ਪਿਆ। ਤੁਰਿਆਂ ਜਾਂਦਿਆਂ ਕਦੇ ਉਹਨੂੰ ਧਰਮ ਸਿੰਘ ਦੇ ਵੱਡੇ ਪੁੱਤਰ ਭੰਤੇ ਦੇ ਖਰ੍ਹਵੇ ਸੁਭਾ ਦਾ ਖ਼ਿਆਲ ਆਉਂਦਾ ਤੇ ਕਦੇ ਧਰਮ ਸਿੰਘ ਦੇ ਹੁਣ ਤੱਕ ਨਿਭਾਏ ਧਰਮ ਦਾ। ਧਰਮ ਸਿੰਘ ਜੋ ਪਿਛਲੇ ਤੀਹਾਂ ਵਰ੍ਹਿਆਂ ਤੋਂ, ਜਦ ਤੋਂ ਜਗਸੀਰ ਕੰਮ ਜੋਗਾ ਹੋਇਆ ਸੀ, ਸਾਲ ਵਿਚ ਦੋ ਦਿਨ ਜਦੋਂ ਜਗਸੀਰ ਕਿਆਂ ਨੇ 'ਆਪਣਾ ਖੇਤ' ਵਾਹੁਣ ਜਾਣਾ ਹੁੰਦਾ ਤੜਕੇ ਉਠ ਕੇ ਬਲਦਾਂ ਨੂੰ ਆਪ ਪੱਠੇ ਪਾਉਂਦਾ ਸੀ। ਪਰ ਭੰਤਾ ਵੀ ਏਸੇ ਧਰਮ ਸਿੰਘ ਦਾ ਪੁੱਤਰ ਸੀ ਜੀਹਨੇ ਰਾਤ ਜਗਸੀਰ ਨੂੰ ਬਲਦਾਂ ਤੋਂ ਵੀ ਜੁਆਬ ਦੇ ਦਿਤਾ ਸੀ- ਤੇ ਉਹਦਾ ਤਾਂ ਜੁਆਬ ਵੀ ਕਿੱਡਾ ਖਰ੍ਹਵਾ ਸੀ, ਜਿਵੇਂ ਬੰਦੇ ਨੂੰ ਖਾਣਾ ਹੁੰਦੈ।

"ਐਡੀ ਛੇਤੀ ਕੀ ਤੂੰ ਜੰਨ ਚੜ੍ਹਨੈਂ, ਚਾਰ ਦਿਨ ਠਹਿਰ ਕੇ ਵਾਹ ਲੀਂ। ਮੋਠ ਅਜੇ ਕੱਢਣ ਵਾਲੇ ਪਏ ਐ ਇਹਨੂੰ ਆਵਦੀ ਲੱਗੀ ਪਈ ਐ- ਪਿੰਡ ਉਜੜਿਆ ਜਾਏ ਕਮਲੀ ਨੂੰ ਝਾਟਾ ਖੋਹਣ ਦੀ।"

ਉਹਦੇ ਕੌੜੇ ਬੋਲਾਂ ਨਾਲ ਜਗਸੀਰ ਦਾ ਚਿੱਤ ਭੈੜਾ ਪੈ ਗਿਆ ਸੀ। ਪਰ ਭੰਤੇ ਦੇ ਮੁੜ ਕੁਝ ਆਖਣ ਤੋਂ ਪਹਿਲਾਂ ਧਰਮ ਸਿੰਘ ਨੇ ਜਗਸੀਰ ਨੂੰ ਕਹਿ ਦਿੱਤਾ ਸੀ ਕਿ ਉਹ ਤੜਕੇ ਬਲਦ ਲੈ ਜਾਏ। ਭਾਵੇਂ ਭੰਤਾ ਦਿਨੋਂ ਦਿਨ ਬਹੁਤਾ ਆਕੀ ਹੁੰਦਾ ਜਾਂਦਾ ਸੀ, ਪਰ ਧਰਮ ਸਿੰਘ ਦਾ ਦਬਾਅ ਅਜੇ ਵੀ ਮੰਨਦਾ ਸੀ। ਜਿਉਂ ਜਿਉਂ ਧਰਮ ਸਿੰਘ ਦੀ ਉਮਰ ਵਡੇਰੀ ਹੁੰਦੀ ਜਾਂਦੀ ਸੀ ਉਹ ਭਾਵੇਂ ਘਰ ਦੀਆਂ ਜ਼ਿੰਮੇਵਾਰੀਆਂ ਭੰਤੇ ਦੇ ਸਿਰ ਪਾਉਂਦਾ ਜਾਂਦਾ ਸੀ, ਪਰ ਨਾਲ ਈਂ ਜਦੋਂ ਉਹਦੀਆਂ ਅਜਿਹੀਆਂ ਨਿੱਕੀਆਂ ਨਿੱਕੀਆਂ ਗੱਲਾਂ ਵਲ ਧਿਆਨ ਕਰਦਾ ਸੀ ਤਾਂ ਚਿੱਤ ਦੁਖੀ ਹੋ ਉਠਦਾ ਸੀ। ਸਮੇਂ ਨਾਲ ਚੱਲਣ ਦੀ ਉਹਦੀ ਸਿਆਣਪ ਨੇ, ਹੁਣ ਤੱਕ ਘਰ ਵਿਚ ਕੋਈ ਉਲਝਣ ਤਾਂ ਪੈਦਾ ਨਹੀਂ ਸੀ ਹੋਣ ਦਿੱਤੀ, ਪਰ ਉਂਜ ਉਹਨੂੰ ਪਤਾ ਸੀ ਕਿ ਅਜਿਹੀਆਂ ਉਲਝਣਾਂ ਦਾ ਮੁੱਢ ਬੱਝ ਚੁੱਕਿਆ ਸੀ।

ਜਗਸੀਰ ਜਦੋਂ 'ਆਪਣੇ ਖੇਤ' ਦੇ ਨੇੜੇ ਅੱਪੜਿਆ ਤਾਂ ਰੱਪੜ ਹੋਈ ਪੈਲੀ ਵੱਲ ਵੇਖ ਕੇ ਉਸ ਦਾ ਤ੍ਰਾਹ ਨਿਕਲ ਗਿਆ। ਕਿੰਨੇ ਦਿਨ ਹੋ ਗਏ ਸਨ ਉਸ ਭੰਤੇ ਤੋਂ ਵਿਹਰ ਕੇ ਮਸਾਂ ਪਾਣੀ ਲਾਇਆ ਸੀ, ਪਰ ਉਹਨੇ ਆਪਣੀ ਓੜ ਓੜ ਵਾਹ, ਬਿਜਾ ਕੇ ਫੇਰ ਕਿਤੇ ਜਗਸੀਰ ਦਾ ਖਹਿੜਾ ਛੱਡਿਆ ਸੀ। ਇਹਨਾਂ ਦਿਨਾਂ 'ਚ ਕਿੰਨਾ-ਕਿੰਨਾ ਖੱਬਲ ਉੱਗ ਪਿਆ ਸੀ। ਜਗਸੀਰ ਨੂੰ ਜਾਪਿਆ ਜਿਵੇਂ ਚਾਨਣੀ ਵਿਚ ਲਿਸ਼ਕਦੀਆਂ ਖੱਬਲ ਦੀਆਂ ਤਿੜਾਂ ਉਹਦੇ ਵੱਲ ਝਾਕ-ਝਾਕ ਕੇ ਮੁਸਕੜੀਏਂ ਹੱਸ ਰਹੀਆਂ ਹੋਣ।

ਜਗਸੀਰ ਦੀ ਇਸ ਪੈਲੀ ਨਾਲ ਜਨਮ ਦੀ ਸਾਂਝ ਸੀ। ਜਦੋਂ ਤੋਂ ਉਹਨੇ ਸੁਰਤ ਸੰਭਾਲੀ ਸੀ ਆਪਣੇ ਪਿਉ ਨੂੰ ਇਹ ਜ਼ਮੀਨ 'ਆਪਣੀ' ਕਰਕੇ ਵਾਹੁੰਦਿਆਂ ਵੇਖਦਾ ਆਇਆ ਸੀ। ਉਹਦੇ ਮਰਨ ਪਿਛੋਂ ਵੀ ਅਜੇ ਤਾਈਂ ਉਹ ਇਹਨੂੰ 'ਆਪਣੀ' ਸਮਝਦਾ ਸੀ। ਪਰ ਇਹ ਧਰਮ ਸਿੰਘ ਦੀ ਮਲਕੀਅਤ ਸੀ। ਜਗਸੀਰ ਦੇ ਪਿਉ ਨੂੰ ਧਰਮ ਸਿੰਘ ਦੇ ਪਿਉ ਨੇ ਉਹਨਾਂ ਦੇ ਜੱਦੀ ਪਿੰਡੋਂ ਪੱਗ ਦੇ ਕੇ ਇਥੇ ਲਿਆਂਦਾ ਸੀ। ਬਣਦੇ ਸੀਰ ਤੋਂ ਬਿਨਾਂ ਧਰਮ ਸਿੰਘ ਦੇ ਪਿਉ ਨੇ ਜਗਸੀਰ ਦੇ ਪਿਉ ਨੂੰ ਚਾਰ ਵਿਘੇ ਪੈਲੀ ਵੀ ਦਿੱਤੀ ਸੀ। ਆਪੋ ਵਿਚ ਉਹਨਾਂ ਦੇ ਸੰਬੰਧ ਅਜਿਹੇ ਸਨ ਕਿ ਇਹ ਚਾਰ ਵਿਘੇ ਧਰਮ ਸਿੰਘ ਦੇ ਪਿਉ ਨੇ ਜਗਸੀਰ ਦੇ ਪਿਉ ਦੇ ਨਾਂ ਕਰਾਉਣ ਦੀ ਵੀ ਪੱਕੀ ਸਲਾਹ ਕੀਤੀ, ਪਰ ਆਹਲਾ ਤੇ ਅਦਨਾ ਮਾਲਕੀ ਦੇ ਝਗੜੇ ਕਰਕੇ ਉਹ ਉਹਦੇ ਨਾਂ ਨਹੀਂ ਸੀ ਕਰਾ ਸਕਿਆ। ਕਈ ਵਾਰੀ ਤਾਂ ਧਰਮ ਸਿੰਘ ਦਾ ਪਿਉ ਮੋਹ ਵਿਚ ਆ ਕੇ ਆਖਦਾ, "ਠੋਲ੍ਹਿਆ, ਜੇ ਤੂੰ ਮੇਰਾ ਮਾਂ- ਜਾਇਆ ਭਰਾ ਹੁੰਦਾ ਤਾਂ ਮੈਂ ਅੱਧੀ ਤੇਰੇ ਨਾਂ ਲੁਆ ਦਿੰਦਾ।" ਜਗਸੀਰ ਨੂੰ ਯਾਦ ਸੀ ਕਿ ਧਰਮ ਸਿੰਘ ਦਾ ਪਿਉ ਤੇ ਉਹਦਾ ਪਿਉ ਇੱਕਠੇ ਸੇਲਵਰ੍ਹਾ ਦੇ ਮੇਲੇ ਜਦੋਂ ਜਾਂਦੇ ਹੁੰਦੇ ਸਨ ਤਾਂ ਦੋਹਾਂ ਦੇ ਇਕੋ ਰੰਗ ਦੀਆਂ ਪੱਗਾਂ, ਇਕੋ ਜਿਹੇ ਕੁੜਤੇ ਤੇ ਇਕੋ ਜਿਹੀਆਂ ਦੁਖੱਲੀਆਂ, ਸੁੱਚੇ ਸੁਨੀਹਰੀ ਤਿੱਲੇ ਦੀਆਂ ਕੱਢੀਆਂ ਜੁੱਤੀਆਂ ਹੁੰਦੀਆਂ ਸਨ। ਸਾਰੇ ਪਿੰਡ ਵਿਚ ਉਹਨਾਂ ਨੂੰ ਲੋਕ 'ਹੰਸਾਂ ਦੀ ਜੋੜੀ' ਆਖਦੇ ਸਨ। ਲੋਕ-ਲਜ ਦਾ ਮਾਰਿਆ ਭਾਵੇਂ ਧਰਮ ਸਿੰਘ ਦਾ ਪਿਉ ਜਗਸੀਰ ਦੇ ਪਿਉ ਨਾਲ ਲੋਕਾਂ ਸਾਹਮਣੇ ਬੈਠ ਕੇ ਨਹੀਂ ਸੀ ਖਾਂਦਾ, ਪਰ ਜਦੋਂ ਜਗਸੀਰ ਪੰਜਾਂ ਕੁ ਵਰ੍ਹਿਆਂ ਦਾ ਸੀ ਤਾਂ ਉਹਨੇ ਇਕ ਦਿਨ, ਖੇਤ ਵਾਲੀ ਝੁੱਗੀ ਵਿਚ ਉਹਨਾਂ ਦੋਹਾਂ ਨੂੰ ਇਕੋ ਠੂਠੀ ਵਿਚ ਦਾਰੂ ਪੀਂਦਿਆਂ ਵੇਖਿਆ ਸੀ।

ਧਰਮ ਸਿੰਘ ਦੇ ਪਿਉ ਕੋਲ ਜੱਦੀ ਜ਼ਮੀਨ ਬਹੁਤੀ ਨਹੀਂ ਸੀ, ਪਰ ਜਗਸੀਰ ਦੇ ਪਿਉ ਨੇ ਤੇ ਉਹਨੇ ਦਿਨ ਰਾਤ ਜਾਨ ਹੂਲ ਕੇ ਏਨੀ ਕਮਾਈ ਕੀਤੀ ਸੀ ਕਿ ਜਿੰਦੇਂ ਧਰਮ ਸਿੰਘ ਦਾ ਪਿਉ ਮਰਿਆ, ਉਹਨੇ ਆਪਣੀ ਜੱਦੀ ਜ਼ਮੀਨ ਨਾਲੋਂ ਦੂਣੀ ਹੋਰ ਖਰੀਦ ਲਈ ਸੀ। ਤੇ ਜਗਸੀਰ ਉਹ ਮੌਕਾ ਸਾਰੀ ਉਮਰ ਕਦੇ ਨਹੀਂ ਸੀ ਭੁੱਲ ਸਕਦਾ ਜਦੋਂ ਧਰਮ ਸਿੰਘ ਦੇ ਪਿਉ ਨੇ ਮਰਨ ਤੋਂ ਇਕ ਦਿਨ ਪਹਿਲਾਂ ਜਗਸੀਰ ਦੇ ਪਿਉ ਨੂੰ ਆਪਣੇ ਕੋਲ ਸੱਦ ਕੇ ਆਪਣੇ ਪੁੱਤਰ ਧਰਮ ਸਿੰਘ ਨੂੰ ਕਿਹਾ ਸੀ, "ਧਰਮਿਆਂ, ਠੋਲ੍ਹੇ ਨੂੰ ਮੇਰਾ ਹੀ ਰੂਪ ਸਮਝੀਂ, ਜੇ ਇਹਦੇ ਨਾਲ ਕੋਈ ਦੁਰੈਤ ਰੱਖੀ ਤਾਂ ਮੈਨੂੰ ਸ਼ਾਂਤੀ ਨ੍ਹੀਂ ਆਉਣੀ, ਮੇਰੀ ਆਤਮਾ ਨਰਕਾਂ 'ਚ ਤੜਫਦੀ ਰਹੂ! ਤੇਰੀ ਸਾਰੀ ਜੈਦਾਤ ਏਸੇ ਠੋਲ੍ਹੇ ਨੇ ਸੱਪਾਂ ਦੀਆਂ ਸਿਰੀਆਂ ਮਿੱਧ-ਮਿੱਧ ਬਣਾਈ ਐ, ਨਹੀਂ ਤਾਂ ਮੈਂ ਕੀਹਦਾ ਪਾਣੀ-ਹਾਰ ਸੀ। ਭਾਵੇਂ ਅਸੀਂ ਇਕੋ ਮਾਂ ਦੇ ਪੇਟੋਂ ਜਨਮ ਨਹੀਂ ਲਿਆ, ਪਰ ਊਂ ਅਸੀਂ ਪਿਛਲੇ ਜਨਮ ਦੇ ਸਕੇ ਭਰਾ ਐਂ- ਇਹ ਤਾਂ ਕੋਈ ਭਗਤੀ 'ਚ ਭੰਗਣਾ ਪੈ ਗਈ ਸੀ ਜੋ ਇਹ ਹੋਰ ਘਰੇ ਜੰਮ ਪਿਆ।"- ਤੇ ਉਦੋਂ ਜਗਸੀਰ ਦੇ ਪਿਉ ਦੀਆਂ ਭੁੱਬਾਂ ਨਿਕਲ ਗਈਆਂ ਸਨ। ਉਹਨੇ ਧਰਮ ਸਿੰਘ ਦੇ ਪਿਉ ਦੇ ਪੈਰ ਹੰਝੂਆਂ ਨਾਲ ਧੋ ਦਿੱਤੇ ਸਨ। ਉਹਨੇ ਵੀ ਆਪਣੇ ਸਾਰੇ ਪਰਿਵਾਰ ਦੇ ਸਾਹਮਣੇ ਜਗਸੀਰ ਦੇ ਪਿਉ ਨੂੰ ਸੈਨਤ ਮਾਰ ਕੇ ਆਪਣੇ ਮੰਜੇ ਦੀ ਹੀਂਹ ਉਤੇ

ਬਿਠਾ ਕੇ ਆਪਣੀਆਂ ਨਿਰਜਿੰਦ ਬਾਹਾਂ ਉਹਦੇ ਗਲ ਵਲ ਵਧਾ ਦਿੱਤੀਆਂ ਸਨ।

ਪਿਉ ਦੀ ਮੌਤ ਮਗਰੋਂ ਧਰਮ ਸਿੰਘ ਨੇ ਜਗਸੀਰ ਦੇ ਪਿਉ ਨਾਲ, ਆਪਣੇ ਪਿਉ ਦੇ ਬੋਲ ਪੁਗਾ ਦਿਤੇ ਸਨ। ਉਹਦੀਆਂ ਧੀਆਂ ਦੇ ਵਿਆਹ ਉਸ ਆਪ ਕੀਤੇ। ਉਹਦੇ ਘਰ ਦਾ ਸਾਰਾ ਖਰਚ ਆਪਣੇ ਜ਼ਿੰਮੇ ਲਿਆ। ਬੁੱਢਾ ਸਰੀਰ ਹੋਣ ਕਰਕੇ ਜਗਸੀਰ ਦੇ ਪਿਉ ਤੋਂ ਬਹੁਤਾ ਕੰਮ ਨਹੀਂ ਸੀ ਹੁੰਦਾ, ਪਰ ਧਰਮ ਸਿੰਘ ਨੇ ਕਦੇ ਕੋਈ ਦੁਰੈਤ ਨਹੀਂ ਸੀ ਰੱਖੀ।

ਫੇਰ ਜਗਸੀਰ ਦੇ ਪਿਉ ਦੀ ਵਾਰੀ ਵੀ ਆ ਗਈ। ਉਸ ਧਰਮ ਸਿੰਘ ਨੂੰ ਸੱਦ ਕੇ ਜਗਸੀਰ ਦੀ ਬਾਂਹ ਉਹਦੇ ਹੱਥ ਫੜਾਉਂਦਿਆਂ ਕਿਹਾ, "ਲੈ ਧਰਮ ਸਿਆਂ, ਤੇਰਾ ਪਿਉ ਮੇਰੀ ਬਾਂਹ ਤੈਨੂੰ ਫੜਾ ਕੇ ਗਿਆ ਸੀ, ਤੈਨੂੰ ਮੈਂ ਇਹਦੀ ਫੜਾ ਚਲਿਐਂ। ਇਹਦਾ ਸਭੋ ਕੁਸ਼ ਅੱਜ ਤੋਂ ਤੇਰੇ ਜ਼ਿੰਮੇ ਐ। ਆਵਦਾ ਭਰਾ ਬਣਾ ਕੇ ਰੱਖੀਂ।"

ਤੇ ਧਰਮ ਸਿੰਘ, ਜਗਸੀਰ ਦੇ ਪਿਉ ਦੇ ਬੋਲ, ਵਾਹ ਲੱਗਦੀ ਹੁਣ ਤਾਈਂ ਪੁਗਾਈ ਜਾਂਦਾ ਸੀ। ਜਗਸੀਰ ਨੂੰ ਉਸ ਕਦੀ ਸੀਰੀ ਨਹੀਂ ਸੀ ਸਮਝਿਆ। ਭਾਵੇਂ ਜਿਉਂ-ਜਿਉਂ ਉਹਦਾ ਵੱਡਾ ਮੁੰਡਾ ਭੰਤਾ ਕੰਮ ਸਾਂਭਦਾ ਜਾਂਦਾ ਸੀ, ਧਰਮ ਸਿੰਘ ਆਪੇ ਪਿਛਾਂਹ ਹਟਦਾ ਜਾਂਦਾ ਸੀ, ਪਰ ਜਗਸੀਰ ਨੂੰ ਅਜੇ ਤਾਈਂ ਵੀ ਉਹਨੇ ਕਿਤੇ ਪਿੱਠ ਨਹੀਂ ਸੀ ਦਿੱਤੀ। ਉਹਤੋਂ ਚਾਰ ਵਿਘੇ ਜ਼ਮੀਨ ਖੋਹਣ ਪਿੱਛੇ ਭੰਤਾ ਕਈ ਵਾਰ ਉਹਦੇ ਨਾਲ ਖਹਿਬੜ ਵੀ ਪਿਆ ਸੀ, ਪਰ ਉਹ ਅੱਗੋਂ ਬੜੇ ਠਰੁੰਮੇ ਨਾਲ ਆਖਦਾ, "ਕਾਕਾ, ਪਤਾ ਨ੍ਹੀਂ ਕੀਹਦੇ ਕਰਮ ਖਾਨੇ ਐਂ; ਇਹਨਾਂ ਤੱਤਿਆਂ ਪਾਣੀਆਂ ਨਾਲ ਘਰ ਨ੍ਹੀਂ ਬਲਦੇ ਹੁੰਦੇ। ਥੋਡੇ ਵਰਗੇ ਬਹੁਤੇ ਸਿਆਣਿਆਂ ਨੂੰ ਉਤੇ ਰੱਬ ਵੇਖਦੈ, ਖਬਰੇ ਉਹਨੂੰ ਕੀ ਭੌਂਦੀਐ। ਐਨਾ ਹੰਕਾਰ ਨ੍ਹੀਂ ਚੰਗਾ ਹੁੰਦਾ, ਸਭ ਆਪੋ ਆਪਣੇ ਕਰਮ ਖਾਂਦੇ ਐ, ਕੋਈ ਕਿਸੇ ਨੂੰ ਕੀ ਦੇਣ ਜੋਗੈ!"

ਪਰ ਭੰਤੇ ਨੂੰ ਇਹ ਸਿਧਾਂਤਕ ਜਿਹੀਆਂ ਗੱਲਾਂ ਨਹੀਂ ਸਨ ਜਚਦੀਆਂ। ਲੋਕ ਅੱਜ-ਕੱਲ੍ਹ ਪੈਸੇ-ਪੈਸੇ ਪਿੱਛੇ ਵੱਢ-ਵੱਢ ਮਰਦੇ ਸਨ, ਪਰ ਉਹਦੇ ਪਿਉ ਨੇ ਇਕ ਸੀਰੀ ਨੂੰ ਚਾਰ ਵਿਘੇ ਪੈਲੀ ਉਂਜ ਈ ਦੇ ਛੱਡੀ ਸੀ। ਪੰਜਵੇਂ-ਪੰਜਵੇਂ ਹਿੱਸੇ ਉਤੇ ਗਰਚਿਆਂ ਵਰਗੇ ਗੱਭਰੂ ਸੀਰੀ ਰਲਣ ਲਈ ਧੱਕੇ ਖਾਂਦੇ ਫਿਰਦੇ ਸਨ, ਪਰ ਉਹਨੇ ਇਹ ਵਾਧੂ ਦਾ ਮਰਿਆ ਸੱਪ ਚੌਥੇ ਹਿੱਸੇ ਉਤੇ ਗਲ ਪਾ ਛੱਡਿਆ ਸੀ।

ਜਗਸੀਰ ਇਹਨਾਂ ਈ ਸੋਚਾਂ ਵਿਚ ਪਿਆ ਖੇਤ ਦੇ ਨੇੜੇ ਅੱਪੜ ਪਿਆ। ਖੇਤ ਦੀ ਉਰਲੀ ਵੱਟ ਉਤੇ ਬਲਦਾਂ ਨੂੰ ਖੜਾ ਕਰਕੇ ਉਹ ਸਿੱਧਾ ਟਾਹਲੀ ਕੋਲ ਗਿਆ। ਖੀਸਾ ਫਰੋਲ ਕੇ ਉਸ ਚੌਲਾਂ ਦੇ ਕੁਝ ਦਾਣੇ ਤੇ ਗੁੜ ਦੀ ਰੋੜੀ ਕੱਢੀ ਤੇ ਟਾਹਲੀ ਹੇਠ ਬਣੀ ਮੜ੍ਹੀ ਨੂੰ ਮੱਥਾ ਟੇਕ ਦਿੱਤਾ। ਜਦੋਂ ਉਹਦਾ ਮੱਥਾ ਮੜ੍ਹੀ ਦੀ ਇੱਟ ਨੂੰ ਲੱਗਾ ਤਾਂ ਜਗਸੀਰ ਨੂੰ ਪਿਉ ਦੀ ਸਾਵੀਂ ਆਵਾਜ਼ ਸੁਣਾਈ ਦਿੱਤੀ: "ਮੇਰੀ ਮੜ੍ਹੀ, ਮੇਰੀ ਟਾਹਲੀ ਹੇਠ ਬਣਾਈਂ, ਤੇ ਟਾਹਲੀ ਦੀ ਪੂਰੀ ਪਰਵਸਤ ਰੱਖੀਂ-ਜੇ ਤੂੰ ਮੇਰਾ ਪੁੱਤ ਐਂ ਤਾਂ!"

(ਏਸ ਮੜ੍ਹੀ ਤੇ ਟਾਹਲੀ ਦੀ ਖ਼ਾਤਰ ਵੀ ਧਰਮ ਸਿੰਘ ਨੂੰ ਭੰਤੇ ਨਾਲ ਕਈ ਵਾਰ ਝਗੜਨਾ ਪਿਆ ਸੀ। ਇਕ ਸੀਰੀ ਦੀ ਮੜ੍ਹੀ ਆਪਣੇ ਖੇਤ ਵਿਚ ਬਣੀ ਕੋਈ ਦੁੱਧ-ਪੁੱਤ ਵਾਲਾ ਜ਼ਿਮੀਦਾਰ ਕਿਵੇਂ ਸਹਿ ਸਕਦਾ ਸੀ? ਉਂਜ ਈ ਇਹ ਕੁਸ਼ਗਨੀ ਗੱਲ ਸੀ। ਪਰ ਧਰਮ ਸਿੰਘ ਏਸ ਪਿੱਛੇ ਵੀ ਪੂਰੀ ਤਰ੍ਹਾਂ ਅੜਿਆ ਰਿਹਾ ਸੀ।)

ਜਗਸੀਰ ਨੇ ਮੱਥਾ ਟੇਕ ਕੇ ਸਿਰ ਉਤਾਂਹ ਚੁਕਿਆ ਤਾਂ ਉਹਨੂੰ ਟਾਹਲੀ ਦਾ ਪਰਿਵਾਰ, ਪਿਛਲੇ ਵਰ੍ਹੇ ਨਾਲੋਂ ਦੂਣਾ ਹੋਇਆ ਲੱਗਿਆ। ਉੱਠ ਕੇ ਉਸ ਇਕ ਨੀਵੀਂ ਟਾਹਣੀ ਦੇ ਪੱਤਿਆਂ ਨੂੰ ਹੱਥ 'ਚ ਫੜ ਕੇ ਪਲੂਸਿਆ ਤੇ ਇਹਨਾਂ ਦੀ ਕੂਲੈਸ ਦੀ ਛੋਹ ਨਾਲ ਉਸ ਦਾ ਸਰੀਰ ਹੌਲਾ-ਹੌਲਾ ਜਿਹਾ ਹੋ ਗਿਆ। ਉਹਨੇ ਟਾਹਲੀ ਦੀਆਂ ਸਾਰੀਆਂ ਟਾਹਣੀਆਂ

ਉਤੇ ਤਰਵੀਂ ਨਿਗ੍ਹਾ ਮਾਰੀ, ਚੰਨ ਦੀ ਮੱਧਮ ਚਾਨਣੀ ਵਿਚ ਉਹਨੂੰ, ਇਹਨਾਂ ਵਿਚੋਂ ਆਪਣੇ ਪਿਉ ਦਾ ਮੁਹਾਂਦਰਾ ਦਿਸਿਆ, ਤੇ ਕੁਝ ਚਿਰ ਉਹ ਟਾਹਲੀ ਨੂੰ ਮੁੱਢ ਤੋਂ ਟੀਸੀ ਤਾਈਂ ਧਿਆਨ ਨਾਲ ਵੇਂਹਦਾ ਰਿਹਾ।

ਪਰ ਚਾਣਚੱਕ ਕੁਵੇਲੇ ਦਾ ਖ਼ਿਆਲ ਕਰਕੇ ਜਗਸੀਰ ਕਾਹਲ ਨਾਲ ਬਲਦਾਂ ਕੋਲ ਆਇਆ ਤੇ ਉਸ ਹਰਨਾੜੀਆਂ ਕੱਸ ਲਈਆਂ। ਬਲਦਾਂ ਨੂੰ ਥਾਪੀ ਦੇ ਕੇ ਉਸ ਹਿੱਕ ਦਿੱਤਾ। ਪੈਲੀ ਰੱਪੜ ਹੋਣ ਕਰਕੇ ਉਸ ਪਹਿਲਾਂ ਹਥੀਲੀ 'ਤੇ ਬਹੁਤਾ ਦਬਾਅ ਨਾ ਦਿੱਤਾ, ਪਰ ਜਦੋਂ ਉਹਨੂੰ ਖ਼ਿਆਲ ਆਇਆ ਕਿ ਖ਼ਬਰੇ ਭੰਤਾ ਦੂਹਰਨ ਵੀ ਦੇਵੇ ਕਿ ਨਾ, ਤਾਂ ਉਸ ਸਾਰੇ ਦਬਾਅ ਨਾਲ ਚੌਅ ਧਸਾ ਦਿੱਤੀ। ('ਆਪਣੇ' ਬਲਦਾਂ ਉਤੇ ਉਹਨੂੰ ਸਦਾ ਮਾਣ ਰਿਹਾ ਸੀ। ਅਜਿਹੇ ਮੌਕੇ ਜਗਸੀਰ ਹਿੱਕ ਥਾਪੜ ਕੇ ਆਖ ਦਿੰਦਾ ਹੁੰਦਾ, 'ਇਹ ਤਾਂ ਮਿੱਟੀ ਐ, 'ਮੇਰੇ ਸ਼ੇਰ' ਪੱਥਰ ਕਿਹੜਾ ਨਾ ਪਾੜ ਦੇਣ!' ਇਹ ਦੋਵੇਂ ਬਲਦ ਉਸ ਆਪਣੇ ਹੱਥੀਂ ਦੁੱਧ ਚੁੰਘਾ-ਚੁੰਘਾ ਕੇ ਪਾਲੇ ਸਨ। ਜਦੋਂ ਧਰਮ ਸਿੰਘ ਨੂੰ ਕਹਿ ਕੇ ਉਹ ਗਊ ਦੇ ਦੋ ਥਣ ਇਹਨਾਂ ਵਾਸਤੇ ਮੱਲੋਜ਼ੋਰੀ ਛੁਡਾ ਲੈਂਦਾ ਤਾਂ ਧਰਮ ਸਿੰਘ ਦੀ ਘਰਵਾਲੀ ਧੰਨੋ ਤੋਂ ਵੀ, ਵੱਛਰੂਆਂ ਨਾਲ ਉਹਦਾ ਮੋਹ ਵੇਖ ਕੇ ਕੋਈ ਬਹਾਨਾ ਨਾ ਲਾਇਆ ਜਾਂਦਾ।) ਬਲਦਾਂ ਨੇ ਧੁਰਲੀ ਮਾਰੀ ਤੇ ਖੱਬਲ ਵਿਚ ਧਸੀ ਚੋਅ ਸਰੜ-ਸਰੜ, ਆਰੀ ਵਾਂਗ ਧਰਤੀ ਨੂੰ ਚੀਰਨ ਲੱਗ ਪਈ। ਖੱਬਲ ਦੀਆਂ ਤਿੜ੍ਹਾਂ ਦੇ ਤੜਾਕੇ ਸੁਣ ਕੇ ਜਗਸੀਰ ਨੂੰ ਇਕ ਸੁਆਦ ਜਿਹਾ ਆਉਣ ਲੱਗ ਪਿਆ।

"ਅਸ਼ਕੇ ਮੇਰੇ ਸ਼ੇਰਾਂ ਦੇ!" ਉਸ ਬਲਦਾਂ ਨੂੰ ਹੱਲਾਸ਼ੇਰੀ ਦਿੱਤੀ ਤੇ ਉਹ ਹੋਰ ਤਿੱਖੇ ਹੋ ਗਏ।

ਤੀਹ ਵਰ੍ਹੇ ਉਹਦਾ ਪਿਉ ਏਸ ਪੈਲੀ ਨੂੰ ਵਾਹੁੰਦਾ ਰਿਹਾ ਸੀ। ਤੀਹ ਵਰ੍ਹੇ ਉਹਦੇ ਪਿਉ ਦਾ ਮੁੜ੍ਹਕਾ ਇਸ ਮਿੱਟੀ ਵਿਚ ਰਚਦਾ ਰਿਹਾ ਸੀ; ਤੇ ਹੁਣ ਜਗਸੀਰ ਜਦੋਂ ਵੀ ਇਹ ਖੇਤ ਵਾਹੁਣ ਲੱਗਦਾ ਤਾਂ ਉਹਨੂੰ ਮਿੱਟੀ ਵਿਚੋਂ ਮੁੜ੍ਹਕੇ ਦੇ ਮੁਸ਼ਕ ਵਰਗੀ ਹੌਂਕ ਆਉਣ ਲੱਗ ਪੈਂਦੀ। ਪਤਾ ਨਹੀਂ ਕਿਉਂ, ਧਰਮ ਸਿੰਘ ਦੇ ਹੋਰ ਖੇਤ ਵਾਹੁੰਦਿਆਂ ਜਗਸੀਰ ਨੂੰ ਮਿੱਟੀ ਵਿਚੋਂ ਕਦੇ ਅਜਿਹੀ ਹੌਂਕ ਨਹੀਂ ਸੀ ਆਈ।

ਵਾਹੁੰਦਿਆਂ ਏਸ ਪੈਲੀ ਦੀ ਅਪਣੱਤ ਬਾਰੇ ਜਗਸੀਰ ਨੂੰ ਆਪਣੇ ਪਿਉ ਦੀਆਂ ਕਈ ਗੱਲਾਂ ਚੇਤੇ ਆਉਂਦੀਆਂ। ਇਹਦੇ ਦਾਣੇ ਉਹ ਕਦੇ ਮੰਡੀ ਨਹੀਂ ਸਨ ਵੇਚਦੇ, ਸਿਰਫ਼ ਘਰ ਖਾਣ ਨੂੰ ਅਤੇ ਬੀਅ ਪਾਉਣ ਲਈ ਹੀ ਵਰਤਦੇ ਸਨ। ਕਿੰਨੀ ਲੋੜ ਪੈ ਜਾਂਦੀ, ਉਹ ਇਕ ਦਾਣਾ ਵੀ ਨਾ ਵੇਚਦੇ। ਜੇ ਨੰਦੀ ਉਹਦੇ ਏਸ ਕਮਲਵਾਅ ਪਿੱਛੇ ਲੜਦੀ ਤਾਂ ਉਹ ਬੜੀ ਗੰਭੀਰਤਾ ਨਾਲ ਆਖਦਾ, "ਕਮਲੀਏ, ਕਦੇ ਕਿਸੇ ਭਾਗਾਂ ਵਾਲੇ ਨੇ ਦੁੱਧ-ਪੁੱਤ ਵੀ ਵੇਚੇ ਐ?" ਨੰਦੀ ਹੋਰ ਗੁੱਸੇ 'ਚ ਆ ਕੇ ਆਖਦੀ, "ਖ਼ੁਦਾ ਦਿਆ ਮਾਰਿਆ, ਕਿਧਰ ਦੁੱਧ- ਪੁੱਤ ਦੀ ਗੱਲ ਤੇ ਕਿਧਰ ਦਾਣੇ... ਕੋਈ ਗੱਲ ਬਣੀ?" "ਘਰ ਦਾ ਅੰਨ-ਦਾਣਾ ਕਿਤੇ ਦੁੱਧ-ਪੁੱਤ ਨਾਲੋਂ ਘੱਟ ਹੁੰਦੈ ਕਮਲੀਏ? ਕੁਸ਼ ਸੋਚ ਕਰੀਏ!" ਉਹ ਹੋਰ ਗੰਭੀਰ ਹੋ ਕੇ ਕਹਿੰਦਾ।

ਪਰ ਅਜਿਹੀ ਸੋਚ ਕੇਵਲ ਜਗਸੀਰ ਦਾ ਪਿਉ ਈ ਕਰ ਸਕਦਾ; ਨੰਦੀ ਤਾਂ ਕਈ ਵਾਰੀ ਉਸ ਤੋਂ ਚੋਰੀਓਂ ਦਾਣੇ ਦੇ ਕੇ ਹੱਟੀਉਂ ਸੌਦਾ ਲੈ ਆਉਂਦੀ। ਜਗਸੀਰ ਨੂੰ ਭਾਵੇਂ ਨਿੱਕੇ ਹੁੰਦਿਆਂ ਇਹਨਾਂ ਗੱਲਾਂ ਦੀ ਸਮਝ ਨਾ ਪੈਂਦੀ, ਪਰ ਪਿਉ ਦੀਆਂ ਇਹ ਕਮਲੀਆਂ-ਰਮਲੀਆਂ ਗੱਲਾਂ ਉਹਨੂੰ ਚੰਗੀਆਂ ਜ਼ਰੂਰ ਲੱਗਦੀਆਂ। ਵੱਡਾ ਹੋ ਕੇ ਉਹਨੇ ਵੀ ਪਿਉ ਦੀ ਰੀਤ ਨਾ ਟੁੱਟਣ ਦਿੱਤੀ। ਅਜੇ ਤਾਈਂ ਏਸ ਖੇਤ ਦਾ ਅੰਨ, ਉਸ ਪਿਉ ਵਾਂਗ ਈ ਇਕ ਦਾਣਾ ਵੀ ਕਦੇ ਨਹੀਂ ਸੀ ਵੇਚਿਆ।

ਜਗਸੀਰ ਨੇ ਅੱਧਾ ਕਿਆਰਾ ਵਾਹ ਲਿਆ ਸੀ, ਪਰ ਅਜੇ ਤਾਈਂ ਨਾਲ ਦੇ ਕਿਸੇ ਖੇਤ

'ਚੋਂ ਉਹਨੂੰ ਕਿਸੇ ਹਾਲੀ ਦੀ ਹੇਕ ਨਹੀਂ ਸੀ ਸੁਣੀ। ਉਸ ਬਲਦ ਖੜ੍ਹਾ ਲਏ। ਉਹਨਾਂ ਦੇ ਕੂਲੇ ਪਿੰਡਿਆਂ ਉਤੇ ਹੱਥ ਫੇਰਿਆ ਤੇ ਫੇਰ ਟਾਹਲੀ ਦੇ ਇਕ ਡਾਹਣੇ ਨਾਲੋਂ, ਮੂਕੇ ਦੇ ਲੜ ਬੰਨ੍ਹਿਆਂ ਗੁੜ ਖੋਲ੍ਹ ਲਿਆਇਆਂ। ਇਕ ਇਕ ਰੋੜੀ ਉਸ ਦੋਹਾਂ ਬਲਦਾਂ ਨੂੰ ਚਾਰ ਦਿੱਤੀ ਤੇ ਕਿੰਨਾਂ ਚਿਰ ਹੱਥ ਚਟਾਉਂਦਾ ਰਿਹਾ। (ਬੱਲਦਾਂ ਨੂੰ ਹੱਥ ਚਟਾਉਂਦਿਆਂ ਉਹਨੂੰ ਮਹਿਸੂਸ ਹੁੰਦਾ ਜਿਵੇਂ ਉਹਦਾ ਅੰਦਰ ਨਿੱਘਾ-ਨਿੱਘਾ ਹੋ ਜਾਂਦਾ।) ਫੇਰ ਉਸ ਦੋਹਾਂ ਨੂੰ ਮੁੜ ਥਾਪੀ ਦਿੱਤੀ ਤੇ ਹਥੀਲੀ ਫੜ ਕੇ ਹਲਾਸ਼ੇਰੀ ਨਾਲ ਬੋਲਿਆ, "ਚਲੋ ਮੇਰੇ ਸ਼ੇਰ! ਟਿੱਕੀ ਚੜ੍ਹਦੀ ਨੂੰ ਆਪਾਂ ਅੱਧਿਉਂ ਬਹੁਤਾ ਨਬੇੜ ਦੇਣੈਂ।"

ਸੂਰਜ ਚੜ੍ਹਨ ਤਾਈਂ ਉਹਨੇ ਲਹਿੰਦੇ ਵੱਲ ਦੇ ਦੋਵੇਂ ਕਿਆਰੇ ਵਾਹ ਲਏ। ਜਦੋਂ ਸੂਰਜ ਦੀਆਂ ਨਿੱਘੀਆਂ ਕਿਰਨਾਂ ਗੋਰੇ ਬਲਦ 'ਤੇ ਪਈਆਂ ਤਾਂ ਜਗਸੀਰ ਨੂੰ ਉਹਦਾ ਪਿੰਡਾ ਸੁਨਹਿਰੀ ਗੋਟੇ ਵਾਂਗ ਲਿਸ਼ਕਦਾ ਜਾਪਿਆ। ਏਡਾ ਸੁਹਣਾ ਪਿੰਡਾ ਉਹਨੂੰ ਕਦੇ ਨਹੀਂ ਸੀ ਲੱਗਿਆ। ਉਸ ਬਲਦ ਖੜ੍ਹਾ ਲਏ। ਇਕ ਪਲ ਨਿਗ੍ਹਾ ਟਿਕਾ ਕੇ ਗੋਰੇ ਦੇ ਲਿਸ਼ਕਦੇ ਪਿੰਡੇ ਵੱਲ ਵੇਖਦਾ ਰਿਹਾ ਤੇ ਪਹਿਲਾਂ ਵਾਂਗ ਫ਼ੇਰ ਉਹਨੂੰ ਪਲੂਸਣ ਲੱਗ ਪਿਆ। ਪਰ ਚਾਣਚਕ ਉਂਜ ਈ ਉਹਦੀ ਨਜ਼ਰ ਪਿੰਡ ਵਾਲੇ ਰਾਹ ਵੱਲ ਭੌਂ ਗਈ। ਬਿੰਦ ਦਾ ਬਿੰਦ ਉਸ ਰਾਹ ਉਤੇ ਅੱਖਾਂ ਲਾ ਰੱਖੀਆਂ; ਕੁਝ ਨਾ ਦਿੱਸਿਆ। ਪਰ ਜਦੋਂ ਉਹਨੇ ਨਿਗ੍ਹਾ ਹੋਰ ਧਿਆਨ ਨਾਲ ਟਿਕਾਈ ਤਾਂ ਨੰਦੀ ਦਾ ਦੂਹਰਾ ਹੋਇਆ ਨਿੱਕਾ ਸਰੀਰ, ਦਿੱਸ ਪਿਆ। ਉਹ ਡੰਗੋਰੀ ਮਾਰਦੀ, ਬੜੀ ਕਾਹਲੀ ਕਾਹਲੀ ਤੁਰੀ ਆਉਂਦੀ ਸੀ। ਜਗਸੀਰ ਹਲ਼ ਛੱਡ ਕੇ ਟਾਹਲੀ ਹੇਠ ਆ ਬੈਠਾ। ਨੰਦੀ ਵਾਹੋ-ਦਾਹੀ ਖੇਤ ਵੱਲ ਵਗੀ ਆਉਂਦੀ ਸੀ। ਉਹਦੇ ਨਿੱਕੇ ਅੰਗਾਂ ਵਿਚ ਅੱਜ ਬੜਾ ਤਾਅ ਜਾਪਦਾ ਸੀ। ਜਿਉਂ-ਜਿਉਂ ਉਹ ਹੋਰ ਨੇੜੇ ਆਉਂਦੀ ਗਈ ਉਹਦੇ ਹਾਵ-ਭਾਵ ਵਧੇਰੇ ਸਪਸ਼ਟ ਦਿੱਸਣ ਲੱਗ ਪਏ। ਝੁਰੜਾਇਆਂ ਬੁੱਲਾਂ ਉਤੇ ਵਰ੍ਹਿਆਂ ਪਿਛੋਂ ਅਜਿਹੀ ਮੁਸਕਾਣ ਦਿਸੀ ਸੀ। ਮੱਥੇ ਦੇ ਅਣਗਿਣਤ ਵੱਟ ਸੂਰਜ ਦੀ ਸੁਨਹਿਰੀ ਭਾਹ ਨਾਲ ਸਿਉਨੇ ਦੀ ਹਸਲੀ ਦੇ ਵਲ਼ਾਂ ਵਾਂਗ ਲਿਸ਼ਕਦੇ ਸਨ। ਸਿਰ ਦੇ ਦੁੱਧ-ਚਿੱਟੇ ਵਾਲ ਚਾਂਦੀ ਦੀਆਂ ਤਾਰਾਂ ਵਾਂਗ ਲਗਦੇ ਸਨ। ਜਗਸੀਰ ਨੂੰ ਅੱਜ ਉਹ 'ਚੰਨ ਦੀ ਮਾਂ' ਵਰਗੀ ਲੱਗਦੀ ਸੀ, ਜਿਹੜੀ ਚੰਨ ਦੇ ਚਾਂਦੀ-ਥਾਲ ਵਿਚ ਮੂਰਤ ਵਾਂਗ ਜੜੀ ਬੈਠੀ, ਚਰਖ਼ਾ ਕੱਤਦੀ ਨੂੰ, ਉਹ ਬਚਪਨ ਤੋਂ ਵੇਂਹਦਾ ਆਇਆ ਸੀ।

"ਹੁਣ ਤਾਂ ਏਥੋਂ ਤਾਈਂ ਅਪੜਦੀ ਦਾ ਵੀ ਸਾਹ ਚੜ੍ਹ ਜਾਂਦੈ, ਵੈਰੀਆ ਕਿਤੇ ਤਾਂ ਬਹੁੜ।..." ਨੰਦੀ ਨੇ ਖੇਤ ਦੇ ਨੇੜੇ ਆ ਕੇ ਆਪ-ਮੁਹਾਰੇ ਈ ਆਖਿਆ।

ਸੁਣ ਕੇ ਜਗਸੀਰ ਦੀ ਮੱਲੋਜ਼ੋਰੀ ਹਾਸੀ ਨਿਕਲ ਗਈ।

ਜਦੋਂ ਉਹ ਟਾਹਲੀ ਦੇ ਨੇੜੇ ਆਈ, ਜਗਸੀਰ ਨੇ ਅਗਾਂਹ ਹੋ ਕੇ ਉਹਦੇ ਸਿਰੋਂ ਰੋਟੀਆਂ ਵਾਲਾ ਪੋਣਾ ਤੇ ਕੱਚੀ ਲੱਸੀ ਦਾ ਕੁੱਜਾ ਲਾਹ ਲਿਆ। ਨੰਦੀ ਡੰਗੋਰੀ ਉਤੇ ਜ਼ੋਰ ਪਾ ਕੇ ਪਿੱਠ ਸਿੱਧੀ ਕਰਨ ਲੱਗੀ ਤਾਂ ਪੀੜ ਨਾਲ ਉਹਦੀਆਂ ਝੁਰੜੀਆਂ ਹੋਰ ਸੰਘਣੀਆਂ ਹੋ ਗਈਆਂ। ਅੱਖਾਂ ਵਿਚੋਂ ਪਾਣੀ ਡਿੱਗਣ ਲੱਗ ਪਿਆ। ਇਕ ਹੱਥ ਨਾਲ ਡੰਗੋਰੀ ਸਾਂਭ ਕੇ ਦੂਜੇ ਨਾਲ ਲੱਕ ਨੂੰ ਸਹਾਰਾ ਦਿਤਾ, ਪਰ ਪਿੱਠ ਫੇਰ ਵੀ ਸਿੱਧੀ ਨਾ ਹੋਈ।

"ਓਇ ਵੇ ਡਾਢਿਆ!....." ਪੀੜ-ਵਿੰਨ੍ਹਿਆ ਇਕ ਲੰਮਾ ਹਉਕਾ ਭਰਿਆ ਤੇ ਨਿਢਾਲ ਹੋ ਕੇ ਉਥੇ ਈ ਢਹਿ ਪਈ। "ਹੁਣ ਕੋਈ ਮੇਰੀ ਉਮਰ ਐ ਤੈਨੂੰ ਪਰੋਸੇ ਲਿਆ ਕੇ ਦੇਣ ਦੀ! ਸਾਰੀ ਉਮਰ ਵੱਡਾ ਧਰਮਾਤਮਾ ਬਣਿਆ ਫਿਰਦਾ ਰਿਹਾ, ਜੇ ਕਲਾ ਹੋਵੇ ਤਾਂ ਕੋਈ ਕੌਤਕ ਨਾ ਵਖਾਵੇਂ!..."

ਫੇਰ ਉਹ ਚੁੰਨੀ ਦੇ ਪੱਲੇ ਨਾਲ ਮੂੰਹ ਕੱਜ ਕੇ ਡੁਸਕਣ ਲੱਗ ਪਈ। ਤੇ ਬਿੰਦ ਕੁ

ਪਿਛੋਂ ਹੌਲੀ-ਹੌਲੀ ਵੈਣ ਪਾਉਣ ਲੱਗ ਪਈ।

"ਮੈਥੋਂ ਹੁਣ ਤੇਰਾ ਖਾਣਾ ਨ੍ਹੀਂ ਪੁਗਦਾ, ਵੇ ਮੇਰੇ, ਰਾਜੇ ਸੁਹਰੇ ਦਿਆ ਪੁੱਤਾ...।"

"ਤੈਨੂੰ ਕਿਤੇ ਵੀ ਮੇਰੇ 'ਤੇ ਤਰਸ ਨਾ ਆਇਆ ਵੇ, ਜੱਗ-ਸੀਰ ਪੁਆ ਕੇ ਸੀਰ ਨਖੇੜਨ ਵਾਲਿਆ...."

"ਕੋਈ ਸਿਵਿਆਂ ਤੇ ਦੀਵਾ ਬਾਲਣ ਜੋਗਾ ਵੀ ਨ੍ਹੀਂ ਰਹਿਣਾ ਵੇ, ਵੱਡੇ ਪਰਵਾਰਾਂ ਵਾਲਿਆ..."

"ਤੂੰ ਕਿਤੇ ਨਾ ਮੇਰੀ ਸਾਰ ਨੂੰ ਬਹੁੜਿਆ ਵੇ, ਪਿਛਲੇ ਜਨਮਾਂ ਦਿਆ ਵੈਰੀਆ...!"

ਜਗਸੀਰ ਪਹਿਲਾਂ ਤਾਂ ਕੁਝ ਚਿਰ ਚੁੱਪ ਕਰਕੇ ਬੈਠਾ ਰਿਹਾ, ਪਰ ਫੇਰ ਨੰਦੀ ਦੇ ਵੈਣਾਂ ਨੇ ਉਹਦੇ ਮਨ ਉਤੇ ਅਜਿਹਾ ਅਸਰ ਕੀਤਾ ਕਿ ਉਹਦਾ ਅੰਦਰ ਬੇ-ਕਾਬੂ ਹੋ ਕੇ ਉੱਛਲ ਪਿਆ। ਬੜਾ ਯਤਨ ਕਰਕੇ ਵੀ ਉਹ ਆਪਣੇ ਆਪ ਨੂੰ ਨਾ ਸੰਭਾਲ ਸਕਿਆ ਤੇ ਅੱਖਾਂ ਮੱਲਜ਼ੋਰੀ ਵਹਿਣ ਲੱਗ ਪਈਆਂ।

"ਬਸ ਕਰ ਬੇਬੇ!" ਉਸ ਪੱਗ ਦੇ ਲੜ ਨਾਲ ਅੱਖਾਂ ਪੂੰਝਦਿਆਂ, ਘੱਗੀ ਆਵਾਜ਼ ਵਿੱਚ ਨੰਦੀ ਨੂੰ ਤਰਲਾ ਕੀਤਾ।

ਪਰ ਨੰਦੀ ਨਾ ਹਟੀ। ਜਦੋਂ ਵੈਣ ਪਾ ਪਾ, ਤੇ ਰੋ ਰੋ ਉਹਦਾ ਅੰਦਰ ਹੌਲਾ ਹੋ ਗਿਆ ਤਾਂ ਆਪੇ ਈ ਚੁੱਪ ਹੋਈ। ਓਨਾਂ ਚਿਰ ਜਗਸੀਰ ਦੀਆਂ ਅੱਖਾਂ ਵੀ ਨਾ ਸੁੱਕੀਆਂ।

"ਤੈਨੂੰ ਮੇਰਾ ਇਕੋ ਪੁੱਤ ਕੀ ਯਾਦ ਕਰੂ ਵੇ ਦੋਜਕੀਂ-ਜਾਣਿਆਂ!" ਨੰਦੀ ਨੇ ਡਸਕੋਰੇ ਲੈਂਦਿਆਂ ਜਗਸੀਰ ਦੇ ਪਿਉ ਨੂੰ ਇਕ ਹੋਰ ਉਲਾਂਭਾ ਦਿੱਤਾ ਤੇ ਫੇਰ ਰੋਟੀਆਂ ਵਾਲਾ ਪੋਣਾ ਖੋਲ੍ਹਦਿਆਂ ਹੌਲੀ ਹੌਲੀ ਬੁੜਾਈ ਗਈ। "ਜੇ ਅਸੀਂ ਤੇਰੇ ਵਾਲੀ ਕਰੀਏ ਕਦੇ ਆ ਕੇ ਤੇਰੀ ਸਾਰ ਨਾ ਲਈਏ। ਪਰ ਕਰੀਏ ਕੀ ਸਰਦਾ ਨ੍ਹੀਂ। ਤੂੰ ਤਾਂ ਪੁੱਤ ਨੂੰ ਕਿਸੇ ਤਣ-ਪੱਤਣ ਨਹੀਂ ਲਾਇਆ, ਪਰ ਉਹਤੋਂ ਤਾਂ ਜਿਊਂਦੇ ਜੀਅ ਪਿੱਛਾ ਨ੍ਹੀਂ ਨਾ ਦਿੱਤਾ ਜਾਂਦਾ... ਤੇਰੇ ਵਰਗਾ ਪੱਥਰ ਬਣਿਆ ਜਾਂਦਾ..."

ਇੰਜ ਬੋਲਦਿਆਂ ਨੰਦੀ ਨੇ ਪੋਣੇ ਵਿਚੋਂ ਇਕ ਮਿੱਠੀ ਰੋਟੀ ਉਤੇ ਮੁੱਠ ਕੁ ਚੌਲ ਧਰ ਕੇ ਜਗਸੀਰ ਦੇ ਪਿਉ ਦੀ ਮੜ੍ਹੀ ਵਿਚ ਧਰ ਦਿਤੇ। ਫੇਰ ਕੱਚੀ ਲੱਸੀ ਵਾਲਾ ਕੁੱਜਾ ਚੁੱਕ ਕੇ ਕੁਝ ਲੱਸੀ ਮੜ੍ਹੀ ਉਤੇ ਡੋਲ੍ਹ ਦਿੱਤੀ ਤੇ ਕੁੱਜਾ ਮੱਥੇ ਨੂੰ ਲਾ ਕੇ ਮੁੜ ਓਵੇਂ ਬੁੜ-ਬੁੜਾਣ ਲੱਗ ਪਈ।

"ਲੈ ਜੋ ਨਿਭ-ਗੀ ਸੋ ਭਲੀ, ਹੁਣ ਹੋਰ ਮੈਥੋਂ ਆਸ ਨਾ ਰੱਖੀਂ। ਅਗਲੀ ਫ਼ਸਲ ਨੂੰ ਜੇ ਮੰਨਤਾਂ ਕਰੌਣ ਵਾਲੀ ਲਿਆਏਂਗਾ ਤਾਂ ਖਬਰ-ਨ੍ਹੀਂ ਡਿਗਦੀ-ਢਹਿੰਦੀ ਮੈਂ ਵੀ ਆ ਜੂੰ, ਨਹੀਂ ਤਾਂ ਰੱਬ ਰਾਜੀ। ਹੁਣ ਬਹੁਤਾ ਚਿਰ ਨ੍ਹੀਂ ਮੈਥੋਂ ਕੱਟੀਦਾ ਹੋਰ ਜੇ ਕੁਸ਼ ਕਰਨ ਜੋਗਾ ਨ੍ਹੀਂ ਤਾਂ ਆਵਦੇ ਕੋਲੇ ਈ ਸੱਦ ਲੈ; ਦਿਨ-ਰਾਤ ਐਂ ਦੇਖ ਦੇਖ ਕਲ਼ਪਾ ਤਾਂ ਨਾ...!"

ਬੋਲਦਿਆਂ ਈ ਇਕ ਰੋਟੀ ਹੋਰ ਚੁੱਕੀ ਤੇ ਡੰਗੋਰੀ ਫੜ ਕੇ ਬਲਦਾਂ ਵੱਲਾਂ ਤੁਰ ਗਈ। ਅੱਧੀ ਅੱਧੀ ਕਰਕੇ ਉਹਨੇ ਰੋਟੀ ਬਲਦਾਂ ਨੂੰ ਚਾਰ ਦਿਤੀ ਤੇ ਉਹਨੇ ਦੋਹਾਂ ਦੇ ਮੱਥਿਆਂ ਨੂੰ ਛੂਹਾ ਕੇ ਹੱਥ ਜੋੜੇ। ਵਾਪਸ ਆ ਕੇ ਬਚਦੀਆਂ ਤਿੰਨ ਰੋਟੀਆਂ ਉੱਤੇ ਚੌਲ ਧਰ ਕੇ ਜਗਸੀਰ ਨੂੰ ਦੇ ਦਿੱਤੀਆਂ। ਉਹਨੇ ਰੋਟੀਆਂ ਫੜ ਤਾਂ ਲਈਆਂ, ਪਰ ਮਨ ਭਰਿਆ ਹੋਣ ਕਰਕੇ ਉਹਤੋਂ ਮਸਾਂ ਅੱਧੀ ਰੋਟੀ ਈ ਖਾਧੀ ਗਈ। ਨੰਦੀ ਦਿਆਂ ਵੈਣਾਂ ਦਾ ਅਸਰ ਉਹਦੇ ਉੱਤੇ ਪਹਿਲਾਂ ਏਨਾ ਕਦੇ ਨਹੀਂ ਸੀ ਹੋਇਆ। ਅੱਗੇ ਜੇ ਕਿਤੇ ਉਹ ਇੰਜ ਰੋਣ ਲੱਗ ਵੀ ਪੈਂਦੀ ਤਾਂ ਉਹ ਹਮੇਸ਼ਾ ਗੱਲ ਨੂੰ ਹਾਸੇ ਪਾ ਕੇ ਤੇ ਉਹਨੂੰ ਮਖ਼ੌਲ ਕਰਕੇ, ਟਾਲ਼ ਦਿੰਦਾ। ਪਰ ਅੱਜ ਉਹਤੋਂ ਆਪਣਾ ਆਪ ਕਾਬੂ ਹੀ ਨਹੀਂ ਸੀ ਆ ਰਿਹਾ।

"ਬੇਬੇ, ਆਹ ਪੋਣੇ 'ਚ ਬੰਨ੍ਹ ਕੇ ਰੱਖ ਦੇ ਮੈਂ ਫੇਰ ਖਾਊਂ, ਹੁਣ ਭੁੱਖ ਨ੍ਹੀਂ।" ਉਹਨੇ

ਬਚੀਆਂ ਢਾਈ ਰੋਟੀਆਂ ਚੌਲਾਂ ਵਾਲੇ ਛੰਨੇ ਵਿਚ ਰਖਦਿਆਂ ਆਖਿਆ ਤੇ ਨੰਦੀ ਦੀ ਕੋਈ ਗੱਲ ਸੁਣੇ ਬਿਨਾਂ ਉਠ ਕੇ ਹਲ਼ ਮਗਰ ਜਾ ਲੱਗਿਆ।

ਨੰਦੀ ਮੁੜ ਫਿੱਸ ਪਈ ਤੇ ਛੰਨਾ ਪੋਣੇ ਵਿਚ ਬੰਨ੍ਹਦਿਆਂ ਫੇਰ ਦੱਬਵੀਂ ਆਵਾਜ਼ ਨਾਲ ਵੈਣ ਪਾਉਣ ਲੱਗ ਪਈ। ਉਹ ਰੋਟੀਆਂ ਉਹਨੇ ਟਾਹਲੀ ਦੇ ਮੁੱਢ ਨਾਲ ਮੜ੍ਹੀ ਦੇ ਪਿਛਲੇ ਪਾਸੇ ਸਾਂਭ ਦਿਤੀਆਂ। ਜਦੋਂ ਪਿੰਡ ਨੂੰ ਮੁੜਨ ਲੱਗੀ ਤਾਂ ਉਹਦਾ ਮਰਨਾਊ ਸਰੀਰ ਮਿੱਟੀ ਹੋ ਗਿਆ ਸੀ, ਤੇ ਉੰਜ ਈ ਬੇਸੁੱਧ ਜਿਹੀ ਹੋਈ ਉਹ ਤੁਰੀ ਆਈ।

ਸੂਰਜ ਤਕੜਾ ਚੜ੍ਹ ਆਇਆ ਸੀ। ਜਗਸੀਰ ਨੇ ਬਲਦਾਂ ਨੂੰ ਲਲਕਾਰਾ ਮਾਰਿਆ। ਉਹ ਤਿੱਖੇ ਹੋ ਗਏ, ਪਰ ਆਪ ਉਹਦੀਆਂ ਲੱਤਾਂ ਹੁਣ ਤੁਰਦੀਆਂ ਨਹੀਂ ਸਨ। ਨਾ ਮੁੰਨੇ ਉਤੇ ਦਬਾਅ ਪੈਂਦਾ ਸੀ, ਨਾ ਕਾਹਲ ਨਾਲ ਪੈਰ ਪੁੱਟਿਆ ਜਾਂਦਾ ਸੀ। ਉਹ ਹਲ਼ ਦੇ ਮਗਰ ਇੰਜ ਤੁਰ ਰਿਹਾ ਸੀ ਜਿਵੇਂ ਬਲਦਾਂ ਦੇ ਪਿਛੇ ਪਾਇਆ ਧਰੀਕੀ-ਦਾ ਜਾ ਰਿਹਾ ਹੋਵੇ। ਓਵੇਂ ਤੁਰਦਿਆਂ ਜਦੋਂ ਉਸ ਉਤਾਂਹ ਨਿਗ੍ਹਾ ਕੀਤੀ ਤਾਂ ਨੰਦੀ, ਕੁੱਬੀ-ਕੁੱਬੀ ਪਹੇ ਦੀਆਂ ਭੜੀਆਂ ਉਹਲੇ ਤੁਰੀ ਜਾਂਦੀ ਉਹਨੂੰ ਦਿੱਸੀ; ਤੇ ਫੇਰ ਅਲੋਪ ਹੋ ਗਈ।

ਤਿੰਨ

ਤੀਜੇ ਦਿਨ ਜਿੱਦੇਂ ਜਗਸੀਰ ਮੰਡੀ ਨਰਮਾ ਸੁੱਟ ਕੇ ਗੱਡਾ ਮੋੜੀ ਆਉਂਦਾ ਸੀ ਤਾਂ ਸੂਏ ਦੇ ਪੁਲ਼ ਕੋਲ, ਉਹਨੂੰ ਨਿੱਕਾ ਨਾਈ ਮਿਲਿਆ। ਉਹ ਕਿਤੇ ਗੰਢ ਦੇਣ ਚੱਲਿਆ ਸੀ। ਚਿੱਟੇ-ਦੁੱਧ ਲੀੜੇ, ਦੁਖੱਲੀ ਜੁੱਤੀ ਤੇ ਪੋਚਵੀਂ ਪੱਗ ਬੰਨ੍ਹੀ ਉਹ ਉਡੂੰ-ਉਡੂੰ ਕਰਦਾ ਜਾਂਦਾ ਸੀ।

"ਹੂੰਹ! ਕਿਉਂ ਤਕੜੈਂ ?" ਨਿੱਕੇ ਨੇ ਸੁਭਾਵਕ ਗੜ੍ਹਕਾ ਮਾਰ ਕੇ ਜਗਸੀਰ ਤੋਂ ਪੁੱਛਿਆ।

"ਦਰਸ਼ਨ ਕਰਕੇ!" ਜਗਸੀਰ ਨੇ ਬੇਧਿਆਨਾ ਜਿਹਾ ਜਵਾਬ ਦਿਤਾ। ਉਹਦਾ ਸਾਰਾ ਧਿਆਨ ਨਿੱਕੇ ਦੇ ਲੀੜਿਆਂ ਤੇ ਜੁੱਤੀ ਵਿਚ ਖੁੱਭਿਆ ਹੋਇਆ ਸੀ।

'ਹੂੰਹ! ਹੋਰ ਸੁਣਾ ਕਿਹੜੇ ਰੰਗਾਂ 'ਚ ਐਂ ? ਖੇਡਦੀ ਐ ਕਾਟੋ ਫੁੱਲਾਂ ਤੇ!" 'ਤੇ' ਸ਼ਬਦ ਨੂੰ ਬੜਾ ਲਮਕਾ ਕੇ ਆਪਣੇ ਈ ਢੰਗ ਨਾਲ ਨਿੱਕੇ ਨੇ ਆਖਿਆ ਤੇ ਮੋਢੇ ਉਤੋਂ ਮੂਕਾ ਲਾਹ ਕੇ, ਪੈਰ ਪੁਲ਼ ਦੀ ਠੱਲ਼ ਉਤੇ ਧਰ ਕੇ ਜੁੱਤੀ ਝਾੜਨ ਲੱਗ ਪਿਆ।

ਜਗਸੀਰ ਨੂੰ ਕਿੰਨਾ ਚਿਰ ਜਵਾਬ ਨਾ ਅਹੁੜਿਆ ਤੇ ਉਹ ਓਵੇਂ ਚੁੱਪ ਕੀਤਾ ਨਿੱਕੇ ਨੂੰ ਜੁੱਤੀ ਝਾੜਦਿਆਂ ਵੇਂਹਦਾ ਰਿਹਾ। ਬਲਦ ਵੀ ਪੁਲ਼ ਕੋਲ ਆ ਕੇ ਰੁਕ ਗਏ।

ਨਿੱਕੇ ਨੇ ਸੁਭਾਵਕ ਬੋਲਦਿਆਂ ਆਖਿਆ : "ਕੋੜ੍ਹਿਆ ਕੋਈ ਗੇੜ-ਫੇੜ ਬਣਾ ਲੈਂਦੇ ਤਾਂ ਹੁਣ ਨੂੰ ਸੁੱਖ ਨਾਲ ਦੋ ਚਾਰ ਕੰਮ ਕਰਨ ਜੋਗੇ ਹੋਏ ਹੁੰਦੇ।... ਐਸ ਵੇਲੇ ਬੋਹੜ ਹੇਠ ਮੰਜੀ ਡਾਹ ਕੇ ਮੌਜ ਨਾਲ, ਲੱਤ ਤੇ ਲੱਤ ਧਰ ਕੇ ਪਿਆ ਹੁੰਦਾ; ਐਸ਼ ਕਰਦਾ, ਰਾਜਾ ਬਣਿਆਂ!"

"ਜੋ ਡਾਢੇ ਨੂੰ ਮਨਜ਼ੂਰ ਭਰਾਵਾ! ਸਾਡੇ ਕਰਮ ਈ ਖ਼ਬਰੈ ਏਵੇਂ ਲਿਖੇ ਸੀ।" ਜਗਸੀਰ ਨੇ ਅੱਗੋਂ ਸੁਤੇ-ਸੁਭਾ ਵੱਡਿਆਂ-ਵਡੇਰਿਆਂ ਤੋਂ ਸੁਣੇ-ਸੁਣਾਏ ਸ਼ਬਦ ਦੁਹਰਾ ਦਿਤੇ। ਪਰ ਨਿੱਕੇ ਦੀ ਗੱਲ ਦੇ ਅਸਲ ਭਾਵ ਵੱਲ ਉਸ ਅਜੇ ਵੀ ਕੋਈ ਧਿਆਨ ਨਹੀਂ ਸੀ ਦਿਤਾ। ਉਹ ਓਵੇਂ ਨਿੱਕੇ ਦੇ ਦੁੱਧ-ਚਿੱਟੇ ਲੀੜਿਆਂ ਵੱਲ ਈ ਵੇਖੀ ਜਾਂਦਾ ਸੀ।

"ਹੂੰਹ! ਊਂ ਤਾਂ ਬੇਲੀਆ ਸਾਰੀ ਕਰਮਾਂ ਦੀ ਈ ਗੱਲ ਹੁੰਦੀ ਐ, ਬੰਦਾ ਤਾਂ ਬਥੇਰੇ ਤਰਲੇ ਮਾਰਦੈ, ਪਰ ਡਾਢਾ ਕੋਈ ਪੇਸ਼ ਨ੍ਹੀਂ ਜਾਣ ਦਿੰਦਾ।" ਜਗਸੀਰ ਵਾਂਗ ਈ ਵਡੇ ਵਡੇਰਿਆਂ ਦੇ ਬੋਲ ਨਿੱਕੇ ਨੇ ਦੁਹਰਾਏ ਤੇ ਨਵੀਂ ਜੁੱਤੀ ਜਰਕਾਉਂਦਾ ਸੂਏ ਦੀ ਪਟੜੀ ਪੈ ਗਿਆ।

ਜਗਸੀਰ ਨੇ ਬਲਦ ਹਿੱਕੇ ਪਰ ਗੱਡੇ ਦੇ ਪੱਟ ਬੈਠਿਆਂ ਅਜੇ ਵੀ ਨਿਗ੍ਹਾ ਉਹਦੀ ਨਿੱਕੇ ਉਤੇ ਈ ਗੱਡੀ ਹੋਈ ਸੀ। ਉਹਦਾ ਲਿਸ਼-ਲਿਸ਼ ਕਰਦਾ ਗੋਰਾ ਚਿਹਰਾ, ਕਾਲੀ ਸ਼ਾਹ ਦਾੜ੍ਹੀ, ਚਮਕੀਲੀਆਂ ਮੋਟੀਆਂ ਅੱਖਾਂ ਤੇ ਨਿੱਗਰ ਗਠੀਲੀਆਂ ਪਿੰਜਣੀਆਂ, ਵੇਖ ਵੇਖ ਕੇ ਉਹ ਡੂੰਘੀਆਂ ਸੋਚਾਂ ਵਿਚ ਪੈ ਗਿਆ ਸੀ। (ਨਿੱਕਾ ਉਹਦਾ ਹਾਣੀ ਸੀ, ਤੇ ਉਹਦਾ ਏਡਾ ਨਰੋਆ ਤੇ ਸੋਹਣਾ ਸਰੀਰ ਵੇਖ ਕੇ ਕਈ ਵਰ੍ਹਿਆਂ ਮਗਰੋਂ ਜਗਸੀਰ ਨੂੰ ਆਪਣੇ ਸਰੀਰ ਦਾ ਖ਼ਿਆਲ ਆ ਗਿਆ ਸੀ।)

ਨਿੱਕੇ ਵਲੋਂ ਨਿਗ੍ਹਾ ਹਟਾ ਕੇ ਉਸ ਪਹਿਲਾਂ ਆਪਣੇ ਹੱਥ ਵੇਖੇ- ਨਿਰੀਆਂ ਹੱਡੀਆਂ, ਗਿਰਝਾਂ ਦੇ ਪੌਂਚਿਆਂ ਵਰਗੇ। ਫੇਰ ਜਦੋਂ ਲੱਤਾਂ-ਬਾਹਾਂ ਖ਼ਿਆਲੀਆਂ ਤਾਂ ਉਹਨੂੰ ਜਾਪਿਆ ਜਿਵੇਂ ਉਹਨਾਂ ਉਤੋਂ ਮਾਸ ਉੱਕਾ ਝੜ ਗਿਆ ਸੀ। ਜਦੋਂ ਉਹਨੇ ਮੂੰਹ ਉਤੇ ਦੋਵੇਂ ਹੱਥ ਫੇਰੇ ਤਾਂ

ਗੱਲ੍ਹਾਂ ਦੀਆਂ ਹੱਡੀਆਂ ਤੇ ਅੱਖਾਂ ਦੇ ਡੂੰਘੇ ਟੋਏ ਟੋਂਹਦਿਆਂ ਉਹਨੂੰ ਆਪਣਾ ਮੂੰਹ ਬੜਾ ਓਪਰਾ ਲੱਗਿਆ। ਦਾੜ੍ਹੀ ਦੇ ਖਰ੍ਹਵੇ ਤੇ ਰੁੱਖੇ ਵਾਲ, ਉਹਦੀਆਂ ਅੱਟਣਾਂ-ਭਰੀਆਂ ਹਥੇਲੀਆਂ ਵਿਚ ਚੁਭਦੇ ਸਨ.... ਤੇ ਉਹਨੂੰ ਜਾਪਿਆ ਜਿਵੇਂ ਉਹ ਕਦੇ ਵੀ ਜਵਾਨ ਨਹੀਂ ਸੀ ਹੁੰਦਾ....

X X X

ਜਗਸੀਰ ਨੂੰ ਇਹ ਗੱਲ ਹੁਣ ਇਕ ਸੁਪਨਾ ਲੱਗਦੀ ਸੀ ਕਿ ਜਵਾਨੀ-ਵਾਰੇ ਉਹ ਏਡਾ ਸੁਹਣਾ ਤੇ ਨਰੋਆ ਹੁੰਦਾ ਸੀ। ਕੌਡੀ ਤੇ ਸੌਂਚੀ ਖੇਡਦਿਆਂ ਉਹ ਨਿੱਕੇ ਨੂੰ ਬਲ੍ਹੂੰਗੜੇ ਵਾਂਗ ਵਗਾਹ ਮਾਰਦਾ ਸੀ। ਸਾਰੇ ਪਿੰਡ ਵਿਚ ਦੋ ਮੁੰਡੇ ਉਹਦੇ ਨਾਲ ਮਿਚਦੇ ਸਨ, ਸ਼ਾਮੇ ਦਾ ਗੇਬਾ ਤੇ ਮੱਘਰ ਬੋਲੇ ਦਾ ਘੀਲਾ। ਉਹਨਾਂ ਕੋਲੋਂ ਵੀ ਵੱਸ-ਲੱਗਦੀ ਉਹ ਹਾਰਿਆ ਕਦੇ ਨਹੀਂ ਸੀ, ਪਰ ਬਰਾਬਰ ਦੇ ਹੋਣ ਕਰਕੇ ਉਹਨਾਂ ਨੂੰ ਹਰਾ ਵੀ ਕਦੇ ਕਦਾਈਂ ਈ ਸਕਦਾ। ਉਦੋਂ ਘਰੋਂ ਜਗਸੀਰ ਦੇ ਰੱਸੇ ਖੁੱਲ੍ਹੇ ਛੱਡੇ ਹੁੰਦੇ ਸਨ। ਸੁੱਖਾਂ ਸੁਖ-ਸੁਖ ਲਏ ਪੁੱਤ ਨੂੰ ਨੰਦੀ ਕਦੇ ਮੰਦਾ ਨਹੀਂ ਸੀ ਬੋਲਦੀ। ਖਾਣ-ਪੀਣ ਨੂੰ ਵੀ ਚੰਗਾ ਹੁੰਦਾ ਸੀ। ਪਿਉ ਧਰਮ ਸਿੰਘ ਨਾਲ ਸੀਰ ਦਾ ਕੰਮ ਕਰਦਾ ਤੇ ਜਗਸੀਰ ਦੇ ਜ਼ਿੰਮੇ ਸਿਰਫ਼ 'ਆਪਣੇ' ਖੇਤ ਦੀ ਸੰਭਾਲ ਈ ਹੁੰਦੀ ਸੀ। ਕੰਮ ਤੋਂ ਉਹਨੇ ਭਾਵੇਂ ਕਦੇ ਚਿੱਤ ਨਹੀਂ ਸੀ ਚੁਰਾਇਆ, ਜੋ ਵੀ ਉਹਨੂੰ ਕਰਨਾ ਪੈ ਜਾਂਦਾ ਉਹ ਪਲਾਂ ਵਿਚ ਹੱਥੀਂ-ਪੈਰੀਂ ਲਾ ਕੇ ਲੈ ਜਾਂਦਾ, ਪਰ ਵਿਹਲੇ ਵੇਲੇ ਉਹਦਾ ਸਾਰਾ ਧਿਆਨ ਘੋਲ-ਖੇਡ ਵਿਚ ਈ ਰਹਿੰਦਾ।

ਹੌਲੀ-ਹੌਲੀ ਜਗਸੀਰ ਦੀ ਘੁਲਣ-ਖੇਡਣ ਦੀ ਧਤ, ਖ਼ਬਤ ਬਣ ਗਈ। ਉਹ, ਗੇਬਾ ਤੇ ਘੀਲਾ ਤਿੰਨੇ ਘੰਟਿਆਂ ਬੱਧੀ, ਖੇਤ ਜਾ ਕੇ ਮਾਲਸ਼ਾਂ ਕਰਕੇ ਜ਼ੋਰ ਕਰਦੇ ਰਹਿੰਦੇ। ਉਹਨਾਂ ਦੇ ਕਈ ਹਾਣੀ ਮੁੰਡੇ-ਖੁੰਡੇ, ਘਰਦਿਆਂ ਤੋਂ ਚੋਰੀਓਂ, ਬੀੜ ਵਿਚ ਲੁਕ ਕੇ ਬੱਤੀਆਂ ਪੀਂਦੇ ਤੇ ਕੁੜੀਆਂ ਦੀਆਂ ਗੱਲਾਂ ਕਰਦੇ; ਜਾਂ ਮੰਡੀ ਜਾ ਕੇ ਦਹੀਂ-ਭੱਲੇ ਤੇ ਹੋਰ 'ਅੱਗ-ਸੁਆਹ' ਖਾਂਦੇ ਰਹਿੰਦੇ। ਉਹਨਾਂ ਨੂੰ ਇਹ ਬੜੇ ਭੈੜੇ ਲਗਦੇ। ਪਰ ਕਿਤੇ ਕਿਤੇ ਜਦੋਂ ਗੇਬਾ ਤੇ ਘੀਲਾ ਵੀ ਕੁੜੀਆਂ ਦੀਆਂ ਗੱਲਾਂ ਕਰਦੇ ਤਾਂ ਜਗਸੀਰ ਨੂੰ ਇਕ ਝਰਨਾਟ ਜਿਹੀ ਛਿੜਨ ਲੱਗ ਪੈਂਦੀ। ਕਈ ਵਾਰੀ ਉਹਦਾ ਜੀਅ ਕਰਦਾ ਉਹ ਵੀ ਕਿਸੇ ਕੁੜੀ ਦੀਆਂ ਗੱਲਾਂ ਉਹਨਾਂ ਨੂੰ ਸੁਣਾਏ, ਪਰ ਸੁਭਾ ਸੰਗਾਊ ਹੋਣ ਕਰਕੇ ਉਹਤੋਂ ਖੁੱਲ੍ਹ ਕੇ ਗੱਲ ਨਾ ਕੀਤੀ ਜਾਂਦੀ।

ਜਗਸੀਰ ਦਾ ਸਰੀਰ ਉਹਨੀਂ ਦਿਨੀਂ ਏਨਾ ਸਡੌਲ ਸੀ ਕਿ ਘੀਲਾ ਕਈ ਵਾਰੀ ਉਹਨੂੰ ਬੜੇ ਰਸ਼ਕ ਨਾਲ ਆਖਦਾ : "ਕੰਜਰਾ ਪਤਾ ਨਹੀਂ ਰੱਬ ਨੇ ਕਿਹੜੇ ਖਰਾਦ ਤੇ ਚੜ੍ਹਾ ਕੇ ਬਣਾਇਐਂ! ਪਿੰਜਣੀਆਂ ਵੀ ਸਹੁਰੇ ਮੇਰੇ ਨੇ ਚਰਖੇ ਦੀਆਂ ਗੁੱਡੀਆਂ ਵਾਂਗੂੰ ਚੌਂਪ ਨਾਲ ਖਰਾਦੀਐਂ। ਕਿਤੇ ਨਜ਼ਰ ਈ ਨਾ ਲੱਗ-ਜਾਏ!..." ਤੇ ਉਹ ਇਹ ਕਹਿ ਕੇ ਥੁਕ ਦਿੰਦਾ।

ਪਿੰਡ ਦੀਆਂ ਕੁੜੀਆਂ ਨੂੰ ਜੇ ਜਗਸੀਰ ਦਿੱਸ ਪੈਂਦਾ ਤਾਂ ਉਹ ਕਿੰਨਾ ਕਿੰਨਾ ਚਿਰ, ਉਹਦੇ ਕਮਾਏ ਅੰਗਾਂ ਵਲ ਵੇਂਹਦੀਆਂ ਰਹਿੰਦੀਆਂ। ਪਰ ਜਦੋਂ ਜਗਸੀਰ ਨੂੰ ਇੰਜ ਵੇਂਹਦੀ ਕਿਸੇ ਕੁੜੀ ਦਾ ਪਤਾ ਲੱਗ ਜਾਂਦਾ ਤਾਂ ਉਹਦੇ ਸਰੀਰ ਵਿਚੋਂ ਸੀਤ ਨਿਕਲ ਜਾਂਦਾ। ਉਹਤੋਂ ਅੱਖਾਂ ਉਤਾਂਹ ਨਾ ਚੁਕੀਆਂ ਜਾਂਦੀਆਂ ਤੇ ਆਪਣੇ ਪਿਉ ਦੇ ਆਥਣ-ਉੱਗਣ ਆਖੇ ਬੋਲ ਉਹਦੇ ਕੰਨਾਂ 'ਚ ਗੂੰਜਣ ਲੱਗ ਪੈਂਦੇ : "ਜੀਹਨੂੰ ਪਿੰਡ ਦੀ ਧੀ-ਭੈਣ ਦੀ ਲੱਜ ਸ਼ਰਮ ਨ੍ਹੀਂ ਉਹ ਕੋਈ ਬੰਦੈ! ਜੀਹਨੂੰ ਕਿਸੇ ਦੀ ਇਜ਼ਤ ਦਾ ਖ਼ਿਆਲ ਨ੍ਹੀਂ ਉਹ ਆਵਦੀ ਦਾ ਕੀ ਕਰੂ?"

ਪਰ ਹੌਲੀ-ਹੌਲੀ ਜਿਉਂ ਜਿਉਂ ਜਗਸੀਰ ਦੀ ਜਵਾਨੀ ਸਿਖਰ ਚੜ੍ਹਦੀ ਗਈ, ਉਹਨੂੰ ਪਿਉ ਦੀਆਂ ਤੇ ਪਿੰਡ ਦੇ ਵੱਡ ਵਡੇਰਿਆਂ ਦੀਆਂ ਅਜਿਹੀਆਂ ਗੱਲਾਂ ਦਾ ਚੇਤਾ ਵਿਸਰਨ ਲੱਗ ਪਿਆ। ਉਹਦਾ ਮਨ ਕਦੇ ਕਦੇ ਏਨਾ ਬੇ-ਕਾਬੂ ਹੋ ਜਾਂਦਾ ਕਿ ਆਪਣੇ ਵਲ ਵੇਂਹਦੀਆਂ ਕੁੜੀਆਂ ਵੱਲ ਅੱਖਾਂ ਗੱਡ ਕੇ ਝਾਕਣ ਲੱਗ ਪੈਂਦਾ ਤੇ ਉਹਦੇ ਲੂੰ-ਲੂੰ ਵਿਚ ਇਕ

ਸੁਆਦ ਜਿਹਾ ਖਿੰਡਣ ਲੱਗ ਪੈਂਦਾ। ਪਰ ਦੂਜੇ ਈ ਪਲ ਜਦੋਂ ਉਹ ਕੁੜੀ ਅਗੋਂ ਹੱਸ ਪੈਂਦੀ ਤਾਂ ਜਗਸੀਰ ਦੀਆਂ ਅੱਖਾਂ ਨੀਵੀਆਂ ਪੈ ਜਾਂਦੀਆਂ। ਉਹ ਚੋਰਾਂ ਵਾਂਗ ਕਾਹਲੇ-ਪੈਰੀਂ ਉਥੋਂ ਤੁਰ ਜਾਂਦਾ।

ਜਗਸੀਰ ਦੇ ਨਾਲ ਦੇ ਮੁੰਡੇ ਕਦੇ-ਕਦੇ ਦਾਰੂ ਪੀਂਦੇ ਤਾਂ ਉਹਨੂੰ ਵੀ ਮੱਲੋ-ਜ਼ੋਰੀ ਨਾਲ ਰਲਾ ਲੈਂਦੇ। ਜਦੋਂ ਜਗਸੀਰ ਨੂੰ ਨਸ਼ਾ ਚੜ੍ਹ ਜਾਂਦਾ ਤਾਂ ਉਹ ਵੀ ਲੋਰ ਵਿਚ ਆ ਕੇ ਕੁੜੀਆਂ ਦੀਆਂ ਗੱਲਾਂ ਕਰਦਾ। ਪਰ ਉਹਦੇ ਬੇਲੀ ਜਦੋਂ ਗੰਡਾਸੀਆਂ ਫੜ ਕੇ ਗਲ਼ੀਆਂ ਵਿਚ ਲਲਕਾਰੇ ਮਾਰਨ ਲੱਗ ਪੈਂਦੇ, ਉਹ ਚੁੱਪ ਕਰਕੇ ਆਪਣੇ ਖੇਤ ਨੂੰ ਤੁਰ ਜਾਂਦਾ ਤੇ ਸਾਰੀ ਰਾਤ ਘਰ ਨਾ ਆਉਂਦਾ। ਦਾਰੂ ਪੀ ਕੇ, ਆਪਣੇ ਪਿਉ ਕੋਲ ਜਾਣਾ ਉਹਨੂੰ ਏਡੀ ਭੈੜੀ ਗੱਲ ਲਗਦੀ ਸੀ ਜਿਹੜੀ ਕਦੇ ਉਹ ਸੋਚ ਵੀ ਨਹੀਂ ਸੀ ਸਕਿਆ। ਮੁੰਡਿਆਂ ਨਾਲ ਰਲ ਕੇ ਗੇਬਾ ਤੇ ਘੀਲਾ ਉਹਨਾਂ ਵਾਂਗ ਈ ਬੱਤੀਆਂ, ਦਾਰੂ ਪੀਣ ਤੇ ਹੋਰ ਬਦਫੈਲੀਆਂ ਕਰਨ ਲੱਗ ਪੈਂਦੇ ਸਨ, ਪਰ ਉਹ ਫੇਰ ਵੀ ਬੜਾ ਬਚਾ ਰਖਦਾ ਸੀ।

ਹੌਲੀ ਹੌਲੀ ਉਹਦੇ ਨਾਲ ਦੇ ਮੁੰਡਿਆਂ ਵਿਚੋਂ ਕਈਆਂ ਦਾ ਵਿਆਹ ਹੋ ਗਿਆ। ਜਦੋਂ ਕਿਸੇ ਦੀ ਜੰਞ ਚੜ੍ਹਦੀ, ਡੋਲੀ ਆਉਂਦੀ, ਉਦੋਂ ਜਗਸੀਰ, ਗੇਬਾ ਤੇ ਘੀਲਾ ਤਿੰਨੇ ਦਾਰੂ ਪੀਂਦੇ; ਤੇ ਫੇਰ ਸਾਰੀ ਰਾਤ 'ਜਗਸੀਰ ਕੇ ਖੇਤ,' ਟਾਹਲੀ ਹੇਠ ਪਏ ਰਹਿੰਦੇ।

ਇੰਜ ਈ ਨਿੱਕੇ ਨਾਈ ਦਾ ਵਿਆਹ ਵੀ ਆ ਗਿਆ। ਉਹਨਾਂ ਤਿੰਨਾਂ ਨੂੰ ਨਿੱਕਾ ਜੰਞੇ ਲੈ ਕੇ ਗਿਆ। ਜਗਸੀਰ ਪਹਿਲੀ ਵਾਰ ਕਿਸੇ ਦੀ ਜੰਞ ਵਿਚ ਗਿਆ ਸੀ। ਨਿੱਕੇ ਦੇ ਸਹੁਰੀਂ ਜਗਸੀਰ ਕੁੜੀਆਂ ਦਾ ਸਿੱਧਾ ਨਿਸ਼ਾਨਾ ਬਣਿਆ ਰਿਹਾ। ਏਨੇ ਮਖੌਲ ਕੁੜੀਆਂ ਦੇ ਮੂੰਹੋਂ ਉਸ ਕਦੇ ਕਿਸੇ ਬਾਰੇ ਵੀ ਨਹੀਂ ਸਨ ਸੁਣੇ ਜਿੰਨੇ ਉਹਨੂੰ ਉਹਨਾਂ ਨੇ ਕੀਤੇ। ਉਹ ਕੁੜਿੱਕੀ ਵਿਚ ਫਸੇ ਜਾਨਵਰ ਵਾਂਗ ਬੈਠਾ ਰਿਹਾ। ਜਦੋਂ ਉਹ ਅੱਗੋਂ ਕੋਈ ਜਵਾਬ ਨਾ ਦੇ ਸਕਦਾ ਤਾਂ ਕੁੜੀਆਂ ਉਹਨੂੰ 'ਬੂਝੜ', 'ਘੁੱਗੂ', 'ਦੀਵਾ', 'ਘੋਗੜ' ਤੇ ਹੋਰ ਪਤਾ ਨਹੀਂ ਕੀ ਕੀ ਆਖ ਕੇ ਉਹਦੀ ਮੱਤ ਮਾਰੀ ਜਾਂਦੀਆਂ, ਉਹਤੋਂ ਫੇਰ ਵੀ ਕੋਈ ਮੋੜ ਨਾ ਬਣਦਾ। ਅਖੀਰ ਘੀਲਾ ਈ ਉਹਨਾਂ ਨਾਲ ਮਿੱਕਿਆ। ਪਰ ਕੁੜੀਆਂ ਅੱਗੋਂ ਹੋਰ ਮੱਛਰ ਜਾਂਦੀਆਂ। ਵਿਚੋਂ ਕੋਈ ਆਖਦੀ, 'ਤੂੰ ਵੱਡਾ, ਉਹਦਾ ਅਰਦਲ਼ੀ ਨਾ ਬਣ, ਉਹਦੇ ਮੂੰਹ 'ਚ ਸਿਉਨਾ ਪਾਇਐ ?"

"ਨ੍ਹੀਂ ਐਵੇਂ ਵੇਖਣੀ-ਪਾਖਣੀ ਸੁਹਣਾ ਲਗਦੈ, ਊਂ ਤਾਂ ਸੈਨਤਾਂ ਨਾਲ 'ਊਂ- ਊਂ' ਈ ਕਰਨ ਜੋਗਾ ਹੋਣੈਂ !"

ਹੌਲੀ ਹੌਲੀ ਜਗਸੀਰ ਨੂੰ ਉਥੇ ਕੁੜੀਆਂ ਦੀਆਂ ਗੱਲਾਂ ਵਿਚੋਂ ਇਕ ਸੁਆਦ ਜਿਹਾ ਆਉਣ ਲੱਗ ਪਿਆ। ਤੇ ਜਿੱਦੇਂ ਜੰਞ ਪਿੰਡ ਮੁੜ ਕੇ ਆਈ ਤਾਂ ਉਹਨਾਂ ਸਾਰਿਆਂ ਨੇ ਦਾਰੂ ਪੀਤੀ। ਘੀਲੇ ਤੇ ਗੇਬੇ ਨੇ ਸਲਾਹ ਕੀਤੀ ਕਿ ਨਿੱਕੇ ਦੀ ਵਹੁਟੀ ਦਾ ਮੂੰਹ ਵੇਖੀਏ। ਪਰ ਦਾਰੂ ਪੀ ਕੇ ਜਗਸੀਰ ਲਈ ਕਿਸੇ ਦੇ ਘਰ ਜਾਣਾ ਅਜੇ ਵੀ ਔਖਾ ਸੀ। ਏਸ ਕਰਕੇ ਉਹਨੇ ਫੇਰ ਕਿਸੇ ਦਿਨ ਚੱਲਣ ਲਈ ਉਹਨਾਂ ਦੋਹਾਂ ਨੂੰ ਮਨਾ ਲਿਆ।

ਤੀਸਰੇ ਦਿਨ ਨਿੱਕੇ ਦੀ ਵਹੁਟੀ ਮੁੜ ਗਈ। ਪਰ ਮੁਕਲਾਵਾ ਨਾਲ ਦਾ ਹੋਣ ਕਰਕੇ ਨਿੱਕਾ ਵੀ ਨਾਲ ਈ ਜਾਂਦਾ ਰਿਹਾ। ਤੀਜੇ ਦਿਨ ਮੁਕਲਾਵਾ ਲੈ ਕੇ ਮੁੜ ਆਇਆ। ਓਦੂੰ ਤੀਜੇ ਦਿਨ ਮਗਰੋਂ ਉਹਨਾਂ ਨੇ ਨਿੱਕੇ ਨੂੰ ਪਿੜਾਂ ਵਿਚ ਘੇਰ ਲਿਆ।

"ਕਿਵੇਂ ਐਂ ਓਇ-ਚਰਖੇ ਦਿਆ ਮੁੰਨਿਆ ਜਿਆ, ਬਹੂ ਦਖੌਣ ਦਾ ਮਾਰਾ ਗੱਲ ਈ ਨ੍ਹੀਂ ਕਰਦਾ, ਉਹ ਇੰਦਰ ਦੇ ਖਾੜੇ ਦੀ ਪਰੀ ਐ ? ਲਿਆ ਕੇ ਢਾਈਆਂ ਆਨਿਆਂ ਦੀ ਨੈਣ ਊਂ ਈਂ ਸੰਕਦਰ ਬਣਿਆਂ ਫਿਰਦੈਂ !- ਮੂੰਹ ਵੇਖ ਸਾਲੇ ਬਾਂਦਰ ਜੇ ਦਾ।" ਘੀਲੇ ਨੇ ਦੰਦੀਆਂ ਚਿੜਾ ਕੇ ਆਖਿਆ।

"ਹੂੰਹ!" ਨਿੱਕਾ ਦੰਦੀਆਂ ਕਢਦਿਆਂ ਬੋਲਿਆ, "ਵਿਹਨੈਂ, ਕਿਵੇਂ ਡਮਾਕ ਭੰਨ-ਭੰਨ ਗੱਲਾਂ ਆਉਂਦੀਐ!"

"ਡਮਾਕ ਤਾਂ ਤੇਰਾ ਉੱਚਾ ਹੋਇਆ ਫਿਰਦੈ ਜਿਹੜਾ ਠਾਣੇਦਾਰ ਦਾ ਭਾੜਾ ਸਿੱਟ ਕੇ ਆਈ ਗਧੀ ਆਂਗੂ ਅੱਖ ਈ ਨ੍ਹੀਂ ਰਲੌਂਦਾ।"

"ਅੱਜ ਇਹਨੂੰ ਸਾਲੇ ਨੂੰ ਕਾਂ-ਡੋਡ ਬਣਾਓ ਫੇਰ ਸੂਤ ਆਊ।" ਗੇਬੇ ਨੇ ਨਿੱਕੇ ਨੂੰ ਕੱਸ ਕੇ ਬਾਹੋਂ ਫੜਦਿਆਂ ਆਖਿਆ, "ਇਹਨੂੰ ਤਾਂ ਮੋਰ ਬਣਾ ਕੇ ਵਿਹੜੇ 'ਚ ਧੁੱਪੇ ਸਿੱਟਾਂਗੇ ਕੀੜਿਆਂ ਆਲੇ ਭੌਣ 'ਤੇ, ਆਪਾਂ ਵੇਖਾਂਗੇ ਇਹਦੀ ਗੰਡ-ਗੰਡੋਈ! ਫੇਰ ਆਪੇ ਤੁੱਕੇ ਅਰਗਾ ਸਿੱਧਾ ਹੋ-ਜੂ।"

"ਹੂੰਹ!" ਨਿੱਕੇ ਨੇ ਨਾਸਾਂ ਫੁਲਾ ਕੇ ਦੰਦੀਆਂ ਕੱਢੀਆਂ, "ਤੇ ਘੁੰਡ-ਚਕਾਈ ਤੇਰਾ ਤਾਇਆ ਦੇਊ?"

"ਅਸੀਂ ਦੇਵਾਂਗੇ!" ਜਗਸੀਰ ਨੇ ਖੀਸੇ 'ਚ ਹੱਥ ਪਾ ਕੇ ਭਾਨ ਖੜਕਾਈ, "ਤੂੰ ਯਾਰ ਸਾਨੂੰ ਨੰਗ ਈ ਸਮਝ ਛੱਡਿਐ?"

"ਵੇਖ-ਖਾਂ ਵੱਡੇ ਸ਼ਾਹ ਦਾ ਬੂਥਾ!" ਨਿੱਕਾ ਬੋਲਿਆ, "ਪਸੇਰੀ ਲੱਡੂ ਲਿਆਉਣੇ ਪੈਣਗੇ, ਖੜਕੌਨੈਂ ਚਾਰ ਮਸੂਰੀ ਪੈਸੇ।"

"ਅਸੀਂ ਕੰਜਰਾ ਪਸੇਰੀ ਲੱਡੂਆਂ ਜੋਗੇ ਵੀ ਨ੍ਹੀਂ ਓਇ ; ਚਿੱਪੀ-ਮੂੰਹਿਆਂ-ਜਿਆ!" ਘੀਲਾ ਨਿੱਕੇ ਨੂੰ ਚਪੇੜ ਉਘਰ ਕੇ ਆਇਆ। ਤੇ ਉਹ ਸਾਰੇ ਹੱਸ ਪਏ।

ਫੇਰ ਉਹ ਨਿੱਕੇ ਨੂੰ ਗੱਲੀਂ-ਗੱਲੀਂ ਧਰੀਕ ਕੇ ਨਾਲ ਲੈ ਗਏ ਤੇ ਦਸੌਂਦੀ ਦੀ ਹੱਟੀਓਂ ਘੀਲੇ ਨੇ ਸਵਾ ਰੁਪਈਏ ਦੇ ਲੱਡੂ ਲੈ ਕੇ ਮੂਕੇ ਦੇ ਲੜ ਬੰਨ੍ਹਾ ਲਏ। ਜਦੋਂ ਨਿੱਕੇ ਨੂੰ ਖਹਿੜਾ ਛਡਾਉਣ ਦਾ ਕੋਈ ਰਾਹ ਨਾ ਦਿਸਿਆ ਤਾਂ ਉਹ ਚੁੱਪ ਕਰਕੇ ਮੂਹਰੇ ਲੱਗ ਤੁਰਿਆ। ਪਰ ਘਰ ਦੇ ਨੇੜੇ ਜਾ ਕੇ ਉਹਦਾ ਮੂੰਹ ਭੋਰਾ-ਕੁ ਬਣ ਗਿਆ। ਉਹ ਪੈਰ ਮਲਦਾ-ਮਲਦਾ ਉਹਨਾਂ ਤਿੰਨਾਂ ਦੇ ਮਗਰੇ ਹੋ ਗਿਆ।

"ਹੁਣ ਅਗਾਂਹ ਮਰ," ਗੇਬੂ ਨੇ ਉਹਨੂੰ ਬਾਹੋਂ ਫੜ ਕੇ ਧੱਕਾ ਦਿੰਦਿਆਂ ਆਖਿਆ, "ਕਿਵੇਂ ਲੁਕ-ਲੁਕ ਤੁਰਦੈ, ਸਾਲਾ ਕੁੜੀਆਂ ਉੱਤੋਂ ਦੀ ਜੰਮਿਆ ਵਿਆ।"

"ਐਂ ਨਾ ਆਖ ਓਏ!" ਘੀਲੇ ਨੇ ਉਹਨੂੰ ਰਤਾ ਕੁ ਝਿੜਕ ਕੇ ਕਾਣੀ-ਅੱਖ ਜਗਸੀਰ ਵਲ ਝਾਕਦਿਆਂ ਆਖਿਆ, "ਕੁੜੀਆਂ ਉਤੋਂ ਦੀ ਜੰਮਿਆਂ ਇਕ ਹੋਰ ਵੀ ਆਪਣੇ ਨਾਲ ਐ!" ਤੇ ਜਦੋਂ ਉਹ ਭਉਂ ਕੇ ਉਹਦੇ ਵਲ ਝਾਕੇ ਤਾਂ ਸੱਚੀਂ ਜਗਸੀਰ ਨੇ ਸੰਙ ਨਾਲ ਨੀਵੀਂ ਪਾ ਲਈ।

ਬੂਹੇ ਕੋਲ ਆਈ ਸਾਰੀ ਢਾਣੀ ਨੂੰ ਦੇਖ ਕੇ ਨਿੱਕੇ ਦੀ ਮਾਂ ਪਹਿਲਾਂ ਤਾਂ ਕੁਝ ਝਿਜਕੀ, ਪਰ ਫੇਰ ਮੁਸਕਰਾਂਦਿਆਂ ਆਖਣ ਲੱਗੀ : "ਮਾਂ-ਸਦਕੇ! ਵੇ ਤੁਸੀਂ ਕਿਵੇਂ ਸਾਰੇ 'ਕੱਠੇ ਹੋ ਕੇ ਮੇਰੇ ਮਾਊਂ ਨੂੰ ਫੜੀ ਫਿਰਦੇ ਓਂ?"

"ਤੇਰਾ ਮਾਊਂ ਤਾਂ ਤਾਈ ਵਿਆਹ ਕਰਾ ਕੇ 'ਨੀਲਗਿਰੀ ਦਾ ਰਾਜਾ' ਬਣਿਆ ਫਿਰਦੈ!" ਗੇਬੂ ਨੇ ਹੱਸ ਕੇ ਜਵਾਬ ਦਿੱਤਾ। "ਤਿੰਨ ਦਿਨ ਹੋਗੇ ਪਤਾ ਨ੍ਹੀਂ ਕਿਹੜੇ ਭੋਰੇ 'ਚ ਗ਼ਿਤਮ ਹੋਇਆ ਰਹਿਐ, ਅੱਜ ਮਸਾਂ ਥਿਆਇਐ। ਅਸੀਂ ਆਖਿਆ ਆਵਦੀ ਬਹੂ ਵਖਾ। ਇਹ ਸਾਡੇ ਪੱਬ ਈ ਨ੍ਹੀਂ ਲੱਗਣ ਦਿੰਦਾ- ਅਖੇ ਹਮਕੀ 'ਅਕਾਸ-ਪਰੀ' ਕੋ ਨਜ਼ਰ ਲੱਗ ਜਾਏਗੀ।"

"ਨਾ ਵੇ ਪੁੱਤੋ!" ਬੜੇ ਵਿਅੰਗ ਨਾਲ ਹੱਸਦਿਆਂ ਤੇ ਕੈਦੀਆਂ ਵਾਂਗ ਬਾਹੋਂ ਫੜੇ ਨਿੱਕੇ ਵਲ ਝਾਕਦਿਆਂ, ਨਿੱਕੇ ਦੀ ਮਾਂ ਬੋਲੀ, "ਬਹੂ ਤਾਂ ਭਾਮੇਂ ਸੌ ਆਰੀ ਵੇਖੋ- ਉਹ ਕੀ ਉਤਾਰ ਐ, ਪਰ ਮੇਰੇ ਮਾਊਂ ਵਚਾਰੇ ਨੂੰ ਔਖਾ ਨਾ ਕਰੋ; ਮਸਾਂ ਮਸਾਂ ਬਾਹਰ ਵਧਾਇਐ।..."

ਤੇ ਉਹ ਸਾਰੇ ਖਿੜ-ਖਿੜਾ ਕੇ ਹੱਸ ਪਏ। ਨਿੱਕੇ ਦੀ ਮਾਂ ਨੇ ਬੂਹੇ ਵਿਚ ਡਾਹਿਆ ਚਰਖਾ ਰਤਾ ਪਾਸੇ ਖਿਸਕਾਂਦਿਆਂ ਆਖਿਆ, "ਲੈ ਨੰਘ-ਜੋ, ਔਹ ਬੈਠੀ ਐ ਬਰਾਂਡੇ 'ਚ-ਊਂ ਹੈ ਕੁਸ਼ ਹਰਖੀਆਂ ਦੀ ਧੀ, ਖ਼ਾਲੀ ਹੱਥ ਤਾਂ ਨ੍ਹੀਂ ਕਿਤੇ ਆਏ?"

"ਅਸੀਂ ਸਾਰਾ ਇੰਤਜ਼ਾਮ ਕਰਕੇ ਲਿਆਏ ਐਂ ਤਾਈ। ਆਹ ਵੇਖ ਉਹਦੀ ਮੂੰਹ-ਵਖਾਈ।" ਘੀਲੇ ਨੇ ਮੂਕੇ ਦੇ ਲੜ ਬੱਧੇ ਲੱਡੂ ਵਿਖਾ ਕੇ ਆਖਿਆ, ਤੇ ਨਾਲ ਹੀ ਨਿੱਕੇ ਦੀ ਧੌਣ ਫੜ ਕੇ ਉਹਨੂੰ ਅਗਾਂਹ ਧੱਕਦਿਆਂ ਬੋਲਿਆ, "ਤੇ ਆਹ ਸੀ ਉਹਦਾ ਘੁੱਗੂ...!"

"ਰਾਤ ਦਾ ਕਸੌਦਾ!" ਪਿਛੋਂ ਬੜਾ ਹੀ ਹੌਲੀ ਜਿਹੀ ਗੇਬੇ ਨੇ ਗੱਲ ਪੂਰੀ ਕਰ ਦਿੱਤੀ।

ਉਹ ਸਾਰੇ ਅੰਦਰ ਲੰਘ ਗਏ। ਵਰਾਂਡੇ ਵਿਚ ਪੀੜ੍ਹੀ ਉਤੇ ਬੈਠੀ, ਨਿੱਕੇ ਦੀ ਵਹੁਟੀ ਚੁੰਨੀ ਉਤੇ ਗੋਟਾ ਲਾਈ ਜਾਂਦੀ ਸੀ। ਉਹਨਾਂ ਨੂੰ ਆਉਂਦਿਆਂ ਵੇਖ ਕੇ ਉਸ ਚੁੰਨੀ ਗੋਡਿਆਂ ਵਿਚ ਘੁੱਟ ਲਈ ਤੇ ਉਧਰ ਪਿੱਠ ਕਰਕੇ ਘੁੰਡ ਹੋਰ ਲੰਮਾ ਕਰਦਿਆਂ ਗੁੱਛਾ-ਮੁੱਛਾ ਹੋ ਕੇ ਬਹਿ ਗਈ।

'ਬੱਲੇ!" ਘੀਲੇ ਨੇ ਉਹਨੂੰ ਸੁਣਾ ਕੇ ਆਖਿਆ, "ਇਹ ਤਾਂ ਬੇਲੀਓ ਨਿੱਕੇ ਦਾ ਵੀ ਉਤਲਾ ਪੱਟ ਲੱਗਦੀ ਐ! ਪਹਿਲਾਂ ਈ ਚਾਲਾਂ ਖੇਡਦੀ ਐ।"

"ਹੁਣ ਹੋ ਗਾਹਾਂ," ਗੇਬੇ ਨੇ ਨਿੱਕੇ ਨੂੰ ਫੇਰ ਅਗਾਂਹ ਧੱਕਦਿਆਂ ਆਖਿਆ, "ਕਿ ਸਿੱਧੇ ਈ ਸਿੰਗ ਫਸਾਈਏ? ਮਗਰੋਂ ਨਾ ਫੇਰ ਕਾਟੋ ਆਂਗੂੰ ਚਿਰ-ਚਿਰ ਕਰਦਾ ਫਿਰੀਂ!"

"ਹੂੰਹ! ਜਦੋਂ ਫਸ-ਗੇ ਫਟਕਣ ਕੇਹਾ! ਥੋਡੇ ਵੱਸ ਪਏ ਐਂ ਜਮਦੂਤਾਂ ਦੇ, ਜੋ ਮਰਜ਼ੀ ਐ ਕਰੋ।" ਨਿੱਕੇ ਨੇ ਆਪਣੀ ਤੇ ਆਪਣੀ ਵਹੁਟੀ ਦੀ ਬੇ-ਬਸੀ ਰਲਾ ਮਿਲਾ ਕੇ ਆਖਿਆ।

"ਚੰਗਾ ਫੇਰ ਪਾਸੇ ਹੋ ਜਾ!" ਘੀਲੇ ਨੇ ਕੂਹਣੀ ਮਾਰ ਕੇ ਉਹਨੂੰ ਪਰ੍ਹੇ ਕਰਦਿਆਂ ਕਿਹਾ, "ਐਵੇਂ ਨਾ ਹੁਣ ਫਾਨੇ ਆਂਗੂੰ ਫਸ ਕੇ ਵਚਾਲੇ ਖੜ੍ਹੋ!" ਫੇਰ ਉਸ ਉੱਚੀ ਸਾਰੀ ਆਵਾਜ਼ ਮਾਰ ਕੇ ਨਿੱਕੇ ਦੀ ਮਾਂ ਨੂੰ ਆਖਿਆ, "ਤਾਈ ਭਲਾ ਮੈਂ ਈ ਇਹਨਾਂ ਸਾਰਿਆਂ ਤੋਂ ਛੋਟੈਂ ਨਾ?

"ਹੁਣ ਤਾਂ ਪੁੱਤ ਸਾਰੇ ਈ ਛੋਟੇ ਓਂ!" ਉਹਨੇ ਅੱਗੋਂ ਹੱਸ ਕੇ ਜੁਆਬ ਦਿੱਤਾ। ਪਰ ਫੇਰ ਕੁਝ ਸੋਚ ਕੇ ਬੋਲੀ, "ਹੈ ਤਾਂ ਤੂੰ ਹੀ ਸਾਰਿਆਂ ਤੋਂ ਛੋਟਾ, ਊਂ ਹੈ ਥੋਡੀ ਸਾਰਿਆਂ ਦੀ ਦੋ-ਦੋ ਚਾਰ-ਚਾਰ ਮਹੀਨਿਆਂ ਦੀ ਈ ਵਿੱਥ। ਨਿੱਕਾ ਮਾਊਂ ਮੇਰਾ, ਥੋਥੋਂ ਸਾਰਿਆਂ ਤੋਂ ਈਂ ਵੱਡੈ।"

"ਹਟ ਜੋ ਪਾਸੇ ਓਇ ਕੜ੍ਹੀੜ-ਵਾਧਿਆ! ਪਹਿਲਾਂ ਛੋਟੇ ਦਿਉਰ ਦੀ ਵਾਰੀ ਐ।" ਕਹਿੰਦਿਆਂ ਘੀਲਾ ਟਪੂਸੀ ਮਾਰ ਕੇ ਨਿੱਕੇ ਦੀ ਵਹੁਟੀ ਦੇ ਮੂਹਰੇ ਜਾ ਖਲੋਤਾ।

ਨਿੱਕੇ ਦੀ ਵਹੁਟੀ ਨੇ ਘੁੰਡ ਵਿਚੋਂ ਦੀ ਉਹਨੂੰ ਰਤਾ ਕੁ ਵੇਖ ਲਿਆ ਤੇ ਹੋਰ ਵਧੇਰੇ ਗੁੱਛਾ-ਮੁੱਛਾ ਹੋ ਗਈ। ਘੀਲਾ ਹੌਲੀ ਦੇਣੇ ਉਹਦੇ ਅੱਗੇ ਬਹਿ ਗਿਆ ਤੇ ਲੱਡੂਆਂ ਵਾਲਾ ਮੂਕਾ ਉਹਦੇ ਸਾਹਮਣੇ ਧਰ ਕੇ ਬੋਲਿਆ: "ਆਹ ਫੜੋ ਮੋਤੀਆਂ ਆਲਿਓ ਆਵਦੀ ਨਜ਼ਰ ਤੇ ਪਰਗਟ ਹੋ-ਜੋ! ਜੇ ਕੋਈ ਆਕੜ-ਫਾਕੜ ਕੀਤੀ ਤਾਂ ਤੇਰੇ ਖ਼ਸਮ ਦਾ ਘਮ-ਟੱਟੂ ਬਣਾ ਕੇ ਵਿਹੜੇ 'ਚ ਘੁਕਾਈ ਫਿਰਾਂਗੇ। ਮਗਰੋਂ ਚਾਹੇ ਪੈਰੀਂ ਹੱਥ ਲਾਈਂ ਅਸੀਂ ਨ੍ਹੀਂ ਛੱਡਣਾ।"

ਉਹਦੀ ਗੱਲ ਸੁਣ ਕੇ ਨਿੱਕੇ ਦੀ ਵਹੁਟੀ ਦੀ ਮੱਲੋਜ਼ੋਰੀ ਹਾਸੀ ਨਿਕਲ ਗਈ। ਪਰ ਦੂਹਰੀ ਚੁੰਨੀ ਦੇ ਘੁੰਡ ਵਿਚ ਮੂੰਹ ਚੰਗੀ ਤਰ੍ਹਾਂ ਕੱਸਿਆ ਹੋਣ ਕਰਕੇ ਕਿਸੇ ਨੂੰ ਪਤਾ ਨਾ ਲੱਗਿਆ। ਉਂਜ ਨਾ ਉਹ ਬੋਲੀ ਨਾ ਹਿੱਲੀ।

"ਨਿੱਕਿਆ, ਹੁਣ ਇਹਨੂੰ ਸਮਝਾ ਲੈ ਜੇ ਸਮਝਾਈਦੈ ਤਾਂ, ਨਹੀਂ ਫੇਰ ਅਸੀਂ ਹੁਣ ਆਵਦੀ ਜੱਟ-ਬਿੱਦਿਆ ਵਰਤਾਂਗੇ।" ਗੇਬੇ ਨੇ ਆਖਿਆ ਤੇ ਉਹ ਵੀ ਘੀਲੇ ਦੇ ਕੋਲ ਜਾ ਖਲੋਤਾ।

"ਹੂੰਹ!" ਨਿੱਕੇ ਨੇ ਦੰਦੀਆਂ ਕੱਢੀਆਂ ਤੇ ਆਪਣੀ ਮਾਂ ਵਲ ਝਾਤੀ ਮਾਰ ਕੇ ਹੌਲੀ-

ਹੌਲੀ, ਚੋਰਾਂ ਵਾਂਗ, ਕਾਹਲੀ-ਕਾਹਲੀ ਬੋਲਿਆ, "ਚਕਦੇ, ਚਕਦੇ, ਹੁਣ ਨ੍ਹੀਂ ਏਹਨਾਂ ਜਮਾਂ ਨੇ ਖਹਿੜਾ ਛੱਡਣਾ। ਇਹ ਸਾਰੇ ਲੰਡਰ-ਕੁੱਤੇ 'ਕੱਠੇ ਹੋਏ ਐ!"

"ਇਹ ਵੇਖ ਵੱਡਾ ਸ਼ਰੀਫ! ਵੀਹ ਵਾਰੀ ਕਾਟੀ ਝਿਊਰੀ ਤੋਂ ਜੁੱਤੀਆਂ ਖਾਧੀਐਂ ਸਾਡੇ ਸਾਹਮਣੇ ; ਫੇਰ ਤਾਂ ਕਿਤੇ ਲੁਕਣ ਨੂੰ ਥਾਂ ਵੀ ਨ੍ਹੀਂ ਥਿਆਉਂਦਾ ਹੁੰਦਾ!" ਘੀਲੇ ਨੇ ਨਿੱਕੇ ਨੂੰ ਚਿੜਾਉਣ ਦੇ ਮਾਰੇ ਨੇ ਬਹੁਤ ਹੌਲੀ ਜਿਹੀ ਆਖਿਆ। ਨਿੱਕਾ 'ਹੁੰਹ-ਹੁੰਹ' ਕਰਦਿਆਂ ਕੱਚੀ ਜਿਹੀ ਹਾਸੀ ਹੱਸਣ ਲੱਗ ਪਿਆ, ਪਰ ਜਵਾਬ ਉਹਨੂੰ ਕੋਈ ਨਾ ਅਹੁੜਿਆ।

ਓਦੋਂ ਈ ਬਾਹਰੋਂ ਨਿੱਕੇ ਦੀ ਛੋਟੀ ਭੈਣ ਨੱਸੀ ਆਈ ਤੇ ਕੋਲ ਆ ਕੇ ਬੋਲੀ, "ਬਾਈ ਭਾਬੀ ਦਾ ਮੂੰਹ ਬੇਖਣੈਂ ? ਲੈ ਥੋਨੂੰ ਮੈਂ ਬਖਾਮਾਂ...!"

ਤੇ ਉਸ ਖਿੜ-ਖਿੜ ਕਰਕੇ ਹੱਸਦੀ ਨੇ ਅੱਖ-ਪਲਕਾਰੇ ਵਿਚ ਨਿੱਕੇ ਦੀ ਵਹੁਟੀ ਦੇ ਸਿਰੋਂ ਦੁੱਪਟਾ ਖਿੱਚ ਦਿੱਤਾ। ਉਹਦਾ ਅੱਧਾ ਸਿਰ ਨੰਗਾ ਹੋ ਗਿਆ।

"ਨਾ ਨੀ ਕੁੜੀਏ ਚੌੜ ਨਾ ਕਰ!" ਨਿੱਕੇ ਦੀ ਮਾਂ ਨੇ ਉਹਨੂੰ ਝਿੜਕਿਆ; ਪਰ ਉਹਨੇ ਚੁੰਨੀ ਨੂੰ ਇਕ ਹਝੋਕਾ ਹੋਰ ਮਾਰਿਆ ਤੇ ਫੇਰ ਵਿਹੜੇ ਵਿਚ ਜਾ ਕੇ ਹੱਸਦੀ-ਹੱਸਦੀ ਗਿੱਧਾ ਪਾਉਣ ਲੱਗ ਪਈ।

ਨਿੱਕੇ ਦੀ ਵਹੁਟੀ ਸੰਗ ਨਾਲ ਦੂਹਰੀ-ਤੀਹਰੀ ਹੋ ਗਈ। ਜਦੋਂ ਇਕ ਹੱਥ ਨਾਲ ਚੁੰਨੀ ਖਿੱਚ ਕੇ ਉਹ ਟੇਢੀ ਹੁੰਦਿਆਂ, ਮੁੜ ਘੁੰਡ ਕੱਢਣ ਲੱਗੀ ਤਾਂ ਉਹਦੇ ਚਿਹਰੇ ਦਾ ਖੱਬਾ ਪਾਸਾ ਮਗਰ ਖੜੋਤੇ ਜਗਸੀਰ ਨੂੰ ਦਿੱਸ ਗਿਆ- ਇੰਜ ਈ ਜਿਵੇਂ ਬਿਜਲੀ ਲਿਸ਼ਕੀ ਹੋਵੇ! ਤੇ ਜਗਸੀਰ ਦਾ ਸਾਰਾ ਸਰੀਰ ਸੁੰਨ ਹੋ ਗਿਆ। ਏਡਾ ਚੌੜਾ, ਗੋਰਾ ਮੱਥਾ, ਏਡੀ ਸੁਹਣੀ ਅੱਖ ਤੇ ਏਡੀਆਂ ਲੰਮੀਆਂ ਝਿੰਮਣੀਆਂ, ਉਸ ਕਦੇ ਨਹੀਂ ਸਨ ਵੇਖੀਆਂ। ਤੀਵੀਂ ਵਿਚ ਏਡੀ ਕੋਈ ਖਿੱਚ ਹੁੰਦੀ ਹੈ, ਇਹ ਜਗਸੀਰ ਨੂੰ ਅੱਜ ਪਤਾ ਲੱਗਾ। ਉਹ ਉਥੇ ਖੜਾ-ਖੜੋਤਾ ਜਿਵੇਂ ਕੀਲਿਆ ਗਿਆ। ਅੱਖਾਂ ਅੱਗੇ ਹਨੇਰਾ ਜਿਹਾ ਆਉਣ ਲੱਗ ਪਿਆ।

"ਬੱਸ ਝਲਕਾਰਾ ਈ ਪਿਐ ਬੇਲੀਓ, ਦਰਸ਼ਨ ਤਾਂ ਚੰਗੂੰ ਹੋਏ ਨ੍ਹੀਂ-ਐਵੇਂ ਖੇਚਲ ਈ ਗਈ।" ਘੀਲੇ ਨੇ ਢਿੱਲੀ ਜਿਹੀ ਆਵਾਜ਼ ਵਿਚ ਵਿਅੰਗ ਨਾਲ ਆਖਿਆ ਤੇ ਉੱਠ ਕੇ ਖੜਾ ਹੋ ਗਿਆ।

ਨਿੱਕੇ ਦੀ ਵਹੁਟੀ ਨੇ ਘੁੰਡ ਖਿੱਚ ਕੇ ਫੋਰੇ ਵਿਚ ਮੁੜ ਮੂੰਹ ਢੱਕ ਲਿਆ ਸੀ।

"ਲੈ ਪੁੱਤਾ, ਕਿੰਨਾ ਕੁ ਚਿਰ!" ਨਿੱਕੇ ਦੀ ਮਾਂ ਨੇ ਆਖਿਆ, "ਆਹ ਦੋ-ਚਾਰ ਮਹੀਨੇ ਨਵੀਂ-ਨਵੀਂ ਐਂ, ਚਾਹੇ ਭੋਰੇ 'ਚ ਵੜੀ ਰਹੇ, ਫੇਰ ਤਾਂ ਸੁੱਖ ਨਾਲ, ਥੋਡੇ ਘਰੀਂ ਈਂ ਕਮੌਣੇ ਐ, ਵਿਆਹ-ਸਾਹੇ।"

"ਜਦੋਂ ਕਮਾਊ ਵੇਖੀ ਜਾਊ, ਹੁਣ ਤਾਂ 'ਕੇਰਾਂ ਸਾਹਬਣੀ ਬਣੀ ਬੈਠੀ ਐ।" ਗੇਬੇ ਨੇ ਕਿਹਾ ਤੇ ਉਹਦੀ ਗੱਲ ਪੂਰੀ ਕਰਦਿਆਂ ਘੀਲਾ ਬੋਲਿਆ :

"ਨਿੱਕੇ ਸਾਹਬ ਦੀ ਮੇਮ ਐ ਭਾਈ, ਕੋਈ ਮਖੌਲ ਐ!"

ਤੇ ਉਹ ਸਾਰੇ ਹੱਸਦੇ-ਹਸਾਉਂਦੇ ਬਾਹਰ ਨੂੰ ਤੁਰ ਪਏ, ਪਰ ਜਗਸੀਰ ਨੂੰ ਖੁਲ਼ ਕੇ ਹਾਸੀ ਨਾ ਆਈ। ਉਹਦੇ ਅੰਦਰੋਂ ਜਿਵੇਂ ਕੁਝ ਹਿੱਲ ਗਿਆ ਸੀ। ਉਹਦੇ ਪੈਰ ਇੰਜ ਥਿੜਕ ਗਏ ਸਨ, ਜਿਵੇਂ ਭੁਚਾਲ ਆ ਗਿਆ ਹੋਵੇ। ਨੀਵੀਂ ਪਾਈ ਉਹਨਾਂ ਦੇ ਨਾਲ ਤਾਂ ਤੁਰਿਆ ਆਇਆ, ਪਰ ਇੰਜ ਜਿਵੇਂ ਉਹਦੇ ਅਉਸਾਣ ਮਾਰੇ ਗਏ ਹੋਣ।

ਉਸ ਦਿਨ ਪਿਛੋਂ ਜਗਸੀਰ ਕਈ ਦਿਨ ਘੀਲੇ ਤੇ ਗੇਬੇ ਨਾਲ ਖੁਲ਼ ਕੇ ਨਾ ਬੋਲਿਆ। ਅੰਦਰੇ-ਅੰਦਰ ਜਿਵੇਂ ਉਹਦੇ ਕੋਈ ਖੋਹ ਜਿਹੀ ਪੈਂਦੀ ਰਹਿੰਦੀ। ਰਾਤ ਨੂੰ ਨੀਂਦ ਨਾ ਆਉਂਦੀ। ਕੰਮ ਕਰਨ ਨੂੰ ਜੀਅ ਨਾ ਕਰਦਾ, ਸਾਰਾ ਦਿਨ ਉਹ 'ਆਪਣੇ ਖੇਤ' ਵਾਲੀ

ਟਾਹਲੀ ਹੇਠ ਪਿਆ ਰਹਿੰਦਾ।

ਚੌਥੇ ਕੁ ਦਿਨ ਗੇਬੇ ਨੇ ਉਹਨੂੰ ਬਾਹੋਂ ਫੜ ਕੇ ਪੁੱਛਿਆ : "ਕੀ ਗੱਲ ਓਇ ਵੱਡਿਆ ਮਜਨੂੰਆ, ਹੌਰੂੰ-ਤੌਰੂੰ ਈ ਹੋਇਆ ਫਿਰਦੈਂ, ਜਿਵੇਂ ਮਾਂ ਮਰੀ ਹੁੰਦੀ ਐ ?"

ਜਗਸੀਰ ਨੇ ਹੱਸਣ ਦਾ ਯਤਨ ਕੀਤਾ, ਪਰ ਉਹਦੇ ਅੰਦਰੋਂ ਹਾਸੀ ਨਾ ਆਈ।

"ਐਵੇਂ ਕਈ ਦਿਨਾਂ ਦੇ ਕੁਸ਼ ਹੱਡ-ਪੈਰ ਜੇ ਦੁਖੀ ਜਾਂਦੇ ਐ, ਹੋਰ ਤਾਂ ਕੋਈ ਗੱਲ ਨ੍ਹੀਂ।" ਉਹਨੇ ਉਤੋਂ ਮੁਸਕਰਾਂਦਿਆਂ ਝੂਠ ਬੋਲਿਆ।

"ਕਿਉਂ ਬੰਦੇ ਚਾਰਦੈਂ!" ਗੇਬੇ ਨੇ ਮੋੜ ਕੀਤਾ, "ਚੋਰਾਂ ਤੋਂ ਗਲੀਆਂ ਗੁੱਝੀਐਂ ? ਜਿਹੜੀ ਬੀਮਾਰੀ ਮਿੱਤਰਾ ਤੈਨੂੰ ਲੱਗੀ ਐ, ਇਹ ਜਾਨ ਲੈ ਕੇ ਛੱਡਦੀ ਹੁੰਦੀ ਐ, ਜੇ ਬਚੀਦੈ ਤਾਂ ਬਚ ਜਾ ਨਹੀਂ ਤਾਂ ਉਹੋ ਗੱਲ ਹੋਊ- ਅਕੇ ਬੁੱਢੜ ਮਹਿੰ ਤੇ ਯਾਰ ਪਚਾਧਾ, ਭੱਜਣੈ ਭੱਜ ਲੈ ਨਹੀਂ ਖਾਧਾ ਈ ਖਾਧਾ।"

ਓਦੋਂ ਤਾਂ ਜਗਸੀਰ ਨੇ ਹੱਸ ਕੇ ਗੱਲ ਟਾਲ ਦਿੱਤੀ, ਪਰ ਥੋੜ੍ਹੇ ਦਿਨਾਂ ਮਗਰੋਂ ਈ ਉਹਨੂੰ ਗੇਬੇ ਦੀ ਗੱਲ ਸੱਚੀ ਲੱਗਣ ਲੱਗ ਪਈ। ਦਿਨੋ-ਦਿਨ ਉਹ ਨਿਢਾਲ ਰਹਿਣ ਲੱਗ ਪਿਆ ਸੀ। ਅੱਗੇ ਵਾਂਗ ਨਾ ਉਹ ਘੁਲਦਾ, ਨਾ ਖੇਡਦਾ, ਨਾ ਮੁੰਡਿਆਂ ਨਾਲ ਰਲ ਕੇ ਹੱਸਦਾ, ਸਾਰਾ ਦਿਨ ਗੁੰਮ-ਸੁੰਮ ਹੋਇਆ ਤੁਰਿਆ ਫਿਰਦਾ।

ਹੌਲੀ-ਹੌਲੀ ਉਹਨੂੰ ਸ਼ੱਕ ਹੋਣ ਲੱਗ ਪਿਆ ਕਿ ਉਹਨੂੰ ਸੱਚੀਂ ਕੋਈ ਬਿਮਾਰੀ ਲੱਗ ਗਈ ਸੀ।

ਫੇਰ ਜਗਸੀਰ ਦੇ ਅੰਦਰੋਂ ਕੋਈ ਅਜਿਹਾ ਉਬਾਲ ਉਠਿਆ ਕਿ ਉਹਨੂੰ ਉਹ ਰੋਕ ਨਾ ਸਕਿਆ। ਆਨੀ-ਬਹਾਨੀਂ ਨਿੱਕੇ ਕੇ ਘਰ ਅੱਗੋਂ ਦੀ ਲੰਘਣ ਲੱਗ ਪਿਆ। ਪਰ ਉਹਨਾਂ ਦੇ ਬੂਹੇ ਕੋਲ ਜਾ ਕੇ ਜਿਵੇਂ ਉਹਨੂੰ ਸਕਤਾ ਮਾਰ ਜਾਂਦਾ। ਨਾ ਉਹਤੋਂ ਅਗਾਂਹ ਕਦਮ ਪੁੱਟਿਆ ਜਾਂਦਾ ਨਾ ਪਿਛਾਂਹ। ਕਈ ਵਾਰ ਗਲੀ ਦੇ ਮੋੜ 'ਤੇ ਜਾ ਕੇ, ਦੂਰੋਂ ਹੀ ਬੂਹੇ ਵਲ ਝਾਤੀ ਮਾਰ ਕੇ ਮੁੜ ਆਉਂਦਾ। ਫੇਰ ਪੰਜਾਂ-ਸੱਤਾਂ ਦਿਨਾਂ ਵਿਚ ਹੀ ਉਹਦਾ ਮਨ ਏਡਾ ਅਮੋੜ ਹੋ ਗਿਆ ਕਿ ਉਹ ਨਿੱਕੇ ਕੇ ਘਰੇ ਜਾ ਕੇ ਕਿਸੇ ਨਾ ਕਿਸੇ ਬਹਾਨੇ ਉਹਦੀ ਮਾਂ ਨਾਲ ਗੱਲਾਂ ਕਰਨ ਲੱਗ ਪੈਂਦਾ; ਨਾਲੇ ਭਾਵੇਂ ਉਹਨੂੰ ਇੰਜ ਵੀ ਲੱਗਦਾ ਰਹਿੰਦਾ ਕਿ ਉਹਦੀ ਇਹ ਚੋਰੀ ਫੜੀ ਜਾਂਦੀ ਸੀ। ਬਿਨਾਂ ਕੰਮ ਤੋਂ, ਕੋਈ ਫੋਕਾ ਬਹਾਨਾ ਬਣਾ ਕੇ ਕਿਸੇ ਦੇ ਘਰ ਜਾਣਾ ਉਹਨੂੰ ਬੜੀ ਓਪਰੀ ਗੱਲ ਲੱਗਦੀ ਸੀ। ਇਕ-ਦੋ ਵਾਰ ਤਾਂ ਉਹ ਸਿਰਫ ਏਹੋ ਪੁੱਛ ਕੇ ਮੁੜ ਆਉਂਦਾ ਰਿਹਾ, "ਤਾਈ ਨਿੱਕਾ ਕਿੱਥੇ ਐ ?" ਉਹਨੂੰ ਪਤਾ ਹੁੰਦਾ ਸੀ ਕਿ ਨਿੱਕਾ ਕਿੱਥੇ ਐ। ਤੇ ਨਿੱਕੇ ਤਾਈਂ ਕੰਮ ਵੀ ਕੋਈ ਨਹੀਂ ਸੀ ਹੁੰਦਾ। ਜਦੋਂ ਨਿੱਕੇ ਦੀ ਮਾਂ ਪੁੱਛਦੀ, 'ਕਿਉਂ ਪੁੱਤ ਕੋਈ ਕੰਮ ਸੀ ?" ਤਾਂ ਉਹ ਨੀਵੀਂ ਪਾ ਕੇ ਆਖ ਦਿੰਦਾ, "ਹਾਂ।" ਪਰ ਆਪ ਹੀ ਉਹਨੂੰ ਏਸ ਝੂਠੀ ਚਾਲ ਉਤੇ ਸ਼ਰਮ ਜਿਹੀ ਆਉਂਦੀ ਤੇ ਫੇਰ ਕਈ-ਕਈ ਦਿਨ ਨਿੱਕੇ ਦੇ ਘਰ ਨਾ ਜਾਂਦਾ।

ਮੁਕਲਾਵੇ ਨੂੰ ਨਿੱਕੇ ਦੀ ਵਹੁਟੀ ਭਾਨੀ, ਮਹੀਨਾ ਕੁ ਰਹੀ। ਏਸ ਮਹੀਨੇ ਵਿਚ ਉਹ ਕਿੰਨੇ ਵਾਰੀ ਉਹਨਾਂ ਦੇ ਘਰ ਗਿਆ, ਪਰ ਸਾਰੇ ਯਤਨ ਲਾ ਕੇ ਵੀ ਉਹਦਾ ਸਾਰਾ ਰੰਗ-ਰੂਪ ਕਦੇ ਰੱਜ ਕੇ ਨਾ ਵੇਖ ਸਕਿਆ। ਕਦੇ ਕੰਮ ਕਰਦੀ ਦਾ ਰਤਾ ਕੁ ਚਿਹਰਾ ਦਿਸ ਪੈਂਦਾ, ਕਦੇ ਕੂਹਣੀ ਤਾਈਂ ਨੰਗੀ ਬਾਂਹ ਤੇ ਕਦੇ ਪੰਜੇਬਾਂ ਵਿਚ ਗੁੰਦੇ ਮਲੂਕ ਪੈਰ, ਪਰ ਕਦੇ-ਕਦਾਈਂ ਉਹਦੇ ਰੂਪ ਦੇ ਪਏ ਇਹ ਲਿਸ਼ਕਾਰੇ ਉਹਦੇ ਅੰਦਰ ਘੁੰਡ-ਚੁਕਾਈ ਵਾਲੇ ਦਿਨ ਦੀਆਂ ਵਹੀਆਂ ਲੀਕਾਂ ਨੂੰ ਹੋਰ ਗੂੜ੍ਹੀਆਂ ਕਰ ਦਿੰਦੇ। ਜਦੋਂ ਨੀਵੀਂ ਪਾ ਕੇ ਘਰ ਨੂੰ ਪਰਤਦਾ ਤਾਂ ਉਹਦੇ ਅੰਦਰ ਭਾਨੀ ਦੇ ਨੈਣ-ਨਕਸ਼ਾਂ ਦਾ ਪੂਰਾ ਆਕਾਰ ਉਘੜਦਾ ਆਉਂਦਾ। ਪਪੀਸੀਆਂ ਵਰਗੀਆਂ

ਮੁਸਕਾਂਦੀਆਂ ਉਹਦੀਆਂ ਬੁੱਲੀਆਂ ; ਤਿੱਖੀਆਂ, ਮੋਟੀਆਂ ਸ਼ਾਹ-ਕਾਲੀਆਂ ਅੱਖਾਂ; ਅਕਾਦਸ਼ੀ ਦੇ ਚੰਨ ਜਿੱਡਾ ਮੱਥਾ, ਤਿੱਖਾ ਨੱਕ, ਲੰਮੀ ਧੌਣ- ਇੰਜ ਜਿਵੇਂ ਉਹਦੀ ਪਰਤੱਖ ਮੂਰਤ ਉਹਦੇ ਅੰਦਰ ਉੱਕਰੀ ਗਈ ਹੋਵੇ। ਕਈ ਵਾਰ ਗਲੀ ਵਿਚੋਂ ਤੁਰਿਆਂ ਜਾਂਦਿਆਂ ਉਹਨੂੰ ਇੰਜ ਭੁਲੇਖਾ ਪੈਂਦਾ ਜਿਵੇਂ ਭਾਨੀ ਉਹਦੇ ਮਗਰ ਤੁਰੀ ਆਉਂਦੀ ਹੋਵੇ। ਉਹ ਖੜੋ ਕੇ ਪਿਛਾਂਹ ਤੱਕਦਾ; ਪਰ ਫੇਰ ਆਪੇ ਈ ਉਦਾਸ ਜਿਹਾ ਹੋ ਕੇ, ਓਪਰੀ ਜਿਹੀ ਮੁਸਕਾਨ ਹੋਠਾਂ 'ਤੇ ਲਿਆ ਕੇ ਤੁਰ ਪੈਂਦਾ।

ਮਹੀਨੇ ਪਿਛੋਂ ਭਾਨੀ ਦਾ ਭਰਾ ਉਹਨੂੰ ਲੈਣ ਆਇਆ ਤਾਂ ਨਿੱਕਾ ਉਹਨਾਂ ਦੋਹਾਂ ਨੂੰ ਬੋਤੇ ਉਤੇ ਛੱਡਣ ਗਿਆ (ਭਾਨੀ ਦਾ ਭਰਾ ਨਰਮ ਉਮਰ ਦਾ ਮੁੰਡਾ ਈ ਸੀ)। ਉੱਦੋਂ ਜਗਸੀਰ ਆਪਣੇ ਖੇਤ ਕਣਕ ਗੋਡਦਾ ਸੀ। ਭਾਨੀ ਨੇ ਉਹੋ ਮੂੰਹ-ਵਿਖਾਈ ਵਾਲੇ ਦਿਨ ਵਾਲੇ ਕੱਪੜੇ ਪਾਏ ਹੋਏ ਸਨ। ਦੂਰੋਂ ਜਦੋਂ ਜਗਸੀਰ ਦੀ ਨਿਗ੍ਹਾ ਉਹਦੇ ਉਤੇ ਪਈ ਤਾਂ ਕੰਮੋਂ ਹਟ ਕੇ ਬਿਤਰ-ਬਿਤਰ ਭਾਨੀ ਵਲ ਤੱਕਣ ਲੱਗ ਪਿਆ। ਉਹਨੂੰ ਨਾ ਮੁਹਾਰ ਫੜੀ ਜਾਂਦੇ ਨਿੱਕੇ ਦਾ ਖਿਆਲ ਆਇਆ ਤੇ ਨਾ ਹੀ ਭਾਨੀ ਦੇ ਪਿੱਛੇ ਬੈਠੇ ਉਹਦੇ ਭਰਾ ਦਾ। ਭਾਨੀ ਨੇ ਇਕ ਵਾਰੀ ਸਿੱਧਾ ਜਗਸੀਰ ਦੀਆਂ ਅੱਖਾਂ ਵਿਚ ਤੱਕਿਆ ਤੇ ਫੇਰ ਕਾਣਾ ਘੁੰਡ ਕੱਢ ਕੇ ਮੁਸਕਾ ਪਈ। ਪਰ ਘੁੰਡ ਵਿਚੋਂ ਹੱਸਦੀ ਖੱਬੀ ਅੱਖ, ਜਗਸੀਰ ਨੂੰ ਆਪਣੀਆਂ ਦੋਹਾਂ ਅੱਖਾਂ ਦੇ ਪਾਰ-ਸਾਰ ਵਰਮੇ ਵਾਂਗ ਖੁਭਦੀ ਜਾਪੀ। ਉਹ ਕੀਲੇ ਸੱਪ ਵਾਂਗ, ਇਕ ਪਲ ਅੱਖਾਂ ਗੱਡ ਕੇ ਉਵੇਂ ਝਾਕਦਾ ਰਿਹਾ।

"ਹੂੰਹ!" ਜਦੋਂ ਉਹਨੂੰ ਨਿੱਕੇ ਦਾ ਹੋਕਰਾ ਸੁਣਿਆ ਤਾਂ ਉਹਦਾ ਧਿਆਨ ਟੁੱਟ ਗਿਆ, "ਕਿਵੇਂ ਐਂ ਦੋਜ਼ਕੀਆ, ਤਕੜੈਂ ?"

"ਕਿਰਪੈ ਤੇਰੀ ਬਾਈ!" ਜਗਸੀਰ ਨੇ ਬੇ-ਧਿਆਨੀ ਜਿਹੀ ਨਾਲ ਆਖਿਆ ਤੇ ਨੀਵੀਂ ਪਾ ਕੇ ਆਪਣੇ ਕੰਮ ਲੱਗ ਗਿਆ।

ਥੋੜ੍ਹਾ ਅਗਾਂਹ ਲੰਘ ਗਿਆ। ਜਗਸੀਰ ਨੂੰ ਬੋਤੇ ਦੇ ਹੱਡਾਂ ਦਾ ਜਰਕਾਟਾ ਕਿੰਨਾ ਚਿਰ ਸੁਣਦਾ ਰਿਹਾ, ਪਰ ਉਸ ਮੁੜ ਸਿਰ ਉਤਾਂਹ ਕਰਕੇ ਓਧਰ ਨਾ ਤੱਕਿਆ। ਉਹਨੂੰ ਇੰਜ ਮਹਿਸੂਸ ਹੁੰਦਾ ਸੀ, ਜਿਵੇਂ ਭਾਨੀ ਦੀ ਅੱਖ ਨੇ ਉਹਦੀਆਂ ਦੋਵੇਂ ਅੱਖਾਂ ਵਿੰਨ੍ਹ ਦਿੱਤੀਆਂ ਸਨ ਤੇ ਹੁਣ ਉਹਤੋਂ ਚੰਗੀ ਤਰ੍ਹਾਂ ਝਾਕਿਆ ਨਹੀਂ ਸੀ ਜਾਂਦਾ।...

ਓਦੋਂ ਰਾਤ ਨੂੰ ਜਗਸੀਰ ਘੀਲੇ ਕੇ ਵਾੜੇ ਵਿਚ ਸੁੱਤਾ। ਘੀਲੇ ਨੇ ਉਹਦੇ ਤੌਰ ਵੇਖ ਕੇ ਉਹਨੂੰ ਦੋ ਘੁੱਟਾਂ ਪਿਆ ਵੀ ਦਿੱਤੀ; ਪਰ ਜਗਸੀਰ ਨੂੰ ਫੇਰ ਵੀ ਸਾਰੀ ਰਾਤ ਨੀਂਦ ਨਾ ਆਈ।

ਭਾਨੀ ਸਾਰਾ ਸਿਆਲ ਪੇਕਿਆਂ ਤੋਂ ਨਾ ਮੁੜੀ। ਇਹ ਢਾਈ-ਤਿੰਨ ਮਹੀਨੇ ਜਗਸੀਰ ਸੁੰਨਾ ਜਿਹਾ ਹੋ ਕੇ ਤੁਰਿਆ ਫਿਰਦਾ ਰਿਹਾ। ਕਿਤੇ ਉਹਦਾ ਜੀਅ ਨਹੀਂ ਸੀ ਲੱਗਦਾ। ਕਦੇ ਜਦੋਂ ਉਹ ਬਹੁਤ ਉਦਾਸ ਹੋ ਜਾਂਦਾ ਤਾਂ ਨਿੱਕੇ ਕੇ ਘਰ ਵਲ ਤੁਰ ਪੈਂਦਾ; ਪਰ ਜਦੋਂ ਉਹਨੂੰ ਯਾਦ ਆਉਂਦਾ ਕਿ ਭਾਨੀ ਪੇਕੇ ਗਈ ਹੋਈ ਸੀ ਤਾਂ ਰਾਹ ਵਿਚੋਂ ਈ ਮੁੜ ਆਉਂਦਾ। ਕਈ ਵਾਰ ਘਰੇ ਜਾ ਕੇ ਨਿੱਕੇ ਦੀ ਮਾਂ ਨਾਲ ਗੱਲਾਂ ਕਰ ਕੇ ਮੁੜਦਾ। ਜਿੰਨਾ ਚਿਰ ਉਹ ਉਹਨਾਂ ਦੇ ਘਰ ਖੜੋਤਾ ਰਹਿੰਦਾ ਉਹਨੂੰ ਰੋਟੀਆਂ ਪਕਾਉਂਦੀ, ਭਾਂਡੇ ਮਾਂਜਦੀ ਤੇ ਹੋਰ ਨਿੱਕਾ-ਮੋਟਾ ਕੰਮ ਕਰਦੀ ਭਾਨੀ ਦੇ ਭੁਲੇਖੇ ਪੈਂਦੇ ਰਹਿੰਦੇ। ਆਪਣੀ ਇਹੋ ਜਿਹੀ ਓਪਰੀ ਹਾਲਤ ਦੀ ਉਹਨੂੰ ਕੋਈ ਸਮਝ ਨਾ ਪੈਂਦੀ, ਤੇ ਉਹ ਨੇਮ ਪਾ ਲੈਂਦਾ ਕਿ ਹੁਣ ਜਿੰਨਾ ਚਿਰ ਭਾਨੀ ਨ੍ਹੀਂ ਆਉਂਦੀ ਨਿੱਕੇ ਦੇ ਘਰ ਨਹੀਂ ਜਾਏਗਾ, ਪਰ ਪੰਜਵੇਂ ਸੱਤਵੇਂ ਦਿਨ ਉਹਨੂੰ ਫੇਰ ਆਪਣੇ ਸਾਰੇ ਨੇਮ ਵਿਸਰ ਜਾਂਦੇ।

ਬੜੀ ਔਖ ਨਾਲ ਉਹਨੇ ਇਹ ਦਿਨ ਕੱਟੇ। ਤੇ ਜਿੱਦੋਂ ਭਾਨੀ ਆਈ ਉਹਦੇ ਭਾ ਦਾ ਸਾਰੇ ਪਿੰਡ ਦਾ ਰੰਗ-ਰੂਪ ਈ ਬਦਲ ਗਿਆ। ਉਜਾੜ ਪਿਆ ਪਿੰਡ ਛਪਾਰ ਦਾ ਮੇਲਾ ਬਣ

ਗਿਆ।

"ਕੁੜੇ ਸੀਬੋ ਤੇਰਾ ਬਾਈ, ਤੇਰੀ ਭਾਬੀ ਨੂੰ ਲਿਆਇਆ ?" ਓਦੋਂ ਉਹਨੇ ਨਿੱਕੇ ਦੀ ਛੋਟੀ ਭੈਣ ਨੂੰ ਪੁੱਛਿਆ।

"ਹਾਂ ...। ਅੱਜ ਤੜਕੇ।" ਤੇ ਉਹ ਇਕ ਸਾਹੀ ਬੋਲਣ ਲੱਗ ਪਈ : "ਵੇਖੀਂ ਬਾਈ, ਮੇਰੀ ਭਾਬੀ ਕਿੰਨਾ ਕੁਸ਼ ਲਿਆਈ ਐ- ਨਾਲੇ ਸੀਸਿਆਂ ਵਾਲਾ ਨਿੱਕਾ ਜਿਹਾ ਟਰੰਕ, ਨਾਲੇ ਕੱਪੜੇ ਸੁਹਣੇ-ਸੁਹਣੇ, ਰੰਗ-ਬਰੰਗੇ। ਉਹ ਸੀਸਿਆਂ ਵਾਲੇ ਟਰੰਕ ਵਿਚ ਬਾਈ ਬਲਾ ਕੁਸ਼ ਐ- ਨਾਲੇ ਬਾਈ, ਤੇਰੇ ਕੁੜਤੇ ਵਰਗੇ ਸਿਉਨੇ ਦੇ ਬਦਾਮ ਵੀ ਲੱਗੇ ਐ ਉਹਦੀ ਕੁੜਤੀ ਨੂੰ !"

ਜਗਸੀਰ ਨੇ ਆਪਣੇ ਕੁੜਤੇ ਦੇ ਬਟਨਾਂ ਵਲ ਤੱਕਿਆ, ਉਹ ਚਾਂਦੀ ਦੇ ਸਨ; ਤੇ ਉਹ ਬੜਾ ਹੈਰਾਨ ਹੋਇਆ ਕਿ ਇਹ, ਆਪਣੇ ਪਿਉ ਦੇ ਬਟਨ ਉਹਨੇ ਕਦੋਂ ਲਾ ਲਏ ਸਨ ? ਉਹਨੂੰ ਕੁਝ ਸੰਗ ਜਿਹੀ ਲੱਗੀ ਤੇ ਉਸ ਉਤਲੇ ਦੋ ਬਟਨਾਂ ਉਤੇ ਹੱਥ ਰੱਖ ਲਿਆ। ਸੀਬੋ ਨੂੰ ਹੋਰ ਕੋਈ ਗੱਲ ਪੁੱਛੇ ਬਿਨਾਂ ਉਹ ਘਰ ਨੂੰ ਤੁਰ ਗਿਆ। ਘਰੇ ਜਾ ਕੇ ਉਹਨੇ ਉਹ ਬਟਣ ਲਾਹ ਦਿੱਤੇ।

ਦੋ ਦਿਨ ਜਗਸੀਰ ਨਿੱਕੇ ਦੇ ਘਰ ਨਾ ਜਾ ਸਕਿਆ। ਇਕ ਖਿੱਚ-ਧੂਹ ਜਿਹੀ ਉਹਦੇ ਅੰਦਰ ਹੋਣ ਲੱਗ ਪਈ ਸੀ। ਜਦੋਂ ਉਹ ਘਰੋਂ ਨਿਕਲਦਾ ਤਾਂ ਲੋਕ ਉਹਨੂੰ ਅੱਖਾਂ ਪਾੜ-ਪਾੜ ਕੇ ਆਪਣੇ ਵਲ ਝਾਕਦੇ ਜਾਪਦੇ ਤੇ ਉਹਤੋਂ ਕਿਸੇ ਵਲ ਵੀ ਸਿੱਧੀ-ਅੱਖੀਂ ਝਾਕਿਆ ਨਾ ਜਾਂਦਾ। ਉਹਨੂੰ ਇੰਜ ਲੱਗਦਾ ਜਿਵੇਂ ਭਾਨੀ ਵਲ ਉਹਦੀ ਖਿੱਚ ਦਾ ਸਾਰੇ ਪਿੰਡ ਨੂੰ ਪਤਾ ਲੱਗ ਗਿਆ ਹੋਵੇ। ਇਹਨਾਂ ਦੋ ਦਿਨਾਂ ਵਿਚ ਕਈ ਵਾਰੀ ਉਹ ਨਿੱਕੇ ਦੀ ਗਲੀ ਦੇ ਮੋੜ ਕੋਲੋਂ ਹੋ ਕੇ ਮੁੜ ਆਇਆ ਸੀ।

ਤੀਜੇ ਦਿਨ ਉਹਨੂੰ ਘੀਲਾ ਪਿੜਾਂ ਕੋਲ ਮਿਲਿਆ। ਉਹਨੂੰ ਢਿੱਲਾ ਜਿਹਾ ਵੇਖ ਕੇ ਪਹਿਲਾਂ ਉਹ ਮੁਸਕਰਾਇਆ ਤੇ ਫੇਰ ਹੌਲੀ ਦੇਣੇ ਆਖਣ ਲੱਗਾ, "ਕਿਵੇਂ ਐ ਆਸ਼ਕਾ ! ਹੋਏ ਨੀਂ ਅਜੇ ਮੇਲ ਹੀਰ ਦੇ ? - ਪੜਵਾ ਲੈ ਕੰਨ, ਹੁਣ ਅੱਗਾ-ਪਿੱਛਾ ਕੀ ਵੇਖਦੈਂ ! ਫੇਰ ਠੂਠਾ ਭੰਨ ਕੇ ਬਾਰ ਮੂਹਰੇ ਠੀਕਰੀਆਂ ਚੁਗਣ ਜਾ ਬੈਠੀਂ ; ਆਪੇ ਪਹਿਰ ਦੋ ਪਹਿਰ ਮਗਰੋਂ ਕਿਸੇ ਵੇਲੇ ਤਾਂ ਪਛਾਣੂ !"

ਜਗਸੀਰ ਮੁਸਕਰਾ ਤਾਂ ਪਿਆ, ਪਰ ਘੀਲੇ ਦਾ ਇਹ ਮਖੌਲ ਉਹਨੂੰ ਚੰਗਾ ਨਾ ਲੱਗਿਆ।

ਹਾੜ੍ਹੀਆਂ ਦੀਆਂ ਵਾਢੀਆਂ ਦਾ ਜ਼ੋਰ ਸੀ। ਲੋਕ ਦਿਹਾੜੀਏ ਲਾ ਕੇ, ਫ਼ਸਲ ਖ਼ਰਾਬ ਹੋਣ ਦੇ ਡਰੋਂ ਕਾਹਲ ਨਾਲ ਵੱਢ ਰਹੇ ਸਨ। ਜਗਸੀਰ ਵੀ ਧਰਮ ਸਿੰਘ ਦੀ ਵਾਢੀ ਕਰਾਉਂਦਾ ਸੀ; ਪਰ ਉਹਤੋਂ ਦੇਹ ਤੋੜ ਕੇ ਕੰਮ ਨਹੀਂ ਸੀ ਹੁੰਦਾ। ਉਹਦੀ ਪਾਂਤ ਸਾਰਿਆਂ ਨਾਲੋਂ ਮਗਰ ਰਹਿੰਦੀ। ਉਹਤੋਂ ਅੱਧੇ-ਅੱਧੇ ਬੰਦੇ ਉਹਨੂੰ ਮਖ਼ੌਲ ਕਰਦੇ। ਜਗਸੀਰ ਨੂੰ ਆਪਣੇ ਜਿੱਲ੍ਹੇਪਣ ਉਤੇ ਖਿਝ ਜਿਹੀ ਆਉਂਦੀ ਤੇ ਉਹ ਝਈ ਲੈ ਕੇ ਕੰਮ ਨੂੰ ਪੈਂਦਾ; ਪਰ ਕੁਝ ਚਿਰ ਮਗਰੋਂ ਹੋਰ ਈ ਵਹਿਣਾਂ ਵਿਚ ਵਹਿ ਤੁਰਦਾ। ਉਹਦੀ ਦਾਤੀ ਆਪੇ ਈ ਮੁੜ ਹੌਲੀ-ਹੌਲੀ ਘਸਰਨ ਲਗ ਪੈਂਦੀ, ਜਿਵੇਂ ਦੰਦੇ ਭੁਰ ਗਏ ਹੋਣ।

ਚੌਥੇ ਦਿਨ ਉਹ ਖੇਤੋਂ ਮੁੜਦਾ ਪਿੰਡ ਦੇ ਉੱਤੋਂ- ਦੀ ਹੋ ਕੇ, ਨਿੱਕੇ ਕੇ ਘਰ ਅੱਗੋਂ ਦੀ ਲੰਘਿਆ। ਦਿਨ ਹੁਣੇ ਛਿਪਿਆ ਹੋਣ ਕਰਕੇ ਗਲੀ ਵਿਚ ਹਨੇਰਾ ਸੀ। ਉਸ ਚੋਰਾਂ ਵਾਂਗ ਅੱਗੇ-ਪਿੱਛੇ ਵੇਖਿਆ ਤੇ ਮਾੜਾ ਜਿਹਾ ਪੈਰ ਮਲ਼ ਕੇ ਅੰਦਰ ਨਿੱਕੇ ਦੇ ਝਾਤੀ ਮਾਰੀ। ਰੋਟੀਆਂ ਪਕਾਉਂਦੀ ਭਾਨੀ ਦੀ ਉਹਨੂੰ ਪਿਠ ਦਿੱਸ ਪਈ। ਉਹਦੇ ਉੱਚੇ ਸਿਰ ਦੇ ਨਿੱਕੇ ਪਰਾਂਦੇ ਨਾਲ ਲਟਕਦੇ ਲੋਗੜੀ ਦੇ ਫੁੱਲ, ਮਲਮਲ ਦੀ ਪਤਲੀ ਚੁੰਨੀ ਵਿਚੋਂ ਦਿੱਸੇ ਤੇ ਉਹ ਥਾਏਂ ਖੜੋ ਗਿਆ। ਦੀਵੇ ਦੇ ਮੱਧਮ ਚਾਨਣ ਵਿਚ ਇਹ ਫੁੱਲ ਉਹਨੂੰ, ਉਸ ਦਿਨ ਬੋਤੇ ਉਤੇ ਬੈਠੀ

ਭਾਨੀ ਦੀ, ਕਾਣੇ-ਘੁੰਡ ਵਿਚੋਂ ਝਾਕਦੀ, ਅੱਖ ਵਾਂਗ ਜਾਪੇ। ਇਕੋ ਪਲ... ਫੇਰ ਕਿਸੇ ਦੀ ਪੈੜ-ਚਾਪ ਉਹਨੂੰ ਸੁਣੀ ਤੇ ਉਹ ਓਵੇਂ ਚੋਰ ਵਾਂਗ ਕਾਹਲਾ ਕਾਹਲਾ ਓਥੋਂ ਤੁਰ ਆਇਆ।

ਰਾਤ ਨੂੰ ਉਹ ਪਿਆ ਤਾਰਿਆਂ ਵਲ ਝਾਕਦਾ ਰਿਹਾ। ਐਨ ਸਿਖ਼ਰ, ਤਿੱਤਰ-ਖੰਭੇ ਨਿੱਕੇ ਨਿੱਕੇ ਬੱਦਲਾਂ ਦੀਆਂ ਵਟਦੀਆਂ ਸ਼ਕਲਾਂ ਵਿਚੋਂ ਭਾਨੀ ਦੇ ਨਕਸ਼ ਲਭਦਾ ਰਿਹਾ। ਜਦੋਂ ਉਹਨੂੰ ਨੀਂਦ ਆਈ ਤਾਂ ਭਾਨੀ ਦੇ ਹੀ ਸੁਪਨੇ ਆਏ। ਏਡੇ ਸੋਹਣੇ ਤੇ ਅਜੀਬ ਸੁਪਨੇ ਜੋ ਉਸ ਰਾਤ ਤੋਂ ਪਹਿਲਾਂ ਉਹਨੂੰ ਕਦੇ ਨਹੀਂ ਸਨ ਆਏ।

ਅਗਲੇ ਦਿਨ ਉਹ ਜਦੋਂ ਸੁੱਤਾ ਉਠਿਆ ਤਾਂ ਉਹਦੇ ਚਿਹਰੇ ਉਤੇ ਸੰਤੁਸ਼ਟਤਾ ਦੀ ਰੌਣਕ ਸੀ। ਖੇਤ ਜਾ ਕੇ ਰੋਟੀ ਵੇਲੇ ਤਾਈਂ ਉਹਨੇ ਕੰਮ ਦੀਆਂ ਧੂੜਾਂ ਪੱਟ ਦਿਤੀਆਂ। ਪਰ ਦੁਪਹਿਰ ਵੇਲੇ ਉਹ ਫੇਰ ਉਹਨਾਂ ਹੀ ਓਪਰੇ ਵਿਚਾਰਾਂ ਦੇ ਵਹਿਣਾਂ ਵਿਚ ਵਹਿਣ ਲੱਗ ਪਿਆ। ਤੇ ਦਾਤੀ ਦੀ ਚਾਲ ਮੱਠੀ ਪੈਂਦੀ ਪੈਂਦੀ, ਘਸਰਾਕਾ-ਚਾਲ ਉਤੇ ਆ ਗਈ। ਜਦੋਂ ਧਰਮ ਸਿੰਘ ਨੇ ਵੇਖਿਆ ਕਿ ਉਹ ਚਿੱਤ ਲਾ ਕੇ ਕੰਮ ਨਹੀਂ ਸੀ ਕਰ ਰਿਹਾ ਤਾਂ ਉਹਦੇ ਕੋਲ ਆ ਕੇ ਕਿਹਾ, "ਜਗਸੀਰ ਜਾ ਘਰੋਂ ਦਿਹਾੜੀਆਂ ਵਾਸਤੇ ਚਾਹ ਲੈ ਆ; ਨਾਲ ਮੁੰਨੋ ਨੂੰ ਲੈ ਆਈਂ" ਜਗਸੀਰ ਸ਼ਾਇਦ ਏਸੇ ਗੱਲ ਦੀ ਉਡੀਕ ਕਰਦਾ ਸੀ, ਚੁੱਪ ਕਰਕੇ ਪਿੰਡ ਨੂੰ ਤੁਰ ਪਿਆ।

ਜਦੋਂ ਪਿੰਡ ਦੇ ਨੇੜੇ ਆਇਆ ਤਾਂ ਉਸ ਵੇਖਿਆ ਪਿੰਡ ਵਿਚ ਜਿਵੇਂ ਕਾਂ ਪੈਂਦੇ ਸਨ। ਵਿਸਾਖ ਦਾ ਦੁਪਹਿਰਾ, ਸਾਰੇ ਲੋਕ, ਖੇਤਾਂ ਤੇ ਪਿੜਾਂ ਵਿਚ ਸਨ। ਘਰੀਂ ਸਨ, ਤੀਵੀਆਂ ਤੇ ਨਿਆਣੇ।

ਤੇ ਜਗਸੀਰ ਓਦੋਂ ਈ, ਭਉਂ ਕੇ ਉਤਲੇ ਰਾਹ, ਨਿੱਕੇ ਕੀ ਗਲੀ ਪੈ ਗਿਆ। ਉਹਨਾਂ ਦੇ ਘਰ ਤਾਈਂ ਉਹ ਨੀਵੀਂ ਪਾਈ ਤੁਰਿਆ ਆਇਆ; ਪਰ ਬੂਹੇ ਅੱਗੇ ਆ ਕੇ ਉਸ ਰਾਤ ਵਾਂਗ ਅਗਾਂਹ ਪਿਛਾਂਹ ਤੱਕਿਆ ਤੇ ਫੇਰ ਕਾਹਲਾ-ਕਾਹਲਾ ਅੰਦਰ ਜਾ ਵੜਿਆ।

"ਨਿੱਕਿਆ!" ਉਸ ਦੋ ਕੁ ਕਦਮ ਬੂਹਿਓਂ ਅਗਾਂਹ ਲੰਘ ਕੇ ਆਵਾਜ਼ ਮਾਰੀ, ਪਰ ਅੱਗੋਂ ਕੋਈ ਨਾ ਬੋਲਿਆ।

ਉਹ ਦੋ ਕਦਮ ਹੋਰ ਅਗਾਂਹ ਹੋ ਗਿਆ। ਇਕ ਆਵਾਜ਼ ਉਹਨੇ ਹੋਰ ਮਾਰੀ।

"ਉਹ ਤਾਂ ਘਰ ਨ੍ਹੀਂ।" ਓਸ ਸੁਰ ਕੀਤੀ ਸਾਰੰਗੀ ਵਰਗੀ ਆਵਾਜ਼ ਸੁਣੀਂ ਤੇ ਉਹਦੇ ਪੈਰ ਥਿੜਕ ਗਏ; ਲੱਤਾਂ ਕੰਬਦੀਆਂ ਜਾਪੀਆਂ।

ਉਹਨੇ ਧਿਆਨ ਨਾਲ ਦੇਖਿਆ ਅਗਲੇ ਬਰਾਂਡੇ ਦੇ ਇਕ ਪਾਸੇ ਭਾਨੀ ਬੈਠੀ ਸੀ। ਇੱਕਲੀ; ਹੋਰ ਕੋਈ ਵੀ ਘਰ ਨਹੀਂ ਸੀ। ਜਗਸੀਰ ਦਾ ਦਿਲ ਧੜਕਿਆ ਤੇ ਉਹਨੇ ਮੁੜ ਕੇ ਪਿਛਾਂਹ ਤੱਕਿਆ। ਗਲੀ ਵਿਚ ਉਹਨੂੰ ਕੋਈ ਨਾ ਦਿੱਸਿਆ।

"ਕਿਥੇ ਗਿਐ ਨਿੱਕਾ ?" ਉਹਨੇ ਪੁੱਛਿਆ। ਆਵਾਜ਼ ਉਹਦੀ, ਉਹਨੂੰ ਆਪ ਨੂੰ ਵੀ ਕੁਸ਼ ਹੋਰੂੰ ਈ ਲਗੀ।

"ਲਾਂਗਾ ਢੋਂਦੈ।" ਭਾਨੀ ਨੇ ਚੁੰਨੀ ਦਾ ਪੱਲਾ ਰਤਾ ਕੁ ਖਿੱਚ ਲਿਆ, ਪਰ ਜਗਸੀਰ ਨੇ ਵੇਖਿਆ ਉਹ ਟੇਢੀ-ਅੱਖ, ਘੁੰਡ ਵਿਚੋਂ ਉਹਦੇ ਵੱਲ, ਨਿਗ੍ਹਾ ਗੱਡ ਕੇ ਅਜੇ ਵੀ ਝਾਕੀ ਜਾਂਦੀ ਸੀ। ਦੰਦਾਸੇ ਨਾਲ ਲਿਸ਼ਕਾਏ ਉਹਦੇ ਦੰਦ ਉਹਨੂੰ ਸੰਤਰੀ ਦੁਪੱਟੇ ਵਿਚੋਂ ਅਨਾਰ ਦੇ ਦਾਣਿਆਂ ਵਰਗੇ ਦਿਸਦੇ ਸਨ। ਉਹ ਮੁਸਕਰਾ ਰਹੀ ਸੀ। ਜਗਸੀਰ ਤੋਂ ਉਹਦੀ ਨਿਗ੍ਹਾ ਦੀ ਤਾਬ ਝੱਲੀ ਨਾ ਗਈ ਤੇ ਉਸ ਮੁੜ ਅੱਖਾਂ ਨੀਵੀਆਂ ਕਰ ਲਈਆਂ

"ਕਿਉਂ ਕੋਈ ਕੰਮ ਸੀ ?" ਉਹਨੂੰ ਚੁੱਪ ਵੇਖ ਕੇ ਭਾਨੀ ਮੁੜ ਬੋਲੀ।

"ਹਾਂ।"

"ਕੀ ? ਮੈਨੂੰ ਦੱਸਣ ਵਾਲਾ ਨ੍ਹੀਂ ?"

ਜਗਸੀਰ ਨੂੰ ਸਕਤਾ ਮਾਰ ਗਿਆ। ਇਕ ਬਿੰਦ ਉਹਨੂੰ ਕੋਈ ਜਵਾਬ ਨਾ ਅਹੁੜਿਆ। ਪਰ ਉਸ ਹੌਸਲਾ ਕਰਕੇ ਮੁੜ ਨਿਗ੍ਹਾ ਉਤਾਂਹ ਕੀਤੀ: ਅਜੇ ਵੀ ਉਹਦੇ ਵਲ ਓਵੇਂ ਅੱਖਾਂ ਗੱਡ ਕੇ ਝਾਕੀ ਜਾਂਦੀ ਸੀ। ਉਹ ਡੌਰ-ਭੌਰਿਆਂ ਵਾਂਗ ਉਹਦੇ ਵਲ ਝਾਕਣ ਲਗ ਪਿਆ।

"ਕੀ ਗੱਲ ਤੂੰ ਤਾਂ ਊਂ ਈਂ ਰਿਆਂ ਢਾਡੀ ਆਂਗੂੰ ਭੂਤਰ ਗਿਆ?" ਭਾਨੀ ਦੀ ਰਤਾ ਕੁ ਹਾਸੀ ਨਿਕਲ ਗਈ, ਤੇ ਉਹਦੇ ਹੱਥੋਂ ਚੁੰਨੀ ਦਾ ਖਿੱਚਿਆ ਲੜ ਛੁੱਟ ਗਿਆ...।

ਉਹੋ ਚੰਨ ਦੀ ਫਾਂਕ ਵਰਗਾ ਚਿਹਰੇ ਦਾ ਖੱਬਾ ਪਾਸਾ...! ਜਗਸੀਰ ਸੁੰਨ ਹੋ ਗਿਆ। ਇਕ ਭਾਨੀ ਦੀ ਏਡੀ ਦਲੇਰੀ ਨੇ ਤੇ ਦੂਜਾ ਉਹਦੇ ਚਿਹਰੇ ਦੀ ਬਿਜਲੀ ਵਰਗੀ ਲਿਸ਼ਕ ਨੇ ਉਹਦਾ ਜਿਵੇਂ ਸਾਰਾ ਸਰੀਰ ਈ ਝੂਣ ਦਿਤਾ ਸੀ।

"ਐਵੇਂ, ਐਵੇਂ, ਐਵੇਂ..." ਉਹ ਬੇ-ਮਤਲਬ ਦੀ ਆਖ ਗਿਆ ਤੇ ਸ਼ਰਮ ਨਾਲ ਫੇਰ ਨੀਵੀਂ ਪਾ ਲਈ।

"ਬਹਿ ਜਾ ਫੇਰ, ਪਾਣੀ-ਧਾਣੀ ਪੀ ਲੈ!" ਭਾਨੀ ਨੇ ਪਹਿਲਾਂ ਵਾਂਗ ਈ ਹੱਸ ਕੇ ਆਖਿਆ। ਘੁੰਡ ਦਾ ਹੱਥ ਛੁਟਿਆ ਪੱਲਾ ਉਸ ਮੁੜ ਨਹੀਂ ਸੀ ਫੜਿਆ।

"ਬਸ ਬਸ ਚਲਦੈਂ।" ਉਹ ਓਵੇਂ ਨੀਵੀਂ ਪਈਂ ਮੁੜ ਪਿਆ ਤੇ ਮੁੜਿਆ ਉਹ ਸਾਰਾ ਜਤਨ ਕਰਕੇ ਵੀ ਭਾਨੀ ਦੀਆਂ ਅੱਖਾਂ ਨਾਲ ਅੱਖਾਂ ਨਾ ਰਲ਼ਾ ਸਕਿਆ।

"ਐਵੇਂ ਤਾਂ ਨ੍ਹੀਂ ਉਦੋਂ ਉਹ 'ਕੁੜੀਆਂ ਉਤੋਂ ਦੀ ਜੰਮਿਆਂ' ਆਂਹਦੇ ਸੀ!" ਜਗਸੀਰ ਨੇ ਭਾਨੀ ਦੀ ਹਾਸੇ ਰਲ਼ੀ ਟੋਕ ਸੁਣੀ, ਪਰ ਪਿਛਾਂਹ ਮੁੜ ਕੇ ਉਹਤੋਂ ਅਜੇ ਵੀ ਨਾ ਝਾਕਿਆ ਗਿਆ।

"ਜੇ ਹੈ ਕੋਈ ਕਣੀਂ ਤਾਂ ਸਿੱਧੀ-ਅੱਖੀਂ ਮੱਥੇ ਲੱਗਿਆ ਕਰ, ਐਂ ਡਰ ਕੇ ਨ੍ਹੀਂ ਪੁੱਗਦੀਆਂ ਹੁੰਦੀਆਂ!... ਚੰਦਰਿਆ ਜਿੰਨਾਂ ਰੱਬ ਨੇ ਰੂਪ ਦਿਤੈ, ਜੇ ਓਨਾਂ ਮਰਦਾਊਪੁਣਾ ਦਿਤਾ ਹੁੰਦਾ! ਪੱਟ ਵੇਖ ਲਹਿ-ਜਾਣੇ ਦੇ, ਜਿਵੇਂ ਕਿਸੇ ਨੇ ਖਰਾਦ ਕੇ ਬਣਾਏ ਹੁੰਦੇ ਐ! ਜੀ ਕਰਦੈ ਖ਼ਰਬੂਜੇ ਆਂਗੂੰ ਦੰਦੀਆਂ ਵਢ ਵਢ ਕੇ ਖਾ ਲਾਂ!..."

ਜਗਸੀਰ ਨੇ ਬੂਹੇ ਕੋਲ ਆ ਕੇ, ਸੁਪਨੇ ਵਿਚ ਸੁਣੇ ਬੋਲਾਂ ਵਾਂਗ, ਮੂੰਹ-ਵਿਚੇ ਬੋਲੇ ਭਾਨੀ ਦੇ ਇਹ ਸ਼ਬਦ ਸੁਣੇ ਤੇ ਉਹਦੀ ਨਿਗ੍ਹਾ ਮੱਲੋਮੱਲੀ ਪਿਛਾਂਹ ਭਉਂ ਗਈ। ਪਰ ਐਤਕੀਂ ਗੱਲ ਉਲਟ ਹੋ ਗਈ ਸੀ। ਭਾਨੀ ਦੀਆਂ ਅੱਖਾਂ ਤੋਂ ਜਗਸੀਰ ਦੀਆਂ ਅੱਖਾਂ ਦੀ ਤਾਬ ਝੱਲੀ ਨਹੀਂ ਸੀ ਗਈ। ਉਹਨੇ ਘੁੰਡ ਖਿੱਚ ਕੇ ਅੱਖਾਂ ਨੀਵੀਆਂ ਕਰ ਲਈਆਂ; ਪਰ ਹੋਂਠ ਉਹਦੇ ਵੀ ਮੁਸਕਰਾਉਂਦੇ ਰਹੇ।

ਜਗਸੀਰ ਗਲੀਉਂ ਬਾਹਰ ਨਿਕਲਿਆ ਤਾਂ ਨਿੱਕੇ ਦੀ ਛੋਟੀ ਭੈਣ ਉਹਨੂੰ ਮਿਲ ਪਈ।

"ਬਾਈ ਸਾਡੇ ਘਰੋਂ ਆਇਐਂ?" ਉਹਨੇ ਚੋੜ ਨਾਲ ਪੁੱਛਿਆ।

"ਨਹੀਂ ਆਹੋ!" ਬੇਸੁਧ ਜਿਹਾ ਹੋਇਆ ਜਗਸੀਰ ਕਹਿ ਕੇ ਅਗਾਂਹ ਤੁਰ ਗਿਆ।

ਉਦੋਂ ਸਾਰਾ ਦਿਨ ਇਕ ਮਿਠਾਸ ਜਗਸੀਰ ਦੇ ਸਰੀਰ ਵਿਚ ਰਚ ਕੇ ਮੁੜ ਲੂੰ-ਲੂੰ ਵਿਚੋਂ ਰਸਦੀ ਰਹੀ। ਖੇਤੋਂ ਮੁੜਦਿਆਂ, ਆਪਣੇ ਘਰ ਨੂੰ ਆਉਂਦਾ ਉਹ ਫੇਰ ਨਿੱਕੇ ਦੀ ਗਲੀ ਵਿਚੋਂ ਦੀ ਹੋ ਕੇ ਆਇਆ। ਪਰ ਜਦੋਂ ਉਹਨੇ ਬੂਹਿਓਂ ਅੰਦਰ ਝਾਤ ਮਾਰੀ ਤਾਂ ਉਹਨੂੰ ਕੋਈ ਨਾ ਦਿੱਸਿਆ। ਉਹਦੇ ਬੂਹਾ ਲੰਘਦਿਆਂ ਲੰਘਦਿਆਂ ਨਿੱਕੇ ਦੀ ਮਾਂ ਉਹਨੂੰ ਮਗਰਲੇ ਕੋਠੇ ਵਿਚੋਂ ਨਿਕਲ ਕੇ ਰਸੋਈ ਵਲ ਜਾਂਦੀ ਦਿੱਸੀ। ਉਹਦਾ ਮੂੰਹ ਉਤਰਿਆ ਹੋਇਆ ਲਗਦਾ ਸੀ। ਗੱਲ ਭਾਵੇਂ ਸਾਧਾਰਨ ਸੀ, ਪਰ ਜਗਸੀਰ ਨੂੰ ਜਾਪਿਆ ਕੋਈ ਭਾਣਾ ਵਰਤ ਗਿਆ ਸੀ। ਉਹ ਜੱਕੋ-ਤੱਕੀ

ਵਿਚ ਪਿਛਾਂਹ ਮੁੜ-ਮੁੜ ਕੇ ਝਾਕਦਾ ਤੁਰਿਆ ਆਇਆ। ਹੋਰ ਉਹਨੂੰ ਅੰਦਰ ਬਾਹਰ ਕੋਈ ਨਾ ਦਿੱਸਿਆ।

ਤੇ ਉਦੋਂ ਜਗਸੀਰ ਨੂੰ ਅੱਧੀ ਰਾਤ ਤਾਈਂ ਨੀਂਦ ਨਾ ਆਈ। ਉਹਦੇ ਚਿੱਤ ਵਿਚ ਖ਼ੁਸ਼ੀ ਤੇ ਉਦਾਸੀ ਇੰਜ ਘੁਲ-ਮਿਲ ਗਈਆਂ ਸਨ ਕਿ ਦੋਹਾਂ ਵਿਚੋਂ ਕਿਸੇ ਦਾ ਪ੍ਰਭਾਵ ਵੀ ਪਰਤੱਖ ਨਹੀਂ ਸੀ ਹੋ ਰਿਹਾ। ਕਦੇ ਉਹਨੂੰ ਕੋਠੇ ਉਤੇ ਪਏ ਨੂੰ ਸਾਰੇ ਪਿੰਡ ਦੇ ਬਨੇਰੇ ਸੱਜਰੇ ਪੋਚੇ ਨਾਲ ਲਿਸ਼ ਲਿਸ਼ ਕਰਦੇ ਲਗਦੇ; ਪਿੜਾਂ ਵਿਚ ਪਏ ਰਾਖਿਆਂ ਦੀਆਂ ਕਲੀਆਂ ਦੀ ਹੇਕ ਮਨ-ਮੋਹਣੀ ਲਗਦੀ ਤੇ ਤਾਰਿਆਂ ਦੇ ਚਾਨਣ ਵਿਚ ਦੁੱਧ-ਚਿੱਟੇ ਖੰਭਾਂ ਵਾਲੇ, ਬਗਲਿਆਂ ਵਰਗੇ ਉਚੇ ਉੱਡਦੇ ਦੋ ਪੰਛੀ, ਉਹਨਾਂ ਹੰਸਾਂ ਵਰਗੇ ਜਾਪਦੇ, ਜਿਨ੍ਹਾਂ ਉਤੇ ਰੂਪ ਬੰਸਤ ਚੜ੍ਹ ਕੇ ਗਏ ਸਨ। ਪਰ ਦੂਸਰੇ ਪਲ ਪਿੰਡ ਦੇ ਸਾਰੇ ਘਰ ਸੁੰਞੇਂ ਸੰਞੇਂ ਤੇ ਅੱਧ ਢੱਠੇ ਜਾਪਦੇ; ਤਾਰਿਆਂ ਦਾ ਘਸਮੈਲਾ ਚਾਨਣ ਠੰਢੀ ਸੀਤ ਭੁੱਬਲ ਵਰਗਾ ਲੱਗਦਾ; ਉਹ ਦੋਵੇਂ ਚਿੱਟੇ ਪੰਛੀ ਡਾਰੋਂ ਵਿਛੜੀਆਂ ਕੂੰਜਾਂ ਵਰਗੇ ਜਾਪਦੇ ਤੇ ਉਹਨਾਂ ਦੀ ਦਿਲ ਚੀਰਵੀਂ ਆਵਾਜ਼ ਵੀ ਉਹਨੂੰ ਸੁਣਾਈ ਦਿੰਦੀ, ਜਿਸ ਨਾਲ ਉਹਦੇ ਅੰਦਰ ਇਕ ਚੀਸ ਜਿਹੀ ਪੈਣ ਲੱਗ ਪੈਂਦੀ... ਤੇ ਇੰਜ ਈ ਸਾਰੀ ਰਾਤ ਲੰਘ ਗਈ। ਪਿਛਲੀ ਰਾਤ ਨੀਂਦ ਦਾ ਇਕ ਝੂਟਾ ਆਇਆ, ਪਰ ਅੱਧੇ ਕੁ ਪਹਿਰ ਈ ਉਹ ਓਭੜਵਾਹਾ ਤ੍ਰਭਕ ਕੇ ਇੰਜ ਉਠਿਆ ਜਿਵੇਂ ਦਬਾਅ ਆਇਆ ਹੋਵੇ।"

ਅਗਲੇ ਦਿਨ ਜਦੋਂ ਜਗਸੀਰ ਖੇਤ ਨੂੰ ਜਾਣ ਲੱਗਿਆ ਤਾਂ ਵਿਹੜਿਓਂ ਬਾਹਰ ਨਿਕਲਦੇ ਨੂੰ ਕਾਕੇ ਦਾ ਨਿੱਕਾ ਮੁੰਡਾ ਟੱਕਰਿਆ। ਕਾਕੇ ਦਾ ਘਰ ਨਿੱਕੇ ਕੇ ਨਾਲ ਲੱਗਵਾਂ ਸੀ। ਜਗਸੀਰ ਨੇ ਉਹਨੂੰ ਖੜ੍ਹਾ ਕੇ ਪੁੱਛਿਆ :

"ਤੇਰਾ ਬਾਪੂ ਕਿਥੇ ਐ ਓਇ ਚੀਟੂ ?"

"ਖੇਤ।"

"ਤੇ ਤੇਰੀ ਬੇਬੇ ?"

"ਉਹ ਲੋਤੀਆਂ ਲੌਂਦੀ ਐ।"

"ਥੌਡੇ ਨਾਲ ਲੱਗਵਾਂ ਘਰ ਕੀਹਦੈ ?"

"ਨਿੱਕੇ ਤਾਤੇ ਕਾ।" ਫੇਰ ਆਪਣੇ ਘੋਨੇ ਸਿਰ ਦੇ ਮਗਰ ਦੋਹਾਂ ਹੱਥਾਂ ਦੀ ਕੰਘੀ ਪਾ ਕੇ ਡੌਰੂ ਵਾਂਗੂੰ ਸਿਰ ਹਿਲਾਉਂਦਾ ਚੀਟੂ ਆਪ-ਮੁਹਾਰਾ ਈ ਬੋਲਣ ਲੱਗ ਪਿਆ : "ਲਾਤ ਨਾ ਬੇਖੀਂ ਨਾ ਨਿੱਕੇ ਤਾਤੇ ਨੇ ਮੇਲੀ ਨਮੀ ਤਾਤੀ ਦੇ ਘੋਤਨਾ ਮਾਲਿਆ ਇਕ ਐਥੇ, ਇਕ ਐਥੇ, ਇਕ ਐਥੇ..." ਤੇ ਨਾਲ ਦੀ ਨਾਲ ਉਹ ਪਿੱਠ, ਸਿਰ ਤੇ ਗਿੱਟੇ ਉੱਤੇ ਇੰਜ ਹੱਥ ਮਾਰੀ ਗਿਆ ਜਿਵੇਂ ਸੱਚੀਂ-ਮੁਚੀਂ ਘੋਟਣਾ ਮਾਰ ਕੇ ਵਿਖਾਉਂਦਾ ਹੋਵੇ।

"ਨਮੀ ਤਾਤੀ 'ਹਾਏ ਕਲਦੀ ਛੀ।" ਉਹ ਕੁਝ ਰੁਕ ਕੇ ਬੋਲਿਆ, "ਨਾਲੇ ਨਿੱਕਾ ਤਾਤਾ ਗਾਲ੍ਹਾਂ ਕਢਦਾ ਸੀ ਗੰਦੀਆਂ- ਮਾਮਾਂ ਭੈਨਾਂ ਦੀਆਂ। ਨਾਲੇ ਆਖਦਾ ਛੀ, ਮੈਂ ਤੈਨੂੰ ਮਾਲ ਕੇ ਛੂਏ 'ਚ ਛਿਟੂੰ...!"

"ਤੇ ਉਹਨੂੰ ਕਿਸੇ ਨੇ ਛਡਾਇਆ ਨ੍ਹੀਂ ?" ਜਗਸੀਰ ਨੇ ਇਹ ਪਤਾ ਨਹੀਂ ਕਿੰਜ ਪੁੱਛ ਲਿਆ।

"ਊ-ਹੂੰ।" ਮੁੰਡੇ ਨੇ ਸਿਰ ਮਾਰਦਿਆਂ ਜੁਆਬ ਦਿਤਾ। "ਨਿੱਕੇ ਤਾਤੇ ਦੀ ਅੰਬੋ ਆਂਹਦੀ ਛੀ, ਏਹੋ ਜੀ ਕੰਦਲੀ ਨੂੰ ਮਾਲ ਦੇ ...ਹੋਲ ਮਾਲ, ਹੋਲ ਮਾਲ,ਹੋਲ ਮਾਲ, ਹੋਲ ਮਾਲ, ਬਧ ਦੇ... ਦਕਲੇ ਕਲ ਦੇ.." ਤੇ ਬੋਲਦਾ ਬੋਲਦਾ ਚੀਟੂ ਟਪੂਸੀਆਂ ਮਾਰਦਾ ਆਪਣੇ ਘਰ ਵਲ ਭੱਜ ਗਿਆ।

ਓਦੋਂ ਜਗਸੀਰ ਖੇਤ ਨਾ ਗਿਆ। ਘੀਲੇ ਕੇ ਪਿੜ ਤੇ ਜਾ ਕੇ ਟਾਂਗਰ ਦੀ ਝੁੱਗੀ

ਵਿਚ ਸਾਰਾ ਦਿਨ ਪਿਆ ਰਿਹਾ।

ਦਿਨ ਦੇ ਛਪਾ ਨਾਲ ਜਦੋਂ ਘੀਲਾ ਲਾਂਗੇ ਦਾ ਆਖ਼ਰੀ ਗੱਡਾ ਖੜਾ ਕਰਕੇ ਉਹਦੇ ਕੋਲ ਆਇਆ ਤਾਂ ਜਗਸੀਰ ਨੇ ਆਖਿਆ, "ਕੋਈ ਪਈ-ਐ ?"

ਘੀਲਾ ਬਿੰਦ ਕੁ ਉਹਦੇ ਮੂੰਹ ਵਲ ਝਾਕਦਾ ਰਿਹਾ। ਉਹ ਜਗਸੀਰ ਦਾ ਪੀਲਾ ਪਿਆ ਚਿਹਰਾ ਵੇਖ ਕੇ ਕੁਝ ਡਰ ਗਿਆ ਸੀ।

"ਤੈਨੂੰ ਹੋਇਆ ਕੀ ਐ ਓਇ ਝਊਆਂ ? ਤੂੰ ਤਾਂ ਊਂ ਈ ਸਿਵਿਆਂ 'ਚ ਜਾਣ ਆਲਾ ਹੋਇਆ ਪਿਐਂ!"

ਪਰ ਜਗਸੀਰ ਨੇ ਅਗੋਂ ਕੋਈ ਜੁਆਬ ਨਾ ਦਿਤਾ। ਘੀਲਾ ਜਾਣਦਾ ਸੀ ਕਿ ਜਗਸੀਰ ਦੀ ਚੁੱਪ ਟੁੱਟਣੀ ਤੇ ਮੀਹਾਂ ਦਾ ਵਰ੍ਹਨਾ ਇਕੋ ਗੱਲ ਸੀ। ਉਸ ਚੁੱਪ ਕਰਕੇ ਉਹਨੂੰ ਗੂਣੇ ਵਿਚੋਂ ਅਧੀਆ ਕਢ ਕੇ ਲਿਆ ਦਿਤਾ।

"ਲੈ ਸਬਰ ਨਾਲ ਪੀਈਂ, ਪਹਿਲੇ ਤੋੜ ਦੀ ਐ। ਗੱਲ ਤਾਂ ਦੱਸ ਦੇ ਹੁਣ ?"

ਪਰ ਚੁੱਪ ਕਰਕੇ ਜਗਸੀਰ ਅਧੀਆ ਲੈ ਕੇ ਝੁੱਗੀ ਵਿਚ ਜਾ ਵੜਿਆ। ਅਧੀਏ ਨੂੰ ਮੂੰਹ ਲਾ ਕੇ ਉਹਨੇ ਇਕੋ ਵਾਰੀ ਅੱਖਾਂ ਮੀਟ ਕੇ ਅੱਧੀ ਕੁ ਪੀ ਲਈ। ਨਿਰਣਾ ਅੰਦਰ ਹੋਣ ਕਰਕੇ ਸ਼ਰਾਬ ਧੂੰਏਂ ਵਾਂਗ ਚੜ੍ਹ ਗਈ। ਜਗਸੀਰ ਦੀਆਂ ਅੱਖਾਂ ਵਿਚੋਂ ਸੇਕ ਨਿਕਲਣ ਲਗ ਪਿਆ। ਸਾਰਾ ਸਰੀਰ ਭਖਣ ਲੱਗ ਪਿਆ। ਬਿੰਦ ਕੁ ਪਿਛੋਂ ਬਚਦੀ ਡੱਬ ਵਿਚ ਟੰਗ ਕੇ ਉਹ ਬਾਹਰ ਆ ਗਿਆ। ਬਾਹਰ ਨਿਕਲਦਿਆਂ ਹੀ ਉਹਦੇ ਪੈਰ ਥਿੜਕਣ ਲੱਗ ਪਏ।

"ਅੱਜ ਬਾਈ ਘੀਲਿਆ ਚੱਲੇ ਐਂ ਮੁੰਦਰਾਂ ਪੁਐਣ ਗੌਰਵ ਗੋਰਖ ਨਾਥ ਦੇ ਟਿੱਲੇ ਤੋਂ...।"

ਘੀਲੇ ਨੇ ਗੱਡੇ ਦੇ ਸਿਖਰ ਖੜੋਤਿਆਂ ਜਗਸੀਰ ਨੂੰ ਗਹੁ ਨਾਲ ਵੇਖਿਆ, ਉਹਨੂੰ ਚੰਗਾ ਨਸ਼ਾ ਚੜ੍ਹਿਆ ਹੋਇਆ ਸੀ।

"ਕੀਤੀ ਨਾ ਓਹੋ ਗੱਲ।" ਉਹਨੇ ਕੁਝ ਵਿਅੰਗ ਤੇ ਤਰਸ ਜਿਹੇ ਨਾਲ ਆਖਿਆ, "ਵੱਡਿਆ ਸ਼ਰਾਬੀਆ ਜੇ ਸਾਰਾ ਅਧੀਆ ਪੀ ਲਿਆ ਹੋਇਆ ਤਾਂ ਮੁੰਦਰਾਂ ਪਾਆਉਂਦਾ ਪੁਆਉਂਦਾ ਰਾਹ 'ਚੋਂ ਮਰਿਆ ਪਿਆ ਚੱਕ ਕੇ ਲਿਜਾਣਾ ਪਏਂਗਾ। ਕਦੇ ਪੀਤੀ ਨ੍ਹੀਂ ਪਤਾਈ ਨ੍ਹੀਂ ਕੇਰਾਂ ਹੀ ਬਣ ਗਿਆ ਰਾਠੀ ਆਲ਼ਾ ਗੱਜਣ ਸਿਉਂ...।"

ਪਰ ਜਗਸੀਰ ਉਹਦੀ ਗੱਲ ਅਣਸੁਣੀ ਕਰਕੇ ਹੌਲੀ-ਹੌਲੀ ਪਿੰਡ ਵਲ ਤੁਰ ਪਿਆ ਸੀ। ਘੀਲੇ ਨੂੰ ਫ਼ਿਕਰ ਪੈ ਗਿਆ। ਓਦੋਂ ਈ ਉਹਨਾਂ ਦਾ ਸੀਰੀ ਆ ਗਿਆ ਤੇ ਘੀਲਾ ਉਹਨੂੰ ਗੱਡਾ ਲਾਹੁਣ ਲਈ ਲਾ ਕੇ, ਜਗਸੀਰ ਦੇ ਮਗਰ ਤੁਰ ਪਿਆ। ਤੁਰਨ ਲੱਗਿਆਂ ਉਸ ਇਕ ਸਲੰਘ ਚੁੱਕ ਕੇ ਮੋਢੇ ਧਰ ਲਈ ਤੇ ਕੁਝ ਫ਼ਿਕਰ-ਮੰਦ ਜਿਹਾ ਹੋ ਕੇ ਮੂੰਹ ਵਿਚ ਈ ਬੋਲਿਆ, "ਕੰਜਰ ਦਾ ਗੂੰਗਾ-ਜਿਹਾ ਸੱਚੀਂ ਈ ਕੋਈ ਕਾਰਾ ਨਾ ਕਰ ਬੈਠੇ।"

ਦਿਨ ਛਿਪ ਗਿਆ ਸੀ। ਜਗਸੀਰ ਝੂਲਦਾ, ਸੰਭਲਦਾ, ਡਿੱਕ-ਡੋਲੇ ਖਾਂਦਾ ਘੀਲੇ ਤੋਂ ਦੋ ਕੁ ਸੌ ਕਰਮਾਂ ਦੀ ਵਿੱਥ ਉਤੇ ਤੁਰਿਆ ਜਾਂਦਾ ਸੀ। ਪਰ ਪਿੰਡ ਖ਼ਾਸੀ ਦੂਰ ਹੋਣ ਕਰਕੇ ਘੀਲਾ ਹੌਲੀ ਤੁਰਦਾ ਸੀ। ਉਹਦਾ ਖ਼ਿਆਲ ਸੀ ਪਿੰਡ ਤਾਈਂ ਉਹ ਉਹਦੇ ਨਾਲ ਰਲ਼ ਜਾਏਗਾ। ਘੀਲੇ ਕਾ ਪਿੜ ਪਿੰਡੋਂ ਦੂਰ ਖੇਤ ਈ ਪਾਇਆ ਹੋਇਆ ਸੀ। ਜਗਸੀਰ ਦੀ ਲਟਕਵੀਂ ਚਾਲ ਵੇਖ ਵੇਖ ਕੇ ਉਹਨੂੰ ਹਾਸੀ ਵੀ ਆਉਂਦੀ ਸੀ ਪਰ ਨਾਲ ਈ ਉਹਦੀ ਇਹ ਡਾਵਾਂ-ਡੋਲ ਹਾਲਤ ਵੇਖ ਕੇ ਫ਼ਿਕਰ ਵੀ ਵਧਦਾ ਜਾਂਦਾ ਸੀ।

ਜਦੋਂ ਜਗਸੀਰ ਪਿੰਡ ਅੱਪੜਿਆ ਓਦੋਂ ਦੀਵੇ-ਵੱਟੀਆਂ ਵੇਲਾ ਹੋ ਗਿਆ ਸੀ। ਘੀਲਾ ਉਹਦੇ ਨਾਲ ਆ ਰਲਿਆ ਸੀ, ਪਰ ਚੁੱਪ ਕੀਤਾ ਮਗਰ ਤੁਰਿਆ ਗਿਆ। ਉਸ ਜਗਸੀਰ ਨੂੰ

ਬੁਲਾਇਆ ਨਾ। ਪਿੰਡ ਵੜਨ ਦੀ ਥਾਂ ਜਗਸੀਰ ਫਿਰਨੀ ਪੈ ਕੇ ਉਤੋਂ ਦੀ ਹੋ ਤੁਰਿਆ। ਨਿੱਕੇ ਕੀ ਗਲੀ ਪੈ ਕੇ ਉਹ ਉਹਨਾਂ ਦੇ ਘਰ ਅੱਗੇ ਜਾ ਕੇ ਖੜ੍ਹ ਗਿਆ। ਘੀਲਾ ਗਲੀ ਦੇ ਮੋੜ ਉਤੇ ਕੰਧ ਉਹਲੇ ਹੋ ਕੇ ਖੜ੍ਹ ਗਿਆ ਤੇ ਉਹਨੂੰ ਵੇਂਹਦਾ ਰਿਹਾ।

"ਓਇ...ਨਿੱਕਿਆ।" ਜਗਸੀਰ ਨੇ ਉੱਚੀ ਸਾਰੀ 'ਵਾਜ ਮਾਰੀ।

ਨਿੱਕਾ ਅੰਦਰੋਂ ਨਾ ਨਿਕਲਿਆ। ਜਗਸੀਰ ਉਹਨਾਂ ਦੇ ਬੂਹੇ ਦੇ ਨਾਲ ਜਾ ਖੜੋਤਾ ਤੇ ਉਹਨੇ ਪਹਿਲਾਂ ਨਾਲੋਂ ਵੀ ਉੱਚੀ ਇਕ ਹੋਰ 'ਵਾਜ ਮਾਰੀ।

"ਕਿਹੜੈ ? ਕੀ ਗੱਲ ਐ!" ਖਰ੍ਹਵੀ ਆਵਾਜ਼ ਨਾਲ ਅੱਗੋਂ ਨਿੱਕਾ ਬੋਲਿਆ। ਉਹਦੀ ਆਵਾਜ਼ ਇੰਜ ਸੀ ਜਿਵੇਂ ਰੋਟੀ ਖਾਂਦਾ-ਖਾਂਦਾ ਉਠਿਆ ਹੋਵੇ।

"ਬਾਹਰ ਆਈਂ 'ਕੇਰਾਂ।"

"ਕਿਉਂ ਸਾਕ ਕਰਨੈਂ ?"

ਜਗਸੀਰ ਇਕ ਪਲ ਚੁੱਪ ਹੋ ਗਿਆ। ਪਰ ਫੇਰ ਜਿਵੇਂ ਉਹਤੋਂ ਆਪਣਾ ਆਪ ਸੰਭਾਲਿਆ ਨਾ ਗਿਆ।

"ਤੂੰ ਉੱਠ ਕੇ ਬਾਹਰ ਤਾਂ ਆ ਜਿਹੜਾ ਸਾਕ ਲੈਣ ਜੋਗਾ ਹੋਊ ਲੈ-ਲੂ-ਆ ਬਾਹਰ ਆ 'ਕੇਰਾਂ..।"

ਪਰ ਨਿੱਕੇ ਨੇ ਵਿਹੜੇ ਵਿਚੋਂ ਈ ਜਵਾਬ ਦਿਤਾ, "ਜੇ ਬਚਣੈ ਤਾਂ ਬੰਦੇ ਦਾ ਪੁੱਤ ਬਣ ਕੇ ਜਾਂਦਾ ਰਹਿ ਨਹੀਂ ਤਾਂ ਕੋਈ ਹੋਰ ਈ ਕਾਰਾ ਨਾ ਹੁੰਦਾ ਫਿਰੇ।"

"ਆਹ ਵੇਖ ਵੇ ਪੁੱਤਾ।" ਚੌਂਕੇ ਵਿਚੋਂ ਨਿੱਕੇ ਦੀ ਮਾਂ ਨੱਸੀ ਆਈ ਤੇ ਉਹਨੇ ਜਗਸੀਰ ਅੱਗੇ ਹੱਥ ਬੰਨ੍ਹ ਕੇ ਆਖਿਆ, "ਵਾਸਤਾ ਰੱਬ ਦਾ, ਕਿਉਂ ਜਾਹ-ਜਾਂਦੀ ਕਰਦੇ ਓਂ। ਜਾਹ ਘਰ ਨੂੰ ਜਾਂਦਾ ਰਹਿ, ਅਸੀਂ ਅਗੇ ਬਥੇਰੇ ਸਤੇ ਪਏ ਐਂ।"

"ਤਾਈ ਮੈਂ ਕੁਸ਼ ਨੀਂ ਆਂਹਦਾ, ਨਿੱਕੇ ਨਾਲ ਇੱਕੋ ਗੱਲ ਕਰਨੀ ਐ।"

ਪਰ ਨਿੱਕਾ ਮੌਕਾ ਤਾੜ ਕੇ ਬਰਾਂਡੇ ਵਿਚੋਂ ਗੰਡਾਸੀ ਚੁੱਕ ਲਿਆਇਆ ਤੇ ਤਖ਼ਤੇ ਦੇ ਓਹਲੇ ਹੋ ਕੇ ਬੂਹੇ ਦੇ ਨੇੜੇ ਆਉਂਦਿਆਂ ਪੂਰੇ ਰੋਹ ਨਾਲ ਗੱਜਿਆ :

"ਹਾਂ ਹੁਣ ਦੱਸ ਕੀ ਗੱਲ ਕਰਨੀ ਐਂ ਭਣੋਈਏ ਨਾਲ ?"

ਜਗਸੀਰ ਨੇ ਜਦੋਂ ਨਿੱਕੇ ਦੇ ਹੱਥ ਵਿਚ ਗੰਡਾਸੀ ਵੇਖੀ ਤਾਂ ਪਹਿਲਾਂ ਉਹਦੇ ਪੈਰ ਥਿੜਕੇ, ਪਰ ਫੇਰ ਰਤਾ ਕੁ ਪਿਛਾਂਹ ਹੱਟ ਕੇ ਬੂਹਿਓਂ ਬਾਹਰ ਹੁੰਦਾ ਬੋਲਿਆ :

"ਤੀਵੀਆਂ ਨੂੰ ਕੁੱਟਣ ਜੋਗੇ ਤੇਰੇ ਆਂਗੂੰ ਈ ਕਰਦੇ ਹੁੰਦੇ ਐ! ਜੇ ਤੇਰੀ ਇਹੋ ਈ ਸਲਾਹ ਐ ਤਾਂ ਆ... ਬਾਹਰ ਨਿਕਲ...!"

"ਨਾ ਵੇ ਨਿੱਕਿਆ!" ਨਿੱਕੇ ਦੀ ਬਾਂਹ ਫੜ ਕੇ ਉਹਦੀ ਮਾਂ ਨੇ ਤਰਲਾ ਕੀਤਾ, "ਵੇਖੀਂ ਕੋਈ ਕਮਲ਼ ਮਾਰ ਬਹਿੰਦਾ।"

ਪਰ ਨਿੱਕੇ ਨੂੰ ਦਿਲ ਦੀਆਂ ਲਾਹੁਣ ਦੀ, ਏਦੂੰ ਚੰਗੇ ਕਿਸੇ ਹੋਰ ਮੌਕੇ ਦੀ ਕੋਈ ਆਸ ਨਹੀਂ ਸੀ। ਉਸ ਪੁੱਠੀ ਗੰਡਾਸੀ ਉਤਾਂਹ ਉੱਘਰੀ ਤੇ ਬਬੂਕਾ ਮਾਰ ਕੇ ਬਾਹਰ ਆਉਂਦਿਆਂ ਈ ਜਗਸੀਰ ਦੇ ਸਿਰ ਤੇ ਚਲਾ ਦਿੱਤੀ। ਪਰ ਗੰਡਾਸੀ ਸਿਰ 'ਚ ਵੱਜਣ ਦੀ ਥਾਂ ਕਿਸੇ ਹੋਰ ਸੋਟੀ ਉਤੇ ਜਾ ਵੱਜੀ ਤੇ ਭਿੜੀਆਂ ਦੋ ਸੋਟੀਆਂ ਦਾ ਕੜਾਕਾ ਸੁਣ ਕੇ ਆਸੇ-ਪਾਸਿਓਂ ਲੋਕ ਬਾਹਰ ਨਿਕਲ ਆਏ।

"ਲੈ ਹੁਣ ਜਾਈਂ ਨਾ ਨਿੱਕਿਆ, ਜੇ ਬੰਦੇ ਦਾ ਪੁੱਤ ਐਂ ਤਾਂ!" ਜਗਸੀਰ ਦੇ ਖੱਬੇ ਪਾਸਿਓਂ ਨਿੱਕੇ ਨੇ ਘੀਲੇ ਦਾ ਲਲਕਾਰਾ ਸੁਣਿਆਂ, ਤੇ ਨਾਲ ਈ ਆਪਣੇ ਵਲ ਆਉਂਦੇ ਵਾਰ ਤੋਂ ਘਬਰਾ ਕੇ, ਡਿਗਦਾ- ਢਹਿੰਦਾ ਉਹ ਅੰਦਰ ਜਾ ਵੜਿਆ। ਘੀਲੇ ਦੀ ਸਲੰਘ ਬੂਹੇ ਨਾਲ ਵੱਜੀ

ਤੇ ਉਹਦਾ ਇਕ ਸਿੰਘੜ ਟੁੱਟ ਕੇ ਪਾਸੇ ਜਾ ਪਿਆ।

"ਥੋਡਾ ਬੇੜਾ ਬਹਿ ਜਾਏ!... ਇਹ ਤੁਸੀਂ ਕੀ ਕਰ ਲਿਆ!" ਨਿੱਕੇ ਦੀ ਮਾਂ ਨੇ ਚੀਕ ਮਾਰ ਕੇ ਆਖਿਆ ਤੇ ਫਾੜ ਦੇਣੇ ਬੂਹਾ ਬੰਦ ਕਰ ਕੇ ਬੂਹੇ ਅਗੇ ਖੜੋ ਗਈ।

"ਆ ਹੁਣ ਬਾਹਰ ਨਿਕਲ, ਵੱਡਿਆ ਸੂਰਮਿਆਂ ਵੇਖੀਏ ਤੇਰੀ ਸੂਰਮਤਾਈ!" ਘੀਲੇ ਨੇ ਇਕ ਹੋਰ ਲਲਕਾਰਾ ਮਾਰਿਆ ਤੇ ਸਾਰੇ ਜ਼ੋਰ ਨਾਲ ਇਕ ਹੋਰ ਸਲੰਘ ਨਿੱਕੇ ਕੇ ਤਖ਼ਤਿਆਂ ਨਾਲ ਮਾਰੀ। ਸਲੰਘ ਦਾ ਦੂਜਾ ਸਿੰਗੜ ਵੀ ਟੁੱਟ ਕੇ ਪਾਸੇ ਜਾ ਡਿੱਗਿਆ।

'ਆ ਓਏ ਬਾਹਰ ਕੰਧਾਂ ਨੂੰ ਕੁੱਟਣ ਆਲ਼ਿਆ ਬਹਾਦਰਾਂ!.. ਹੁਣ 'ਕੇਰਾਂ ਬਾਹਰ ਮੂੰਹ ਤਾਂ ਕੱਢ ਕੇ ਵਖਾ-!" ਜਗਸੀਰ ਨੇ ਘੀਲੇ ਨਾਲੋਂ ਵੀ ਉਚਾ ਲਲਕਾਰਾ ਮਾਰਿਆ ਤੇ ਡੱਬ ਵਿਚੋਂ ਅਧੀਆ ਕੱਢ ਕੇ ਸਾਰੇ ਜ਼ੋਰ ਨਾਲ ਤਖ਼ਤਿਆਂ ਵਿਚ ਮਾਰਿਆ। ਅਧੀਆ ਕੀਚਰਾਂ ਹੋ ਗਿਆ।

ਏਨੇ ਨੂੰ ਆਸੇ ਪਾਸਿਓਂ ਗੁਆਂਢੀ ਭੱਜ ਕੇ ਉਹਨਾਂ ਨੂੰ ਆ ਪਏ। ਦੋਂਹ-ਚਹੁੰ ਬੰਦਿਆਂ ਨੇ ਉਹਨਾਂ ਦੋਹਾਂ ਨੂੰ ਫੜ ਲਿਆ ਤੇ ਵਡੇਰੀ ਉਮਰ ਦੇ ਸਿਆਣੇ ਲੜਾਈ ਤੋਂ ਵਰਜਦੇ ਸਮਝੌਤਾ ਦੇਣ ਲੱਗ ਪਏ।

"ਐਂ ਨੀਂ ਲੜੀਦਾ ਹੁੰਦਾ ਓਇ ਪਗਲਿਓ!"

"ਤੀਵੀਆਂ ਪਿਛੇ ਲੱਖਾਂ ਕਰੋੜਾਂ ਦੇ ਬੰਦੇ ਮਰ ਜਾਂਦੇ ਐ, ਕੋਈ ਅਕਲ ਕਰੀ ਦੀ ਐ।"

"ਕਿਸੇ ਦਾ ਕੁਸ਼ ਨੀਂ ਜਾਣਾ, ਐਵੇਂ ਭੰਗ ਦੇ ਭਾੜੇ ਕਿਸੇ ਦਾ ਨੁਕਸਾਨ ਹੋ ਜੂ..."

ਪਰ ਜਗਸੀਰ ਤੇ ਘੀਲਾ ਲਲਕਾਰੇ ਮਾਰਨੋਂ ਨਾ ਹਟੇ। ਨਿੱਕੇ ਕੇ ਅੰਦਰੋਂ ਮੁੜ ਕੋਈ ਆਵਾਜ਼ ਨਾ ਆਈ। ਉਹਨਾਂ ਦੇ ਵਿਹੜੇ ਵਿਚ ਜਗਦਾ ਦੀਵਾ ਵੀ ਬੁਝ ਗਿਆ ਸੀ। ਜਗਸੀਰ ਤੇ ਘੀਲੇ ਨੂੰ ਸਮਝਾ-ਬੁਝਾ ਕੇ ਲੋਕ ਘਰੋ-ਘਰੀ ਛੱਡ ਆਏ ਤੇ ਗੱਲ ਮੱਠੀ ਪੈ ਗਈ।

ਜਗਸੀਰ ਘਰੇ ਜਾ ਕੇ ਕੋਠੇ ਉਤੇ ਜਾ ਚੜ੍ਹਿਆ। ਉਹਦੇ ਪਿਉ ਨੂੰ ਸਾਰੀ ਗੱਲ ਦਾ ਪਹਿਲਾਂ ਈ ਪਤਾ ਲੱਗ ਗਿਆ ਸੀ। ਨੰਦੀ ਨੂੰ ਉਹਨੇ ਦੱਸ ਦਿਤਾ ਸੀ। ਨੰਦੀ ਚੁੱਪ ਕਰਕੇ ਉਹਦੇ ਮੰਜੇ ਕੋਲ ਜਾ ਬੈਠੀ। ਮਗਰੇ ਜਗਸੀਰ ਦਾ ਪਿਉ ਆ ਗਿਆ।

"ਜਗਸਿਆ ਪੁੱਤ ਸਾਨੂੰ ਤੂੰ ਮੂੰਹ ਦਖੌਣ ਜੋਗੇ ਨੀਂ ਛੱਡਿਆ!..." ਉਹਦੀ ਮਾਂ ਨੇ ਅੱਖਾਂ ਪੂੰਝਦਿਆਂ ਆਖਿਆ, "ਜੇ ਤੈਨੂੰ ਕੁਸ਼ ਹੋ ਜਾਂਦਾ ਤਾਂ ਤੈਨੂੰ ਪਤੈ ਸਾਡਾ ਕੀ ਹਾਲ ਹੋਣਾ ਸੀ? ਨਾਲੇ ਏਹਨਾਂ ਕੰਮਾਂ 'ਚੋਂ ਕਾਲਸ ਦੇ ਟਿੱਕੇ ਤੋਂ ਬਿਨਾਂ ਹੋਰ ਕੁਸ਼ ਨੀਂ ਥਿਔਂਦਾ ਹੁੰਦਾ..."

ਉਹਦੀ ਮਾਂ ਬੋਲੀ ਗਈ, ਜਗਸੀਰ ਚੁੱਪ ਕੀਤਾ ਪਿਆ ਰਿਹਾ। ਉਹਦੇ ਕੰਨਾਂ ਵਿਚ ਹੋਰ ਈ ਤਰ੍ਹਾਂ ਦੀਆਂ ਆਵਾਜ਼ਾਂ ਗੂੰਜ ਰਹੀਆਂ ਸਨ। ਮਾਂ ਦੀ ਕੋਈ ਗੱਲ ਉਹਨੂੰ ਸਪੱਸ਼ਟ ਸੁਣਾਈ ਨਹੀਂ ਦਿੰਦੀ ਸੀ। ਪਰ ਜਦੋਂ ਉਸ ਪਿਉ ਦੀ ਆਵਾਜ਼ ਸੁਣੀ ਤਾਂ ਉਹਦੇ ਪਿੰਡੇ ਵਿਚੋਂ ਇਕ ਝਰਨਾਟ ਜਿਹੀ ਨਿਕਲੀ।

"ਜਗਸਿਆ, ਜੇ ਤੂੰ ਬੁੱਢੇ ਵਾਰੇ ਮੇਰੀ ਦਾੜ੍ਹੀ ਈ ਲੋਕਾਂ ਤੋਂ ਪਟੌਣੀ ਐਂ ਤਾਂ ਮੈਂ ਖੂਹ 'ਚ ਈ ਛਾਲ ਮਾਰ ਦਿੰਨੈਂ!"

ਜਗਸੀਰ ਨੇ ਰਤਾ ਭਉਂ ਕੇ ਵੇਖਿਆ ਉਹਦਾ ਪਿਉ ਪੱਗ ਦੇ ਲੜ ਨਾਲ ਅੱਖਾਂ ਪੂੰਝੀ ਜਾਂਦਾ ਸੀ। ਉਹਨੂੰ ਉਹਦੀ ਏਸ ਗੱਲ ਉਤੇ ਰੱਤੀ ਭਰ ਵੀ ਸ਼ੱਕ ਨਾ ਹੋਇਆ ਕਿ ਇਹ ਗੱਲ ਸਿਰਫ਼ ਉਹਨੂੰ ਡਰਾਉਣ ਲਈ ਈ ਆਖਦਾ ਸੀ। ਜੇ ਕੋਈ ਗੱਲ ਬਣ ਗਈ ਤਾਂ ਇਹ ਸੱਚੀਂ ਈਂ ਖੂਹ ਵਿਚ ਛਾਲ ਮਾਰ ਦੇਵੇਗਾ। ਉਹਦਾ ਮੂੰਹ ਵੇਖ ਕੇ ਜਗਸੀਰ ਨੂੰ ਪੱਕ ਹੋ ਗਿਆ ਸੀ।

"ਜਾਹ ਪੈ ਜਾ ਬਾਪੂ, ਜੋ ਹੋਣੀ ਸੀ ਹੋਗੀ।" ਜਗਸੀਰ ਨੇ ਬੜੀ ਨਰੋਈ ਆਵਾਜ਼ ਵਿਚ ਕਿਹਾ, "ਅਗਾਂਹ ਨੂੰ ਕੁਸ਼ ਨੀਂ ਹੁੰਦਾ।"

ਜਗਸੀਰ ਦੇ ਪਿਉ ਨੂੰ ਜਿਵੇਂ ਭਰੋਸਾ ਆ ਗਿਆ। ਉਹ ਚੁੱਪ ਕਰਕੇ ਹੇਠ ਉੱਤਰ ਆਇਆ, ਪਰ ਨੰਦੀ ਓਥੇ ਬੈਠੀ ਓਵੇਂ ਘਿਣਾਂ ਪਾਉਂਦੀ ਰਹੀ। ਜਦੋਂ ਜਗਸੀਰ ਨੇ ਮੁੜ ਕੋਈ ਉੱਤਰ ਨਾ ਦਿੱਤਾ ਤਾਂ ਉਹ ਵੀ ਉੱਠ ਕੇ ਆ ਗਈ। ਕਈ ਵਾਰ ਉਹਨੇ ਜਗਸੀਰ ਨੂੰ ਰੋਟੀ ਨੂੰ ਪੁੱਛਿਆ, ਪਰ ਉਸ ਨਾਂਹ ਕਰ ਦਿੱਤੀ।

ਓਦੂੰ ਅਗਲੇ ਦਿਨ ਨਿੱਕੇ ਨੇ ਆਪਣੀ ਬਰਾਦਰੀ ਦੇ ਪੰਜ-ਸੱਤ ਬੰਦੇ ਇੱਕਠੇ ਕਰਕੇ ਪੰਚਾਇਤ ਸੱਦੀ। ਕੁਝ ਸੱਚੀ, ਕੁਝ ਝੂਠੀ ਗੱਲ ਬਣਾ ਕੇ ਉਹਨੇ ਜਗਸੀਰ ਤੇ ਘੀਲੇ ਦੀ ਕਰਤੂਤ ਪੰਚਾਇਤ ਨੂੰ ਦੱਸੀ। ਪੰਚਾਇਤ ਵਾਲਿਆਂ ਨੇ ਜਗਸੀਰ ਤੇ ਘੀਲੇ ਦੇ ਪਿਉਆਂ ਨੂੰ ਬੁਲਾ ਕੇ ਤਾੜਨਾ ਕਰ ਦਿੱਤੀ ਕਿ ਅੱਗੋਂ ਨੂੰ ਉਹਨਾਂ ਕੋਈ ਅਜਿਹੀ ਗੱਲ ਕੀਤੀ ਤਾਂ ਥਾਣੇ ਇਤਲਾਹ ਕਰ ਦਿੱਤੀ ਜਾਏਗੀ। ਜਗਸੀਰ ਦਾ ਪਿਉ ਤਾਂ ਚੁੱਪ ਕਰ ਰਿਹਾ, ਪਰ ਘੀਲੇ ਦੇ ਪਿਉ ਤੋਂ ਚੁੱਪ ਨਾ ਧਾਰੀ ਗਈ।

"ਜਦੋਂ ਇਹ ਆਵਦੀਆਂ ਰ੍ਹਿਆਂ ਢਾਂਡੀਆਂ ਨੂੰ ਨ੍ਹੀਂ ਸਾਂਭ ਕੇ ਰਖਦੇ ਤਾਂ ਸਾਡੇ ਮੁੰਡੇ ਐਵੇਂ ਕਸੂਰਵਾਰ ਹੋਣਗੇ?" ਉਸ ਤਾਅ 'ਚ ਆ ਕੇ ਕਿਹਾ।

ਨਿੱਕੇ ਨੂੰ ਗੁੱਸਾ ਆਇਆ, ਪਰ ਘੀਲੇ ਦਾ ਪਿਉ ਆਪਣੇ ਜ਼ਮਾਨੇ ਦਾ ਵੈਲੀ ਬੰਦਾ ਸੀ, ਉਹਦੇ ਅੱਗੇ ਬੋਲਣ ਦੀ ਅਜੇ ਤਾਈਂ ਕਿਸੇ ਦੀ ਦਲੇਰੀ ਨਹੀਂ ਸੀ ਪੈਂਦੀ। ਨਿੱਕਾ ਵਿੱਚੇ-ਵਿੱਚੇ ਗੁੱਸੇ ਨੂੰ ਪੀ ਗਿਆ। ਪੰਚਾਇਤ ਵਾਲਿਆਂ ਨੇ ਜ਼ੋਰ ਪਾ ਕੇ ਘੀਲੇ ਦੇ ਪਿਉ ਨੂੰ ਸਮਝਾ ਦਿਤਾ ਤੇ ਗੱਲ ਨਿਬੜ ਗਈ।

ਦੂਸਰੇ ਦਿਨ ਫੇਰ ਜਗਸੀਰ ਘੀਲੇ ਕੀ ਝੁੱਗੀ ਵਿਚ ਈ ਪਿਆ ਰਿਹਾ। ਗੇਬੇ ਨੂੰ ਰਾਤ ਈ ਸਾਰੀ ਗੱਲ ਦਾ ਪਤਾ ਲੱਗ ਗਿਆ ਸੀ। ਉਹ ਵੀ ਉਹਦੀ ਖ਼ਬਰ ਲੈਣ ਆਇਆ, ਪਰ ਜਗਸੀਰ ਦਾ ਅੰਦਰ ਈ ਜਿਵੇਂ ਮਰ ਗਿਆ ਸੀ। ਉਹਦੇ ਉਤੇ ਕਿਸੇ ਚੰਗੀ, ਮੰਦੀ ਗੱਲ ਦਾ ਅਸਰ ਈ ਹੋਣੋਂ ਹਟ ਗਿਆ ਸੀ। ਘੀਲੇ ਕੇ ਖੇਤੋਂ ਲਾਂਗਾ ਢੋਂਦੇ ਸਨ, ਸੁੰਞੇ ਪਿੜ ਵਿਚ ਕੁੱਤੇ ਦੇ ਘੋਰਨੇ ਵਰਗੀ ਝੁੱਗੀ ਵਿਚ ਪਿਆ ਜਗਸੀਰ ਸਾਰਾ ਦਿਨ ਸੱਖਣੀਆਂ ਅੱਖਾਂ ਨਾਲ ਝੁੱਗੀ ਦੇ ਵਿੰਗੇ ਟੱਬਿਆਂ ਵਲ ਝਾਕਦਾ ਰਿਹਾ। ਘੀਲੇ ਨੇ ਓਥੇ ਈ ਉਹਨੂੰ ਰੋਟੀ ਲਿਆ ਦਿਤੀ, ਤੇ ਉਹ ਖਾ ਕੇ ਫੇਰ ਪੈ ਗਿਆ।

"ਲੈ ਬੇਲੀਆ, ਤੇਰੀ ਹੀਰ ਤਾਂ ਤੁਰ-ਗੀ!" ਦਿਨ ਦੇ ਛਪਾ ਨਾਲ ਗੇਬੇ ਨੇ ਆ ਕੇ ਜਗਸੀਰ ਨੂੰ ਦੱਸਿਆ, "ਉਹਦਾ ਪਿਉ ਤੇ ਵੱਡਾ ਭਰਾ ਅੱਜ ਤੜਕੇ ਆਏ ਸੀ। ਕਾਕਾ ਦਸਦੈ ਬਈ ਉਹ ਨਿੱਕੇ ਨੂੰ ਮਾਰਨ ਪੈ-ਗੇ, ਪਰ ਉਹ ਕਿਧਰੇ ਲੁਕ ਗਿਆ- ਇਹ ਗੱਲ ਗੁੰਮ-ਸੁੰਮ ਈ ਹੋਈ ਐ - ਬੜੇ ਹੰਢੇ ਬੰਦੇ ਦੱਸੀਦੇ ਐ, ਕਿਸੇ ਨੂੰ ਭੇਤ ਨ੍ਹੀਂ ਲੱਗਣ ਦਿੱਤਾ। ਅੱਜ ਤੀਜੇ ਪਹਿਰ ਉਹਨਾਂ ਨੇ ਨਿੱਕੇ ਦੀ ਮਾਂ ਨੂੰ ਡਰਾ ਕੇ ਸਾਰੀਆਂ ਟੂੰਮਾਂ ਲੈ ਲਈਆਂ ਤੇ ਭਾਨੀ ਨਾਲ ਨੂੰ ਲੈ ਕੇ ਤੁਰ ਗਏ। ਐਸਾ ਦਾਬਾ ਦੇ ਕੇ ਗਏ ਐ ਬਈ ਉਹਨਾਂ ਦੇ ਜਾਣ ਤੋਂ ਪਹਿਰ ਮਗਰੋਂ ਤਾਈਂ ਵੀ ਬੁੜ੍ਹੀ ਨੇ 'ਵਾਜ ਨ੍ਹੀਂ ਕੱਢੀ। ਪਰ ਕਾਕਾ ਕਹਿੰਦੈ ਹੁਣ ਘਰੇ ਬੈਠੀ ਉਚੀ-ਉਚੀ ਰੋਈ ਜਾਂਦੀ ਸੀ : 'ਮੈਂ ਦੋਹੋਂ ਜਹਾਨੋਂ ਗਈ ਵੇ ਪਿੰਡਾ! ਮੇਰਾ ਸਾਰਾ ਘਰ ਬਾਰ ਲੁੱਟ ਕੇ ਲੈਗੇ ਵੇ ਲੋਕੋ... ਉਹ 'ਵੱਡਾ ਸਿਹੁੰ', ਵੱਡਾ ਜੋਧਾ, ਦੁਪਹਿਰ ਦਾ ਘਰੇ ਨ੍ਹੀਂ ਵੜਿਆ ਡਰਦਾ ਮਾਰਿਆ..."

ਜਗਸੀਰ ਸੁਣੀਂ ਗਿਆ, ਪਰ ਉਹਦੇ ਚਿੱਤ ਉੱਤੇ ਅਜਿਹਾ ਕੋਈ ਅਸਰ ਨਹੀਂ ਸੀ ਹੋ ਰਿਹਾ ਕਿ ਉਹਨੂੰ ਕੋਈ ਡੂੰਘੀ ਪੀੜ ਅਨੁਭਵ ਹੁੰਦੀ। ਉਹਨੂੰ ਇੰਜ ਜਾਪਦਾ ਸੀ, ਇਹ ਸਾਰੀਆਂ ਗੱਲਾਂ ਉਹਨੂੰ ਪਹਿਲਾਂ ਈ ਪਤਾ ਸਨ ਤੇ ਇਸਦੇ ਵਿਚ ਕੋਈ ਹੈਰਾਨੀ ਨਹੀਂ ਸੀ।

ਦਿਨ ਛੁਪਣ ਸਾਰ ਘੀਲਾ ਵੀ ਆ ਗਿਆ। ਘੀਲੇ ਨੇ ਬੋਤਲ ਲੈ ਆਂਦੀ। ਉਹ ਤਿੰਨੇ ਜਣੇ ਤਕੜੇ ਸੋਤੇ ਤਾਈਂ ਪੀਂਦੇ ਰਹੇ। ਘੀਲਾ ਤੇ ਗੇਬਾ ਜਗਸੀਰ ਦਾ ਅੰਦਰ ਟੋਹਣਾ

ਚਾਹੁੰਦੇ ਸਨ, ਪਰ ਉਸ ਐਸੀ ਚੁੱਪ ਧਾਰੀ ਕਿ ਉਹਨਾਂ ਦੇ ਬਰਾਬਰ ਦੀ ਪੀ ਕੇ ਵੀ ਉਹ ਨਾ ਉਧੜਿਆ। ਉਹਦੇ ਅੰਦਰ ਇਕ ਗੰਢ-ਜਿਹੀ ਬੱਝ ਗਈ ਸੀ, ਜੋ ਹੁਣ ਉਹਤੋਂ ਨਹੁੰਆਂ ਨਾਲ, ਸਾਰਾ ਜ਼ੋਰ ਲਾਇਆਂ ਵੀ ਨਹੀਂ ਸੀ ਖੁਲ੍ਹਦੀ।

ਰਾਤ ਨੂੰ ਉਹ ਤਿੰਨੇ ਉਥੇ ਪਿੜ ਵਿਚ ਈ ਸੌਂ ਰਹੇ। ਰੋਟੀ ਘੀਲੇ ਕਾ ਸੀਰੀ ਦੇ ਗਿਆ ਸੀ।

ਤੜਕੇ ਮੂੰਹ ਹਨੇਰੇ ਉੱਠ ਕੇ ਜਗਸੀਰ ਸਿੱਧਾ ਧਰਮ ਸਿੰਘ ਕੇ ਖੇਤ ਜਾਂਦਾ ਰਿਹਾ। ਸਾਰੇ ਉਹਨੂੰ ਮਖ਼ੌਲ ਕਰਦੇ ਰਹੇ। ਉਹਤੋਂ ਉਹਦੀ 'ਹੀਰ' ਦੀਆਂ ਗੱਲਾਂ ਪੁਛਦੇ ਰਹੇ, ਪਰ ਉਸ ਇਕੋ ਚੁੱਪ ਧਾਰੀ ਹੋਈ ਸੀ। ਵਿਚ ਵਿਚ ਕਿਤੇ ਉਹ ਉਤਲੇ ਮਨੋਂ ਰਤਾ ਕੁ ਹੱਸ ਕੇ ਆਖ ਛੱਡਦਾ, "ਜੋ ਹੋਗੀ ਸੋ ਹੋਗੀ...।" ਤੇ ਫੇਰ ਉਵੇਂ ਮੋਨ ਧਰ ਲੈਂਦਾ।

ਕਈ ਦਿਨ ਪਿੰਡ ਦੇ ਹੋਰ ਮੁੰਡੇ ਵੀ ਉਹਨੂੰ ਛੇੜਦੇ ਰਹੇ, ਪਰ ਕਿਸੇ ਦੀ ਕੋਈ ਗੱਲ ਉਹਦੇ ਅੰਦਰ ਬੱਝੀ ਗੰਢ ਨੂੰ ਨਾ ਖੋਲ੍ਹ ਸਕੀ। ਇਹ ਗੰਢ ਸਗੋਂ ਹੋਰ ਪੀਡੀ ਹੁੰਦੀ ਗਈ।

ਹੌਲੀ-ਹੌਲੀ ਗੱਲ ਪੁਰਾਣੀ ਪੈ ਗਈ। ਸਾਰੇ ਆਪੋ-ਆਪਣੀ ਕੰਮੀਂ-ਧੰਦੀਂ ਰੁਝ ਕੇ ਇਸ ਗੱਲ ਨੂੰ ਭੁੱਲ ਗਏ। ਜਗਸੀਰ ਵੀ ਜਿਵੇਂ ਸਭ ਕਾਸੇ ਉਤੇ ਮਿੱਟੀ ਪਾ ਬੈਠਾ ਸੀ। ਪਰ ਉਹਦੇ ਅੰਦਰ ਹਰ ਵੇਲੇ ਇਕ ਚੀਸ ਜਿਹੀ ਪੈਂਦੀ ਰਹਿੰਦੀ ਜਿਹੜੀ ਕਦੇ ਕਦੇ ਏਨੀ ਤੇਜ਼ ਹੋ ਜਾਂਦੀ ਕਿ ਉਹਦੀ ਪੀੜ ਉਹਤੋਂ ਝੱਲੀ ਨਾ ਜਾਂਦੀ। ਉਹਦੀ 'ਘੋੜੇ ਵਰਗੀ' ਨਰੋਈ ਦੇਹ ਏਸ ਪੀੜ ਨਾਲ ਇੰਜ ਵਿੰਨ੍ਹੀਂ ਜਾਂਦੀ ਕਿ ਉਹਦੇ ਵਿਚ ਉੱਠਣ ਜੋਗਾ ਬਲ ਵੀ ਨਾ ਰਹਿੰਦਾ।

ਹਾੜ੍ਹੀਆਂ, ਲੋਕਾਂ ਨੇ ਵੱਢ-ਕੱਢ ਕੇ ਵੇਚ ਲਈਆਂ ਸਨ। ਹਾੜ੍ਹ ਦੇ ਪਹਿਲੇ ਪੱਖ ਈ ਮੀਂਹ ਪੈਣ ਕਰਕੇ ਸੌਣੀਆਂ ਦੀ ਬਿਜਾਈ ਦਾ ਜ਼ੋਰ ਸੀ। ਜਗਸੀਰ ਕਿਆਂ ਨੇ ਐਤਕੀਂ 'ਆਪਣੇ ਖੇਤ' ਵਿਚ ਚਰ੍ਹੀ ਤੇ ਗੁਆਰਾ ਬੀਜਣਾ ਸੀ। ਉਹਦੇ ਪਿਓ ਨੇ ਉਹਨੂੰ ਤੜਕੇ ਹਲ਼ ਜੋੜਨ ਲਈ ਆਖਿਆ ਸੀ। ਰਾਤ ਨੂੰ ਜਗਸੀਰ ਭਾਵੇਂ ਸਵਖਤੇ ਈ ਪੈ ਗਿਆ ਸੀ, ਪਰ ਫੇਰ ਵੀ ਤੜਕੇ ਉੱਠਣ ਲੱਗਿਆਂ ਉਹਦੇ ਹੱਡ-ਪੈਰ ਦੁਖੀ ਜਾਂਦੇ ਸਨ। ਜਦੋਂ ਉਹ ਹਲ਼ ਲੈ ਕੇ ਤੁਰਿਆ ਤਾਂ ਭੱਠੀ ਕੋਲ ਆ ਕੇ ਉਹਦੀਆਂ ਲੱਤਾਂ ਭਾਰੀਆਂ-ਭਾਰੀਆਂ ਹੋ ਗਈਆਂ। ਉਹਨੇ ਰੌਣਕੀ ਦੀ ਕੋਠੜੀ ਵਲ ਨਿਗ੍ਹਾ ਮਾਰੀ, ਅੰਦਰ ਦੀਵਾ ਜਗਦਾ ਸੀ। ਬਲਦਾਂ ਨੂੰ ਬੁਸ਼ਕਾਰ ਕੇ ਉਹ ਕੋਠੜੀ ਦੇ ਅੰਦਰ ਲੰਘ ਗਿਆ। ਰੌਣਕੀ ਦੀ ਤੀਵੀਂ ਸੰਤੋ ਚਾਹ ਧਰਨ ਲੱਗੀ ਸੀ।

"ਕਿਵੇਂ ਐਂ, ਜਿਊਂਦਾ ਐ ਕਿ ਜਾ ਦਿੱਤੇ ਧਰਮ ਰਾਜ ਨੂੰ ਲੇਖੇ ?" ਜਗਸੀਰ ਨੇ ਅੰਦਰ ਵੜਦਿਆਂ ਈ ਆਖਿਆ।

"ਕਿਉਂ ਕੜਮਿਆਂ ਚੰਦਰੇ ਬੋਲ ਕਢਦੈਂ, ਮੇਰੇ ਕੋਲ ਤਾਂ ਇਕੋ ਈ ਐ!" ਸੰਤੋ ਨੇ ਹੱਸ ਕੇ ਕਿਹਾ।

ਰੌਣਕੀ ਬਾਹਰ ਗਿਆ ਹੋਇਆ ਸੀ। ਓਦੋਂ ਈ ਬਾਹਰੋਂ ਆ ਗਿਆ ਤੇ ਉਹਨਾਂ ਦੀਆਂ ਗੱਲਾਂ ਸੁਣ ਕੇ ਅੰਦਰ ਆਉਂਦਿਆਂ ਈ ਬੋਲਿਆ : "ਕੀਹਨੂੰ ਤੋਰੀ ਜਾਨੈਂ ਧਰਮ ਰਾਜ ਕੋਲੇ ? ਹੋਰ ਸੁਣਾ ਤੜਕੇ-ਤੜਕੇ ਕੀ ਕੰਮ ਪੈ ਗਿਆ, ਗਰੀਬਾਂ ਤਾਈਂ ?"

"ਐਵੇਂ ਈ..." ਤੇ ਅੱਗੋਂ ਸੰਤੋ ਵਲ ਝਾਕ ਕੇ ਜਗਸੀਰ ਕੁਝ ਨਾ ਬੋਲਿਆ।

"ਦੱਸ ਦੱਸ ਯਾਰ, ਸੰਙ ਨੂੰ ਏਥੇ ਕੋਈ ਓਪਰਾ ਬੈਠੈ ? ਉਹੋ ਸੰਤੋ ਐ ਜਿਹੜੀ ਭੱਠੀ 'ਤੇ ਬੈਠੀ ਗਾਲ੍ਹਾਂ ਕਢਦੀ ਰਹਿੰਦੀ ਐ..." ਤੇ ਉਹਨੇ ਟੇਢੀ ਅੱਖ ਸੰਤੋ ਵਲ ਤੱਕਿਆ ਅੱਗੋਂ ਉਹ ਵੀ ਧਮਕੀ।

"ਤੂੰ ਤਾਂ ਸੁਖਮਨੀ ਦਾ ਪਾਠ ਕਰਦਾ ਰਹਿੰਦਾ ਹੋਏਂਗਾ, ਸਾਰਾ ਦਿਨ!"

ਜਗਸੀਰ ਨੂੰ ਉਹਨਾਂ ਦੀਆਂ ਗੱਲਾਂ 'ਤੇ ਹਾਸੀ ਆ ਗਈ। ਫੇਰ ਜੇਰਾ ਕਰਕੇ ਉਸ

ਹੌਲੀ ਦੇਣੇ ਆਖਿਆ, "ਅੱਜ ਕੁਸ਼ ਸਰੀਰ ਢਿੱਲਾ ਸੀ, ਮੈਂ ਆਖਿਆ..."

"ਅਸ਼ਕੇ ਤੇਰੇ!" ਰੌਣਕੀ ਗੜ੍ਹਕੇ ਨਾਲ ਬੋਲਿਆ, "ਐਹੋ ਜੀ ਗੱਲ ਦੀ ਕੀ ਸੰਙ ਐ, ਭਾਵੇਂ ਪਸੇਰੀ ਲੈ ਜਾ।"

ਉਹਨੇ ਆਪਣੇ ਕੁੜਤੇ ਦੇ ਭਾਰੇ ਖੀਸੇ ਵਿਚੋਂ ਵੱਡੀ ਸਾਰੀ ਡੱਬੀ ਕੱਢ ਕੇ ਖੋਹਲੀ ਤੇ ਮਲ਼ੇ ਦੇ ਬੇਰ ਕੁ ਜਿੱਡਾ ਮਾਵਾ ਕਢ ਕੇ ਜਗਸੀਰ ਨੂੰ ਫੜਾਉਂਦਿਆਂ ਬੋਲਿਆ :

"ਲੈ ਵੇਖ 'ਕੇਰਾਂ ਜੇ ਹੁਣੇ ਕੋਤਲ ਘੋੜੇ 'ਤੇ ਨਾ ਚੜ੍ਹਾ ਦਏ ਤਾਂ।"

"ਚੜ੍ਹਨ ਲਾ ਦੇ ਇਹਨੂੰ ਵੀ ਕੋਤਲ ਘੋੜੇ 'ਤੇ... ਪੈਰੀਂ ਤੁਰਨ ਜੋਗਾ ਨਾ ਛੱਡੀਂ... ਗਿੱਦੜ ਦੇ ਬੇਲੀ ਲੂੰਬੜ!" ਸੰਤੋ ਨੇ ਟੋਕ ਲਾਈ।

"ਤੂੰ ਉਠ ਕੇ ਘੁੱਟ ਪਾਣੀ ਦੀ ਦੇ, ਐਵੇਂ ਚਿਰ-ਰ ਚਿਰ-ਰ ਕਰੀ ਜਾਨੀ ਲੈਂ... ਤੇਰਾ ਦਿਉਰ ਐ...।"

"ਜੇ ਦਿਉਰ ਐ ਤਾਂ ਇਹਦਾ ਮੋਘੇ 'ਚ ਸਿਰ ਫਸਾ ਕੇ ਊਂ ਈ ਕੰਡਾ ਕਢ ਦੇ, ਐਂ ਕਾਹਨੂੰ ਕੋੜ੍ਹ- ਕੇ ਮਾਰਦੈਂ...।" ਪਰ ਬੋਲਦੀ-ਬੋਲਦੀ ਨੇ ਉਠ ਕੇ ਪਾਣੀ ਦਾ ਕੌਲਾ ਭਰ ਕੇ ਰੌਣਕੀ ਨੂੰ ਫੜਾ ਦਿੱਤਾ।

ਜਗਸੀਰ ਨੇ ਮੁਸਕਰਾਂਦਿਆਂ ਮਾਵਾ ਫੜ ਕੇ ਮੂੰਹ ਵਿਚ ਪਾ ਲਿਆ ਤੇ ਰੌਣਕੀ ਤੋਂ ਚੂਲ਼ੀ 'ਚ ਪਾਣੀ ਪੁਆ ਕੇ ਅਗਾਂਹ ਲੰਘਾ ਲਿਆ। ਰੌਣਕੀ ਨੇ ਵੀ ਸੰਤੋ ਤੋਂ ਅੱਖ ਬਚਾ ਕੇ ਇਕ ਮਾਵਾ ਮੂੰਹ ਵਿਚ ਪਾਇਆ ਤੇ ਪਾਣੀ ਦੀ ਘੁੱਟ ਭਰ ਲਈ, ਪਰ ਸੰਤੋ ਦੀ ਅੱਖ ਵਿਚ ਸੀ।

"ਤੇਰੇ ਅਰਗੇ ਹਲ਼ਕਿਆਂ-ਵਿਆਂ ਨੂੰ ਕੋਠਾ ਭਰਿਆ ਚਾਹੀਦੈ, ਵਿਚੇ ਬੈਠੇ ਰਹਿਣ ਤੇ ਖਾਈ ਜਾਣ..."

ਇਸ ਪਿੱਛੋਂ ਕਿੰਨਾ ਚਿਰ ਸੰਤੋ ਬੁੜ-ਬੁੜ ਕਰਦੀ ਰਹੀ, ਪਰ ਰੌਣਕੀ ਖੰਘੂਰੇ ਮਾਰ-ਮਾਰ ਉਹਦੀਆਂ ਚਿੜਾਂ ਭੰਨਾਉਂਦਾ ਰਿਹਾ। ਸੰਤੋ ਹੋਰ ਤਮਕਦੀ ਗਈ ਤੇ ਅਬਾ-ਤਬਾ ਬੋਲੀ ਗਈ। ਜਗਸੀਰ ਉਹਨਾਂ ਦੇ ਨਹੁੰ-ਪੰਜੇ ਵੇਖ ਕੇ ਮੁਸਕਰਾਂਦਿਆਂ ਖੇਤ ਨੂੰ ਤੁਰ ਗਿਆ। ਉਹਦਾ ਸਾਰਾ ਸਰੀਰ ਜਿਵੇਂ ਖੁਲ੍ਹ ਗਿਆ ਸੀ। ਸੋਚਾਂ ਵੀ ਤੇਜ਼ ਹੋ ਗਈਆਂ ਸਨ। ਉਹ ਕੁਝ ਚਿਰ ਰੌਣਕੀ ਤੇ ਸੰਤੋ ਬਾਰੇ ਸੋਚਦਾ ਆਇਆ, ਪਰ ਫੇਰ-ਉਹਨੂੰ ਭਾਨੀ ਯਾਦ ਆ ਗਈ। ਅਫ਼ੀਮ ਦਾ ਨਸ਼ਾ ਘਟਦਾ ਜਾਪਿਆ, ਪਰ ਹੁਣ ਹੌਲੀ-ਹੌਲੀ ਉਹਨੇ ਮਨ ਨੂੰ ਏਨਾ ਸਾਧ ਲਿਆ ਸੀ ਕਿ ਭਾਨੀ ਦਾ ਚੇਤਾ ਆਉਂਦਿਆਂ ਈ ਉਹ ਸੁਰਤ ਕਿਸੇ ਹੋਰ ਪਾਸੇ ਮੋੜ ਲੈਂਦਾ। ਏਸ ਮੋੜ ਪਿਛੋਂ ਉਹਦੇ ਅੰਦਰ ਜਿਹੜੀ ਚੀਸ ਪੈਂਦੀ, ਉਹ ਭਾਨੀ ਦੇ ਚੇਤੇ ਨਾਲੋਂ ਕਈ ਗੁਣਾਂ ਵੱਧ ਦੁਖਦਾਈ ਹੁੰਦੀ ਸੀ; ਪਰ ਫੇਰ ਵੀ ਉਹਨੂੰ ਭਾਨੀ ਦੇ ਖਿਆਲ ਤੋਂ, ਇਸ ਪੀੜ ਨਾਲੋਂ ਵਧੇਰੇ ਡਰ ਆਉਂਦਾ ਸੀ।

ਜਗਸੀਰ ਦੀ ਦੇਹ ਦਿਨੋ-ਦਿਨ ਘਟਦੀ ਗਈ। ਏਸੇ ਸਮੇਂ ਵਿਚ ਉਹਦਾ ਪਿਉ ਮਰਨ ਕਰਕੇ ਘਰ ਦੀ ਕਬੀਲਦਾਰੀ ਦਾ ਭਾਰ ਉਹਦੇ ਉਤੇ ਆ ਪਿਆ। ਆਪਣੀ ਕਬੀਲਦਾਰੀ ਭਾਵੇਂ ਉਹਦੀ ਕੋਈ ਨਹੀਂ ਸੀ, ਪਰ ਉਹਦੀਆਂ ਚਾਰ ਭੈਣਾਂ ਵਿਚੋਂ ਕੋਈ ਨਾ ਕੋਈ ਆਈ ਰਹਿੰਦੀ। ਉਹਨਾਂ ਦਾ ਲੈਣ-ਦੇਣ ਕਈ ਵਾਰੀ ਪੂਰੇ ਪਰਿਵਾਰ ਦੇ ਖ਼ਰਚ ਨਾਲੋਂ ਵੱਧ ਹੁੰਦਾ ਸੀ। ਇਹਨਾਂ ਜ਼ਿੰਮੇਵਾਰੀਆਂ ਨੇ ਜਗਸੀਰ ਨੂੰ ਹੋਰ ਗੰਭੀਰ ਕਰ ਦਿੱਤਾ ਸੀ। ਨਾਲੇ ਉਮਰ ਪੰਝੀਆਂ ਤੋਂ ਉਤੇ ਹੋਣ ਕਰਕੇ ਉਂਜ ਵੀ ਉਹ ਆਪਣੇ ਆਪ ਨੂੰ ਹੁਣ ਮੁੰਡਾ-ਖੁੰਡਾ ਮਹਿਸੂਸ ਨਹੀਂ ਸੀ ਕਰਦਾ। ਉਹਦੇ ਹਰ ਕੰਮ ਵਿਚ ਕਬੀਲਦਾਰਾਂ ਵਾਲੀ ਗੰਭੀਰਤਾ ਆ ਗਈ ਸੀ। ਪਿਉ ਵਾਲਾ ਸੀਰ ਨਿਭਾਉਣਾ ਹੁਣ ਉਹਦੀ ਜ਼ਿੰਮੇਵਾਰੀ ਸੀ। ਕੰਮ ਉਤੋਂ ਦੀ ਤੇ ਖ਼ੁਰਾਕ ਘੱਟ ਹੋਣ ਕਰਕੇ ਦੇਹ

ਦਿਨੋ-ਦਿਨ ਘਟਦੀ ਜਾਂਦੀ ਸੀ। ਮਨ ਉਂਜ ਈ ਮਨੂਰ ਹੋਇਆ ਪਿਆ ਸੀ।

ਭਾਨੀ ਦੇ ਪੇਕਿਆਂ ਨੇ ਉਹਨੂੰ ਪੂਰੇ ਢਾਈ ਵਰ੍ਹੇ ਨਾ ਤੋਰਿਆ। ਜਗਸੀਰ ਨੂੰ ਸਾਰੀ ਗੱਲ ਦੀ ਖ਼ਬਰ ਮਿਲਦੀ ਰਹਿੰਦੀ। ਉਹਦਾ ਕਈ ਵਾਰੀ ਚਿੱਤ ਕੀਤਾ ਕਿ ਉਹਦੇ ਪੇਕੀਂ ਜਾ ਆਵੇ, ਪਰ ਇਹ ਗੱਲ ਉਹਨੂੰ ਨਿਆਣਿਆਂ ਵਰਗੀ ਹੋਛੀ ਲੱਗੀ। ਨਿੱਕਾ ਆਪਣੇ ਅੰਗਾਂ-ਸਾਕਾਂ ਦੇ ਮੇਲੇ ਲੈ ਕੇ ਕਈ ਵਾਰੀ ਭਾਨੀ ਨੂੰ ਲੈਣ ਗਿਆ ਸੀ। ਭਾਨੀ ਦੇ ਪੇਕੇ ਕਹਿੰਦੇ ਸਨ ਜਿੰਦੋਂ ਨਿੱਕੇ ਦੇ ਸਾਰੇ ਵਿੰਗ-ਵਲ਼ ਨਿਕਲ ਗਏ ਓਦੋਂ ਤੋਰਾਂਗੇ।

ਤੇ ਇਹਨਾਂ ਢਾਈ ਵਰ੍ਹਿਆਂ ਵਿਚ ਜਗਸੀਰ ਉਹ ਬੰਦਾ ਈ ਨਾ ਰਿਹਾ। ਅਫ਼ੀਮ ਦੇ ਇਕ ਮਾਵੇ ਤੋਂ ਵਧਦਾ-ਵਧਦਾ ਦੋ, ਫੇਰ ਤਿੰਨ ਤੇ ਫੇਰ ਚਾਰ-ਚਾਰ ਖਾਣ ਲੱਗ ਪਿਆ ਸੀ। ਸ਼ਰਾਬ ਵੀ ਦੂਜੇ-ਤੀਜੇ ਪੀ ਲੈਂਦਾ। ਚਾਹ ਦਾ ਤਾਂ ਹਿਸਾਬ ਈ ਮੁਕਾਇਆ ਹੋਇਆ ਸੀ, ਚਾਹੇ ਦਸ ਵਾਰੀ ਮਿਲ ਜਾਵੇ ਚਾਹੇ ਪੰਦਰਾਂ ਵਾਰੀ। ਕੰਮ ਵੀ ਉਹ ਦੇਹ ਤੋੜ ਕੇ ਏਨਾ ਕਰਦਾ ਸੀ ਕਿ ਦੋ ਬੰਦੇ ਉਹਦੇ ਬਰਾਬਰ ਨਹੀਂ ਸੀ ਮਿੱਕ ਸਕਦੇ। ਉਹਦੇ ਅਮਲਾਂ ਬਾਰੇ ਕਿਸੇ ਨੂੰ ਕੀ ਗਿਲਾ ਹੋਣਾ ਸੀ ? ਸ਼ਰਾਬ ਪੀ ਕੇ ਕਦੇ ਉਹਨੇ ਮੰਦਾ ਨਹੀਂ ਸੀ ਬੋਲਿਆ, ਕਦੇ ਘਰੋਂ ਬਾਹਰ ਨਹੀਂ ਸੀ ਨਿਕਲਿਆ। ਪਰ ਕਦੇ-ਕਦੇ ਧਰਮ ਸਿੰਘ ਨੂੰ ਉਹਦੀ ਇਹ ਹਾਲਤ ਵੇਖ ਕੇ ਦੁੱਖ ਹੁੰਦਾ ਤੇ ਉਹ ਬੜੀ ਪੀੜ ਨਾਲ ਆਖਦਾ :

"ਜਗਸਿਆ ਬਾਈ, ਤੂੰ ਹੁਣੇ ਤੋਂ ਐਹ ਦਿਹ ਗਾਲ਼ਣ ਲੱਗਿਐਂ, ਉਮਰ ਕਿਵੇਂ ਬੀਤੂਗੀ ?"

"ਉਮਰ ਆਪਣੀ ਹੈ ਈ ਕਿਹੜੀ ਬਾਈ ?- ਪੰਜ ਸੱਤ ਵਰ੍ਹੇ ਜਿਊਣੈਂ, ਜੇ ਇਹ ਵੀ ਐਵੇਂ ਈ ਲੰਘ ਗਏ ਤਾਂ ਧਰਮ-ਰਾਜ ਨੂੰ ਜਾ ਕੇ ਕੀ ਲੇਖਾ ਦਿਆਂਗੇ !"

ਜਗਸੀਰ ਹੱਸ ਕੇ ਟਾਲ ਦਿੰਦਾ।

ਧਰਮ ਸਿੰਘ ਨੇ ਕਈ ਵਾਰੀ ਕਿਤੋਂ ਰੁਕੀਆਂ ਬੈਠਿਆਂ, ਬੱਜੋ-ਵਤੀਆਂ ਕੁੜੀਆਂ ਦੇ ਸਾਕ ਦੀ ਗੱਲ-ਬਾਤ ਕੀਤੀ, ਪਰ ਕੋਈ ਨਾ ਕੋਈ ਅੜਿੱਕਾ ਪੈ ਜਾਂਦਾ। ਜਗਸੀਰ ਮੰਨਦਾ ਤਾਂ ਨੰਦੀ ਨਾ ਮੰਨਦੀ। ਉਹ ਮੰਨਦੀ ਤਾਂ ਅੱਗੋਂ ਧੀ ਵਾਲੇ ਆਕੜ ਬਹਿੰਦੇ। ਕਈ ਵਾਰੀ ਸਾਰਾ ਕੰਮ ਬਣ ਜਾਂਦਾ ਤਾਂ ਭਾਨੀ-ਮਾਰ ਅੰਨ 'ਚ ਡੋਈ ਮਾਰ ਦਿੰਦੇ। ਜਗਸੀਰ ਭਾਵੇਂ ਧਰਮ ਸਿੰਘ ਤੇ ਆਪਣੀ ਮਾਂ ਦੇ ਬਹੁਤਾ ਕਹਿਣ ਉਤੇ ਮੰਨ ਜਾਂਦਾ, ਪਰ ਉਹਦਾ ਚਿੱਤ ਆਖਦਾ : "ਇਹ ਬੇੜ ਮੈਥੋਂ ਘੜੀਸੀ ਨ੍ਹੀਂ ਜਾਣੀ !" ਤੇ ਜਦੋਂ ਗੱਲਬਾਤ ਬਣਦੀ-ਬਣਦੀ ਟੁੱਟ ਜਾਂਦੀ ਤਾਂ ਉਹਨੂੰ ਖ਼ੁਸ਼ੀ ਹੁੰਦੀ।

ਢਾਈ ਵਰ੍ਹਿਆਂ ਪਿਛੋਂ ਨਿੱਕੇ ਨੇ ਨੱਕ ਰਗੜ-ਰਗੜ ਕੇ ਭਾਨੀ ਨੂੰ ਲਿਆਂਦਾ। ਉਹਦੇ ਸਹੁਰਿਆਂ ਨੇ ਨਿੱਕੇ ਦੇ ਅੰਗਾਂ-ਸਾਕਾਂ ਨੂੰ ਜ਼ਾਮਨ ਲੈ ਕੇ ਉਹਨੂੰ ਚੰਗੀ ਤਰ੍ਹਾਂ ਤਾੜ ਕੇ, ਫੇਰ ਭਾਨੀ ਨੂੰ ਤੋਰਿਆ ਸੀ। ਨਿੱਕੇ ਦੇ ਹੁਣ ਸਾਰੇ ਵਲ ਨਿਕਲ ਗਏ ਸਨ। ਜਿੰਦੋਂ ਭਾਨੀ ਨੂੰ ਉਹ ਲੈ ਕੇ ਆਇਆ ਓਦੋਂ ਆਥਣ ਤਾਈਂ ਮੰਡੀ ਬੈਠਾ ਰਿਹਾ ਤੇ ਮੂੰਹ-ਹਨੇਰੇ ਉਥੋਂ ਕਾਕੇ ਕੇ ਬੋਤੇ ਉਤੇ, ਉਹ ਤੇ ਭਾਨੀ ਦੋਵੇਂ ਆਏ। ਮੁੜ ਕਿੰਨੇ ਦਿਨ ਕਿਸੇ ਨੇ ਨਾ ਨਿੱਕੇ ਨੂੰ ਤੇ ਨਾ ਭਾਨੀ ਨੂੰ ਅੰਦਰੋਂ ਨਿਕਲਦਿਆਂ ਵੇਖਿਆ।

ਜਗਸੀਰ ਨੂੰ ਜਿੰਦੋਂ ਭਾਨੀ ਆਈ ਦਾ ਪਤਾ ਲੱਗਿਆ ਉਦੋਂ ਸਾਰਾ ਦਿਨ ਉਹਦੇ ਅੰਦਰਲੀ ਚੀਸ ਪਹਿਲਾਂ ਨਾਲੋਂ ਵਧਦੀ ਗਈ, ਪਰ ਆਥਣ ਤਾਈਂ ਆਪੇ ਈ ਹਟ ਗਈ...ਗੰਢ ਏਨੀ ਕੱਸੀ ਗਈ ਸੀ ਕਿ ਹੁਣ ਦੰਦਾਂ ਨਾਲ ਵੀ ਨਹੀਂ ਸੀ ਖੁਲ਼ਦੀ ਜਾਪਦੀ। ਕਈ ਦਿਨ ਉਹਨੂੰ ਘੀਲਾ ਤੇ ਗੇਬਾ ਛੇੜਦੇ ਰਹੇ, ਪਰ ਉਹਦੀ ਗੰਭੀਰਤਾ ਵੇਖਕੇ ਉਹ ਆਪੇ ਈ ਚੁੱਪ ਕਰ ਗਏ। ਕਈ ਵਾਰੀ ਉਹਦੇ ਚਿੱਤ ਨੇ ਆਪ ਵੀ ਉਛਾਲਾ ਖਾਧਾ ਕਿ ਨਿੱਕੇ ਕੀ ਗਲੀ ਵਿਚੋਂ

ਲੰਘੇ, ਪਰ ਫੇਰ ਇਹ ਉਹਨੂੰ, ਉਹੋ-ਜਿਹੀ ਈ ਹੋਛੀ ਗੱਲ ਲੱਗੀ ਜਿਹੋ-ਜਿਹੀ ਭਾਨੀ ਦੇ ਪੇਕੀਂ ਜਾਣ ਵਾਲੀ ਗੱਲ ਲਗਦੀ ਸੀ।

ਚੌਥੇ-ਪੰਜਵੇਂ ਦਿਨ ਉਹ ਆਥਣੇ ਹਨੇਰੇ ਪਾਣੀ ਲਾਉਣ ਖੇਤ ਨੂੰ ਜਾਣ ਲੱਗਿਆ ਤਾਂ ਧਰਮ ਸਿੰਘ ਦੇ ਘਰੋਂ ਨਿਕਲਦਿਆਂ ਸੁਤੇ-ਸੁਭਾਅ ਈ ਫਿਰਨੀ ਪੈ ਕੇ ਪਿੰਡ ਦੇ ਉੱਤੋਂ-ਉੱਤੋਂ ਦੀ ਹੋ ਤੁਰਿਆ। ਕਹੀ ਮੋਢੇ ਉਤੇ ਧਰੀ ਉਹ ਨੀਵੀਂ ਪਾਈ ਤੁਰਿਆ ਜਾਂਦਾ, ਜਦੋਂ ਉਤਾਂਹ ਝਾਕਿਆ ਤਾਂ ਉਹ ਇੰਜ ਤ੍ਰਭਕ ਗਿਆ ਜਿਵੇਂ ਉਹਦੇ ਪੈਰ ਹੇਠ ਸੱਪ ਆ ਗਿਆ ਹੋਵੇ। ਉਹ ਨਿੱਕੇ ਕੀ ਗਲੀ ਦੇ ਮੋੜ ਉਤੇ ਆ ਗਿਆ ਸੀ। ਇਕ ਬਿੰਦ ਰੁਕਿਆ, ਅੱਗੇ-ਪਿੱਛੇ ਝਾਕਿਆ, ਉਹਨੂੰ ਗਲੀ ਵਿਚ ਕੋਈ ਨਾ ਦਿੱਸਿਆ। ਉਹਦੇ ਅੰਦਰ ਉਹੋ ਪੁਰਾਣੀ ਪੀੜ ਉੱਠੀ। ਇੰਜ ਉਤਾਂਹ ਮੂੰਹ ਕਰਕੇ ਝਾਕਦਿਆਂ, ਆਪਣੇ ਆਪ ਕੋਲੋਂ ਸ਼ਰਮ ਆਈ ਤੇ ਪਹਿਲਾਂ ਵਾਂਗ ਈ ਨੀਵੀਂ ਪਾ ਕੇ ਫਿਰਨੀ ਉਤੋਂ ਦੀ, ਗਹੀਰਿਆਂ ਕੋਲੋਂ ਹੋ ਕੇ ਪਹੀ ਪੈਣ ਦੀ ਸਲਾਹ ਨਾਲ ਓਧਰ ਨੂੰ ਮੁੜ ਪਿਆ।

"ਹੁਣ ਓਹਨੀਂ ਅੱਖੀਂ ਝਾਕ ਤਾਂ ਪੈ..." ਇਕ ਬੜੀ ਮਿੱਠੀ ਤੇ ਬੜੀ ਮੱਧਮ ਆਵਾਜ਼ ਜਗਸੀਰ ਨੇ ਗਹੀਰਿਆਂ ਕੋਲੋਂ ਲੰਘ ਕੇ ਸੁਣੀ; ਤੇ ਉਹਦੇ ਪੈਰ ਥਾਏਂ ਗੱਡੇ ਗਏ।

ਇਕ ਬਿੰਦ ਦਾ ਬਿੰਦ ਜਗਸੀਰ ਤੋਂ ਧੌਣ ਵੀ ਪਾਸੇ ਨਾ ਭੁਆਈ ਗਈ। ਉਹਨੂੰ ਆਪਣੀਆਂ ਲੱਤਾਂ ਕੰਬਦੀਆਂ ਜਾਪੀਆਂ।

"ਤੇਰੇ ਪਿਛੇ ਸਾਰੀ ਉਮਰ ਦੀ ਬੱਜ ਵੀ ਪੁਆ ਲੀ ਕੜਮਿਆਂ! ਤੇ ਹੁਣ ਐਡਾ ਨਮੋਰਾ ਹੋ ਗਿਐਂ..."

ਓਹੀ ਆਵਾਜ਼ ਉਹਨੂੰ ਫੇਰ ਸੁਣੀਂ ਤੇ ਨਾਲ ਦੀ ਨਾਲ ਇਕ ਭੁੱਬ ਜਿਹੜੀ ਉਹਨੂੰ ਸਿਰ ਤੋਂ ਪੈਰਾਂ ਤੱਕ ਸੁੰਨ ਕਰ ਗਈ। ਉਹਨੂੰ ਜਾਪਿਆ ਸਿਰੋਂ ਧੁਰ ਥੱਲੇ ਤਕ ਜਿਵੇਂ ਕਿਸੇ ਨੇ ਉਹਨੂੰ ਆਰੀ ਨਾਲ ਦੁਫਾੜ ਕਰ ਦਿਤਾ ਸੀ।

ਜਗਸੀਰ ਨੇ ਆਪਣਾ, ਨਰੋਈ ਪੰਡ ਜਿੰਨਾ ਭਾਰਾ ਸਿਰ ਉਤਾਂਹ ਚੁੱਕਿਆ ਤੇ ਇਕ ਹੱਥ ਵਿਚ ਗੜਵੀ ਫੜੀ, ਹਨੇਰੇ ਵਿਚ ਅੱਖਾਂ ਪੂੰਝਦੀ, ਭਾਨੀ ਦੀ ਇਕੋ ਤੱਕਣੀ ਉਹਨੂੰ ਅੰਨ੍ਹਾ ਕਰ ਗਈ। ਓਸ ਉਵੇਂ ਫੇਰ ਅੱਖਾਂ ਨੀਵੀਆਂ ਪਾ ਲਈਆਂ।

"ਤੈਨੂੰ ਕੀ ਪਤੈ ਭਾਨੋ, ਮੈਂ ਵੀ ਕਿਵੇਂ ਦਿਨ ਪੂਰੇ ਕਰਦੈਂ!"

ਇਕੋ ਬੋਲ; ਤੇ ਫੇਰ ਜਿਵੇਂ ਜਗਸੀਰ ਸੱਚੀਂ ਅੰਨ੍ਹਾਂ ਹੋ ਗਿਆ!... ਉਹਨੂੰ ਕੁਝ ਨਹੀਂ ਸੀ ਦਿੱਸ ਰਿਹਾ, ਆਪਣੇ ਪੈਰਾਂ ਦੀ ਬਿੜਕ ਉਹਨੂੰ ਸੁਣ ਰਹੀ ਸੀ। ਦੋ ਹੋਰ ਪੈਰਾਂ ਦੀ ਬਿੜਕ ਉਹਨੂੰ ਸੁਣੀ : ਜੋ ਸਾਵੀਂ ਚਾਲ ਨਹੀਂ ਸਨ ਤੁਰ ਰਹੇ... ਤੇ ਫੇਰ ਉਹ ਗੁੰਮ-ਸੁੰਮ ਹੋਇਆ ਤੁਰਿਆ ਗਿਆ।

ਖੇਤ ਜਾ ਕੇ ਜਗਸੀਰ ਓਵੇਂ ਪਾਣੀ ਲਾਉਂਦਾ ਫਿਰਿਆ। ਪਰ ਅੱਧਾ ਪਾਣੀ ਲਾ ਕੇ ਉਹ ਏਨਾ ਨਿਢਾਲ ਹੋ ਗਿਆ ਕਿ ਉਹਤੋਂ ਖੜੋਤਾ ਵੀ ਨਹੀਂ ਸੀ ਜਾਂਦਾ। ਭੰਤੇ ਨੂੰ, ਤਾਪ ਚੜ੍ਹਿਆ ਕਹਿ ਕੇ ਉਹ ਟਾਹਲੀ ਹੇਠ ਜਾ ਕੇ ਲੰਮਾ ਪੈ ਗਿਆ।

ਅੱਧੀ ਰਾਤੀਂ ਚੰਦ ਚੜ੍ਹਿਆ ਤਾਂ ਜਗਸੀਰ ਨੂੰ ਆਪਣੇ ਖੱਬੇ ਪਾਸੇ ਲੰਮਾ ਸਾਰਾ ਕੁਝ ਚਮਕਦਾ ਦਿੱਸਿਆ। ਉਹਨੇ ਗਹੁ ਨਾਲ ਵੇਖਿਆ, ਕਾਲਾ ਸੱਪ ਸੀ। ਉਹ ਠੰਢੀ ਧਰਤੀ ਉਤੇ ਕਲੋਲਾਂ ਕਰਦਾ ਉਹਦੇ ਨੇੜੇ ਆ ਗਿਆ। ਜਗਸੀਰ ਨਾ ਉਠਿਆ, ਨਾ ਬੋਲਿਆ। ਸੱਪ ਪਹਿਲਾਂ ਉਹਦੇ ਪੈਰਾਂ ਵੱਲ ਦੀ ਹੋਇਆ ਤੇ ਫੇਰ ਸੱਜੇ ਪਾਸੇ ਦੀ ਹੋ ਕੇ ਉਹਦੇ ਢਿੱਡ ਉਤੇ ਆ ਚੜ੍ਹਿਆ। ਜਗਸੀਰ ਅਹਿੱਲ ਪਿਆ ਰਿਹਾ। ਉਹਦੇ ਚਿੱਤ ਵਿਚ ਸੱਪ ਦਾ ਉੱਕਾ ਕੋਈ ਸਹਿਮ ਨਹੀਂ ਸੀ। ਸੱਪ ਉਹਦੇ ਢਿੱਡ ਉਤੋਂ ਦੀ ਲੰਘ ਕੇ ਅਗਲੇ ਪਾਸੇ ਉੱਤਰ ਗਿਆ। ਉਹਦੀ ਜੀਭ ਦੀ ਸ਼ੂਕਰ

ਜਗਸੀਰ ਨੂੰ ਸਾਫ਼ ਸੁਣਦੀ ਰਹੀ। ਫਿਰ ਕਿੰਨਾ ਚਿਰ ਉਹ ਉਹਦੇ ਖੱਬੇ ਪਾਸੇ, ਟਾਹਲੀ ਤੋਂ ਦੋ ਕਰਮਾਂ ਦੀ ਵਿੱਥ ਉੱਤੇ ਨਿੱਕੀ ਜਿਹੀ ਟਿੱਬੀ ਦੇ ਠੰਢੇ ਰੇਤੇ ਉਤੇ ਖੇਡਦਾ ਫਿਰਿਆ। ਜਗਸੀਰ ਨੇ ਨਿਗ੍ਹਾ ਉਹਦੇ ਵਿਚ ਗੱਡੀ ਰੱਖੀ। ਤੇ ਜਦੋਂ ਉਹ ਟਿੱਬੀ ਦੇ ਪਰਲੇ ਪਾਸੇ ਚਲਾ ਗਿਆ ਤਾਂ ਜਗਸੀਰ ਉੱਠ ਕੇ ਬਹਿ ਗਿਆ।

"ਇਹ...ਵੀ ਲੋੜੀਂਦਿਆਂ ਬੰਦਿਆਂ ਨੂੰ ਆਉਂਦੀ ਐ...।" ਉਹਨੇ ਹੌਲੀ ਦੇਣੇ ਆਖਿਆ ਤੇ ਫੇਰ ਬੜਾ ਚਿਰ ਬੈਠਾ ਕਦੇ ਓਸ ਟਿੱਬੀ ਵਲ ਤੇ ਕਦੇ ਸੱਪ ਵਾਂਗ ਲਿਸ਼ਕਦੇ, ਮੇਲ੍ਹਦੇ ਪਾਣੀ ਤੇ ਉਸ ਵਿਚ ਟਿਮਕਦੇ ਤਾਰਿਆਂ ਦੇ ਪਰਛਾਵਿਆਂ ਵਲ ਵੇਂਹਦਾ ਰਿਹਾ।

ਉਸ ਦਿਨ ਮਗਰੋਂ ਜਗਸੀਰ ਬੜਾ ਚਿਰ ਨਿੱਕੇ ਕੀ ਗਲੀ ਨਾ ਲੰਘਿਆ। ਉਧਰੋਂ ਜਿਵੇਂ ਉਹਨੂੰ ਡਰ ਆਉਣ ਲੱਗ ਪਿਆ ਸੀ। ਪਰ ਕਦੇ-ਕਦੇ ਜਦੋਂ ਉਹਤੋਂ ਆਪਣਾ-ਆਪ ਸੰਭਾਲਿਆ ਨਾ ਜਾਂਦਾ ਤਾਂ ਉਹ ਫਿਰਨੀ ਉਤੋਂ ਤੀ ਹੋ ਕੇ ਖੇਤ ਨੂੰ ਜਾਂਦਿਆਂ ਨਿੱਕੇ ਕੀ ਗਲੀ ਦੇ ਮੋੜ ਉਤੇ ਆ ਕੇ ਇੰਜ ਠਠੰਬਰ ਜਾਂਦਾ ਜਿਵੇਂ ਉਹਦੇ ਪੈਰਾਂ ਹੇਠ ਸੱਪ ਆ ਗਿਆ ਹੋਵੇ।

ਫੇਰ ਮਹੀਨੇ ਈ ਲੰਘ ਗਏ ਉਸ ਭਾਨੀ ਦੀ ਸ਼ਕਲ ਵੀ ਨਾ ਵੇਖੀ। ਘੀਲਾ ਤੇ ਗੇਬਾ ਆਪਣੀ ਕਬੀਲਦਾਰੀ ਦੇ ਮਾਮਲਿਆਂ ਵਿਚ ਖੁੱਭੇ ਘੱਟ-ਵੱਧ ਈ ਮਿਲਦੇ ਸਨ। ਕਦੇ-ਕਦਾਈਂ ਜਦੋਂ ਉਹ ਮਿਲਦੇ ਤਾਂ ਪੁਰਾਣੇ ਕਿੱਸੇ ਛੇੜ ਬਹਿੰਦੇ। ਜਗਸੀਰ ਦਾ ਚਿੱਤ ਕਾਹਲਾ ਪੈ ਜਾਂਦਾ ਤੇ ਉਹ ਵਿਚੋਂ ਈ ਟੋਕ ਕੇ ਆਖਦਾ: "ਕਿਉਂ ਗੰਢੇ ਦੇ ਫੋਲਕ ਉਧੇੜਦੇ ਓਂ... ਹੁਣ ਇਹਨਾਂ ਗੱਲਾਂ 'ਚ ਕੀ ਪਿਐ।" ਤੇ ਏਸ ਪਿੱਛੋਂ ਜ਼ਿੰਦਗੀ ਜਗਸੀਰ ਲਈ ਮੈਦੇ ਦੀ ਫਿੱਕੀ ਮੱਠੀ ਵਰਗੀ ਹੋ ਗਈ: ਨਾ ਮਿੱਠਾ ਨਾ ਖੱਟਾ, ਨਾ ਕੌੜਾ, ਕੋਈ ਵੀ ਸੁਆਦ ਇਹਦਾ ਉਹਨੂੰ ਮਹਿਸੂਸ ਨਹੀਂ ਸੀ ਹੁੰਦਾ। ਕੋਹਲੂ ਦੇ ਬਲਦ ਵਾਂਗ ਰਾਹਾਂ ਦੀ ਧੂੜ ਵਿਚ ਸਮੇਂ ਦੇ ਪਲ ਘਸਮੈਲੇ ਕਰਦਾ, ਤੇ ਮੁੜ-ਮੁੜ ਧਰਤੀ ਦੀ ਕਰਮਾਂ ਮਾਰ-ਮਾਰ ਮਿਣਤੀ ਕਰਦਾ, ਉਹ ਹਨੇਰੀਆਂ ਰਾਤਾਂ ਵਰਗੇ ਦਿਨ ਤੇ ਮਸਾਣਾਂ ਵਰਗੀਆਂ ਸੁੰਞੀਆਂ ਰਾਤਾਂ ਬਿਤਾਂਦਾ ਇੰਜ ਤੁਰਨ ਲੱਗ ਪਿਆ ਜਿਵੇਂ ਲੰਮੀ ਮੰਜ਼ਲ 'ਤੇ ਤੁਰਿਆ ਪਾਂਧੀ ਦਿਨ ਛਿਪਦੇ ਨੂੰ ਮੰਜ਼ਲ 'ਤੇ ਅਪੜਨ ਲਈ ਪੁਲਾਂਘਾਂ ਭਰਦਾ ਹੋਵੇ। ਉਹਦੇ ਅੰਦਰ ਬੱਝੀ ਗੰਢ ਹੁਣ ਖੁਲ੍ਹਣ ਜੋਗੀ ਨਹੀਂ ਸੀ ਰਹੀ। ਅੰਦਰਲੀ ਪੀੜ ਵੀ ਉਂਜ ਈ ਮਰ ਗਈ ਸੀ ਜਿਵੇਂ ਬਲਦ ਦਾ ਕੰਨ੍ਹਾਂ ਮਰ ਜਾਂਦਾ ਹੈ।

ਭਾਨੀ ਦੇ ਮੁੰਡਾ ਹੋਇਆ। ਉਸ ਪਿਛੋਂ ਇਕ ਕੁੜੀ ਹੋਈ ਤੇ ਫੇਰ ਇਕ ਹੋਰ ਮੁੰਡਾ ਹੋਇਆ। ਉਹ ਜਦੋਂ ਵੀ ਉਹਦੇ ਨਵੇਂ ਨਿਆਣੇ ਦਾ ਜਨਮ ਸੁਣਦਾ ਉਹਨੂੰ ਇਕ ਓਪਰੀ ਜਿਹੀ ਖ਼ੁਸ਼ੀ ਹੁੰਦੀ। ਉਹਦਾ ਜੀਅ ਕਰਦਾ ਕਿਵੇਂ ਨਾ ਕਿਵੇਂ ਭਾਨੀ ਤਾਈਂ ਆਪਣੀ ਇਹ ਖ਼ੁਸ਼ੀ ਪੁਚਾ ਸਕੇ। ਪਰ ਆਪੇ ਈ ਉਹ ਇਹਨੂੰ ਪਹਿਲਾਂ ਵਾਂਗ ਈ ਹੋਛੀ ਜਿਹੀ ਗੱਲ ਸਮਝ ਕੇ ਚੁੱਪ ਹੋ ਜਾਂਦਾ।

ਹੁਣ ਜਗਸੀਰ ਨੂੰ ਨਿੱਕੇ ਨਾਲ ਕੋਈ ਗੁੱਸਾ-ਗਿਲਾ ਨਹੀਂ ਸੀ। ਜਦੋਂ ਉਹ ਕਿਤੇ ਉਹਨੂੰ ਵੇਖ ਲੈਂਦਾ ਤਾਂ ਜੀ ਕਰਦਾ ਉਹਨੂੰ ਬੁਲਾ ਲਏ। ਇਕ ਦਿਨ ਜਦੋਂ ਨਿੱਕਾ ਮੰਡੀਓਂ, ਕਿਸੇ ਦੇ ਵਿਆਹ ਲਈ ਹਲਵਾਈ ਦੇ ਸੰਦ ਲਈ ਆਉਂਦਾ ਸੀ, ਤਾਂ ਉਹਨੇ ਬੁਲਾ ਲਿਆ।

"ਤਕੜੈਂ ਬਈ ਨਿੱਕਿਆ ?"

"ਤਕੜੈਂ ਐਂ।" ਨਿੱਕੇ ਨੇ ਕੁਝ ਹੈਰਾਨੀ ਤੇ ਰਤਾ ਕੁ ਰੁਖੇਵੇ ਨਾਲ ਜਵਾਬ ਦਿੱਤਾ। ਪਰ ਪਿਛਲੇ ਚਹੁੰ-ਪੰਜਾਂ ਵਰ੍ਹਿਆਂ ਵਿਚ ਜਿਹੋ-ਜਿਹੀ ਜਗਸੀਰ ਦੀ ਪਿੰਡ ਵਿਚ ਸੋਭਾ ਸੀ ਉਹਤੋਂ ਪ੍ਰਭਾਵਿਤ ਹੋਏ ਬਿਨਾਂ ਉਹ ਵੀ ਨਹੀਂ ਸੀ ਰਹਿ ਸਕਿਆ। ਕੁਝ ਗੰਭੀਰ ਹੋ ਕੇ ਉਹਨੇ ਪੁੱਛਿਆ:

"ਤੂੰ ਸੁਣਾ। ਹੋਰ ਸਰੀਰ ਤਾਂ ਤਕੜਾ ਰਹਿੰਦੈ ?"

"ਚੰਗੈ ਜੋ ਦਿਨ ਨੰਘਦੈ, ਤੇਰੀ ਕਿਰਪਾ ਨਾਲ।"

"ਹੂੰਹ! ਕਿਰਪਾ ਵਾਗੁਰੂ ਦੀ!... ਹੁਣ ਤਾਂ ਕੋੜ੍ਹਿਆ ਕਿਤੇ ਦਰਸ਼ਨ ਈ ਨ੍ਹੀਂ ਹੁੰਦੇ, ਪਤਾ ਨ੍ਹੀਂ ਕਿੱਥੇ ਰਹਿਨੈਂ ?"

"ਰਹਿਣਾ ਕਿੱਥੇ ਐ, ਐਥੇ ਤੇਰੇ ਨਗਰ-ਖੇੜੇ 'ਚ ਹੀ ਰਹੀਦੈ ?"

ਤੇ ਫੇਰ ਉਹ ਪਿੰਡ ਤਾਈਂ, ਸਾਰੇ ਰਾਹ ਗੱਲਾਂ ਕਰਦੇ ਆਏ : ਫ਼ਸਲਾਂ ਦੀਆਂ, ਵਿਆਹ-ਸਾਹਿਆਂ ਦੀਆਂ ਤੇ ਲੋਕਾਂ ਦੀ ਦਿਨੋ-ਦਿਨ ਮੰਦੀ ਹੁੰਦੀ ਜਾਂਦੀ ਹਾਲਤ ਦੀਆਂ; ਪਰ ਭਾਨੀ ਬਾਰੇ ਉਹਨਾਂ ਇੱਕ ਵੀ ਗੱਲ ਨਾ ਕੀਤੀ। ਉਸ ਪਿਛੋਂ ਉਹ ਕਈ ਵਾਰੀ ਮਿਲੇ ਤੇ ਓਵੇਂ ਗੱਲਾਂ ਕੀਤੀਆਂ। ਨਿੱਕੇ ਨੇ ਵੀ ਗੱਲ ਆਈ-ਗਈ ਕਰਕੇ ਦਿਲੋਂ ਕੱਢ ਦਿੱਤੀ।

ਫੇਰ ਚਾਣਚੱਕ ਈ ਨਿੱਕੇ ਦੀ ਮਾਂ ਮਰ ਗਈ। ਦੋ ਦਿਨ ਈ ਬੀਮਾਰ ਰਹੀ ਤੇ ਪੂਰੀ ਹੋ ਗਈ। ਜਗਸੀਰ ਉਹਦੇ ਸੱਥਰ 'ਤੇ ਬੈਠਣ ਗਿਆ ਤਾਂ ਉਹਨੇ ਭਾਨੀ ਨੂੰ ਵੇਖਿਆ। ਉਹਨੇ ਕਿਤੇ-ਕਿਤੇ ਉਹਨੂੰ ਪਹਿਲਾਂ ਵੀ ਵੇਖਿਆ ਸੀ; ਪਰ ਓਦੋਂ ਤਾਂ ਇੰਜ ਲੱਗਿਆ ਜਿਵੇਂ ਉਹ ਦੂਜੇ ਜਨਮ ਵਿਚ ਉਹਨੂੰ ਮਿਲਿਆ ਹੋਵੇ। ਭਾਨੀ ਦਾ ਰੰਗ ਰੂਪ ਅਜੇ ਓਵੇਂ ਦਗਦਾ ਲਗਦਾ ਸੀ, ਪਰ ਦਿਹ ਅੱਗੇ ਨਾਲੋਂ ਵੀ ਅੱਧੀ ਨਹੀਂ ਸੀ ਰਹੀ। ਇਕ ਵਾਰੀ ਜਗਸੀਰ ਨੇ ਉਹਨੂੰ ਗਹੁ ਨਾਲ ਵੇਖਿਆ, ਫੇਰ ਅਜਿਹੀ ਨੀਵੀਂ ਪਾਈ ਕਿ ਨਿਗ੍ਹਾ ਉੱਚੀ ਨਾ ਕਰ ਸਕਿਆ। ਉਂਜ ਜਿੰਨਾਂ ਚਿਰ ਉਹ ਬੈਠਾ ਰਿਹਾ ਵੈਣ ਪਾਉਂਦੀ ਭਾਨੀ ਦੀਆਂ ਅੱਖਾਂ ਵਿਚੋਂ ਕਿਰਦੇ ਹੰਝੂ ਉਹਨੂੰ ਪ੍ਰਤੱਖ ਦਿਸਦੇ ਰਹੇ- ਜਿਵੇਂ ਉਹ ਉਹਦੀਆਂ ਆਪਣੀਆਂ ਅੱਖਾਂ ਵਿਚੋਂ ਤ੍ਰਿਪ ਰਹੇ ਹੋਣ। ਉਹਦੇ ਲੰਮੇ ਵੈਣਾਂ ਨੇ ਜਗਸੀਰ ਦੇ ਅੰਦਰਲੀ ਪੀੜ ਵਰ੍ਹਿਆਂ ਪਿੱਛੋਂ ਮੁੜ ਜਗਾ ਦਿੱਤੀ, ਇੰਜ ਜਿਵੇਂ ਛੱਪੜ ਦੇ ਥੱਲੇ, ਗੱਭ ਵਿਚ ਗੱਡੀ ਹੋਈ ਮੁੱਢੀ, ਕਿਸੇ ਪਸ਼ੂ ਦਾ ਪੈਰ ਵੱਜ ਕੇ ਪੁੱਟੀ ਗਈ ਹੋਵੇ-ਜਗਸੀਰ ਦੀਆਂ ਅੱਖਾਂ ਮੱਲੋ-ਮੱਲੀ ਵਹਿ ਤੁਰੀਆਂ। ਕਿੰਨਾ ਚਿਰ ਉਹ ਕੋਸ਼ਿਸ਼ ਕਰਕੇ ਵੀ ਉਹਤੋਂ ਥੰਮੀਆਂ ਨਾ ਗਈਆਂ। ਤੇ ਅਖ਼ੀਰ ਉਹ ਉਥੋਂ ਉਠ ਕੇ ਤੁਰ ਆਇਆ। ਉਹਨੂੰ ਡਰ ਲੱਗਿਆ ਕਿ ਉਹਦੇ ਅੰਦਰ ਬੱਝੀ ਗੰਢ ਖੁੱਲ੍ਹ ਨਾ ਜਾਏ!... ਤੇ ਇਸ ਗੰਢ ਵਿੱਚ ਜਿਵੇਂ ਉਹਦਾ 'ਸਭ ਕੁਝ' ਬੱਧਾ ਹੋਇਆ ਸੀ- ਤੀਹ ਵਰ੍ਹੇ ਦੀ ਉਮਰ ਦੀ ਸਾਰੀ ਖੱਟੀ ਕਮਾਈ।...

ਇਕ ਜੱਕ ਜਿਹੀ ਈ ਜਿਵੇਂ ਹੋਈ ਪਈ ਸੀ। ਉਸ ਦਿਨ ਮਗਰੋਂ ਫੇਰ ਜਗਸੀਰ ਕਦੇ-ਕਦਾਈਂ ਨਿੱਕੇ ਦੇ ਘਰ ਜਾਣ ਲੱਗ ਪਿਆ। ਕਈ ਮੁਸ਼ਟੰਡੇ ਭਾਵੇਂ ਉਹਨੂੰ ਅਜੇ ਵੀ ਭੈੜੀ ਅੱਖ ਵੇਖਦੇ ਸਨ, ਪਰ ਉਂਜ ਉਹਦਾ ਆਉਣ-ਜਾਣ ਕਿਸੇ ਨੂੰ ਬਹੁਤਾ ਨਾ ਚੁੱਭਿਆ। ਉਹ ਨਿੱਕੇ ਦੇ ਨਾਲ ਈ ਉਹਨਾਂ ਦੇ ਘਰੇ ਜਾਂਦਾ ਰਹਿੰਦਾ। ਉਹਦੇ ਨਿਆਣਿਆਂ ਨਾਲ ਨਿੱਕੀਆਂ-ਨਿੱਕੀਆਂ ਗੱਲਾਂ ਕਰ ਆਉਂਦਾ। ਹੌਲੀ-ਹੌਲੀ ਭਾਨੀ ਉਹਨੂੰ ਨਿੱਕੇ-ਨਿੱਕੇ ਮਖੌਲ ਵੀ ਕਰਨ ਲੱਗ ਪਈ; ਪਰ ਉਹ ਸੁਭਾਵਕ ਈ ਉਹਨੂੰ ਅੱਗੋਂ ਕਦੇ ਕੋਈ ਮੋੜ ਨਹੀਂ ਸੀ ਦਿੰਦਾ। ਉਹਦੇ ਸਾਹਮਣੇ ਵਾਹ ਲਗਦੀ ਉਹਤੋਂ ਅੱਖਾਂ ਵੀ ਉੱਚੀਆਂ ਨਾ ਕੀਤੀਆਂ ਜਾਂਦੀਆਂ। ਨਿੱਕੇ ਨੂੰ ਵੀ ਉਹਦੇ ਉਤੇ ਹੁਣ ਕਿਸੇ ਤਰ੍ਹਾਂ ਦਾ ਕੋਈ ਸ਼ੱਕ ਨਹੀਂ ਸੀ ਹੁੰਦਾ। ਉਂਜ ਵੀ ਕਲਾਪਾ ਬੰਦਾ ਹੋਣ ਕਰਕੇ ਉਹਨੂੰ ਜਗਸੀਰ ਦੀ ਮਦਦ ਦੀ ਲੋੜ ਪੈਂਦੀ ਰਹਿੰਦੀ। ਜਗਸੀਰ ਉਹਦੀ ਪੈਲੀ ਵਹਾ ਦਿੰਦਾ, ਗੁਡਾਈ ਕਰਾ ਦਿੰਦਾ, ਪਾਣੀ ਲੁਆ ਦਿੰਦਾ, ਤੇ ਨਿੱਕਾ ਜਦੋਂ ਉਂਜ ਵੀ 'ਹਿਸਾਬ' ਲਾ ਕੇ ਵੇਂਹਦਾ ਤਾਂ ਇਹ ਸੌਦਾ ਉਹਨੂੰ ਮਹਿੰਗਾ ਨਾ ਲਗਦਾ। ਪਹਿਲਾਂ-ਪਹਿਲਾਂ ਲੋਕਾਂ ਨੇ ਕੁਝ ਦੰਦ ਕਥਾ ਛੇੜੀ। ਕਈਆਂ ਨੇ ਜਗਸੀਰ ਨੂੰ ਵਿਅੰਗ ਨਾਲ ਚੁੱਭਵੀਆਂ ਗੱਲਾਂ ਵੀ ਆਖੀਆਂ; ਪਰ ਜਦੋਂ ਉਹਨੇ ਸਾਰਿਆਂ ਨੂੰ ਅਣਗੌਲੇ ਕਰ ਛੱਡਿਆ ਤਾਂ ਸਭ ਆਪੇ ਚੁੱਪ ਹੋ ਗਏ।

ਤੇ ਫੇਰ ਜਗਸੀਰ ਦਾ ਆਉਣ ਜਾਣ ਹੌਲੀ-ਹੌਲੀ ਨਿੱਕੇ ਦੇ ਘਰ ਏਨਾਂ ਵਧ ਗਿਆ ਕਿ ਉਹ ਉਹਨਾਂ ਦੇ ਘਰ ਨੂੰ ਆਪਣਾ ਘਰ ਸਮਝਣ ਲੱਗ ਪਿਆ। ਹੁਣ ਉਹਨਾਂ ਦੇ ਘਰ

ਜਾਂਦਿਆਂ ਉਹਨੂੰ ਉੱਕਾ ਝਿਜਕ ਨਾ ਆਉਂਦੀ। ਕਦੇ ਜਦੋਂ ਨਿੱਕਾ ਘਰ ਨਾ ਹੁੰਦਾ ਜਗਸੀਰ ਓਦੋਂ ਵੀ ਜਾ ਵੜਦਾ। ਅਜਿਹੇ ਵੇਲੇ ਭਾਨੀ ਜਦੋਂ ਕਿਤੇ ਪੁਰਾਣੀਆਂ ਗੱਲਾਂ ਛੇੜ ਲੈਂਦੀ ਜਗਸੀਰ ਉਹਨੂੰ ਗੱਲ ਵਧਾਉਣ ਨਾ ਦਿੰਦਾ।

"ਭੁੱਬਲ ਫਰੋਲ ਕੇ ਕੀ ਥਿਔਣੈ ਭਾਨੋ! ਮੇਰੇ 'ਚ ਹੁਣ ਏਨੀ ਝਾਲ ਝੱਲਣ ਜੋਗਾ ਬਲ ਹੈ ਨ੍ਹੀਂ। ਉਹ ਵੇਲੇ ਯਾਦ ਕਰਕੇ ਕੀ ਲੈਣੈਂ। ਹੁਣ ਤਾਂ ਖਿੱਚ ਕੇ ਮੌਤ ਦੇ ਦਿਨ ਨੇੜੇ ਕਰਨੇਂ ਐਂ, ਉਹ ਹੋਈ ਜਾਣਗੇ।" ਪਰ ਜਗਸੀਰ ਨੂੰ ਜਾਪਦਾ ਉਹਦੀ ਗੰਢ ਖਿੰਡੂ-ਖਿੰਡੂ ਕਰਨ ਲੱਗ ਪੈਂਦੀ ਤਾਂ ਉਹ ਅਣਜਾਣੇ ਡਰ ਨਾਲ ਭੈ-ਭੀਤ ਹੋਇਆ ਛੇਤੀ ਦੇਣੇ ਓਥੋਂ ਤੁਰ ਆਉਂਦਾ।

ਪਿੰਡ ਦੇ ਕਈ ਮੁਸ਼ਟੰਡੇ, ਜਿਨ੍ਹਾਂ ਭਾਨੀ ਤੋਂ ਕਈ ਵਾਰੀ ਪੱਤ ਲੁਹਾਈ ਸੀ, ਗੱਲਾਂ ਬਣਾਉਣੋਂ ਅਜੇ ਵੀ ਨਹੀਂ ਸਨ ਹਟਦੇ। ਭਾਨੀ ਨੂੰ ਸੁਣਾ ਸੁਣਾ ਕੇ ਉਹ ਉਹਦੇ ਵਿਚ ਦੀ ਗੱਲਾਂ ਕੱਢਦੇ। ਪਰ ਉਹ ਸਾਰੀਆਂ ਜਗਸੀਰ ਨੂੰ ਦੱਸ ਦਿੰਦੀ।

"ਆਪਣੇ ਸੰਨ੍ਹ ਰੱਬ ਐ ਭਾਨੋ! ਇਹੋ ਜਿਹਾ ਗੰਦ ਜਦੋਂ ਆਪਾਂ ਘੋਲ਼ਣ ਵੇਲੇ ਨਾ ਘੋਲਿਆ, ਹੁਣ ਕਾਲਸ ਦਾ ਟਿੱਕਾ ਕਾਹਦੀ ਖਾਤਰ ਖੱਟਣੈਂ। ਆਖਣ ਦੇ ਜੋ ਆਖਦੇ ਐ; ਉਤਾਂਹ ਥੁੱਕਿਆ ਆਵਦੇ ਮੂੰਹ 'ਤੇ ਈ ਪੈਂਦੈ।"

ਉਹ ਥੁੱਕਣ ਵਾਲੇ ਆਪੇ ਮੂੰਹ ਗੰਦੇ ਕਰਕੇ ਹਟ ਗਏ। ਚੰਦ ਘਟਦਾ, ਵਧਦਾ ਓਵੇਂ ਲਿਸ਼ਕਦਾ ਰਿਹਾ... ਤੇ ਹੁਣ ਵੀ ਓਵੇਂ ਲਿਸ਼ਕਦਾ ਸੀ।

x x x

ਜਗਸੀਰ ਨੂੰ ਗੱਡੇ ਦੇ ਪੱਟ ਬੈਠਿਆਂ ਇਕ ਝਟਕਾ ਜਿਹਾ ਵੱਜਿਆ ਤੇ ਜਦੋਂ ਉਹਦੀ ਸੁਰਤ ਪਰਤੀ, ਉਹ ਪਿੰਡ ਦੇ ਨੇੜੇ ਆ ਗਿਆ ਹੋਇਆ ਸੀ।

"ਵਾਹ ਓਇ ਕਰਮਾਂ ਦਿਆਂ ਬਲੀਆ।" ਉਸ ਇਕ ਹਉਕਾ ਲੈ ਕੇ ਆਖਿਆ ਤੇ ਆਪਣੀ ਏਸ ਓਪਰੀ ਜੂਨ ਦੇ ਇਹਨਾਂ ਨਕਸ਼ਾਂ ਨੂੰ, ਅੱਜ ਏਨੇ ਪਰਤੱਖ ਵੇਖ ਕੇ ਉਹਨੂੰ ਜਿਵੇਂ ਕੋਈ ਤਸੱਲੀ ਹੋਈ। ਓਸ ਬਲਦਾਂ ਨੂੰ ਟਿਚਕਾਰੀ ਮਾਰ ਕੇ ਭਜਾ ਲਿਆ। ਤੜਕੇ ਦੇ ਘਰੋਂ ਗਏ ਬਲਦ ਛਾਲੀਂ ਹੋ ਪਏ।

ਗੱਡਾ ਧਰਮ ਸਿੰਘ ਕੇ ਵਾੜੇ ਵਿਚ ਖੜ੍ਹਾ ਕੇ ਉਸ ਭੰਡਾਰੀ ਖੋਹਲੀ ਤੇ ਵਿਚੋਂ ਮੂਕਾ ਕੱਢ ਕੇ ਮੋਢੇ ਤੇ ਧਰ ਲਿਆ। ਬਲਦ ਉਸ ਧਰਮ ਸਿੰਘ ਦੇ ਘਰ ਬੰਨ੍ਹੇ ਤੇ ਫਿਰਨੀ ਪੈ ਕੇ ਨਿੱਕੇ ਦੇ ਘਰ ਵਲ ਹੋ ਤੁਰਿਆ। ਗਲੀ ਦੇ ਮੋੜ 'ਤੇ ਜਾ ਕੇ ਉਹਨੂੰ ਭਾਨੀ ਦੀ ਸਾਰਿਆਂ ਤੋਂ ਛੋਟੀ ਕੁੜੀ, ਗਲੀ ਵਿਚ ਖੇਡਦੀ ਦਿੱਸੀ। ਉਹ ਥੋੜਾ ਜਿਹਾ ਅਗਾਂਹ ਜਾ ਕੇ, ਕੁੜੀ ਨੂੰ ਵਿਖਾਲੀ ਦੇ ਕੇ, ਪਿਛਾਂਹ ਮੁੜ ਪਿਆ।

"ਜਗਛੀ ਤਾਤਾ, ਜਗਛੀ ਤਾਤਾ... ਬੇ ਭੀਤੋ। ਜਗਛੀ ਤਾਤਾ।" ਤੇ ਉਹ ਉੱਚੀ-ਉੱਚੀ ਰੌਲਾ ਪਾਉਂਦੀ ਤੇ ਆਪਣੇ ਭਰਾਵਾਂ ਨੂੰ ਬੁਲਾਉਂਦੀ, ਜਗਸੀਰ ਦੇ ਮਗਰ ਭੱਜ ਤੁਰੀ।

ਪਿਛੋਂ ਦੀ ਜਾ ਕੇ ਉਹਨੇ ਜਗਸੀਰ ਦੀਆਂ ਲੱਤਾਂ ਨੂੰ ਏਡੀ ਜ਼ੋਰ ਦੀ ਜੱਫੀ ਪਾਈ ਕਿ ਜਗਸੀਰ ਡਿੱਗਦਾ ਡਿੱਗਦਾ ਬਚਿਆ। ਨਾਲ ਦੀ ਨਾਲ ਵੱਡਾ ਮੁੰਡਾ ਭੀਤੋ ਸਿਰ-ਮਦਾਨ ਭੱਜਿਆ ਆਇਆ ਤੇ ਉਹਦੇ ਮੋਢੇ ਤੋਂ, ਝਪਟਾ ਮਾਰ ਕੇ ਮੂਕਾ ਲਾਹ ਕੇ ਲੈ ਗਿਆ।

'ਓਇ ਬੋਲੀਏ, ਸਾਰਾ ਕੁਸ਼ ਤਾਂ ਔਹ ਬਾਂਦਰ ਲੈ ਗਿਆ, ਹੁਣ ਮੈਥੋਂ ਕੀ ਭਾਲਦੀ ਐਂ?" ਜਗਸੀਰ ਨੇ ਕੁੜੀ ਤੋਂ ਲੱਤਾਂ ਛੁਡਾਂਦਿਆਂ ਕਿਹਾ।

ਉਹਦੀ ਗੱਲ ਸੁਣ ਕੇ ਕੁੜੀ ਭਿੱਤੂ ਦੇ ਪਿੱਛੇ ਨੱਸ ਪਈ। ਭਿੱਤੂ ਆਪਣੀ ਥੜ੍ਹੀ ਉਤੇ ਜਾ ਕੇ ਮੂਕੇ ਦੀਆਂ ਗੰਢਾਂ ਖੋਲ੍ਹਣ ਲੱਗ ਪਿਆ ਸੀ।

"ਬਾਈ ਮੈਨੂੰ, ਭੀਤੋ ਬਾਈ ਮੈਨੂੰ।..." ਕੁੜੀ ਰੌਲਾ ਪਾਉਂਦੀ ਉਹਦੇ ਨੇੜੇ ਆ ਗਈ,

ਪਰ ਭੀਤੇ ਨੇ ਮੂਕਾ ਲੱਤਾਂ ਵਿਚ ਘੁੱਟ ਲਿਆ।

ਜਗਸੀਰ ਹੌਲੀ-ਹੌਲੀ ਉਹਨਾਂ ਵਲ ਤੁਰ ਪਿਆ। ਕੁੜੀ ਨੇ ਪਹਿਲਾਂ ਤਾਂ ਭੀਤੇ ਅੱਗੇ ਮੰਗਤਿਆਂ ਵਾਂਗ ਹੱਥ ਅੱਡ ਕੇ ਮਿੰਨਤਾਂ ਕੀਤੀਆਂ, ਪਰ ਫੇਰ ਝੱਬੁਟ ਮਾਰ ਕੇ ਮੂਕੇ ਨੂੰ ਪੈ ਗਈ। ਦੋਹਾਂ ਨੇ ਚੀਕ-ਚਿਹਾੜਾ ਪਾ ਲਿਆ। ਦੋਹਾਂ ਨੂੰ, ਇੰਜ, ਉਹਦੇ ਲਿਆਂਦੇ ਰਿਉੜੀਆਂ-ਪਤਾਸਿਆਂ ਪਿਛੇ, ਝਗੜਦਿਆਂ ਵੇਖ ਕੇ, ਹਮੇਸ਼ਾਂ ਇਕ ਸੁਆਦ ਜਿਹਾ ਆਉਂਦਾ ਸੀ। ਉਹਦੀਆਂ ਅੱਖਾਂ ਨਿਆਣਿਆਂ ਨੂੰ ਇੰਜ ਚੌੜ ਕਰਦੇ ਵੇਖਣ ਨਾਲ ਠੰਢੀਆਂ-ਠੰਢੀਆਂ ਹੋ ਜਾਂਦੀਆਂ ਸਨ।

"ਨਾ ਲੜੋ; ਨਾ ਉਇ, ਨਾ ਲੜੋ।" ਉਹਨਾਂ ਦੇ ਨੇੜੇ ਆਉਂਦਿਆਂ ਉਸ ਹੱਸਦਿਆਂ ਹੱਸਦਿਆਂ ਆਖਿਆ।

ਨਿਆਣਿਆਂ ਦਾ ਰੌਲਾ ਸੁਣ ਕੇ ਭਾਨੀ ਵੀ ਅੰਦਰੋਂ ਨਿਕਲ ਆਈ ਸੀ।

"ਕੀ ਗੱਲ ਐ ਵੇ, ਕਿਉਂ ਲੜਦੇ ਓਂ?" ਉਸ ਪੁੱਛਿਆ।

"ਚਾਛੇ ਨ੍ਹੀਂ ਦਿੰਦਾ ਬੇਬੇ-ਜਗਛੀ ਤਾਤੇ ਦੇ ਚਾਛੇ..." ਰੋਣ-ਹੱਕੀ ਹੋਈ ਕੁੜੀ ਨੇ ਡੁਸਕਦਿਆਂ ਆਖਿਆ।

ਭਾਨੀ ਨੇ ਨੇੜੇ ਆਉਂਦੇ ਜਗਸੀਰ ਵਲ ਤੱਕਿਆ ਤੇ ਚੁੰਨੀ ਦਾ ਪੱਲਾ ਸੂਤ ਕਰਦਿਆਂ ਰਤਾ ਕੁ ਮੁਸਕਰਾ ਕੇ ਬੋਲੀ :

"ਹੋਰ ਜਗਸੀਰ ਚਾਚੇ ਨੇ ਕੀ ਸਿਉ ਲਿਆ ਕੇ ਦੇਣੇ ਐਂ, ਪਤਾਸੇ ਈ ਲਿਆਉਣੇ ਐਂ ਨਾ, ਥੋਨੂੰ ਕੁੱਕੜਾਂ ਆਂਗੂ ਲੜੌਣ ਨੂੰ।"

ਜਗਸੀਰ ਮਾੜਾ-ਮਾੜਾ ਹਸਦਾ ਨੇੜੇ ਆ ਗਿਆ, ਪਰ ਬੋਲਿਆ ਕੁਸ਼ ਨਾ। ਭਾਨੀ ਦੇ ਅਜਿਹੇ ਨਿੱਕੇ-ਨਿੱਕੇ ਮਖ਼ੌਲ ਉਹ ਸਿਰਫ਼ ਸੁਣ ਈ ਸਕਦਾ ਸੀ ਇਹਨਾਂ ਦਾ ਮੋੜ ਉਸ ਕਦੇ ਨਹੀਂ ਸੀ ਦਿੱਤਾ- ਇੰਜ ਕਰਨਾ ਜਿਵੇਂ ਉਹਨੂੰ ਉਂਜ ਈ ਭਾਨੀ ਦੀ ਬੇ-ਅਦਬੀ ਲਗਦੀ ਸੀ। ਵਾਹ ਲਗਦੀ ਉਹ ਭਾਨੀ ਨੂੰ ਤਾੜ ਕੇ ਵੇਖਦਾ ਵੀ ਨਹੀਂ ਸੀ। ਅੱਖਾਂ ਪਾੜ ਕੇ ਵੇਖਣਾ ਵੀ ਉਹਨੂੰ ਭਾਨੀ ਦੇ ਨਾਲ ਆਪਣੇ ਸੰਬੰਧਾਂ ਦੀ ਹੇਠੀ ਕਰਨ ਵਾਲੀ ਗੱਲ ਜਾਪਦੀ।

ਭਾਨੀ ਨੇ ਭੀਤੇ ਤੋਂ ਮੂਕਾ ਖੋਹ ਲਿਆ ਤੇ ਅੰਦਰ ਚਲੀ ਗਈ। ਮਗਰੋਂ ਦੋਵੇਂ ਨਿਆਣੇ ਰੌਲਾ ਪਾਉਂਦੇ ਉਹਦੇ ਪਿਛੇ ਨੱਸੇ। ਜਗਸੀਰ ਬਾਹਰ ਗਲੀ ਵਿਚ ਈ ਖੜੋਤਾ ਏਸ ਨਿੱਕੇ ਜਿਹੇ ਝਗੜੇ ਦਾ ਸੁਆਦ ਮਾਣਦਿਆਂ, ਮੁਸਕਰਾਂਦਾ ਰਿਹਾ।

"ਓਇ ਚੋਰੋ, ਮੇਰਾ ਮੂਕਾ ਤਾਂ ਦੇ ਦਿਓ।" ਬਿੰਦ ਕੁ ਪਿਛੋਂ ਉਹਨੇ ਹੌਲੀ ਦੇਣੇ ਆਖਿਆ।

"ਮੂਕਾ ਰੂੰਗੇ 'ਚ!" ਭਾਨੀ ਨੇ ਜਵਾਬ ਦਿੱਤਾ ਤੇ ਫੇਰ ਮੁਸਕਰਾਂਦੀ ਹੋਈ ਬੋਲੀ, " ਆ ਜਾ ਬਿੰਦ ਬਹਿ ਜਾਹ, ਪਾਣੀ ਧਾਣੀ ਪੀ ਕੇ ਜਾਂਦਾ ਰਹੀਂ।"

"ਬੱਸ ਚਲਦੇ ਐਂ। ਘਰੇ ਨਿਆਣੇ ਨਿੱਕੇ ਅਡੀਕਦੇ ਹੋਣਗੇ।"

ਪਰ ਜਗਸੀਰ ਨੂੰ ਇਹ ਮਖ਼ੌਲ ਤੁਰਤ ਈ ਪਛਤਾਵਾ ਜਿਹਾ ਲੱਗ ਗਿਆ। ਉਹਨੇ ਵੇਖਿਆ ਕਿ ਭਾਨੀ ਦਾ ਚਿਹਰਾ ਗੰਭੀਰ ਹੋ ਗਿਆ ਸੀ; ਤੇ ਉਹ ਨਿਆਣਿਆਂ ਨੂੰ ਰਿਉੜੀਆਂ ਪਤਾਸੇ ਵੰਡਦਿਆਂ ਕੁਝ? ਉਦਾਸ ਜਿਹੀ ਹੋ ਗਈ ਸੀ। ਹੋਰ ਕੋਈ ਮਖ਼ੌਲ ਕਰਨ ਜੋਗਾ ਉਹਦਾ ਰਉਂ ਨਹੀਂ ਸੀ ਰਿਹਾ। ਏਸੇ ਕਰਕੇ ਉਹ ਵਧੇਰੇ ਚਿਰ ਉਥੇ ਨਾ ਖੜ੍ਹ ਸਕਿਆ ਤੇ ਕਾਹਲੀ-ਕਾਹਲੀ ਘਰ ਨੂੰ ਤੁਰ ਆਇਆ। ਆਪਣਾ ਮੂਕਾ ਫੜਨ ਜੋਗਾ ਵਕਤ ਵੀ ਉਹ ਨਾ ਉਡੀਕ ਸਕਿਆ।

ਚਾਰ

ਜਗਸੀਰ ਨੇ 'ਆਪਣੇ ਖੇਤ' ਨੂੰ ਚੰਗੀ ਤਰ੍ਹਾਂ ਦੂਹਰ-ਤੀਹਰ ਕੇ ਸੁਹਾਗ ਕੇ ਬੀਜਿਆ। ਉਸ ਕੋਈ ਮੋਟਾ ਡਲ਼ਾ ਜਾਂ ਖੱਬਲ ਦੀ ਤਿੜ੍ਹ ਨਹੀਂ ਸੀ ਰਹਿਣ ਦਿੱਤੀ। ਜਦੋਂ ਕਣਕ ਉੱਗਰੀ ਤਾਂ ਸਾਰਾ ਖੇਤ ਸੱਜਰੀ ਰੰਗੀ ਹਰੀ ਚੁੰਨੀ ਵਾਂਗ ਦਿੱਸਣ ਲੱਗ ਪਿਆ। ਇਕ ਦਿਨ ਜਦੋਂ ਜਗਸੀਰ ਤੇ ਭੰਤਾ 'ਕੱਠੇ ਖਾਲ ਸੰਵਾਰਨ ਗਏ ਤਾਂ 'ਜਗਸੀਰ ਕੇ' ਕਿਆਰਿਆਂ ਦਾ ਜੰਮ ਵੇਖ ਕੇ ਭੰਤੇ ਨੂੰ ਅੱਗ ਲੱਗ ਗਈ। ਨਾਲ ਦੇ, ਉਸ ਦੇ ਆਪਣੇ ਵਾਹੇ-ਬੀਜੇ ਕਿਆਰਿਆਂ ਵਲ ਵੇਖ ਕੇ ਉਹਦੀ ਈਰਖਾ ਹੋਰ ਵੀ ਭੜਕ ਪਈ। ਇਹਨਾਂ ਕਿਆਰਿਆਂ ਵਿਚ ਥਾਂ-ਥਾਂ, ਕੋਹੜੀ ਦੇ ਪਿੰਡੇ ਵਾਂਗ ਧੋੜੀਆਂ ਪਈਆਂ ਹੋਈਆਂ ਸਨ। ਜਗਸੀਰ ਦਾ ਏਸ ਗੱਲ ਵਿਚ ਭਾਵੇਂ ਕੋਈ ਦੋਸ਼ ਨਹੀਂ ਸੀ, ਨਾਲ ਦੇ ਕਿਆਰੇ ਭੰਤੇ ਤੇ ਉਹਦੇ ਛੋਟੇ ਭਰਾ ਨੇ ਬੀਜੇ ਸਨ; ਪਰ ਫੇਰ ਵੀ ਉਹਨੂੰ ਗੁੱਸਾ ਜਗਸੀਰ ਉਤੇ ਈ ਆ ਰਿਹਾ ਸੀ।

ਜਗਸੀਰ ਨੇ ਖੇਤ ਆਉਂਦਿਆਂ ਈ, ਟਾਹਲੀ ਕੋਲ ਵੱਟ 'ਤੇ ਖੜੋ ਕੇ ਆਪਣੇ ਕਿਆਰਿਆਂ ਤੇ ਨਿਗ੍ਹਾ ਮਾਰੀ, ਉਹਦੀਆਂ ਅੱਖਾਂ ਠੰਡੀਆਂ-ਠੰਡੀਆਂ ਹੋ ਗਈਆਂ! ਦੂਰ ਤੱਕ ਖਿੱਲਰੇ ਖੇਤਾਂ ਦੀ ਗੁੱਠ ਉਤੇ ਉਹਦਾ ਕਿਆਰਾ ਉਹਨੂੰ ਹਰੀ ਚੁੰਨੀ ਦੇ ਲੜ ਉਤੇ ਰੀਝ ਲਾ ਕੇ ਕੱਢੀ ਬੂਟੀ ਵਾਂਗ ਲੱਗਦਾ ਸੀ। ਉਹ ਖ਼ਾਸਾ ਚਿਰ, ਟਸਰੀ ਦੇ ਬੰਬਲਾਂ ਵਾਂਗ ਝੂਲਦੇ ਨਿੱਕੇ-ਨਿੱਕੇ ਬੂਟਿਆਂ ਨੂੰ ਵੇਂਹਦਾ ਰਿਹਾ। ਹਰ ਬੂਟੇ ਦੀਆਂ ਤੂਈਆਂ ਉਹਨੂੰ ਆਪਣੇ ਸਰੀਰ ਦੇ ਰੋਮਾਂ ਵਰਗੀਆਂ ਜਾਪਦੀਆਂ ਸਨ। ਉਹਦੀਆਂ ਅੱਖਾਂ ਵਿਚ ਇਕ ਓਪਰਾ ਨਸ਼ਾ ਤੇ ਅੰਗਾਂ ਵਿਚ ਸੁਆਦ ਸੀ। ਪਰ ਉਹ ਇੰਜ ਖੜੋਤਾ ਭੰਤੇ ਨੂੰ ਬੜਾ ਭੈੜਾ ਲੱਗਿਆ।

"ਆ ਹੁਣ ਠੰਡੇ-ਠੰਡੇ ਝੁੱਟੀ ਲਾ-ਲੀਏ; ਬਥੇਰੀ ਹੋਊਗੀ, ਐਂ ਵੇਖੇ ਤੋਂ ਇਹਨੂੰ ਕੋਈ ਲਾਲ ਨ੍ਹੀਂ ਲੱਗਣ ਲੱਗੇ, ਲੱਗਣਗੇ ਤਾਂ ਕਣਕ ਦੇ ਦਾਣੇ ਈ!"

ਜਗਸੀਰ ਦਾ ਜਿਵੇਂ ਸੁਪਨਾ ਟੁੱਟ ਗਿਆ। ਉਹ ਚੁੱਪ ਕਰਕੇ ਭੰਤੇ ਦੇ ਮਗਰ ਤੁਰ ਪਿਆ, ਤੇ ਦੋਵੇਂ ਖਾਲ ਸੰਵਾਰਨ ਜਾ ਲੱਗੇ।

ਫੇਰ ਅਗਲੀ ਰਾਤ ਜਗਸੀਰ ਤੇ ਭੰਤਾ, ਰਾਤ ਨੂੰ ਜਦੋਂ ਪਾਣੀ ਲਾਉਣ ਆਏ ਤਾਂ ਜਗਸੀਰ ਨੇ ਪਾਣੀ ਵੱਢਣ ਤੋਂ ਬਿੰਦ ਕੁ ਪਹਿਲਾਂ, 'ਆਪਣੇ ਖੇਤ' ਵਲ ਸੈਨਤ ਕਰਕੇ ਆਖਿਆ, "ਪਹਿਲਾਂ ਇਹਦਾ ਕੰਮ ਈ ਮੁਕਾ ਲੈਂਦੇ..."

"ਇਹ ਭੱਜਿਆ ਜਾਂਦੈ ਕਿਤੇ," ਭੰਤੇ ਨੇ ਤੋੜਵਾਂ ਜੁਆਬ ਦਿਤਾ, "ਜੇ ਮਗਰੋਂ ਲੱਗ-ਜੂ ਤਾਂ ਕੋਈ ਪਟਮੇਲੀ ਨ੍ਹੀਂ ਆਉਂਦੀ!"

ਜਗਸੀਰ ਚੁੱਪ ਕਰ ਗਿਆ। ਉਹਦੀ ਉਮਰ ਵਿਚ ਪਹਿਲੀ ਵਾਰ 'ਕੁਸ਼ਗਨੀ' ਗੱਲ ਹੋਣ ਲੱਗੀ ਸੀ। ਅੱਜ ਤਾਈਂ ਧਰਮ ਸਿੰਘ ਤੇ ਉਹ ਜਦੋਂ ਵੀ ਪਾਣੀ ਲਾਉਣ ਆਉਂਦੇ, ਤਾਂ ਜਗਸੀਰ ਕੇ ਕਿਆਰਿਆਂ ਨੂੰ ਪਹਿਲਾਂ ਲਾ ਕੇ ਫੇਰ ਦੂਜੇ ਪਾਸੇ ਵਢਦੇ ਸਨ। ਪਾਣੀ ਅੱਗੋਂ-ਪਿਛੋਂ ਲੱਗਣ ਦਾ ਵੀ ਜਗਸੀਰ ਨੂੰ ਐਡਾ ਫ਼ਰਕ ਨਹੀਂ ਸੀ ਲਗਦਾ, ਪਰ ਭੰਤੇ ਦੇ ਦਿਨੋ ਦਿਨ ਰੁੱਖੇ ਹੁੰਦੇ ਵਤੀਰੇ ਕਰਕੇ ਉਹ ਜ਼ਰੂਰ ਦੁਖੀ ਸੀ। ਪਿਛਲੇ ਦੋ-ਤਿੰਨ ਵਰ੍ਹਿਆਂ ਤੋਂ ਭੰਤੇ ਦੇ ਰੰਗ-ਢੰਗ ਹੋਰ ਈ ਹੁੰਦੇ ਜਾਂਦੇ ਸਨ। ਜਗਸੀਰ ਨੂੰ ਭਾਵੇਂ ਪਤਾ ਲੱਗ ਗਿਆ ਸੀ ਕਿ ਧਰਮ ਸਿੰਘ ਤੋਂ

ਮਗਰੋਂ ਭੰਤੇ ਨਾਲ ਉਹਦੀ ਇਕ ਦਿਨ ਵੀ ਨਹੀਂ ਨਿਭਣੀ, ਪਰ ਹੁਣ ਭੰਤਾ ਜਿਹੜਾ ਕੌੜਾ-ਮਿੱਠਾ ਉਹਨੂੰ ਬੋਲਦਾ ਰਹਿੰਦਾ ਸੀ, ਜਗਸੀਰ ਲਈ ਸਹਿਣਾ ਔਖਾ ਸੀ। ਜਿਵੇਂ, ਆਦਰ-ਭਉ ਨਾਲ ਉਹਨੇ ਧਰਮ ਸਿੰਘ ਨਾਲ ਦਿਨ ਕੱਟੇ ਸਨ, ਉਹ ਚਾਹੁੰਦਾ ਸੀ ਬਾਕੀ ਦੀ ਉਮਰ ਵੀ ਏਵੇਂ ਲੰਘ ਜਾਏ; ਪਰ ਇਹ ਗੱਲ ਉਹਨੂੰ ਪੁੱਗਦੀ ਨਹੀਂ ਸੀ ਜਾਪਦੀ।

ਜਗਸੀਰ ਨੇ ਨਾਲ ਦੇ ਖੇਤ ਵਾਲਿਆਂ ਤੋਂ ਵਕਤ ਪੁੱਛ ਕੇ ਪਾਣੀ ਵੱਢ ਲਿਆ। ਭੰਤਾ ਪਾਣੀ ਵਢਾ ਕੇ ਟਾਹਲੀ ਹੇਠ ਜਾ ਬੈਠਾ। ਕੱਖ-ਕਾਣ 'ਕੱਠਾ ਕਰਕੇ ਉਹਨੇ ਅੱਗ ਮਚਾ ਲਈ ਤੇ ਉਤੇ ਭੂਰਾ ਲੈ ਕੇ ਆਰਾਮ ਨਾਲ, ਟਾਹਲੀ ਦੇ ਮੁੱਢ ਨਾਲ ਲੱਗ ਕੇ ਬਹਿ ਗਿਆ। ਜਗਸੀਰ ਨੂੰ ਇੱਕਲੇ ਨੂੰ ਨੱਕੇ ਵੀ ਮੋੜਨੇ ਪੈ ਰਹੇ ਸਨ ਤੇ ਪਿੱਛੇ ਖਾਲ਼ ਉਤੇ ਵੀ ਗੇੜਾ ਮਾਰਨਾ ਪੈਂਦਾ ਸੀ। ਇਕ ਦੋ ਵਾਰੀ ਉਹਦੇ ਚਿਤ 'ਚ ਆਈ ਕਿ ਭੰਤੇ ਨੂੰ ਆਖੇ ਉਹ ਖਾਲ਼ ਉਤੇ ਈ ਗੇੜਾ ਮਾਰ ਆਏ, ਪਰ ਹੋਰ ਬੋਲ-ਵਿਗਾੜ ਹੋਣ ਦੇ ਡਰੋਂ ਉਹ ਚੁੱਪ ਕਰ ਰਿਹਾ।

ਇੰਜ ਕੱਲ-ਮੁਕੱਲਿਆਂ ਪਾਣੀ ਲਾਉਂਦਿਆਂ ਜਗਸੀਰ ਨੂੰ ਉਹ ਦਿਨ ਯਾਦ ਆਏ ਜਦੋਂ ਉਹ ਤੇ ਧਰਮ ਸਿੰਘ ਹੱਸ-ਖੇਡ ਕੇ ਪਾਣੀ ਲਾਉਂਦੇ ਹੁੰਦੇ ਸਨ। ਦੋ-ਦੋ ਪਹਿਰਾਂ ਦੀ ਵਾਰੀ ਲਾ ਕੇ ਵੀ ਉਹਨਾਂ ਨੂੰ ਇੰਜ ਲਗਦਾ ਜਿਵੇਂ ਅਜੇ ਇਕ ਪਲ ਵੀ ਨਹੀਂ ਸੀ ਬੀਤਿਆ। ਉਹਨਾਂ ਕਦੇ ਥਕਾਵਟ ਨਹੀਂ ਸੀ ਮੰਨੀ। ਸਿਆਲ ਵਿਚ ਖੋਪੇ ਦੀਆਂ ਦੋ ਨੂਠੀਆਂ ਤੇ ਅੱਧ-ਅੱਧ ਸੇਰ ਗੁੜ ਉਹ ਤੁਰੇ ਫਿਰਦੇ ਖਾ ਜਾਂਦੇ ਤੇ ਉੱਤੇ ਕਦੇ ਖੇਸੀ ਵੀ ਨਹੀਂ ਸੀ ਲਈ।

"... ਪਰ ਇਹ ਤਾਂ ਸਭ ਹੋ-ਬੀਤੀਆਂ ਗੱਲਾਂ ਸਨ, ਇਨ੍ਹਾਂ ਦਾ ਕੀ ਉਧੇੜਨਾ!" ਜਗਸੀਰ ਨੇ ਸੋਚਿਆ ਤੇ ਕੱਕਰ ਵਰਗੇ ਪਾਣੀ ਵਿਚ ਸੁੰਨ ਹੁੰਦੀਆਂ ਜਾਂਦੀਆਂ ਲੱਤਾਂ ਨਾਲ ਉਹ ਪਾਣੀ ਲਾਉਂਦਾ ਫਿਰਿਆ।

ਘੰਟੇ ਕੁ ਮਗਰੋਂ ਜਗਸੀਰ ਨੂੰ ਖਾਲ਼ ਵਿਚ ਪਾਣੀ ਘਟਦਾ ਲੱਗਿਆ। ਉਸ ਬੜੀ ਨੀਵੀਂ ਜਿਹੀ ਆਵਾਜ਼ ਵਿਚ ਭੰਤੇ ਨੂੰ ਆਖਿਆ: "ਪਾਣੀ ਥੋੜ੍ਹਾ ਆਉਂਦੈ, ਮੈਂ ਕੱਸੀ 'ਤੇ ਗੇੜਾ ਮਾਰ ਆਵਾਂ, ਤੂੰ ਦੋ ਚਾਰ ਨੱਕੇ ਮੋੜ ਲਈਂ।"

"ਕੱਸੀ ਨੱਬੇ ਕੋਹ ਵਾਟ ਐ, ਅੱਧਾ ਕਿਆਰਾ ਰਮਦੇ-ਰਮਦੇ ਮੁੜ-ਆਏਂਗਾ:" ਭੰਤੇ ਨੇ ਆਖਿਆ, "ਬਹੁਤਾ ਕਰਦੈਂ ਦੋ ਕਿਆਰਿਆਂ ਦੇ ਕੱਠੇ ਮੂੰਹ ਵੱਢ ਦੇ।"

ਜਗਸੀਰ ਨੇ ਦੋ ਕਿਆਰਿਆਂ ਵਿਚ ਪਾਣੀ ਵੱਢ ਦਿੱਤਾ ਤੇ ਖਾਲ਼-ਖਾਲ਼ ਕੱਸੀ ਵਲ ਤੁਰ ਗਿਆ, ਪਰ ਭੰਤਾ ਫੇਰ ਵੀ ਟਾਹਲੀ ਹੇਠੋਂ ਨਾ ਉੱਠਿਆ।

ਰਾਹ ਵਿਚ ਇਕ ਥਾਂ ਖਾਲ਼ ਵਿਚ ਕਿੰਨਾ ਸਾਰਾ ਘਾਹ-ਫੂਸ ਅੜਿਆ ਹੋਇਆ ਸੀ ਤੇ ਪਾਣੀ ਉੱਛਲ ਕੇ ਨਾਲ ਦੇ ਖੇਤ ਵਿਚ ਪਈ ਜਾਂਦਾ ਸੀ। ਜਗਸੀਰ ਨੇ ਇੱਕਠਾ ਹੋਇਆ ਨਿੱਕ-ਸੁੱਕ ਸਲੰਘ ਨਾਲ ਬਾਹਰ ਕਢ ਦਿਤਾ, ਪਰ ਅਜੇ ਵੀ ਉਹਨੂੰ ਸ਼ੱਕ ਸੀ ਕਿ ਪਿਛੇ ਕੱਸੀ ਵਿਚ ਕਿਤੇ ਜ਼ਰੂਰ ਕੁਝ ਅੜਿਆ ਹੋਇਆ ਸੀ। ਏਸੇ ਕਰਕੇ ਉਹ ਧੁਰ ਸੂਏ ਤਾਈਂ ਤੁਰਿਆ ਗਿਆ। ਮੋਘੇ ਵਿਚ ਹੱਥ ਮਾਰ ਕੇ ਵੇਖਿਆ, ਕੁਝ ਵੀ ਨਹੀਂ ਸੀ, ਉਹ ਮੁੜ ਆਇਆ। ਖੇਤ ਭਾਵੇਂ ਸੂਏ ਤੋਂ ਬਹੁਤੀ ਦੂਰ ਨਹੀਂ ਸੀ, ਪਰ ਫੇਰ ਵੀ ਜਗਸੀਰ ਕਾਹਲੀ-ਕਾਹਲੀ ਤੁਰਿਆ, ਉਹਨੂੰ ਡਰ ਸੀ ਕਿ ਭੰਤੇ ਨੇ ਉੱਠ ਕੇ ਪਾਣੀ ਦਾ ਪਤਾ ਨਹੀਂ ਲੈਣਾ। ਤੇ ਉਹਦਾ ਡਰ ਸੱਚੀਂ ਉਹਦੇ ਅੱਗੇ ਆ ਗਿਆ।

"ਓਇ ਕਮਜਾਤੇ, ਹੁਣ ਸਾਰੀ ਉਮਰ ਸਾਡਾ ਨੂਣ-ਪਾਣੀ ਖਾ ਕੇ ਆਹ ਕਰਤੂਤਾਂ ਕਰਨ ਲੱਗਿਐਂ?" ਜਦੋਂ ਜਗਸੀਰ ਟਾਹਲੀ ਕੋਲ ਆਇਆ ਤਾਂ ਭੰਤੇ ਦੇ ਮੂੰਹੋਂ ਉਹਨੇ ਇਹ ਭੈੜੇ ਬੋਲ ਸੁਣੇ, ਜਿਹੜੇ ਸਾਰੀ ਉਮਰ ਵਿਚ ਕਦੇ ਉਹਦੇ ਕੰਨੀਂ ਨਹੀਂ ਸਨ ਪਏ। ਉਹ

ਭੰਵਤਰ ਕੇ ਖੜ੍ਹ ਗਿਆ ਤੇ ਹੈਰਾਨੀ ਤੇ ਗੁੱਸੇ ਦੇ ਰਲੇ ਮਿਲੇ ਪਰਭਾਵ ਨਾਲ ਭੰਤੇ ਵਲ ਤੱਕਣ ਲਗ ਪਿਆ।

"ਜਾਂਦਾ ਕੀ ਚੰਦ ਚੜ੍ਹਾ ਗਿਆ ਸੀ ?" ਭੰਤਾ ਹਰਖਵੀਂ ਆਵਾਜ਼ ਵਿਚ ਫੇਰ ਬੋਲਿਆ, "ਆਵਦੇ ਜਾਣੇ ਤਾਂ ਬੜਾ ਚਲਾਕ ਬਣਿਆਂ ਫਿਰਦੈਂ, ਪਰ ਅਸੀਂ ਵੀ ਭੇਡਾਂ ਨ੍ਹੀਂ ਚਾਰੀਆਂ..."

ਪਰ ਜਗਸੀਰ ਨੂੰ ਅਜੇ ਵੀ ਗੱਲ ਦੀ ਕੋਈ ਸਮਝ ਨਹੀਂ ਸੀ ਪਈ। ਆਪਣੇ ਸਵੈਮਾਨ ਉਤੇ ਏਡੀ ਕਰੜੀ ਸੱਟ ਉਹ ਐਤਕੀਂ ਨਾ ਸਹਾਰ ਸਕਿਆ, ਤੇ ਨਰੋਈ ਆਵਾਜ਼ ਵਿਚ ਬੋਲਿਆ, "ਕੋਈ ਗੱਲ ਤਾਂ ਦੱਸ..."

"ਗੱਲ ਮੈਥੋਂ ਪੁੱਛਦੈਂ ?" ਉਸੇ ਤਾਅ ਨਾਲ ਭੰਤਾ ਬੋਲਿਆ, "ਵਢ ਕੇ 'ਆਵਦੇ ਕਿਆਰਿਆਂ' ਵਨੀਂ-ਹਮ ਕੱਸੀ ਤੇ ਗੇੜਾ ਮਾਰਨ ਚੱਲੇ ਐਂ!..." ਦੰਦੀਆਂ ਚਿੜਾ ਕੇ ਭੰਤੇ ਨੇ 'ਆਵਦੇ ਕਿਆਰਿਆਂ' ਸ਼ਬਦ ਇੰਜ ਚੱਬ ਕੇ ਆਖਿਆ ਕਿ ਜਗਸੀਰ ਦਾ ਸਰੀਰ ਗੁੱਸੇ ਨਾਲ ਕੰਬਣ ਲੱਗ ਪਿਆ। ਪਰ ਉਹਨੇ ਆਪਣਾ ਆਪ ਤੁਰਤ ਕਾਬੂ ਕਰ ਲਿਆ।

"ਏਹੋ ਜਿਆ ਸ਼ੱਕ ਕਰਕੇ ਤੂੰ ਤਾਂ ਭੰਤਿਆ ਮੇਰੀ ਧਰਮ ਸਿਉਂ ਦੀ ਕੀਤੀ ਸਾਰੀ ਕਮਾਈ 'ਤੇ ਈ ਪਾਣੀ ਫੇਰ 'ਤਾ!..." ਬੜੀ ਪੀੜ ਨਾਲ ਜਗਸੀਰ ਨੇ ਕਿਹਾ ਤੇ ਚੁੱਪ ਕਰਕੇ ਅਗਾਂਹ ਤੁਰ ਗਿਆ।

"ਮੈਂ ਭੁਲਿਐਂ ਤੈਨੂੰ ਨਾਲੇ ਤੇਰੇ ਪਿਉ ਨੂੰ! ਸਾਡੇ ਭੋਲੇ ਬੁੜ੍ਹਿਆਂ ਦੀ ਖੱਲ ਈ ਪਟ-ਪਟ ਖਾਂਦੇ ਰਹੇ ਓ ਨਾ ਐਂ ਚਲਾਕੀਆਂ ਕਰ ਕਰ ਕੇ, ਹੋਰ ਕਮਾਈ ਕਰਕੇ ਸਾਡੇ ਮਹਿਲ ਤਾਂ ਨ੍ਹੀਂ ਉਸਾਰਦੇ ਰਹੇ।"

ਭੰਤਾ ਕਿੰਨਾ ਚਿਰ ਇੰਜ ਮੰਦਾ ਬੋਲਦਿਆਂ ਬੁੜ-ਬੁੜ ਕਰੀ ਗਿਆ।

ਜਗਸੀਰ ਨੇ 'ਆਪਣੇ ਕਿਆਰਿਆਂ' ਕੋਲੋਂ ਲੰਘਦਿਆਂ ਵੇਖਿਆ, ਪਾਣੀ ਓਧਰ ਟੁੱਟ ਗਿਆ ਸੀ। ਵੇਖ ਕੇ ਜਗਸੀਰ ਦਾ ਚਿੱਤ ਬੜਾ ਨਿਢਾਲ ਹੋ ਗਿਆ। ਲੱਤਾਂ ਵਿਚ ਖੜ੍ਹੋਣ ਜੋਗਾ ਵੀ ਬਲ ਨਾ ਰਿਹਾ ਤੇ ਉਹ ਖਾਲ਼ ਵਿਚ ਕਹੀ ਤੇ ਸਲੰਘ ਰੱਖ ਕੇ, ਕਹੀ ਦੇ ਦਸਤੇ ਦੇ ਸਿਰ ਉਤੇ ਮੱਥਾ ਧਰ ਕੇ ਬਹਿ ਗਿਆ। ਅੰਦਰੋਂ ਧੂੰਏਂ ਵਾਂਗ ਕੁਝ ਉਠ ਕੇ ਸਿਰ ਨੂੰ ਚੜ੍ਹਣ ਲੱਗ ਪਿਆ। ਉਹਤੋਂ ਬੈਠਾ ਵੀ ਨਹੀਂ ਸੀ ਜਾਂਦਾ। ਬਿੰਦ ਕੁ ਮਗਰੋਂ ਉਹ ਖਾਲ਼ ਦੀ ਵੱਟ ਉਤੇ ਲੰਮਾ ਪੈ ਗਿਆ। ਪਿਆਂ-ਪਿਆਂ ਉਹਨੇ ਖੀਸਾ ਟੋਹਿਆ, ਡੱਬੀ ਕੱਢੀ, ਉਸ ਵਿਚ ਦੋ ਈ ਮਾਵੇ ਸਨ। ਉਹਨੇ ਲੰਮੇ ਪਿਆਂ ਈ ਉਹਨਾਂ ਵਿਚੋਂ ਇਕ ਮੂੰਹ ਵਿਚ ਪਾ ਲਿਆ ਤੇ ਉਹਨੂੰ ਚਬੋਲਣ ਲੱਗ ਪਿਆ।

ਖ਼ਾਸੇ ਚਿਰ ਪਿਛੋਂ ਉਹਨੂੰ ਆਪਣੇ ਅੰਗਾਂ ਵਿਚ ਕੁਝ ਸੱਤ ਆਉਂਦਾ ਜਾਪਿਆ ਤੇ ਉਹ ਉਠ ਕੇ ਬਹਿ ਗਿਆ। ਟਾਹਲੀ ਹੇਠ ਮਚਾਈ ਅੱਗ ਸਾਹਮਣੇ ਭੂਰਾ ਲਈ ਬੈਠੇ ਭੰਤੇ ਦੀ ਸ਼ਕਲ ਉਹਨੂੰ ਰਾਕਸ਼ ਵਰਗੀ ਲੱਗੀ। ਕਹੀ ਤੇ ਸਲੰਘ ਚੁੱਕ ਕੇ ਉੱਠ ਖੜ੍ਹੋਤਾ, ਪਰ ਨਿਗ੍ਹਾ ਉਹਦੀ ਭੰਤੇ ਉਤੇ ਗੱਡੀ ਰਹੀ। ਅਗਾਂਹ ਜਾ ਕੇ ਖਾਲ ਵਿਚੋਂ ਦੋ ਚੂਲ਼ੀਆਂ ਪਾਣੀ ਦੀਆਂ ਪੀਤੀਆਂ ਤੇ ਜੁੱਤੀ ਲਾਹ ਕੇ ਅਗਲੇ ਕਿਆਰਿਆਂ ਵਿਚ ਪਾਣੀ ਵੱਢਣ ਲਈ ਖਾਲ਼ ਵਿਚ ਜਾ ਵੜਿਆ।

ਰਾਤ ਦਾ ਤੀਜਾ ਪਹਿਰ ਬੀਤ ਚਲਿਆ ਸੀ। ਪਿੰਡੋਂ ਕੁੱਕੜਾਂ ਦੀਆਂ ਬਾਂਗਾਂ ਸੁਣਨ ਲੱਗ ਪਈਆਂ ਸਨ। ਹਨੇਰੇ ਦੀਆਂ ਪਿਛਲੀਆਂ ਤਿੱਥਾਂ ਹੋਣ ਕਰਕੇ ਚੰਨ ਅੱਧੀ ਰਾਤ ਪਿਛੋਂ ਚੜ੍ਹਿਆ ਤੇ ਹੁਣ ਖ਼ਾਸਾ ਚਾਨਣ ਹੋ ਗਿਆ ਸੀ, ਪਰ ਏਸ ਚਾਨਣ ਵਿਚ ਵੀ ਜਗਸੀਰ ਨੂੰ ਵੱਟਾਂ ਨਹੀਂ ਸਨ ਦਿਸਦੀਆਂ। ਕਈ ਵਾਰ ਉਹਨੇ ਕਿਆਰਾ ਰਮੇ ਬਿਨਾ ਈ ਮੂੰਹੇਂ ਬੰਦ ਕਰ ਦਿਤੇ, ਤੇ ਇੰਜ ਈ ਇਕ-ਦੋ ਕਿਆਰਿਆ ਵਿਚੋਂ ਪਾਣੀ ਉੱਛਲ ਕੇ ਬਾਹਰ ਨਿਕਲ ਗਿਆ।

ਉਹਦੀ ਜਿਵੇਂ ਸੁਰਤ ਈ ਬੌਂਦਲ ਗਈ ਸੀ। ਡੌਰ-ਭੌਰ ਹੋਇਆ ਉਂਜ ਈ ਏਧਰ-ਓਧਰ ਤੁਰਿਆ ਫਿਰਦਾ ਸੀ।

ਵਾਰੀ ਮੁੱਕਣ ਤੋਂ ਅੱਧਾ ਕੁ ਘੰਟਾ ਪਹਿਲਾਂ ਭੰਤਾ ਕਹੀ ਫੜ ਕੇ ਆ ਗਿਆ ਤੇ ਸਣੇ ਜੁੱਤੀ ਸਾਰੇ ਖੇਤ ਦੇ ਉਤੋਂ ਦੀ ਇਕ ਗੇੜਾ ਮਾਰ ਕੇ ਮੁੜ ਟਾਹਲੀ ਹੇਠ ਜਾ ਬੈਠਾ, ਨਾ ਉਹਨੇ ਜਗਸੀਰ ਨੂੰ ਬੁਲਾਇਆ ਤੇ ਨਾ ਉਹਦੇ ਕੋਲ ਗਿਆ।

ਜਗਸੀਰ ਨੇ ਲੱਗ-ਪਗ ਸਾਰੀ ਕਣਕ ਰਮਾ ਲਈ ਸੀ, ਪਰ ਸਵੇਰ ਦੀ ਕੜਕਵੀਂ ਠੰਢ ਨਾਲ ਉਹਦੇ ਹੱਥ-ਪੈਰ ਭੂਠੇ ਹੋਣ ਲੱਗ ਪਏ ਸਨ। ਪੈਰ ਉੱਕਾ ਸੁੰਨ ਹੋ ਗਏ ਸਨ। ਜਿਵੇਂ ਨਾਲ ਈ ਨਾ ਹੋਣ। ਅੱਖਾਂ ਵਿਚ ਰੜਕ ਪੈਣ ਲੱਗ ਪਈ ਸੀ। ਸਾਹ ਖਿੱਚਵਾਂ ਆਉਂਦਾ ਸੀ। ਜਦੋਂ ਅਖ਼ੀਰਲੇ ਕਿਆਰੇ ਵਿਚ ਉਹਨੇ ਪਾਣੀ ਵੱਢਿਆ ਤਾਂ ਉਹਦੇ ਹੱਥੋਂ ਕਹੀ ਖਿੜਕ ਕੇ ਉਹਦੇ ਪੈਰ ਦੇ ਅੰਗੂਠੇ ਤੇ ਵੱਜੀ, ਪਰ ਉਹਨੂੰ ਪਤਾ ਨਾ ਲੱਗਿਆ।

ਨਾਲ ਦੇ ਖੇਤ ਵਾਲੇ ਪਾਣੀ ਵੱਢਣ ਨੂੰ ਤਿਆਰ ਖੜੋਤੇ ਸਨ। ਭੰਤਾ ਉਹਨਾਂ ਨਾਲ ਵਕਤ ਦਾ ਝਗੜਾ ਕਰਨ ਲੱਗ ਪਿਆ ਸੀ। ਜਗਸੀਰ ਨਿਢਾਲ ਹੋ ਕੇ ਖੇਤ ਦੀ ਬਾਹਰਲੀ ਵੱਟ ਉੱਤੇ ਜਾ ਬੈਠਾ ਤੇ ਕਹੀ ਦੇ ਦਸਤੇ ਦਾ ਆਸਰਾ ਲੈ ਕੇ ਉਹਨੇ ਅੱਖਾਂ ਮੀਚ ਲਈਆਂ। ਉਹਦੇ ਸਿਰ ਨੂੰ ਇਉਂ ਘੂਕੀ ਚੜ੍ਹਨ ਲੱਗ ਪਈ ਜਿਵੇਂ ਨੀਂਦ ਆਉਂਦੀ ਹੋਵੇ ਤੇ ਉਹਦੇ ਸਾਰੇ ਅੰਗ ਨਿੱਸਲ ਹੋਣ ਲੱਗ ਪਏ।

ਕੁਝ ਚਿਰ ਪਿੱਛੋਂ ਜਦੋਂ ਉਹ ਤ੍ਰਭਕ ਕੇ ਉੱਠਿਆ ਤਾਂ ਅਗਲੇ ਖੇਤ ਵਾਲੇ ਹੋਕਰਾ ਮਾਰ ਰਹੇ ਸਨ। ਪਾਣੀ ਉਹਨਾਂ ਵੱਢ ਲਿਆ ਲਗਦਾ ਸੀ। ਜਗਸੀਰ ਦਾ ਆਖ਼ਰੀ ਕਿਆਰੇ ਵਿਚ ਛਡਿਆ ਪਾਣੀ ਜਿਸ ਵੱਟ ਉਤੇ ਉਹ ਬੈਠਾ ਸੀ, ਉਥੋਂ ਤਾਈਂ ਆ ਗਿਆ ਸੀ।

ਜਗਸੀਰ ਕਹੀ ਦਾ ਸਹਾਰਾ ਲੈ ਕੇ ਉੱਠਿਆ ਤੇ ਜਦੋਂ ਉਹਨੇ ਟਾਹਲੀ ਵੱਲ ਨਿਗ੍ਹਾ ਮਾਰੀ ਉਥੇ ਭੰਤਾ ਨਹੀਂ ਸੀ। ਅੱਗ ਅਜੇ ਵੀ ਮਾੜੀ ਮਾੜੀ ਧੁਖੀ ਜਾਂਦੀ ਸੀ। ਉਹ ਟਾਹਲੀ ਵਲ ਤੁਰ ਪਿਆ। ਲੱਤਾਂ ਉਹਦੀਆਂ ਜਵਾਬ ਦੇਈ ਜਾਂਦੀਆਂ ਸਨ, ਉਹਨਾਂ ਨੂੰ ਧਰੀਕਦਾ ਉਹ ਟਾਹਲੀ ਦੇ ਮੁੱਢ ਨਾਲ ਢੋਹ ਲਾ ਲਈ। ਖੇਸ ਦੀ ਬੁੱਕਲ ਉਸ ਚੰਗੀ ਤਰ੍ਹਾਂ ਘੁੱਟ ਕੇ ਮਾਰ ਲਈ ਤੇ ਪੈਰਾਂ ਵਲੋਂ ਚੜ੍ਹਦਾ ਨਿੱਘ ਉਹਦੇ ਸਾਰੇ ਅੰਗਾਂ ਨੂੰ ਮਹਿਸੂਸ ਹੋਣ ਲੱਗ ਪਿਆ। ਇਕ ਵਾਰੀ ਉਹਨੇ ਟਾਹਲੀ ਦੇ ਸੰਘਣੇ ਪੱਤਿਆਂ ਵਿਚੋਂ ਨਿਖਰਿਆ ਚੰਦ ਵੇਖਿਆ ਤੇ ਫੇਰ ਉਹਦੀਆਂ ਅੱਖਾਂ ਮਿਚ ਗਈਆਂ। ਪੈਰ ਖਿੱਚਕੇ ਉਹਨੇ ਗੋਡੇ ਹਿੱਕ ਨਾਲ ਲਾ ਲਏ ਤੇ ਆਪਣੇ ਪਿਉ ਦੀ ਮੜ੍ਹੀ ਉਤੇ ਸਿਰ ਰਖ ਕੇ ਗੁੱਛਾ-ਮੁੱਛਾ ਹੋ ਕੇ ਪੈ ਗਿਆ।

ਫੇਰ ਜਦੋਂ ਉਹਨੂੰ ਸੁਰਤ ਆਈ ਤਾਂ ਖ਼ਾਸਾ ਦਿਨ ਚੜ੍ਹ ਗਿਆ ਸੀ। ਉਹਦੇ ਸਾਰੇ ਜੋੜਾਂ ਵਿਚ ਚੀਸਾਂ ਪੈ ਰਹੀਆਂ ਸਨ। ਪਿੰਡਾ ਤਪੀ ਜਾਂਦਾ ਸੀ। ਖੀਸੇ ਵਿਚ ਹੱਥ ਪਾ ਕੇ ਉਸ ਡੱਬੀ ਕੱਢੀ ਤੇ ਰਹਿੰਦਾ ਇਕ ਮਾਵਾ ਮੂੰਹ ਵਿਚ ਪਾ ਲਿਆ। ਜਦੋਂ ਅਹੁਲ ਕੇ ਉਠਿਆ ਤਾਂ ਉਹਦੀਆਂ ਲੱਤਾਂ ਕੰਬ ਰਹੀਆਂ ਸਨ। ਖਾਲ਼ ਤੋਂ ਪਾਣੀ ਦੀ ਚੂਲੀ ਨਾਲ ਦੂਜਾ ਮਾਵਾ ਲੰਘਾ ਕੇ ਪਿੰਡ ਨੂੰ ਤੁਰ ਪਿਆ। ਰਾਹ ਵਿਚ ਕਈ ਵਾਰੀ ਟਾਹਲੀ ਹੇਠ, ਅੱਗ ਦੇ ਸਾਹਮਣੇ ਭੂਰਾ ਲਈ ਬੈਠੇ ਭੰਤੇ ਦੀ ਸ਼ਕਲ ਸਾਹਮਣੇ ਆਈ ਤੇ ਉਹਦੇ ਭਖਦੇ ਪਿੰਡੇ ਵਿਚੋਂ ਅੱਗ ਵਾਂਗ ਸੇਕ ਮਾਰਨ ਲਗ ਪਿਆ।

ਤੇ ਘਰ ਅੱਪੜਨ ਸਾਰ ਉਹਨੂੰ ਕੜਾਕੇ ਦਾ ਤਾਪ ਚੜ੍ਹ ਗਿਆ।

ਪੰਜ

ਜਗਸੀਰ ਦੋ ਦਿਨ ਮੰਜੀ 'ਤੇ ਪਿਆ ਰਿਹਾ। ਤਾਪ ਨਾਲ ਉਹਦਾ ਸਾਰਾ ਸਰੀਰ ਪਿੰਜਿਆ ਗਿਆ। ਪੁਰਾਣੇ ਗੁਦੈਲੇ ਤੇ ਜੁੱਲੀ ਵਿਚੋਂ ਦੀ ਵੀ ਮੰਜੀ ਦਾ ਵਾਣ ਚੁਭਣ ਲਗ ਪਿਆ ਸੀ।

ਤੀਜੇ ਦਿਨ ਤਕੜੀ ਰਾਤ ਗਿਆਂ ਉਹ ਉੱਠ ਕੇ ਬਹਿ ਗਿਆ। ਨੰਦੀ ਦੋ ਦਿਨ ਉਹਦਾ ਓਹੜ-ਪੋਹੜ ਕਰਦਿਆਂ ਥੱਕ ਕੇ ਸੌਂ ਗਈ ਸੀ। ਜਗਸੀਰ ਨੇ ਖੇਸ ਦੀ ਬੁੱਕਲ ਮਾਰੀ ਤੇ ਮੰਜੀ ਉਤੋਂ ਉਠ ਖੜੋਤਾ। ਕਮਜ਼ੋਰੀ ਕਰਕੇ ਲੱਤਾਂ ਕੰਬ ਰਹੀਆਂ ਸਨ, ਪਰ ਰਤਾ ਚਿਤ ਕਰੜਾ ਕਰਕੇ ਉਹ ਹੌਲੀ-ਹੌਲੀ ਤੁਰ ਪਿਆ।

ਬਾਹਰਲੇ ਬੂਹੇ ਦੀ ਕੁੰਡੀ ਮਾਰੀ ਤੇ ਰੌਣਕੀ ਦੀ ਭੱਠੀ ਵਲ ਤੁਰ ਪਿਆ।

ਖੇਮੇ ਛੱਤੀ ਕੇ ਬੂਹੇ ਕੋਲੋਂ ਲੰਘਦਿਆਂ ਉਹਨੂੰ ਜਾਪਿਆ ਉਹਦੀਆਂ ਲੱਤਾਂ ਬਹੁਤੀਆਂ ਈ ਕੰਬ ਰਹੀਆਂ ਸਨ। ਦੋਹਾਂ ਹੱਥਾਂ ਨਾਲ ਲੱਕ ਨੂੰ ਥੰਮ੍ਹ ਕੇ, ਉਹ ਖੇਮੇ ਕੇ ਬੂਹੇ ਸਾਹਮਣੇ ਗੱਡੀ ਇਕ ਲੱਕੜ ਦੀ ਮੁੱਢੀ ਉਤੇ ਬਹਿ ਗਿਆ। ਬਿੰਦ ਕੁ ਦਮ ਲੈ ਕੇ ਉਹਨੇ ਜਦੋਂ ਸਿਰ ਉਤਾਂਹ ਚੁੱਕਿਆ ਤਾਂ ਨਿਗ੍ਹਾ ਆਪਣੇ ਵਿਹੜੇ ਦੇ ਘਰਾਂ ਉਤੇ ਜਾ ਪਈ। ਹਨੇਰੀ ਰਾਤ ਵਿਚ ਇਹ ਘਰ ਉਹਨੂੰ ਕੁੱਤਿਆਂ ਦੇ ਘੋਰਨਿਆਂ ਵਰਗੇ ਜਾਪੇ- ਨਿੱਕੇ, ਹਨੇਰੇ ਤੇ ਡੂੰਘੇ। ਕਈਆਂ ਦੀਆਂ ਛੱਤਾਂ ਏਡੀਆਂ ਨੀਵੀਆਂ ਸਨ ਕਿ ਕੋਈ ਲੰਮਾ ਬੰਦਾ ਅੰਦਰ ਫਿਰ ਤੁਰ ਨਹੀਂ ਸੀ ਸਕਦਾ। ਵਿਹੜਿਆਂ ਦੇ ਪਾਸੀਂ ਕੰਧਾਂ ਦੀ ਥਾਂ ਲੋਕਾਂ ਨੇ ਵਾੜਾਂ ਕੀਤੀਆਂ ਹੋਈਆਂ ਸਨ। ਉੱਪਰ-ਥਲੀ ਵਰ੍ਹਿਆਂ ਬੱਧੀ ਓਵੇਂ ਲਿੱਪੀਂਦੀਆਂ ਕੰਧਾਂ ਉੱਤੇ ਲਿਓੜੇ ਇੰਜ ਉਚੇ-ਨੀਵੇਂ ਹੋਏ ਹੋਏ ਸਨ ਜਿਵੇਂ ਕੋਹੜੀ ਦੇ ਫੋੜੇ ਨਿਕਲੇ ਹੋਏ ਹੋਣ। ਉਹਦੀ ਸੁਰਤ ਵਿਚ, ਵਿਹੜੇ ਵਿਚ ਕਿਸੇ ਨੇ ਕੋਈ ਨਵਾਂ ਕੋਠਾ ਨਹੀਂ ਸੀ ਛੱਤਿਆ। ਮੀਂਹਾਂ ਵਿਚ ਜਦੋਂ ਕਿਸੇ ਪੁਰਾਣੇ ਕੋਠੇ ਦੀ ਛੱਤ ਡਿੱਗ ਪੈਂਦੀ ਜਾਂ ਕੰਧ ਢਹਿ ਜਾਂਦੀ ਤਾਂ ਲੋਕ ਓਸੇ ਪੁਰਾਣੇ ਕਾਠ ਤੇ ਇੱਟਾਂ ਨਾਲ ਮੁੜ ਉਹਨੂੰ 'ਸਿਰ-ਢਕਣ ਜੋਗਾ' ਕਰਕੇ 'ਦਿਨ-ਕਟੀ' ਕਰੀ ਜਾਂਦੇ ਸਨ।

'ਕੁੱਤਿਆਂ ਦੇ ਘੋਰਨੇ।'... ਜਗਸੀਰ ਨੂੰ ਇਹ ਸੋਚ ਕੇ ਰਤਾ ਹਾਸੀ ਆ ਗਈ, ਪਤਾ ਨਹੀਂ ਉਹਨੂੰ ਇਹ ਖ਼ਿਆਲ ਕਿਵੇਂ ਆ ਗਿਆ ਸੀ। ਏਸੇ ਵਿਹੜੇ ਵਿਚ ਉਹ ਜੰਮਿਆ ਪਲਿਆ ਤੇ ਚਾਲ਼ੀਆਂ ਉਤੇ ਦੋ ਵਰ੍ਹਿਆਂ ਦੀ ਉਮਰ ਭੋਗ ਚੁੱਕਿਆ ਸੀ, ਪਰ ਇਹ ਘਰ ਉਹਨੂੰ ਕਦੇ 'ਕੁੱਤਿਆਂ ਦੇ ਘੋਰਨਿਆਂ' ਵਰਗੇ ਨਹੀਂ ਸਨ ਜਾਪੇ।

ਉਹਦੀ ਸੁਰਤ ਵਿਚ ਈ ਇਹਨਾਂ ਘਰਾਂ ਵਿਚ, ਉਹਦੀ ਜਵਾਨੀ ਵਾਰੇ ਜੰਮੇ ਮੁੰਡੇ ਕੁੜੀਆਂ ਹੁਣ ਜਵਾਨ ਹੋ ਗਏ ਸਨ। ਉਹਨਾਂ ਵਿਚੋਂ ਕਿੰਨਿਆਂ ਦੇ ਵਿਆਹ ਹੋ ਗਏ ਸਨ। ਕਈਆਂ ਦੇ ਨਿਆਣੇ ਨਿੱਕੇ ਵੀ ਹੋ ਗਏ ਸਨ ਤੇ ਵਿਹੜਾ ਮਖਿਆਲ ਦੇ ਛੱਤੇ ਵਾਂਗ ਦਿਨੋ-ਦਿਨ ਨਿਆਣਿਆਂ ਨਾਲ ਭਰਦਾ ਜਾਂਦਾ ਸੀ। ਇਕੋ ਕੋਠੇ ਵਿਚ ਜਿਥੇ ਅੱਜ ਤੋਂ ਵੀਹ ਪੰਝੀ ਵਰ੍ਹੇ ਪਹਿਲਾਂ ਦੋ ਤਿੰਨ ਜੀਅ ਰਹਿੰਦੇ ਹੁੰਦੇ ਸਨ, ਹੁਣ ਉਸੇ ਕੋਠੇ ਵਿਚ ਦਸ-ਦਸ ਜੀਅ ਸੌਂਦੇ ਸਨ। ਲੋਕ, ਕੁੱਜੇ, ਬਠਲੀਆਂ ਤੇ ਨਿੱਕ-ਸੁੱਕ ਖੂੰਜੀਂ ਰੱਖ ਕੇ, ਇਕ-ਦੂਜੇ ਉਤੇ ਘਸੋੜ-ਮਸੋੜ ਕੇ ਨਿੱਕੀਆਂ-ਵੱਡੀਆਂ ਮੰਜੀਆਂ ਡਾਹ ਕੇ, ਰਾਤ ਕੱਟ ਲੈਂਦੇ ਸਨ। ਇਕ-ਇਕ ਮੰਜੀ ਉਤੇ

ਤਿੰਨ-ਤਿੰਨ ਨਿਆਣੇ ਇੱਕਠੇ ਸੌਂ ਰਹਿੰਦੇ, ਭੁੰਜੇ ਪੈਰ ਹੁੰਦੇ, ਪਰ ਖੁੱਲ੍ਹਾ ਕੋਠਾ ਕੋਈ ਨਾ ਛੱਤ ਸਕਦਾ।

ਕਈ ਵਾਰੀ ਜਗਸੀਰ ਨੇ ਨਵੇਂ ਵਿਆਹੇ ਗੱਭਰੂ ਮੁੰਡਿਆਂ ਨੂੰ ਮਾਪਿਆਂ ਨਾਲ ਖਹਿਬੜਦਿਆਂ ਵੇਖਿਆ ਸੀ। ਜਦੋਂ ਕਿਸੇ ਦਾ ਨਵਾਂ ਵਿਆਹ ਹੁੰਦਾ ਤਾਂ ਨਵੇਂ ਵਿਆਹੇ ਜੋੜੇ ਨੂੰ ਕੋਠੇ ਵਿਚ ਥਾਂ ਦੇ ਕੇ ਬੁੱਢੇ ਠੇਰੇ, ਪੋਹ-ਮਾਘ ਦੀਆਂ ਰਾਤਾਂ ਵਿਚ ਬਾਹਰ ਛੱਪਰਾਂ ਹੇਠ ਪਏ ਰਹਿੰਦੇ। ਸਾਰੀ ਰਾਤ ਉਹਨਾਂ ਨੂੰ, ਪਾਟੀਆਂ ਪੁਰਾਣੀਆਂ ਜੁੱਲੀਆਂ ਵਿਚ ਕਰੜੀ ਠੰਢ, ਨੀਂਦ ਨਾ ਆਉਣ ਦਿੰਦੀ; ਪਰ ਫੇਰ ਵੀ ਤੜਕੇ ਉਠ ਕੇ ਉਹ ਬਿਨਾਂ ਕੁਝ ਕਹਿਆਂ ਸੁਣਿਆਂ ਆਪਣੇ ਕੰਮੀਂ-ਧੰਦੀਂ ਲਗ ਪੈਂਦੇ। ਰਾਤ ਨੂੰ ਪੈਣ ਲੱਗਿਆਂ ਜੇ ਕੋਈ ਤੋੜੇ ਦੇ ਪਰਿਵਾਰ ਵਾਲਾ ਅਜਿਹੇ ਗੁਆਂਢੀ ਨੂੰ ਹੋਰ ਕੋਠਾ ਛੱਤਣ ਦੀ ਸਲਾਹ ਦਿੰਦਾ ਤਾਂ ਇਕੋ ਜਵਾਬ ਮਿਲਦਾ: "ਚਲ ਰਾਤ ਈ ਕੱਟਣੀ ਐਂ।"

'ਚਲ ਰਾਤ ਈ ਕੱਟਣੀ ਐਂ!...' ਜਗਸੀਰ ਨੂੰ ਫੇਰ ਰਤਾ ਕੁ ਹਾਸੀ ਆਈ, ਤੇ ਦਿਨ? ਦਿਨ ਕੱਟਣ ਬਾਰੇ ਵੀ ਉਸ ਆਪਣੇ ਵਿਹੜੇ ਦੇ ਲੋਕਾਂ ਦੇ ਮੂੰਹੋਂ ਇਸ ਤੋਂ ਵੱਖਰੀ ਗੱਲ ਕਦੇ ਨਹੀਂ ਸੀ ਸੁਣੀਂ। ਕੋਈ ਕਿਸੇ ਦਾ ਹਾਲ-ਚਾਲ ਪੁਛਦਾ ਤਾਂ ਅੱਗੋਂ ਜਵਾਬ ਦੇਣ ਵਾਲਾ ਸਾਧਾਰਨ ਈ (ਤੇ ਕਦੇ ਕਦੇ ਲੰਮਾ ਹਉਕਾ ਭਰ ਕੇ) ਆਖਦਾ: "ਚੰਗੈ! ਬਸ ਜੋ ਦਿਨ ਗੁਜਰ ਗਿਆ ਸੋਹਣੈਂ।" ਜਾਂ, ਏਸੇ ਗੱਲ ਨੂੰ ਕੋਈ ਹੋਰ ਤਰ੍ਹਾਂ ਆਖ ਦਿੰਦਾ : "ਚੰਗੈ!... ਇਕ ਦਿਨ ਖਿੱਚ ਕੇ ਮੌਤ ਹੋਰ ਨੇੜੇ ਕਰ-ਲੀ ਐ।"

ਉਹਦੇ ਵਿਹੜੇ ਦੇ ਕਿਸੇ ਬੰਦੇ ਦੇ ਚਿਹਰੇ ਉਤੇ ਉਹਨੇ ਰੌਣਕ ਨਹੀਂ ਸੀ ਵੇਖੀ। ਲੋਕ ਹੱਸਦੇ ਸਨ, ਪਰ ਉਹਨਾਂ ਦੇ ਚਿਹਰਿਆਂ ਉਤੇ ਇਕ ਓਪਰਾ ਤੇ ਉਦਾਸ ਜਿਹਾ ਪਰਛਾਵਾਂ ਉਹਨਾਂ ਦੇ ਹਾਸਿਆਂ ਨੂੰ ਗ੍ਰਹਿਣੀ ਰਖਦਾ। ਹਰ ਵੇਲੇ, ਇਕ ਦੂਜੇ ਨੂੰ ਗਾਲ੍ਹਾਂ, ਮੰਦੇ ਬੋਲ, ਤੇ ਲੜਾਈ-ਝਗੜੇ ਤੋਂ ਬਿਨਾਂ ਕੋਈ ਚੱਜ ਦੀ ਗੱਲ ਕਦੇ ਉਹਨੇ ਘੱਟ ਈ ਸੁਣੀਂ ਸੀ। ਜਦੋਂ ਕੋਈ ਵਿਆਹ ਸ਼ਾਦੀ ਹੁੰਦੀ ਤਾਂ ਪੰਜ-ਸੱਤ ਦਿਨ ਰੌਣਕਾਂ ਲੱਗ ਜਾਂਦੀਆਂ- ਜਿਵੇਂ ਖੜਸੁੱਕ ਰੁੱਖਾਂ ਨੂੰ, ਚਾਣਚੱਕ ਪਏ ਤਕੜੇ ਮੀਂਹਾਂ ਨਾਲ ਟਾਵਾਂ-ਟਾਵਾਂ ਕੋਈ ਪੱਤਾ ਫੁੱਟ ਆਇਆ ਹੋਵੇ!... ਘਰ ਦੀ ਕੱਢੀ ਦਾਰੂ ਦਾ ਮੀਂਹ ਜਿਹਾ ਪੈਂਦਾ ਤੇ ਲੋਕਾਂ ਦੇ ਚਿਹਰਿਆਂ ਉਤੇ ਖੁਸ਼ੀ ਦੀਆਂ ਪਪੀਸੀਆਂ ਫੁੱਟ ਪੈਂਦੀਆਂ, ਪਰ ਇਸ ਪਿੱਛੋਂ ਮੁੜ ਓਹੋ ਰੁੱਖੇ ਬੋਲ, ਉਹੋ ਉਦਾਸੀ।

"ਬੰਦਿਆਂ ਤੇਰੀਆਂ ਦਸ ਦੇਹੀਆਂ, ਇੱਕੋ ਗਈ ਵਿਹਾ, ਨੌਂ ਕਿੱਧਰ ਗਈਆਂ!..." ਜਗਸੀਰ ਨੇ ਬੁੱਲ੍ਹਾਂ ਵਿਚ ਇਹ ਬੋਲ ਦੁਹਰਾਏ ਤੇ ਉਹਨੂੰ ਪਿਛਲੇ ਵਰ੍ਹੇ ਮਰੇ ਲਾਲੂ ਬੁੜ੍ਹੇ ਦੀ ਯਾਦ ਆ ਗਈ, ਜੋ ਕਦੇ ਸਾਰੇ ਵਿਹੜੇ ਦੀ ਰੌਣਕ ਹੁੰਦਾ ਸੀ-ਖੜਸੁੱਕ ਰੁੱਖਾਂ ਵਿਚਕਾਰ, ਸੁੱਖੇ ਦਾ ਇਕ ਬੂਟਾ!

ਜਦੋਂ ਜਗਸੀਰ ਨਿੱਕਾ ਹੁੰਦਾ ਸੀ, ਉਹ ਤੇ ਵਿਹੜੇ ਦੇ ਹੋਰ ਨਿਆਣੇ ਲਾਲੂ ਤੋਂ ਅੱਧੀ ਅੱਧੀ ਰਾਤ ਤਾਈਂ ਬਾਤਾਂ ਸੁਣਦੇ ਰਹਿੰਦੇ। ਉਹ ਨਿਆਣਿਆਂ ਨੂੰ ਬਾਤਾਂ ਸੁਣਾਂਦਿਆਂ ਨਾਲੋ-ਨਾਲ ਨਿੱਕੇ ਨਿੱਕੇ ਮਖ਼ੌਲ ਕਰਦਾ ਰਹਿੰਦਾ। ਜਗਸੀਰ ਨੂੰ ਯਾਦ ਸੀ ਕਿ ਉਹਨੀਂ ਵੇਲੀਂ ਲਾਲੂ ਦੇ ਚਿਹਰੇ ਉਤੇ ਕਦੇ ਉਹਨੇ ਉਦਾਸੀ ਨਹੀਂ ਸੀ ਵੇਖੀ। ਉਹ ਹਰ ਕਿਸੇ ਨੂੰ ਮਖ਼ੌਲ ਕਰਦਾ, ਊਰੀ ਵਾਂਗ ਘੁਕਿਆ ਫਿਰਦਾ। ਫੇਰ ਲਾਲੂ ਦਾ ਵਿਆਹ ਹੋਇਆ। ਮੁੰਡੇ ਹੋਏ, ਕੁੜੀਆਂ ਹੋਈਆਂ, ਤੇ ਉਹਦੇ ਦੋ ਮੁੰਡੇ ਡਾਕੂਆਂ ਨਾਲ ਰਲ ਗਏ। ਉਹਨਾਂ ਵਿਚੋਂ ਇਕ ਤਾਂ ਪੁਲਿਸ ਨੇ ਕਮਾਦਾਂ ਵਿਚ ਘੇਰ ਕੇ ਮਾਰ ਦਿਤਾ ਸੀ, ਪਰ ਦੂਜਾ ਭੱਜਿਆ ਫਿਰਦਾ ਸੀ; ਤੀਜਾ ਅਜੇ ਉਂਜ ਈ ਉਮਰ ਦਾ ਨਰਮ ਸੀ। ਤਿੰਨ ਕੁੜੀਆਂ ਵਿਆਹੁਣ ਜੋਗੀਆਂ ਸਨ। ਅਲੱਥ ਉਲਾਦ ਤੇ ਘਰ ਦੇ ਫ਼ਿਕਰਾਂ ਨੇ ਲਾਲੂ ਨੂੰ ਪੰਜਾਹ-ਪਚਵੰਜਾ ਵਰ੍ਹਿਆਂ ਦੀ ਉਮਰ ਵਿਚ ਈ ਸੱਤਰ੍ਹਾਂ

ਸਾਲਾਂ ਜਿੰਨਾਂ ਬੁੱਢਾ ਕਰ ਦਿੱਤਾ ਸੀ। ਉਹਦੀ ਨਰੋਈ ਦਿਹ ਚੌਥਾ ਹਿੱਸਾ ਵੀ ਨਹੀਂ ਸੀ ਰਹੀ। ਉੱਤੋਂ ਬੁੱਢੇ ਵਾਰੇ ਦੋ ਹਲ਼ਾਂ ਵਾਲੇ ਘਰ ਨਾਲ ਬਹੁਤੇ ਹਿੱਸੇ ਦੇ ਲਾਲਚ ਕਰਕੇ ਕੀਤੇ ਸੀਰ ਦੇ ਕਰੜੇ ਕੰਮ ਨੇ ਉਹਨੂੰ ਦੋਂਹ ਵਰ੍ਹਿਆਂ ਵਿਚ ਈ ਸੂਤ ਸੁੱਟਿਆ ਸੀ।

ਤੇ ਇੰਜ ਪਿਛਲੇ ਵਰ੍ਹੇ ਉਹ ਆਪਣੀਆਂ ਧੀਆਂ ਦੇ ਦਾਜ-ਦੇਣ ਲਈ ਫੂਹੀ-ਫੂਹੀ ਕਰਕੇ ਜੋੜਦਾ ਈ, ਚਾਣਚੱਕ ਮਰ ਗਿਆ। ਮਰਨ ਤੋਂ ਵਰ੍ਹਾ ਕੁ ਪਹਿਲਾਂ ਜਗਸੀਰ ਦੇ ਸਾਰੇ ਹਾਣੀਆਂ ਨੂੰ ਉਹਦੀ ਜਿਵੇਂ ਪਛਾਣ ਈ ਆਉਣੋਂ ਹੱਟ ਗਈ ਸੀ। ਪਰੀਆਂ, ਰਾਣੀਆਂ ਤੇ ਜੋਧਿਆਂ ਦੀਆਂ ਬਾਤਾਂ ਸੁਣਾਉਣ ਤੇ ਮਖ਼ੌਲ ਕਰਨ ਵਾਲਾ ਉਹ ਲਾਲੂ ਜਿਵੇਂ ਕੋਈ ਹੋਰ ਈ ਬੰਦਾ ਹੁੰਦਾ ਸੀ; ਮਰਨ ਤੋਂ ਕੁਝ ਵਰ੍ਹੇ ਪਹਿਲਾਂ ਵਾਲਾ ਲਾਲੂ ਤਾਂ 'ਦਸ ਦੇਹੀਆਂ ਵਾਲਾ ਲਾਲੂ' ਰਹਿ ਗਿਆ ਸੀ। ਉਹਨੂੰ ਸਾਰੇ ਵਿਹੜੇ ਦੇ ਲੋਕ ਏਸੇ ਨਾਂ ਨਾਲ ਬੁਲਾਉਣ ਲੱਗ ਪਏ ਸਨ। ਉਹ ਹੁਣ ਲੰਮੇ ਹਉਕੇ ਲੈ-ਲੈ ਕੇ, ਗੁਰਬਾਣੀ ਵਾਂਗ ਇਹ ਤੁਕਾਂ ਰਟਦਾ ਫਿਰਦਾ (ਕਿਤੇ ਗੁਣ-ਗੁਣਾਣ ਵੀ ਲੱਗ ਪੈਂਦਾ) :

'ਬੰਦਿਆ ਤੇਰੀਆਂ ਦਸ ਦੇਹੀਆਂ,
ਇਕੋ ਗਈ ਵਿਹਾ, ਨੌਂ ਕਿਧਰ ਗਈਆਂ।"

ਤੇ ਹੁਣ ਤਾਂ ਉਹਦੀ ਦਸਾਂ ਵਿਚੋਂ ਇਕੋ ਵਿਹਾਂਦੀ ਵੀ ਨਹੀਂ ਸੀ ਰਹੀ!

ਜਗਸੀਰ ਗੋਡਿਆਂ ਉਤੇ ਹੱਥ ਧਰ ਕੇ ਉੱਠ ਖੜੋਤਾ। ਉਹਦਾ ਮੂੰਹ ਇਹਨਾਂ ਓਪਰੀਆਂ ਸੋਚਾਂ ਕਰਕੇ ਹੋਰ ਉੱਤਰ ਗਿਆ ਸੀ। ਏਹੋ ਜਿਹੀਆਂ ਸੋਚਾਂ ਭਾਵੇਂ ਪਿਛਲੇ ਕੁਝ ਵਰ੍ਹਿਆਂ ਤੋਂ ਉਹਨੂੰ ਵਧੇਰੇ ਆਉਣ ਲੱਗ ਪਈਆਂ ਸਨ, ਪਰ ਅੱਜ ਵਾਂਗ ਏਨੇ ਵਿਸਥਾਰ ਨਾਲ ਉਹਨੇ ਆਪਣੇ ਵਿਹੜੇ ਦੇ ਇਹਨਾਂ ਘੋਰਨਿਆਂ ਵਰਗੇ ਘਰਾਂ ਵਿਚ ਵਸਦੇ ਲੋਕਾਂ ਬਾਰੇ, ਕਦੇ ਨਹੀਂ ਸੀ ਸੋਚਿਆ।

ਮੁੱਢੀ ਉਤੋਂ ਉਠ ਕੇ ਤੁਰਨ ਲੱਗਿਆਂ ਉਹਨੇ ਪਿਛਾਂਹ ਭਉਂ ਕੇ ਤੱਕਿਆ, ਖੇਮੇ ਛੱਤੀ ਕਾ ਤਿੰਨਾਂ ਗਾਡਰਾਂ ਉਤੇ ਪਾਇਆ ਦਰਵਾਜ਼ਾ ਵੇਖ ਕੇ ਉਹ ਫੇਰ ਖੜੋ ਗਿਆ। ਦਰਵਾਜ਼ੇ ਦੀ ਉੱਚੀ ਡਾਟ ਉਤੇ ਕਾਰੀਗਰਾਂ ਨੇ ਰੰਗ-ਬਰੰਗੀਆਂ ਮੂਰਤਾਂ ਚਿਤਰੀਆਂ ਹੋਈਆਂ ਸਨ : ਕਬੂਤਰ, ਤੋਤੇ, ਵੇਲਾਂ ਤੇ ਫੁੱਲ। ਹਨੇਰੀ ਰਾਤ ਦੇ ਚਾਨਣ ਵਿਚ ਉਹਨਾਂ ਦੇ ਆਕਾਰ ਜਗਸੀਰ ਨੂੰ ਦਿੱਸ ਰਹੇ ਸਨ। ਬੂਹੇ ਉਤੇ ਕੀਤੀ ਕਲੀ ਚਾਂਦੀ ਦੇ ਪੱਤਰੇ ਵਾਂਗ ਚਮਕਦੀ ਸੀ। ਡਾਟ ਏਡੀ ਉੱਚੀ ਸੀ ਕਿ ਉਹਦੇ ਹੇਠੋਂ ਲਾਂਗੇ ਦਾ ਭਰਿਆ ਭਰਾਇਆ ਗੱਡਾ ਸਹਿਜੇ ਲੰਘ ਸਕਦਾ ਸੀ।

ਜਗਸੀਰ ਨੇ ਇਕ ਭਰਵੀਂ ਨਿਗ੍ਹਾ ਧੁਰੋ-ਧੁਰ ਦਰਵਾਜ਼ੇ ਉਤੇ ਮਾਰੀ ਤੇ ਫੇਰ ਸਾਹਮਣੇ ਦਿਸਦੇ ਆਪਣੇ ਵਿਹੜੇ ਦੇ ਘਰਾਂ ਵਲ ਝਾਕਿਆ। ਏਸ ਦਰਵਾਜ਼ੇ ਨੂੰ ਵੇਖਣ ਪਿਛੋਂ ਉਹ ਹੋਰ ਵੀ ਨਿੱਕੇ ਨਿੱਕੇ ਤੇ ਕਾਲੇ-ਕਾਲੇ ਜਾਪਣ ਲਗ ਪਏ ਸਨ, ਜਿਵੇਂ ਕੱਚੀਆਂ ਇੱਟਾਂ ਦੀਆਂ ਮੜ੍ਹੀਆਂ ਹੋਣ।

ਉਹ ਨੀਵੀਂ ਪਾ ਕੇ ਤੁਰ ਪਿਆ। ਪਾਲੇ ਨਾਲ ਉਹਦੀਆਂ ਲੱਤਾਂ ਠਰਨ ਲੱਗ ਪਈਆਂ ਸਨ। ਖੇਸ ਦਾ ਇਕ ਪੱਲਾ ਲਮਕਾ ਕੇ ਉਹਨੇ ਗਿੱਟਿਆਂ ਤਾਈਂ ਸੁੱਟ ਲਿਆ। ਰਤਾ ਹਵਾ ਦੀ ਰੋਕ ਹੋ ਜਾਣ ਕਰਕੇ ਠੰਢ ਕੁਝ ਘੱਟ ਗਈ। ਉਹ ਏਡੀ ਹੌਲੀ ਤੁਰ ਰਿਹਾ ਸੀ ਕਿ ਪੰਜਾਹ ਕਰਮਾਂ ਦੀ ਵਿੱਥ ਉਤੇ, ਰੌਣਕੀ ਦੀ ਭੱਠੀ ਆਉਣ ਵਿਚ ਈ ਨਹੀਂ ਸੀ ਆਉਂਦੀ।

ਇੰਜ ਤੁਰਦਿਆਂ ਜਦੋਂ ਉਹ ਅਗਲੀ ਗਲੀ ਦਾ ਮੋੜ ਮੁੜਿਆ ਤਾਂ ਉਹਨੂੰ ਰੌਣਕੀ ਦੀ ਕੋਠੜੀ ਵਿਚ, ਅਧ-ਖੁੱਲ੍ਹੇ ਬੂਹੇ ਵਿਚੋਂ ਦੀ ਦੀਵਾ ਟਿਮਕਦਾ ਦਿੱਸ ਪਿਆ। ਉਹਦਾ ਚਿੱਤ ਕੁਝ ਹੌਸਲੇ ਵਿਚ ਹੋ ਗਿਆ ਤੇ ਲੱਤਾਂ ਨਿੱਘੀਆਂ ਹੋਣ ਲਗ ਪਈਆਂ, ਪੈਰ ਕਾਹਲੇ ਹੋ ਗਏ। ਦੋ ਵਰ੍ਹੇ ਹੋਏ ਜਦੋਂ ਦੀ ਸੰਤੋ ਕਿਸੇ ਨਾਲ ਨਿਕਲ ਗਈ ਸੀ, ਰੌਣਕੀ ਤੇ ਜਗਸੀਰ ਦਾ ਮੋਹ

ਬਹੁਤ ਹੀ ਵਧ ਗਿਆ ਸੀ।

ਰੌਣਕੀ ਦੀ ਸੰਤੋ ਪੰਦਰਾਂ ਵਰ੍ਹਿਆਂ ਦੀ ਉਹਦੇ ਘਰੇ-ਵਸਦੀ, ਚੁੱਪ-ਚਪੀਤੀ ਕਿਸੇ ਨਾਲ, ਕਿਧਰੇ ਚਲੀ ਗਈ ਸੀ। ਕਿਸੇ ਨੂੰ ਕੋਈ ਵੀ ਗੱਲ ਸਮਝ ਨਹੀਂ ਸੀ ਪਈ ਕਿ ਰੌਣਕੀ ਵਰਗੇ 'ਗੋਲੇ' ਬੰਦੇ ਨੂੰ ਛੱਡ ਕੇ ਕਿਉਂ ਤੁਰ ਗਈ ਸੀ ? ਰੌਣਕੀ ਨੇ ਪੰਦਰਾਂ ਵਰ੍ਹੇ ਉਹਦਾ ਗੋਲਪੁਣਾ ਈ ਤਾਂ ਕੀਤਾ ਸੀ। ਕਦੇ ਉਹਦੇ ਸਾਹਮਣੇ ਨਹੀਂ ਸੀ ਬੋਲਿਆ, ਉਹਦਾ ਦਬਾ, ਠਾਣੇਦਾਰਾਂ ਨਾਲੋਂ ਵੀ ਬਹੁਤਾ ਮੰਨਦਾ ਰਿਹਾ ਸੀ। ਅੱਧੇ ਦਿਨ ਤਾਈਂ ਵਹਿੰਗੀ ਉਤੇ ਲੋਕਾਂ ਦੇ ਘਰੀਂ ਪਾਣੀ ਭਰ ਕੇ ਸਿਖਰ ਦੁਪਹਿਰੇ ਉਹ ਬਾਹਰੋਂ ਭੱਠੀ ਮੂਹਰੇ ਬੈਠਾ ਝੋਕਾ ਲਾਉਂਦਾ ਰਹਿੰਦਾ। ਦਾਣੇ ਭਨਾਉਣ ਆਏ ਨਿਆਣਿਆਂ ਤੇ ਕੁੜੀਆਂ ਨੂੰ ਨਿੱਕੇ-ਨਿੱਕੇ ਮਖ਼ੌਲ ਕਰਦਾ ਰਹਿੰਦਾ। ਉਹਨਾਂ ਨਾਲ ਰਲ ਕੇ ਹਾਸੜ ਪਾਈ ਰਖਦਾ। ਪੰਦਰਾਂ ਵਰ੍ਹਿਆਂ ਵਿਚ ਵੀ ਸੰਤੋ ਦੀ ਕੁੱਖ ਹਰੀ ਨਾ ਹੋਈ। ਉਲਾਦ ਖਾਤਰ ਉਹਨਾਂ ਖੂਹੀਂ ਰੋਟੀਆਂ ਪਕਾਈਆਂ, ਪਰ ਉਹਨਾਂ ਦੀ ਕਿਤੇ ਵੀ ਨਾ ਸੁਣੀ ਗਈ। ਫੇਰ ਵੀ ਰੌਣਕੀ ਵਾਂਗ ਸੰਤੋ ਨੇ ਦੂਜਿਆਂ ਦੇ ਨਿਆਣਿਆਂ 'ਚ ਮੋਹ ਪਾ ਲਿਆ। ਉਹ ਵੀ ਰੌਣਕੀ ਵਾਂਗ ਉਹਨਾਂ ਨਾਲ ਹਾਸਾ-ਠੱਠਾ ਕਰਨ ਲੱਗ ਪਈ। ਜੇ ਕੋਈ ਆਖ ਦਿੰਦਾ, "ਚਾਚੀ ਮੇਰੀ ਬੇਬੇ ਨੇ ਦਾਣੇ ਥੋੜੇ ਦਿਤੇ ਐ, ਚੂੰਗ ਕੱਲ੍ਹ ਨੂੰ ਕੱਢ ਲੀਂ", ਤਾਂ ਉਹ ਚੂੰਗ ਕੱਢਣ ਦੀ ਥਾਂ, ਚੂੰਗਾਂ ਵਿਚੋਂ ਰਖੇ ਦਾਣਿਆਂ ਵਿਚੋਂ ਮੁੱਠ ਭਰ ਕੇ ਪਾ ਦਿੰਦੀ ਤੇ ਆਖਦੀ : "ਹੋਰ ਪਾਵਾਂ ? ਪਰ ਹੁਣ ਮੇਰਾ ਪੁੱਤ ਬਣਨਾ ਪਊ!..." ਨਿਆਣੇ ਅੱਗੋਂ ਮੁਸਕਰਾ ਕੇ 'ਹਾਂ' ਆਖ ਦਿੰਦੇ ਤੇ ਉਹ ਖਿੱਲਾਂ ਵਾਂਗ ਖਿੜ ਪੈਂਦੀ, ਕਿੰਨਾ ਕਿੰਨਾ ਚਿਰ ਉਹਦੇ ਭਰਵੇਂ ਚਿਹਰੇ ਉਤੇ ਗੂਹੜੀ ਲਾਲੀ ਭਖਦੀ ਰਹਿੰਦੀ।

ਇਹੋ-ਜਿਹੀ ਸੰਤੋ, ਏਹੋ-ਜਿਹੀ ਰੌਣਕੀ ਨੂੰ ਕਿਉਂ ਛਡ ਕੇ ਤੁਰ ਗਈ ?... ਏਸ ਉਲਝੀ ਜ਼ਿੰਦਗੀ ਦੇ ਏਡੇ ਗੂਹੜੇ ਭੇਤ ਕੋਈ ਕੀ ਸਮਝੇ!

ਜਦੋਂ ਜਗਸੀਰ ਭੱਠੀ ਦੇ ਕੋਲ ਆਇਆ ਤਾਂ ਉਹਨੇ ਵੇਖਿਆ ਰੌਣਕੀ ਦੀ ਪੀਨਕ ਲੱਗੀ ਹੋਈ ਸੀ। ਖੇਸੀ ਦੀ ਬੁੱਕਲ ਮਾਰੀ ਤੇ ਹੱਥ ਬਾਹਰ ਕੱਢ ਕੇ ਚਿਲਮ ਮੂੰਹ ਵਿਚ ਅੜਾਈ, ਉਹ ਭੱਠੀ ਉਤੇ ਇੰਜ ਅਡੋਲ ਬੈਠਾ ਸੀ ਜਿਵੇਂ ਸੁੱਤਾ ਪਿਆ ਹੋਵੇ। ਅੱਖਾਂ ਮੀਚੀਆਂ ਹੋਈਆਂ ਸਨ। ਮੂੰਹ ਵੀ ਉਹਦਾ ਚੰਗੀ ਤਰ੍ਹਾਂ ਦਿਸਦਾ ਨਹੀਂ ਸੀ, ਚਿਲਮ ਤੇ ਸਾਫ਼ੀ ਨੂੰ ਪਾਏ ਹੱਥਾਂ ਨਾਲ ਸਾਰਾ ਲੁਕਿਆ ਹੋਇਆ ਸੀ।

"ਜਮਾ ਈ ਹੁਣ ਤਾਂ ਬਿੱਲੀ ਦੇ ਬਲੂੰਗੜੇ ਅਰਗਾ ਈ ਹੋ ਗਿਆ ਮਲੰਗ ਝਿਊਰ।" ਜਗਸੀਰ ਨੇ ਨੇੜੇ ਆ ਕੇ ਭਾਵੇਂ ਮੂੰਹ ਵਿਚ ਈ ਇਹ ਗੱਲ ਆਖੀ ਸੀ, ਪਰ ਰੌਣਕੀ ਨੇ ਨਾਲ ਦੀ ਨਾਲ ਕੰਨ ਖੜੇ ਕਰ ਲਏ।

"ਆ ਓਇ ਜਗਸਿਆ।" ਉਹਨੇ ਮੂੰਹ ਨਾਲੋਂ ਚਿਲਮ ਲਾਹੁੰਦਿਆਂ ਖਿੜ ਕੇ ਆਖਿਆ, "ਹੁਣ ਤਾਂ ਪਤਾ ਨ੍ਹੀਂ ਕਿਹੜਾ 'ਕਬੀਲਦਾਰੀ' 'ਚ ਖੁੱਭਿਆ ਰਹਿਨੈਂ, ਕਿੰਨੇ ਦਿਨ ਹੋਗੇ ਕਦੇ ਗੇੜਾ ਈ ਨ੍ਹੀਂ ਮਾਰਿਆ।"

ਰੌਣਕੀ ਨੇ ਚਿਲਮ ਦੀ ਅੱਗ ਕੱਢੀ ਤੇ ਸੁਆਹ ਵਿਚੋਂ ਠੀਕਰੀ ਭਾਲ ਕੇ ਚਿਲਮ ਦੇ ਮੂੰਹ ਵਿਚ ਪਾਉਂਦਿਆਂ ਚਿਲਮ ਕੜਾਹੀ ਦੇ ਕੁੰਡੇ ਨਾਲ ਖੜੀ ਕਰ ਦਿਤੀ, ਤੇ ਭੱਠੀ ਦੇ ਮੂਹਰੇ ਆ ਗਿਆ।

"ਆ ਜਾ, ਐਥੇ ਬਹਿ ਜਾ, ਨਿੱਘਾ ਥਾਂ ਐ।" ਉਹਨੇ ਬੈਠਦਿਆਂ ਆਪਣੇ ਸੱਜੇ ਪਾਸੇ ਭੁੰਜੇ ਹੱਥ ਮਾਰਦਿਆਂ ਆਖਿਆ।

"ਹੁਣ ਤਾਂ ਰੌਣਕਾ ਤੈਨੂੰ ਛੱਡਾਂਗੇ।" ਜਗਸੀਰ ਨੇ ਚੀਸ ਵੱਟ ਕੇ ਸਾਹ ਲੈਂਦਿਆਂ, ਗੋਡਿਆਂ ਉਤੇ ਹੱਥ ਧਰ ਕੇ ਰੌਣਕੀ ਦੇ ਕੋਲ ਬਹਿੰਦਿਆਂ ਕਿਹਾ।

"ਕਿਉਂ, ਇਹ ਕੀ ਆਖਦੈਂ ਹੁਣੇ ?" ਕੁਝ ਹੈਰਾਨੀ ਨਾਲ ਤੇ ਹਿਰਖ ਨਾਲ ਰੌਣਕੀ ਬੋਲਿਆ ਤੇ ਫੇਰ ਆਪਣੀਆਂ ਚੂਹੇ-ਮੁੱਛਾਂ ਨੂੰ ਫਰਕਾਉਂਦਾ ਮੁਸਕਰਾ ਕੇ ਬੋਲਿਆ, "ਅਜੇ ਤਾਂ ਕਮਲਿਆ ਆਪਾਂ ਗਾਨੇ ਬੰਨ੍ਹਣੇ ਐਂ...ਮਾਈਏਂ ਪੈਣੈਂ!"

ਉਹ ਦੋਵੇਂ ਹੱਸ ਪਏ ਪਰ ਏਹ ਹਾਸੀ, ਏਡੀ ਓਪਰੀ ਸੀ ਕਿ ਇਕ ਪਲ ਮਗਰੋਂ ਦੋਹਾਂ ਦੇ ਚਿਹਰੇ ਇੰਜ ਖਸਿਆਨੇ ਜਿਹੇ ਹੋ ਗਏ ਜਿਵੇਂ ਏਸ ਹਾਸੀ ਤੋਂ ਉਹਨਾਂ ਨੂੰ ਸੰਙ ਆਈ ਹੋਵੇ।

"ਕੀ ਗੱਲ ਕੁਸ਼ ਢਿੱਲੈਂ ?" ਬਿੰਦ ਕੁ ਪਿਛੋਂ ਗੰਭੀਰ ਹੋ ਕੇ ਰੌਣਕੀ ਨੇ ਪੁੱਛਿਆ।

"ਮੈਨੂੰ ਦੋ ਦਿਨ ਹੋਗੇ ਤਾਪ ਨਾਲ ਪਏ ਨੂੰ, ਤੂੰ ਤਾਂ ਬਾਤ ਨਾ ਪੁੱਛੀ। ਹਾਰ ਕੇ ਮੈਂ ਸੋਚਿਆ, ਆਪ ਈ ਚੱਲੀਏ; ਜੇ ਉਹ ਨਮੋਂਰਾ ਹੋ ਗਿਆ ਤਾਂ ਆਪਾਂ ਤਾਂ ਯਾਰ ਦੀ ਯਾਰੀ ਮਗਰ ਜਾਣੈਂ, ਐਬ ਤਾਂ ਨੀਂ ਵੇਖਣੈਂ।"

"ਨਾ, ਨਾ," ਬੜਾ ਈ ਨਿੱਕਾ ਜਿਹਾ ਮੂੰਹ ਬਣਾ ਕੇ, ਕੁਝ ਨਮੋਸ਼ੀ ਜਿਹੀ ਨਾਲ ਰੌਣਕੀ ਬੋਲਿਆ, "ਸਹੁੰ ਢਾਂਡੀ ਦੀ, ਬਾਈ ਮੈਨੂੰ ਤਾਂ ਪਤਾ ਈ ਨ੍ਹੀਂ ਲੱਗਿਆ, ਨਹੀਂ ਭਲਾ ਮੈਂ ਅਟਕਦਾ ਸੀ ?" ਤੇ ਫੇਰ ਜਗਸੀਰ ਦੇ ਮੂੰਹ ਵਲ ਤਕਦਿਆਂ ਕੁਝ ਅਟਕ ਕੇ ਪੁੱਛਿਆ, "ਕੋਈ ਦੁਆਈ-ਬੂਟੀ ਲਈ ਐ ?"

"ਦੁਆਈ-ਬੂਟੀ ਕੀ ਲੈਣੀ ਐਂ, ਆਪੇ ਉੱਤਰ-ਜੂ।"

"ਲੈ ਕਮਲਾ ਨਾ ਸਿਆਣਾ!" ਰੌਣਕੀ ਨੇ ਅਪਣੱਤ ਨਾਲ ਜਗਸੀਰ ਨੂੰ ਝਿੜਕ ਜਿਹੀ ਦਿੰਦਿਆਂ ਆਖਿਆ, "ਇਹਨੂੰ ਸਾਲੇ ਭੂਤ ਨੂੰ ਆਪਾਂ ਰਹਿਣ ਈ ਕਿਉਂ ਦੇਣੈਂ। ਹੁਣੇ ਲੈ, ਕਰਦੇ ਐਂ ਇੰਤਜ਼ਾਮ। ਮੈਨੂੰ ਤਾਂ ਜੁਆਨੀ ਦੀ ਸਹੁੰ ਪਤਾ ਨ੍ਹੀਂ ਲੱਗਿਆ, ਨਹੀਂ ਆਪਣੇ ਕੋਲੇ ਤਾਂ ਲੇਖੀਏ ਬਾਵੇ ਦੀਆਂ ਦਿੱਤੀਆਂ ਐਸੀਆਂ ਗੋਲੀਆਂ ਪਈਐਂ ਬਈ ਤਾਪ ਕੀ ਤਾਪ ਦਾ ਪਿਉ ਨ੍ਹੀਂ ਰਹਿ ਸਕਦਾ।"

ਭੱਠੀ ਦੀ ਭੁੱਬਲ ਵਿਚੋਂ ਚਮਕ-ਚਮਕ ਬੁਝਦੇ ਚੰਗਿਆੜਿਆਂ ਦੇ ਚਾਨਣ ਵਿਚ ਜਦੋਂ ਜਗਸੀਰ ਨੇ 'ਜੁਆਨੀ ਦੀ ਸੋਹੁੰ' ਖਾਂਦੇ ਰੌਣਕੀ ਦੇ ਚਿਹਰੇ ਵਲ ਤੱਕਿਆ ਤਾਂ ਉਹਦੀ ਹਾਸੀ ਨਿਕਲ ਗਈ। ਪਰ ਨਾਲ ਈ ਕੁਝ ਸੋਚ ਕੇ ਉਹਨੂੰ ਇਕ ਧੱਕਾ ਜਿਹਾ ਵੱਜਿਆ; ਤੇ ਉਹਦੇ ਚਿਹਰੇ ਉਤੇ ਮੁੜ ਗੰਭੀਰਤਾ ਛਾ ਗਈ- ਰੌਣਕੀ ਜਿਵੇਂ ਉਹਨੂੰ ਪਛਾਣ ਵਿਚ ਈ ਨਹੀਂ ਸੀ ਆ ਰਿਹਾ। ਇੰਜ ਜਾਪਦਾ ਸੀ ਜਿਵੇਂ ਉਹਨੇ ਰੌਣਕੀ ਨੂੰ ਦਸਾਂ ਪੰਦਰਾਂ ਵਰ੍ਹਿਆਂ ਮਗਰੋਂ ਵੇਖਿਆ ਸੀ। ਉਹਦੀਆਂ ਚਮਕੀਲੀਆਂ, ਗੁਟਾਰ ਵਰਗੀਆਂ ਅੱਖਾਂ ਦੇ ਬਾਹਰਲੇ ਕੋਇਆਂ ਦੇ ਪਾਸੀਂ, ਕਿੰਨੀਆਂ ਈ ਬਰੀਕ ਝੁਰੜੀਆਂ ਪੈ ਗਈਆਂ ਸਨ। ਵਰਾਛਾਂ ਤੋਂ ਲੈ ਕੇ ਨੱਕ ਦੇ ਦੋਹਾਂ ਪਾਸਿਆਂ ਤਾਈਂ ਦੋ ਡੂੰਘੀਆਂ ਲੀਕਾਂ ਨੇ ਉਹਦਾ ਲੰਮੂਤਰਾ ਤੇ ਨਿੱਕਾ ਚਿਹਰਾ, ਪਲੀ ਖੱਖੜੀ ਵਾਂਗ ਚਿਪਕਾ ਦਿਤਾ ਸੀ। ਮੱਥੇ ਦੀਆਂ ਤਿਊੜੀਆਂ ਹੋਰ ਸੰਘਣੀਆਂ ਹੋ ਗਈਆਂ ਸਨ ਜਿਵੇਂ ਜਾਲ ਬੁਣਿਆ ਹੋਵੇ। ਖੋਦੀ ਦਾਹੜੀ ਦੇ ਢਾਈ ਵਾਲਾਂ ਵਿਚੋਂ ਅੱਧਿਓਂ ਬਹੁਤੇ ਬੱਗੇ ਹੋ ਗਏ ਸਨ ਤੇ ਉਂਜ ਵੀ ਏਨੇ ਵਿਰਲੇ ਹੋ ਗਏ ਸਨ ਕਿ ਨਿਰਾ ਉਹਨਾਂ ਕਰਕੇ ਈ ਰੌਣਕੀ ਦਾ ਮੂੰਹ ਬਹੁਤਾ ਪਿਚਕਿਆ ਹੋਇਆ ਲੱਗਣ ਲਗ ਪਿਆ ਸੀ। ਬੱਸ ਇਕੋ ਉਹਦਾ ਲੰਮਾ ਨੱਕ ਈ ਨੱਕ ਉਹਦੇ ਚਿਹਰੇ ਉਤੇ, ਝਲਾਨੀ ਦੀ ਨਿੱਕੀ ਛੱਤ ਨੂੰ ਲਾਏ ਵੱਡੇ ਸਾਰੇ ਪਰਨਾਲੇ ਵਾਂਗ ਦਿਸਦਾ ਸੀ।

ਜਦੋਂ ਰੌਣਕੀ ਉੱਠ ਕੇ ਕੋਠੜੀ ਵਲ ਗਿਆ ਤਾਂ ਜਗਸੀਰ ਨੇ ਉਹਦੀ ਅਗੇ ਨਾਲੋਂ ਵੀ ਨਿੱਕੀ ਜਿਹੀ ਦਿਹ ਤੇ ਵਿੰਗੀਆਂ, ਸੁੱਕੀਆਂ ਲੱਤਾਂ ਵੱਲ ਇਕ ਭਰਵੀਂ ਨਿਗ੍ਹਾ ਨਾਲ ਤੱਕਿਆ ਤੇ ਬੇਵੱਸ ਈ ਉਹਦਾ ਹਉਕਾ ਨਿਕਲ ਗਿਆ।

"ਬੰਦਿਆ ਤੇਰੀਆਂ ਦਸ ਦੇਹੀਆਂ,

ਇਕੋ ਗਈ ਵਿਹਾ, ਨੌਂ ਕਿਧਰ ਗਈਆਂ!"

ਪਲ ਕੁ ਪਿਛੋਂ ਰੌਣਕੀ ਇਕ ਹੱਥ ਵਿਚ ਸਿਲਵਰ ਦੇ ਕੌਲੇ ਵਿਚ ਪਾਣੀ ਤੇ ਦੂਜੇ ਵਿਚ ਨਿੱਕੀਆਂ-ਨਿੱਕੀਆਂ ਭੂਰੇ ਰੰਗ ਦੀਆਂ ਦੋ ਗੋਲੀਆਂ ਲੈ ਕੇ ਆ ਗਿਆ।

"ਲੈ ਖਾਣ ਸਾਰ ਟੱਲੀ ਅਰਗਾ ਨਾ ਹੋ ਗਿਆ ਤਾਂ ਆਖੀਂ।" ਗੋਲੀਆਂ ਜਗਸੀਰ ਨੂੰ ਫੜਾ ਕੇ ਉਹਨੇ ਕੌਲਾ ਭੁੱਬਲ ਉਤੇ ਰੱਖ ਦਿਤਾ।

ਜਗਸੀਰ ਹਨੇਰੇ ਵਿਚ ਗੋਲੀਆਂ ਨੂੰ ਟੋਂਹਦਿਆਂ ਨੀਝ ਲਾ ਕੇ ਵੇਖਦਾ ਰਿਹਾ, ਪਰ ਉਹਦੀਆਂ ਅੰਬੀਆਂ ਹੋਈਆਂ ਅੱਖਾਂ ਨਾਲ ਉਹ ਚੰਗੀ ਤਰ੍ਹਾਂ ਦਿੱਸੀਆਂ ਨਾ।

ਜਦੋਂ ਰਤਾ ਕੁ ਪਾਣੀ ਦਾ ਠਰ ਫੁੱਟ ਗਿਆ ਤਾਂ ਰੌਣਕੀ ਨੇ ਉਂਗਲ ਨਾਲ ਟੋਹ ਕੇ ਵੇਖਿਆ ਤੇ ਚੁੱਕ ਕੇ ਕੌਲਾ ਜਗਸੀਰ ਨੂੰ ਫੜਾ ਦਿਤਾ।

"ਦੋਹੇਂ ਲੈ-ਲਾਂ ?" ਜਗਸੀਰ ਨੇ ਪੁੱਛਿਆ।

"ਹਾਂ, ਦੋਹੇਂ।"

ਜਗਸੀਰ ਨੇ ਦੋਵੇਂ ਗੋਲੀਆਂ ਮੂੰਹ ਵਿਚ ਪਾ ਕੇ ਕੋਸੇ ਪਾਣੀ ਦਾ ਘੁੱਟ ਭਰ ਲਿਆ ਤੇ ਫੇਰ ਭੁੱਬਲ ਪਾ ਕੇ ਜੂਠਾ ਕੌਲਾ ਮਾਂਜਣ ਲਗ ਪਿਆ।

"ਛੱਡ ਯਾਰ ਕੀ ਕਮਲ ਮਾਰਨ ਲੱਗਿਐਂ!" ਰੌਣਕੀ ਨੇ ਉਹਦੇ ਹੱਥੋਂ ਕੌਲਾ ਖੋਂਹਦਿਆਂ ਆਖਿਆ, "ਏਹੋ ਜੀ ਨਿੰਦ-ਵਚਾਰ ਹੋਊ "ਵੱਡੇ ਘਰਾਂ" ਨੂੰ। ਜੀਹਨੂੰ ਯਾਰ ਈ ਆਖ 'ਤਾ ਉਹਦੇ ਨਾਲ ਦਰੈਤ ਕਾਹਦੀ ?"

ਤੇ ਰੌਣਕੀ ਕੌਲਾ ਆਪ ਮਾਂਜਣ ਲੱਗ ਪਿਆ। ਜਗਸੀਰ ਨੂੰ ਇੰਜ ਜਾਪਿਆ ਜਿਵੇਂ ਰੌਣਕੀ ਦੀ ਇਹ ਗੱਲ ਉਹਦੇ ਅੰਦਰ, ਜਨਮਾਂ ਦੀ ਪਈ ਕਿਸੇ ਲਕੀਰ ਨੂੰ ਮੇਸ ਗਈ ਸੀ, ਤੇ ਉਹਦੇ ਮਨ ਦੀ ਸਿੱਲ਼ ਸਾਫ ਦਿੱਸਣ ਲੱਗ ਪਈ ਸੀ!... ਜੁਆਨੀ ਵਾਰੇ ਘੀਲੇ ਤੇ ਗੇਬੇ ਨਾਲ ਵੀ ਉਹਦੀ ਯਾਰੀ ਰਹੀ ਸੀ, ਉਹਨਾਂ ਨਾਲ ਰਲ ਕੇ ਉਸ ਸ਼ਰਾਬ ਵੀ ਪੀਤੀ ਸੀ, ਰੋਟੀ ਵੀ ਖਾਧੀ ਸੀ, ਪਰ ਉਹਦਾ ਜੂਠਾ ਖਾਣ, ਜਾਂ ਇੰਜ ਉਹਦਾ ਜੂਠਾ ਭਾਂਡਾ ਮਾਂਜਣ ਦਾ ਹੀਆ ਕੋਈ ਨਹੀਂ ਸੀ ਕਰ ਸਕਿਆ। ਜਗਸੀਰ ਬਿੰਦ ਕੁ ਕੌਲਾ ਮਾਂਜਦੇ ਰੌਣਕੀ ਵਲ ਵੇਂਹਦਾ ਰਿਹਾ ਤੇ ਫੇਰ ਉਹਦੀਆਂ ਅੱਖਾਂ ਵਿਚੋਂ ਪਾਣੀ ਸਿੰਮ ਪਿਆ-ਜਨਮਾਂ ਦੀ ਸਿੱਲ਼ ਜਿਵੇਂ ਨੁੱਦੜ ਪਈ ਹੋਵੇ...!

ਕੌਲਾ ਮਾਂਜ ਕੇ ਰੌਣਕੀ ਛਟੀ ਦੇ ਡੱਕੇ ਨਾਲ ਭੁੱਬਲ ਫਰੋਲਣ ਲੱਗ ਪਿਆ। ਪਰ ਮੋਹੜੀਆਂ ਤੇ ਕਾਨਿਆਂ ਦੀ ਅੱਗ ਦੀ ਭੁੱਬਲ ਵਿਚੋਂ ਬਿੰਦ ਦਾ ਬਿੰਦ ਚੰਗਿਆੜੇ ਚਮਕਦੇ ਤੇ ਬੁਝ ਜਾਂਦੇ, ਤੇ ਉਹਨਾਂ ਕਰਕੇ ਰੌਣਕੀ ਦੀਆਂ ਗੁਟਾਰ ਵਰਗੀਆਂ ਅੱਖਾਂ ਦੀ ਲਿਸ਼ਕ ਟਟਹਿਣੇ ਵਾਂਗ ਟਿਮਕਦੀ ਜਾਪਦੀ। ਕੁਝ ਚਿਰ ਚੁੱਪ ਬੈਠਾ ਰਿਹਾ, ਪਰ ਫੇਰ ਉਭੜਵਾਹਾ ਈ ਬੋਲਿਆ:

"ਜਗਸਿਆ! ਕਦੇ ਕਦੇ ਐਂ ਜੀ ਕਰਦੈ ਜਾਣੀ ਕਿਸੇ ਪਾਸੇ ਭੱਜ ਜੀਏ..."

"ਕਿਥੇ ?-ਪਤਾਲ 'ਚ ?" ਜਗਸੀਰ ਨੇ ਰਤਾ ਹੱਸ ਕੇ ਪੁੱਛਿਆ।

"ਤੂੰ ਤਾਂ ਗੱਲ ਹਾਸੇ ਪਾ-ਲੀ...ਸਹੁੰ ਢਾਂਡੀ ਦੀ, ਕਦੇ-ਕਦੇ ਸੁਹਰੇ ਮੇਰੇ ਦੀ ਬੜਾ ਯਾਦ ਆਉਂਦੀ ਐ! ਉਹ ਵਹਿਲ..."

ਰੌਣਕੀ ਦੀ ਹੁਣੇ-ਹੁਣੇ ਫਰੋਲੀ ਭੁੱਬਲ ਦੇ ਚੰਗਿਆੜਿਆਂ ਦੇ ਚਾਨਣ ਵਿਚ ਜਦੋਂ ਜਗਸੀਰ ਨੇ ਵੇਖਿਆ, ਤਾਂ ਉਹਨੂੰ ਰੌਣਕੀ ਦੇ ਸ਼ਬਦਾਂ ਦਾ ਸਾਰਾ ਭਾਵ ਪਰਤੱਖ ਉਹਨਾਂ ਵਿਚੋਂ ਲਿਸ਼ਕਦਾ ਦਿੱਸਿਆ। ਏਡੇ ਨਿੰਮ੍ਹੇ ਚਾਨਣ ਵਿਚ ਵੀ ਜਗਸੀਰ ਨੂੰ ਰੌਣਕੀ ਦੀਆਂ ਅੱਖਾਂ ਦੇ ਬਾਹਰਲੇ ਕੋਇਆਂ ਦੁਆਲੇ ਪਈਆਂ ਬਰੀਕ ਝੁਰੜੀਆਂ ਦੇ ਡੂੰਘ ਤੇ ਉਹਦੀਆਂ ਚੂਹੇ-ਮੁੱਛਾਂ ਦੀ ਕੰਬਣੀ ਦਿੱਸ ਪਈ। ਜਗਸੀਰ ਉਹਦੇ ਚਿਹਰੇ ਦੇ ਇਸ ਗੰਭੀਰ ਪਰਭਾਵ ਦੇ

ਅਸਰ ਤੋਂ ਨਾ ਬਚ ਸਕਿਆ ਤੇ ਨਾਲ ਦੀ ਨਾਲ ਉਹਦੇ ਬੁੱਲ੍ਹਾਂ ਉਤੇ ਆਈ ਹਾਸੀ ਅਲੋਪ ਹੋ ਗਈ। ਸਿਰ ਨੀਵਾਂ ਕਰਕੇ ਉਹ ਵੀ ਡੱਕੇ ਨਾਲ ਭੁੱਬਲ ਫਰੋਲਣ ਲੱਗ ਪਿਆ।

"ਜਗਸਿਆ!" ਰੌਣਕੀ ਐਤਕੀ ਇੰਜ ਬੋਲਿਆ ਜਿਵੇਂ ਉਹਨੇ ਦੂਰ ਫਿਰਦੇ ਜਗਸੀਰ ਨੂੰ ਵਾਜ ਮਾਰੀ ਹੋਵੇ : "ਭਲਾ, ਬੰਦਾ ਇਹ ਧੰਦ ਕਾਹਦੇ ਪਿਛੇ ਪਿਟਦਾ ਫਿਰਦੈ ?- ਤੂੰ ਸੋਚ, ਨਾ ਮੇਰੇ ਹੇਲ਼ਾ ਨਾ ਹੇਲ਼ੀ, ਕੱਲੀ ਜਾਨ ਦੀ ਜਾਨ ਐਂ- ਉਹ ਵੀ ਛੱਡ ਕੇ ਉਠਗੀ! ਜੇ ਅੱਜ ਮਰ-ਜਾਂ ਤਾਂ ਕੋਈ ਫੂਕਣ ਵਾਲਾ ਨ੍ਹੀਂ - ਊਂ ਵੀ ਮੇਰੇ ਬਿਨਾਂ ਕੋਈ ਦੁਨੀਆਂ ਸੁੰਨੀ ਨ੍ਹੀਂ ਹੋ ਚੱਲੀ, ਮੇਰੇ ਅਰਗੇ ਸੌ ਕੀੜੇ-ਪਤੰਗੇ ਆਥਣ ਨੂੰ ਮਰਦੇ ਐ - ਆਪਾਂ ਕੀੜੇ ਪਤੰਗਿਆਂ ਅਰਗੇ ਈ ਐਂ, ਹੋਰ ਕੋਈ ਬੰਦਿਆਂ 'ਚ ਸ਼ਾਮਲ ਥੋੜੇ ਐਂ! ਪਰ ਮਰਨ ਨੂੰ ਅਜੇ ਵੀ ਜੀ ਨ੍ਹੀਂ ਕਰਦਾ... ਕੋਈ ਪਤਾ ਨ੍ਹੀਂ ਲਗਦਾ ਕੀ ਲੀਲ਼ਾ ਰਚੀ ਐ ਓਸ ਲੀਲ਼ੇ ਛਪਰ ਆਲ਼ੇ ਨੇ!..."

ਗੱਲ ਮੁਕਾਂਦਿਆਂ ਰੌਣਕੀ ਨੇ ਲੰਮਾ ਸਾਹ ਖਿੱਚ ਕੇ ਹੌਲੀ-ਹੌਲੀ ਇੰਜ ਛੱਡਿਆ ਜਿਵੇਂ ਅੰਦਰ 'ਕਠੇ ਹੋਏ ਇਹਨਾਂ ਵਿਚਾਰਾਂ ਨੂੰ, ਇਹਦੇ ਨਾਲ ਈ ਕੱਢਣਾ ਚਾਹੁੰਦਾ ਹੋਵੇ। ਉਹ ਬਿੰਦ ਕੁ ਚੁੱਪ ਬੈਠਾ ਰਿਹਾ, ਪਰ ਫੇਰ ਜਗਸੀਰ ਦਾ ਜੁਆਬ ਉਡੀਕੇ ਬਿਨਾਂ ਈ ਬੋਲਣ ਲੱਗ ਪਿਆ।

"ਦੋ ਵਰ੍ਹੇ ਹੋ ਚੱਲੇ ਉਹਨੂੰ ਗਈ ਨੂੰ, ਅੰਦਰੋਂ ਕੰਜਰ ਦੀ ਅਜੇ ਵੀ ਨ੍ਹੀਂ ਨਿਕਲਦੀ। ਰਾਤ ਨੂੰ ਸੁਫ਼ਨਿਆਂ 'ਚ ਈ ਖਹਿੜਾ ਨ੍ਹੀਂ ਛਡਦੀ। ਜਾਗਦੇ ਨੂੰ ਵੀ ਐਂ ਭਲੇਖੇ ਪਈ ਜਾਂਦੇ ਐ ਬਈ, ਬੱਸ ਹੁਣ ਆਈ, ਬਿੰਦੇ ਆਈ... ਐਂ ਆਊ 'ਕੇਰਾਂ ਝੋਟੇ ਆਂਗੂੰ ਫੈਂ-ਫੈਂ ਕਰਦੀ ਤੇ ਔਣ-ਸਾਰ ਸਿੰਗਾਂ ਤੇ ਚੱਕ-ਲੂ ਤੇ ਲਲਕਾਰਾ ਮਾਰ ਕੇ ਆਖੂ, 'ਜਾਏ-ਖਾਣਿਆਂ ਜਾਂਦੂਆ, ਅੱਜ ਬਾਲਣ ਨੂੰ ਨ੍ਹੀਂ ਜਾਣਾ, ਭੱਠੀ 'ਚ ਤੇਰਾ ਸਿਰ ਲਾਊਂ ?'...ਜਗਸਿਆ ਸਹੁੰ ਗਊ ਦੀ...।"

ਤੇ ਅਗਾਂਹ ਉਹਤੋਂ ਨਾ ਬੋਲਿਆ ਗਿਆ, ਉਹਦੀ ਭੁੱਬ ਨਿਕਲ ਗਈ। ਜਗਸੀਰ ਨੇ ਉਹਦੀਆਂ ਅੱਖਾਂ ਵਿਚੋਂ ਤ੍ਰਿਪਦੇ ਹੰਝੂ, ਭੁੱਬਲ ਵਿਚ ਮੋਟੀਆਂ ਕਣੀਆਂ ਵਾਂਗ ਡਿਗਦੇ ਵੇਖੇ; ਤੇ ਉਹਦਾ ਮਨ ਵੀ ਭਰ ਆਇਆ।

"ਐਂ ਦਿਲ ਛੱਡਿਆਂ ਤਾਂ ਕੁਸ਼ ਨ੍ਹੀਂ ਬਣਨਾ ਰੌਣਕਾ ?" ਜਗਸੀਰ ਨੇ ਉਹਨੂੰ ਦਿਲਾਸਾ ਦਿੰਦਿਆਂ ਕਿਹਾ, ਪਰ ਆਪ ਉਹ ਡੋਲ ਗਿਆ ਸੀ।

"ਜਗਸਿਆ!...ਬਥੇਰਾ ਕਢਦੈਂ...ਬਥੇਰਾ ਕਢਦੈਂ... ਅੰਦਰੋਂ ਨਿਕਲਦੀ ਨ੍ਹੀਂ, ਖਹਿੜਾ ਈ ਨ੍ਹੀਂ ਛਡਦੀ... ਮੈਂ ਕਰਾਂ ਕੀ...!" ਨਿਆਣਿਆਂ ਵਾਂਗ ਹਉਕੇ ਭਰਦਿਆਂ, ਰੁਕ ਕੇ ਰੌਣਕੀ ਨੇ ਕਿਹਾ ਤੇ ਇਕ ਭੁੱਬ ਉਹਦੀ ਹੋਰ ਨਿਕਲ ਗਈ।

ਜਗਸੀਰ ਕੋਲ ਅੱਗੇ ਵੀ ਰੌਣਕੀ ਸੰਤੋ ਦੀਆਂ ਗੱਲਾਂ ਕਰਦਾ ਹੁੰਦਾ ਸੀ, ਪਰ ਅੱਜ ਵਾਂਗ ਉਹਨੇ ਕਦੇ ਦਿਲ ਨਹੀਂ ਸੀ ਛੱਡਿਆ। ਕਦੇ ਕਦੇ ਤਾਂ ਉਹ ਸੰਤੋ ਦੀਆਂ ਪੁਰਾਣੀਆਂ ਗੱਲਾਂ ਕਰਕੇ ਇੰਜ ਹਸਦਾ ਹੁੰਦਾ ਜਿਵੇਂ ਉਹਦਾ ਸੰਤੋ ਨਾਲ ਕੋਈ ਸੰਬੰਧ ਈ ਨਹੀਂ ਸੀ, ਪਰ ਓਦੋਂ ਵੀ ਜਗਸੀਰ ਤਾੜ ਜ਼ਰੂਰ ਜਾਂਦਾ ਕਿ ਰੌਣਕੀ ਦੀ ਇਹ ਹਾਸੀ ਕਿੰਨੀ ਕੁ ਡੂੰਘੀ ਤੇ ਅਸਲੀ ਹੁੰਦੀ ਸੀ, ਤੇ ਇਹਦੇ ਵਿਚ ਉਦਾਸੀ ਦਾ ਰਲ਼ਾ ਕਿੰਨਾ ਕੁ ਹੁੰਦਾ ਸੀ। ਰੌਣਕੀ ਦੀ ਇਹ ਹਾਸੋ-ਹੀਣੀ ਜਿਹੀ ਹਾਲਤ ਕਈ ਵਾਰ ਜਗਸੀਰ ਨੂੰ ਉਦਾਸ ਜ਼ਰੂਰ ਕਰ ਦਿੰਦੀ ਪਰ ਏਡਾ ਗੰਭੀਰ ਅਸਰ ਅੱਗੇ ਉਹਦੇ ਮਨ ਉਤੇ ਕਦੇ ਨਹੀਂ ਸੀ ਪਿਆ।

"ਅੱਛਾ ਮਾਲਕਾ!" ਖ਼ਾਸੇ ਚਿਰ ਪਿਛੋਂ ਰੌਣਕੀ ਨੇ ਖੇਸੀ ਦੇ ਪੱਲੇ ਨਾਲ ਅੱਖਾਂ ਪੂੰਝੀਆਂ ਤੇ ਘੱਗੀ ਆਵਾਜ਼ ਵਿਚ ਬੋਲਿਆ, "ਜੇ ਤੈਨੂੰ ਸਾਡੇ ਅਰਗਿਆਂ ਦੇ ਹੱਡ ਸਾੜ ਕੇ ਈ ਸੁਆਦ ਆਉਂਦੈ ਤਾਂ ਹੋਰ ਕਰ ਲੈ ਜੋ ਹੁੰਦੀਐਂ!... ਪਰ ਹੋਰ ਹੁਣ ਕੀ ਸਾਡਾ ਮੋਗਾ ਪਟਾ ਦੇਂਗਾ, ਐਦੂੰ ਉਤੋਂ ਦੀ ਤਾਂ ਹੋਰ ਕੁਸ਼ ਕਰਨੋਂ ਰਿਹਾ!... ਕੱਲੀ ਜਾਨ ਦੀ ਜਾਨ ਐਂ ਭਾਵੇਂ ਨਿਉਂਦੇ ਪਾ ਲੈ, ਭਾਵੇਂ ਸਲਾਮੀ ਪਾ ਲੈ... ਚਾਹੇ ਧੀ ਦੇ ਦੇ, ਚਾਹੇ ਭੈਣ ਦੇ ਦੇ...!"

ਜਗਸੀਰ ਨੂੰ ਜਾਪਿਆ ਰੌਣਕੀ ਭਾਵੇਂ ਆਪਣੇ ਮਖ਼ੌਲੀ ਸੁਭਾ ਅਨੁਸਾਰ ਰੱਬ ਨੂੰ ਟੋਕਾਂ ਲਾਉਣ ਲੱਗ ਪਿਆ ਸੀ ਤੇ ਉਹਦੀਆਂ ਚੂਹੇ-ਮੁੱਛਾਂ ਫਰਕਣ ਲਗ ਪਈਆਂ ਸਨ, ਪਰ ਨਿੱਕੀਆਂ ਅੱਖਾਂ ਦੀਆਂ ਗੰਨੀਆਂ ਅਜੇ ਗਿੱਲੀਆਂ ਸਨ ਤੇ ਉਹਨਾਂ ਦੀ ਚਮਕ ਅਜੇ ਵੀ ਘਸਮੈਲੀ ਪਈ ਹੋਈ ਸੀ।

"ਜਾਗੋ ਆ...ਈ ਐ !" ਪਰਲੇ ਗਵਾੜੋਂ ਆਉਂਦੀ ਡੂੰਘੀ ਆਵਾਜ਼ ਜਗਸੀਰ ਨੂੰ ਸੁਣੀਂ ਤੇ ਮੌਕਾ ਤਾੜ ਕੇ ਉਹਨੇ ਗੱਲ ਓਧਰ ਮੋੜ ਲਈ।

"ਕਿਸੇ ਦੇ ਵਿਆ ਐ ਰੌਣਕਾ ?"

"ਹਾਂ ਗਿੱਲਾਂ ਕੀ ਪਤੀ। ਸੁਹਣੇ ਟੁੰਡੇ ਦੇ ਵੱਡੇ ਮੁੰਡੇ ਦੀ ਅੱਜ ਜੰਨ ਚੜ੍ਹਨੀ ਸੀ।"

"ਉਹ ਜਿਹੜਾ ਵੈਲੀ ਜਿਆ ਐ ਧੁੰਨਲ ਬਲਦ ਅਰਗਾ, ਹੱਡਲ ਜਿਆ ?"

"ਹਾਂ, ਹਾਂ ਓਹੀ। ਸਾਲੇ ਪੁਤਾਂ ਦੇ !... ਅੱਖਾਂ 'ਚੋਂ ਸਾਰਾ ਦਿਨ ਰਿਬੜ ਚਿਉਂਦਾ ਰਹਿੰਦੈ; ਖਾਖਾਂ ਤੇ ਜਿਲਬ ਐਂ ਜੰਮੀ ਰਹਿੰਦੀ ਐ ਜਿਵੇਂ ਮੋਘੇ ਦੇ ਪਾਸੀਂ ਕੂਰੇ ਲਗੇ ਹੁੰਦੇ ਐ... ਲੈ ਇਹਨੂੰ ਵੀ ਕੋਈ ਆਵਦੀ ਧੀ ਦੇਊਗਾ ਈ ਨਾ। ਏਦੂੰ ਤਾਂ ਕਿਸੇ ਕੱਟੇ ਨਾਲ ਸਿਰ-ਨਰੜ ਕਰ ਦਿੰਦਾ ਕੰਜਰ ਦਾ ਪੁੱਤ।... ਏਹੋ ਜੇ ਕਜੋੜ ਕਰਨ ਆਲ਼ੇ ਕੀੜੇ ਪੈ ਕੇ ਮਰਦੇ ਹੁੰਦੇ ਐ, ਜਗਸਿਆ।"

"ਪਰ ਉਹ ਕਿਹੜਾ ਅੱਗੋਂ ਇੰਦਰ ਦੇ ਖਾੜੇ ਦੀ ਪਰੀ ਹੋਊਗੀ, ਖਬਰੈ ਏਦੂੰ ਵੀ ਚੰਦ ਹੋਵੇ।"

"ਊਂ ਗੱਲ ਤਾਂ ਤੇਰੀ ਪੱਕੀ ਐ।" ਰੌਣਕੀ ਨਿੱਕਾ ਜਿਹਾ ਠਹਾਕਾ ਮਾਰ ਕੇ ਬੋਲਿਆ, "ਉਹਨੂੰ ਕਿਸੇ ਨੇ ਚੱਜ ਦੀ ਤੀਵੀਂ ਦੇ ਕੇ ਖੂਹ 'ਚ ਸਿਟਣੀ ਐਂ ? ਜੇ ਕਿਤੇ ਲੜ ਕੇ ਧੌਲ-ਧਫਾ ਕਰ ਬੈਠੇ ਤਾਂ ਨਾਜਕ-ਜੀ ਤੀਵੀਂ ਦੀ ਤਾਂ ਇਕੋ ਧੌਲ ਨਾਲ ਗਿੱਚੀ ਭੰਨ ਦੇ। ਹੇ ਮੇਰਿਆ ਮਾਲਕਾ! ਲੈ ਏਹੋ-ਜੇ ਪਸੂਆਂ ਨੂੰ ਵੀ ਰੱਬ ਬੰਦੇ ਦੀ ਜੂਨ ਪਾ ਦਿੰਦੈ! ਊਂ ਜਗਸਿਆ ਇਹ ਕੋਈ ਰੱਬ ਦਾ ਅਨਸਾਫ ਤਾਂ ਨ੍ਹੀਂ ?"

"ਅਨਸਾਫ ਕਾਹਦੈ; ਏਹੋ ਜਿਆਂ ਨੂੰ ਬਲਦ ਬਣੌਂਦਾ ਤਾਂ ਸੌ ਕਿਸੇ ਹਮਾਤੜ-ਧਮਾਤੜ ਦਾ ਡੰਗ ਮਰਦੇ; ਹੁਣ ਇਹਨਾਂ ਦਾ ਕੀ ਫ਼ੈਦੈ।"

"ਜਾਗੋ ਆਈ ਐ..." ਆਵਾਜ਼ ਉਹਨੇ ਨੇੜਿਓਂ ਸੁਣੀ, ਤੇ ਦੋਹਾਂ ਦਾ ਧਿਆਨ ਓਧਰ ਖਿੱਚਿਆ ਗਿਆ।

"ਆਹ ਤਾਂ, ਤਾਂ... 'ਆਪਣੀ' ਭਾਨ ਕੁਰ ਦਾ ਬੋਲ ਲਗਦੈ... ਤਾਂ ਹੀਂ ਟੱਲੀ ਆਗੂੰ ਟੁਣਕਦੈ। ਰੌਣਕੀ 'ਤੇਰੀ' ਆਖਦਾ ਆਖਦਾ ਜਦੋਂ 'ਆਪਣੀ' ਸ਼ਬਦ ਆਖ ਗਿਆ ਤਾਂ ਜਗਸੀਰ ਮੁਸਕਰਾ ਪਿਆ; ਤੇ ਉਹਨੂੰ ਜਾਪਿਆ ਰੌਣਕੀ ਨੇ ਇੰਜ ਕਹਿ ਕੇ ਅਪਣੱਤ ਹੋਰ ਡੂੰਘੀ ਕਰ ਲਈ ਸੀ।

ਜਾਗੋ ਵਾਲੀਆਂ ਦੀਆਂ ਆਵਾਜ਼ਾਂ ਹੋਰ ਨੇੜੇ ਆ ਗਈਆਂ। ਦੋਹਾਂ ਨੇ ਕੰਨ ਓਧਰ ਕਰ ਲਏ ਤੇ ਕਿੰਨਾ ਚਿਰ ਚੁੱਪ ਕਰਕੇ ਸੁਣਦੇ ਰਹੇ।

"ਜਾਗੋ ਆਈ ਐ,"
"ਜੋਰੂ ਜਗਾ ਲੈ ਵੇ..
ਜਾਗੋ ਆਈ ਐ।
"ਚੁੱਪ ਕਰ ਨ੍ਹੀਂ ਬੀਬੀ,
ਮਸਾਂ ਸਮਾਈ ਐ,
ਲੋਰੀ ਦੇ ਕੇ ਪਾਈ ਐ।"

ਤੇ ਨਾਲ ਦੀ ਨਾਲ ਉਹਨਾਂ ਰਾਜੋ ਕੀ ਗਲੀ ਦਾ ਮੋੜ ਮੁੜ ਕੇ, ਜਾਗੋ ਵਾਲੀਆਂ ਮੇਲਣਾਂ ਏਧਰ ਨੂੰ ਆਉਂਦੀਆਂ ਵੇਖੀਆਂ। ਇਕ, ਸਾਰਿਆਂ ਤੋਂ ਉੱਚੀ-ਲੰਮੀ ਤੀਵੀਂ ਨੇ ਜਾਗੋ ਚੁੱਕੀ ਹੋਈ ਸੀ। ਉਹਦੇ ਸਿਰ ਉਤੇ ਰੱਖੀ ਟੋਕਣੀ ਦੇ ਉਤੇ ਏਨੇ ਦੀਵੇ ਜਗਾਏ ਹੋਏ ਸਨ ਕਿ ਮੋੜ ਉਤੋਂ ਵੀ ਚਾਣਨ ਭੱਠੀ ਤਾਈਂ ਪੈਂਦਾ ਸੀ। ਟੋਕਣੀ ਵਾਲੀ ਤੀਵੀਂ ਤੋਂ ਮੂਹਰੇ ਇਕ ਜਣੀ ਨੇ ਆਪਣਾ ਘਗਰਾ ਇਕ ਪਾਸਿਉਂ ਉਤਾਂਹ ਛੁੰਗਿਆ ਹੋਇਆ ਸੀ। ਕੁੜਤੀ ਦੀ ਸੱਜੀ ਬਾਂਹ ਲਾਹੀ ਹੋਈ ਸੀ ਤੇ ਮੋਢੇ ਤੋਂ ਲੈ ਕੇ ਸਾਰੀ ਬਾਂਹ ਨੰਗੀ ਸੀ। ਚੁੰਨੀ ਲਾਹ ਕੇ ਉਹਨੇ ਲੱਕ ਨੂੰ ਬੰਨ੍ਹੀ ਹੋਈ ਸੀ ਤੇ ਹੱਥ ਵਿਚ ਘੁੰਗਰੂਆਂ ਵਾਲਾ ਘੋਟਾ ਸੀ। ਘੋਟੇ ਨੂੰ ਉਤਾਂਹ ਉਲਾਰ-ਉਲਾਰ ਕੇ ਉਹ ਜਾਗੋ ਦੇ ਬੋਲਾਂ ਦੀ ਤਾਲ ਨਾਲ ਟਪੂਸੀਆਂ ਮਾਰ-ਮਾਰ ਨੱਚਦੀ ਆਉਂਦੀ ਸੀ। ਉਹਦੇ ਸਿਰ ਉਤੇ ਗੁੰਦੇ ਸੱਗੀ-ਫੁੱਲ ਕਿਤੇ-ਕਿਤੇ ਦੀਵਿਆਂ ਦੇ ਚਾਨਣ ਨਾਲ ਇੰਜ ਲਿਸ਼ਕ ਮਾਰਦੇ ਸਨ ਜਿਵੇਂ ਡੂੰਘੇ ਵਿਚ ਬਿਜਲੀ ਲਿਸ਼ਕਦੀ ਹੋਵੇ। ਕਿਤੇ-ਕਿਤੇ ਕੁੜਤੀ ਸਲਵਾਰ ਵਾਲੀ ਮਧਰੀ ਜਿਹੀ ਮੁਟਿਆਰ, ਮਗਰਲੀਆਂ ਮੇਲਣਾਂ ਵਿਚੋਂ, ਅੱਗ ਦੀ ਲਾਟ ਵਾਂਗ ਨਿਕਲ ਕੇ ਉਸ ਘੋਟੇ ਵਾਲੀ ਨਾਲ ਆ ਰਲਦੀ ਤੇ ਪੱਲੇ ਫੜ ਕੇ ਚੁੰਨੀ ਹਵਾ 'ਚ ਉਡਾਂਦੀ, ਨੰਗੇ ਸਿਰ ਹੂੰ ਪਿੰਜਦੀ ਤੇ ਦੋ ਗੇੜੇ ਘੋਟੇ ਵਾਲੀ ਦੇ ਉਤੋਂ ਦੀ ਦੇ ਕੇ ਫੇਰ ਮੇਲਣਾਂ ਵਿਚ ਜਾ ਰਲਦੀ।

"ਵੇਖ, ਵੇਖ ਕਿਵੇਂ ਮੱਛਰੀਐਂ, ਜੱਟੀਆਂ!" ਰੌਣਕੀ ਨੇ ਉਹਨਾਂ ਵਿਚ ਨਿਗ੍ਹਾ ਗੱਡੀ ਮੁਸਕਰਾਂਦਿਆਂ ਆਖਿਆ ਤੇ ਫੇਰ ਆਪਣੀਆਂ ਚੂਹੇ-ਮੁੱਛਾਂ ਉਤੋਂ ਦੀ ਹੱਥ ਫੇਰਨ ਲੱਗ ਪਿਆ।

ਜਾਗੋ ਵਾਲੀਆਂ ਹੁਣ ਉਹਨਾਂ ਤੋਂ ਪੰਦਰਾਂ ਕੁ ਕਰਮਾਂ ਦੀ ਵਿੱਥ ਉਤੇ ਸਨ ਤੇ ਘੋਟੇ ਵਾਲੀ ਦੂਹਰੀ ਤੀਹਰੀ ਹੁੰਦੀ ਉਹਨਾਂ ਤੋਂ ਤਿੰਨ ਚਾਰ ਕਰਮਾਂ ਮੂਹਰੇ ਮੇਲ੍ਹਦੀ ਆਉਂਦੀ ਸੀ।

"ਜਾਗੋ ਆਈ ਐ"

ਸਾਰੀਆਂ ਮੇਲਣਾਂ ਨੇ ਕੱਠੀ ਹੇਕ ਕੱਢੀ ਤੇ ਫੇਰ ਭਾਨੀ ਦੀ ਤਿੱਖੀ ਤੇ ਮਿੱਠੀ ਆਵਾਜ਼ ਉਹਨਾਂ ਨੂੰ ਇੰਜ ਸੁਣੀਂ ਜਿਵੇਂ ਉਹਨਾਂ ਤੋਂ ਸ਼ਰਮਾਂਦੀਆਂ ਬਾਕੀ ਸਾਰੀਆਂ ਆਵਾਜ਼ਾਂ ਛਹਿ ਗਈਆਂ ਹੋਣ।

"ਜੋਰੂ ਜਗਾ ਲੈ ਵੇ ਰੌਣਕਾ,
ਜਾਗੋ ਆਈ ਐ!"

ਤੇ ਨਾਲ-ਨਾਲ ਉਹ ਸ਼ਰਮਾਂਦੀਆਂ ਆਵਾਜ਼ਾਂ ਨੇ ਗੂੰਜ ਪਾਈ।

"ਚੁੱਪ ਕਰ ਨ੍ਹੀ ਬੀਬੀ,
ਮਸਾਂ ਸਮਾਈ ਐ,
ਲੋਗੀ ਦੇ ਕੇ ਪਾਈ ਐ।"

ਰੌਣਕੀ ਦੀਆਂ ਮੁੱਛਾਂ ਫਰਕੀਆਂ ਤੇ ਉਹਨੇ ਖੇਸੀ ਦੀ ਬੁੱਕਲ ਹੋਰ ਘੁੱਟ ਕੇ ਮਾਰ ਲਈ।

ਮੇਲਣਾਂ ਐਨ ਉਹਨਾਂ ਦੇ ਨੇੜੇ ਆ ਗਈਆਂ ਸਨ। ਜਦੋਂ ਸਾਰੀਆਂ ਦੀ ਕੱਠੀ ਹੇਕ ਮੁੱਕੀ ਤਾਂ ਇੱਕਲੀ ਭਾਨੀ ਦੀ ਆਵਾਜ਼ ਫੇਰ ਆਈ :

"ਜਾਗੋ ਆਈ ਐ!"
ਜਾਗੋ ਆਈ ਵੇ, ਜਾਗੋ ਆਈ ਵੇ, ਜਾਗੋ ਆਈ ਐ...!"

ਤੇ ਦੰਦੀਆਂ ਭਚੀੜ ਕੇ, ਜਿਵੇਂ ਕਰੜੇ ਗੁੱਸੇ ਵਿਚ ਕੂਕਦੀ, ਕਿਤੇ-ਕਿਤੇ ਘੋਟੇ ਵਾਲੀ ਨਾਲ ਆ ਰਲਦੀ, ਉਹ ਮਧਰੀ ਮੁਟਿਆਰ, ਓਵੇਂ ਈ ਲਾਟ ਵਾਂਗ ਮੇਲਣਾਂ ਵਿੱਚੋਂ ਨਿੱਕਲੀ ਤੇ ਅੱਖ ਦੇ ਫੋਰ ਵਿਚ ਰੌਣਕੀ ਨੂੰ ਗਿੱਟਿਓਂ ਫੜ ਕੇ ਇੰਜ ਖਿੱਦੋ ਵਾਂਗ ਭੁਆ ਗਈ ਕਿ ਰੌਣਕੀ ਦਾ ਹੌਲਾ ਜਿਹਾ ਸਰੀਰ ਖੇਸੀ ਵਿਚ ਵਲ੍ਹੇਟਿਆ, ਗਠੜੀ ਵਾਂਗ ਤਿੰਨ ਚਾਰ ਲੋਟਣੀਆਂ ਖਾ ਕੇ ਭੱਠੀ ਤੋਂ ਚਾਰ ਕਰਮਾਂ ਦੀ ਵਿੱਥ ਤੇ ਜਾ ਡਿਗਿਆ।

"ਕੁੜੇ ਜਮਾਂ ਈ ਙਾਹੇ ਆਗੂੰ ਰਿੜ੍ਹਦੈ!" ਘੋਟੇ ਵਾਲੀ ਨੇ, ਰੌਣਕੀ ਦੇ ਸੰਭਲਣ ਤੋਂ ਪਹਿਲਾਂ ਈ ਉਹਦੇ ਕੋਲ ਜਾ ਕੇ, ਆਪਣੇ ਘੋਟੇ ਦੇ ਘੁੰਗਰੂ-ਰੌਣਕੀ ਦੇ ਸਿਰ ਉਤੇ ਚਰਖੇ ਛਣਕਾਂਦਿਆਂ ਆਖਿਆ, ਤੇ ਉਹਨੂੰ ਪੈਰ ਨਾਲ ਇੰਜ ਰੇੜ੍ਹਿਆ ਜਿਵੇਂ ਖਿੱਦੋ ਨੂੰ ਟੋਲਾ ਮਾਰਿਆ ਹੋਵੇ। ਅਗਾਂਹ ਨੀਵਾਂ ਥਾਂ ਹੋਣ ਕਰਕੇ ਬਿਨਾਂ ਸੰਭਲੇ, ਉਵੇਂ ਖੇਸੀ ਵਿਚ ਵਲ੍ਹੇਟਿਆ ਰੌਣਕੀ, ਦੋ ਤਿੰਨ ਲੋਟਣੀਆਂ ਹੋਰ ਖਾ ਗਿਆ। ਉਹ ਇੰਜ ਰੁੜ੍ਹਦਿਆਂ 'ਮਰ-ਜੂੰ ਕੰਜਰ ਦੀਓ, ਮਰ ਜੂੰ ਕੰਜਰ ਦੀਓ', ਕੂਕਦਾ ਰਿਹਾ, ਪਰ ਕੌਣ ਸੁਣਦਾ ਸੀ ?

ਫੇਰ ਜਦੋਂ ਘੋਟੇ ਵਾਲੀ ਜਗਸੀਰ ਵਲ ਭੱਜ ਕੇ ਪਈ ਤਾਂ ਭਾਨੋ ਨੇ ਜਾਗੋ ਸੰਭਾਲਦਿਆਂ ਉਹਨੂੰ ਉੱਚੀ ਸਾਰੀ, "ਉਂ-ਹੂੰ" ਆਖਿਆ ਤੇ ਉਹ ਉਥੇ ਈ ਖੜ੍ਹ ਗਈ। ਜਗਸੀਰ ਨੇ ਇੱਕ ਵਾਰੀ ਭਾਨੀ ਵਲ ਤੱਕਿਆ, ਉਹਦੇ ਸਿਰ ਤੇ ਰੱਖੀ ਟੋਕਣੀ ਕਰਕੇ ਭਾਵੇਂ ਦੀਵਿਆਂ ਦਾ ਚਾਨਣ ਉਹਦੇ ਮੂੰਹ ਉਤੇ ਨਹੀਂ ਸੀ ਪੈਂਦਾ, ਪਰ ਫੇਰ ਵੀ ਭਾਨੀ ਦੀਆਂ ਅੱਖਾਂ ਵਿੱਚੋਂ ਉਹਨੂੰ ਦੀਵਿਆਂ ਨਾਲੋਂ ਵੀ ਬਹੁਤਾ ਚਾਨਣ ਨਿਕਲਦਾ ਜਾਪਿਆ। ਉਹਦਾ ਕੱਦ-ਕਾਠ, ਉਹਦਾ ਰੂਪ। ਪਰ ਅਸਾਵੀਂ ਤੋਰ ਵੇਖ ਕੇ ਭਾਨੀ ਤੇ ਜਗਸੀਰ ਦੋਹਾਂ ਨੇ ਅੱਖਾਂ ਨੀਵੀਆਂ ਪਾ ਲਈਆਂ।...

ਰੌਣਕੀ ਦੇ ਸੰਭਲਣ ਤੋਂ ਪਹਿਲਾਂ ਈ ਮੇਲਣਾਂ ਤੇ ਉਹਨਾਂ ਦੇ ਨਾਲ-ਨਾਲ ਫਿਰਦੇ ਗੱਭਰੂ ਮੁੰਡੇ ਉਹਦੇ ਵੱਲ ਝਾਕ-ਝਾਕ ਹਾਸੜ ਪਾਉਂਦੇ ਅਗਾਂਹ ਲੰਘ ਗਏ। ਜਗਸੀਰ ਹੌਸਲਾ ਕਰਕੇ ਉੱਠਿਆ ਤੇ ਉਸ ਰੌਣਕੀ ਵਲ ਜਾਂਦਿਆ ਪੁੱਛਿਆ, "ਕਿਤੇ ਸੱਟ ਤਾਂ ਨ੍ਹੀਂ ਵੱਜੀ ?"

"ਚਿੱਕੜ ਦੇ ਤਿਲ੍ਹਕੇ ਦਾ ਤੇ ਰੰਨ ਦੇ ਝਿੜਕੇ ਦਾ ਕੀ ਗੁੱਸਾ-ਗਿਲਾ ਹੁੰਦੈ ਭਰਾਵਾ!" ਰੌਣਕੀ ਨੇ ਉਠ ਕੇ ਪੱਗ ਸੂਤ ਕਰਦਿਆਂ ਤੇ ਖੇਸੀ ਚੁੱਕਦਿਆਂ ਅਜਿਹੀ ਆਵਾਜ਼ ਵਿਚ ਆਖਿਆ, ਜਿਸ ਤੋਂ ਜਗਸੀਰ ਨੇ ਉਹਦੇ ਚਿੱਤ ਦੀ ਗੁਝੀ ਖ਼ੁਸ਼ੀ ਦਾ ਅੰਦਾਜ਼ਾ ਲਾ ਲਿਆ। ਏਸੇ ਕਰਕੇ ਤੁਰਤ ਈ ਪੈਂਤੜਾ ਬਦਲ ਕੇ ਰੌਣਕੀ ਜਾਂਦੀਆਂ ਮੇਲਣਾਂ ਵਲ ਬਣੌਟੀ ਗੁੱਸੇ ਨਾਲ ਤਾੜਦਿਆਂ ਬੋਲਿਆ, "ਕੰਜਰ ਦੀਆਂ ਕੁਜਾਤਾਂ ਜਮਾਂ ਕਿਹੜਾ ਕੁਸ਼ ਸੋਚਦੀਐਂ... ਗਿੱਚੀ ਪਿਛੇ ਮੱਤ ਐਵੇਂ ਤਾਂ ਨ੍ਹੀਂ ਸਿਆਣਿਆਂ ਨੇ ਆਖੀ..."

ਜਗਸੀਰ ਮੁਸਕਰਾਇਆ ਤੇ ਉਹਨੇ ਰੌਣਕੀ ਨੂੰ ਬਾਹੋਂ ਫੜ ਕੇ ਖੜ੍ਹਾ ਕਰਦਿਆਂ ਵਿਅੰਗ ਨਾਲ ਆਖਿਆ : "ਜੇ ਏਨੀ ਅਕਲ ਹੋਵੇ ਤਾਂ ਫੇਰ ਪਹਿਲਾਂ ਸਾਡੇ ਰੌਣਕ ਦਾ ਸਰੀਰ ਨਾ ਜਾਚਦੀਆਂ!"

ਰੌਣਕੀ ਨੇ ਉਠ ਕੇ ਪਿੱਛੋਂ ਕੁੜਤਾ ਝਾੜਿਆ ਤੇ ਖੇਸੀ ਝਾੜ ਕੇ ਉਤੇ ਲੈ ਲਈ। ਪਰ ਜਦੋਂ ਉਹ ਤੁਰਿਆ ਤਾਂ ਉਹਦੀ ਖੱਬੀ ਲੱਤ ਉਹਨੂੰ ਕੁੱਲ੍ਹੇ ਕੋਲੋਂ ਪੀੜ ਕਰਦੀ ਜਾਪੀ। ਜਦੋਂ ਲੱਤ ਉਤਾਂਹ ਚੁੱਕਣ ਲਗਿਆ ਤਾਂ ਏਨੀ ਪੀੜ ਹੋਈ ਕਿ ਉਹਦੇ ਮੂੰਹੋਂ ਮੇਲਣਾਂ ਨੂੰ ਇਕ ਭੈੜੀ ਗਾਲ੍ਹ ਨਿਕਲ ਗਈ; ਤੇ ਫੇਰ ਕਸੀਸ ਵੱਟਦਿਆਂ ਬੋਲਿਆ : "ਮਾਰ 'ਤਾ ਓਇ, ਖਸਮਾਂ-ਪਿੱਟੀਆਂ ਨੇ!"

ਕੁੱਲੇ ਉਤੇ ਹਥੇਲੀ ਧਰ ਕੇ ਉਹ ਬਿੰਦ ਕੁ ਕੋਡਾ ਹੋਇਆ ਰਿਹਾ ਤੇ ਫੇਰ ਹੌਲੀ-ਹੌਲੀ ਤੁਰ ਪਿਆ।

"ਚਲ, ਅੰਦਰ ਚੱਲੀਏ।" ਜਗਸੀਰ ਨੂੰ ਆਖਿਆ।

ਕੋਠੜੀ ਵਿਚ ਅਜੇ ਦੀਵਾ ਜਗੀ ਜਾਂਦਾ ਸੀ। ਜਗਸੀਰ ਨੇ ਬੱਤੀ ਕੁਝ ਉੱਚੀ ਕੀਤੀ ਤੇ ਖੂੰਜੇ ਡੱਠੇ ਮੰਜੇ ਉਤੇ ਬਹਿ ਗਿਆ। ਰੌਣਕੀ ਦੂਜੀ ਮੰਜੀ ਉਤੇ ਜਾ ਕੇ ਜਿਵੇਂ ਡਿਗ ਪਿਆ। ਉਹਦਾ ਕੁੱਲ੍ਹਾ ਅਜੇ ਵੀ ਪੀੜ ਕਰਦਾ ਸੀ। ਪਰ ਏਸ ਪੀੜ ਦਾ ਸੁਆਦ!... ਉਹ ਕਿੰਨਾ ਚਿਰ ਕੁਝ ਨਾ ਬੋਲਿਆ, ਪਰ ਫੇਰ ਅੱਭੜਵਾਹਾ ਈ ਬੋਲਿਆ :

"ਸੱਚ ਤੇਰਾ ਸਰੀਰ ਹੁਣ ਕਿਵੇਂ ਐਂ ?"

"ਸੂਤ ਐ ! ਤੇਰੀਆਂ ਗੋਲੀਆਂ ਨੇ ਖ਼ਾਸਾ ਫੈਦਾ ਕਰ 'ਤਾ। ਹੁਣ ਤਾਂ ਤਾਪ ਵੀ ਘੱਟ ਲਗਦੈ।"

"ਚੰਗਾ ਫੇਰ ਏਥੇ ਈ ਪੈ ਜਾ, ਕਿੱਥੇ ਹੁਣ ਠੰਡ 'ਚ ਘਰੇ ਜਾਂਦਾ ਫਿਰੇਂਗਾ। ਔਸ ਟੰਗਣੇ ਤੋਂ ਲੇਫ-ਤਲਾਈ ਲਾਹ ਲੈ.. ਓਸੇ ਦੀ ਐ!" ਤੇ 'ਓਸੇ ਦੀ' ਸ਼ਬਦ ਉਹਨੇ ਏਨੀ ਮਰਨਊ ਆਵਾਜ਼ ਵਿਚ ਆਖਿਆ ਕਿ ਜਗਸੀਰ ਨੂੰ ਪੂਰਾ ਨਾ ਸੁਣਿਆਂ। ਇਹ ਸ਼ਬਦ ਬੋਲਦਿਆਂ ਜਿਵੇਂ ਰੌਣਕੀ ਦੀਆਂ ਅੱਖਾਂ ਦੀ ਲਿਸ਼ਕ ਤੇ ਸਾਹ ਵੀ ਮਧਮ ਪੈ ਗਿਆ ਸੀ।

ਜਗਸੀਰ ਨੇ ਟੰਗਣੇ ਤੋਂ ਲੇਫ ਤੇ ਤਲਾਈ ਲਾਹ ਲਈ 'ਤੇ ਮੰਜੀ 'ਤੇ ਸੁੱਟ ਕੇ ਲੰਮਾ ਪੈ ਗਿਆ।

ਫੇਰ ਤਕੜੀ ਰਾਤ ਤਾਈਂ ਉਹ ਗੱਲਾਂ ਕਰਦੇ ਰਹੇ, ਮੇਲਣਾਂ ਦੀਆਂ, ਆਪਣੇ ਪੁਰਾਣੇ ਬੇਲੀਆਂ ਦੀਆਂ, ਤੀਵੀਂਆਂ ਦੀਆਂ ਤੇ 'ਆਪਣੇ ਵਰਗੇ'...'ਬੰਦਿਆਂ' ਦੀਆਂ।

ਛੇ

ਜਗਸੀਰ ਦਾ ਤਾਪ ਤਾਂ ਤੀਜੇ ਦਿਨ ਲਹਿ ਗਿਆ, ਪਰ ਕਮਜ਼ੋਰੀ ਕਈ ਦਿਨ ਹੋਰ ਨਾ ਗਈ। ਪੰਜ ਛੇ ਦਿਨ ਉਹ ਮੰਜੀ ਵਿਚ ਪਿਆ-ਪਿਆ ਈ ਅੱਕ ਗਿਆ। ਅਜੇ ਭਾਵੇਂ ਪੂਰੀ ਤਰ੍ਹਾਂ ਕੰਮ ਕਰਨ ਜੋਗਾ ਨਹੀਂ ਸੀ ਹੋਇਆ, ਪਰ ਸੱਤਵੇਂ ਕੁ ਦਿਨ ਉਹ ਉੱਠ ਕੇ ਖੇਤ ਨੂੰ ਤੁਰ ਪਿਆ। ਉਹਦੇ ਬੀਮਾਰ ਪਿਆਂ ਦੋ ਤਿੰਨ ਵਾਰੀ ਧਰਮ ਸਿੰਘ ਉਹਦਾ ਪਤਾ ਲੈਣ ਆਇਆ ਸੀ ਤੇ ਦੱਸ ਗਿਆ ਸੀ ਕਿ 'ਉਹਨਾਂ ਦੇ' ਖੇਤ ਲਾਗਲੀ ਕਣਕ ਦੀ ਗੋਡੀ ਕਰਨੀ ਸੀ, ਪਰ ਭੰਤਾ ਤਿੰਨਾਂ ਚਹੁੰ ਦਿਨਾਂ ਦਾ ਸਹੁਰੀਂ ਗਿਆ ਨਹੀਂ ਸੀ ਮੁੜਿਆ। ਜਗਸੀਰ ਨੂੰ ਭਾਵੇਂ ਆਪਣੇ ਵਿਚ ਤਾਕਤ ਨਹੀਂ ਸੀ ਦਿਸਦੀ, ਪਰ ਫੇਰ ਵੀ ਉਹਨੇ ਕਸੀਆ ਚੁੱਕ ਕੇ ਮੋਢੇ 'ਤੇ ਧਰ ਲਿਆ ਤੇ ਖੇਤ ਨੂੰ ਤੁਰ ਪਿਆ। ਪਿੰਡੋਂ ਨਿਕਲਦਿਆਂ ਈ ਉਹਨੂੰ ਨਿੱਕਾ ਮਿਲ ਪਿਆ; ਉਹ ਵੀ ਕਣਕ ਗੋਡਣ ਚੱਲਿਆ ਸੀ।

"ਹੂੰ! ਕਿਵੇਂ ਬੋਚ-ਬੋਚ ਪੱਬ ਧਰਦੈਂ ਜਿਵੇਂ ਮਾਈਏਂ ਪਿਆ ਹੁਨੈਂ ?" ਨਿੱਕੇ ਨੇ ਹਾਸੇ ਨਾਲ ਆਖਿਆ।

"ਤਾਪ ਚੜ੍ਹਦਾ ਸੀ।" ਜਗਸੀਰ ਨੇ ਅੱਗੋਂ ਗੰਭੀਰਤਾ ਨਾਲ ਉੱਤਰ ਦਿਤਾ। ਹੂੰਹ!" ਨਿੱਕੇ ਦਾ ਚਿਹਰਾ ਵੀ ਗੰਭੀਰ ਹੋ ਗਿਆ, "ਮੈਂ ਵੀ ਆਖਿਆ ਹੁਣ ਕਦੇ ਦਰਸ਼ਨ ਪਰਸ਼ਨ ਨ੍ਹੀਂ ਹੋਏ।"

ਪਰ ਜਗਸੀਰ ਨੇ ਕੋਈ ਮੋੜ ਨਾ ਦਿੱਤਾ, ਨੀਵੀਂ ਪਾਈ ਹੌਲੀ-ਹੌਲੀ ਤੁਰਿਆ ਗਿਆ।

ਨਿੱਕਾ ਪਿਛਲੀ ਸੌਣੀ ਤੋਂ, ਜਗਸੀਰ ਨਾਲ ਫੇਰ ਕੁਝ ਘਰੋੜ ਰਖਣ ਲੱਗ ਪਿਆ ਸੀ। ਅੱਗੇ ਵਾਂਗ ਖੁੱਲ੍ਹ ਕੇ ਗੱਲ-ਬਾਤ ਨਹੀਂ ਸੀ ਕਰਦਾ। ਲਾਈ-ਲੱਗ ਹੋਣ ਕਰਕੇ ਉਹ ਕਿਸੇ ਦੀ ਆਖੀ ਗੱਲ ਨੂੰ ਬਿਨਾਂ ਸੋਚਿਆਂ ਸੱਚ ਮੰਨ ਲੈਂਦਾ ਸੀ। ਇਹ ਘਰੋੜ ਵੀ ਉਹਦੀ ਏਸੇ ਊਣਤਾਈ ਦਾ ਸਿੱਟਾ ਸੀ। ਏਸੇ ਸਾਲ ਸੌਣੀਆਂ ਦੀ ਬਿਜਾਈ ਵੇਲੇ ਇਕ ਦਿਨ ਜਦੋਂ ਉਹ ਖੇਤ ਗਿਆ ਹੋਇਆ ਸੀ ਤਾਂ ਪਿੱਛੋਂ ਸਾਧਾਰਨ ਈ ਜਗਸੀਰ ਭਾਨੀ ਕੋਲ ਗਿਆ ਤੇ ਕੁਝ ਚਿਰ ਨਿਆਣਿਆਂ ਨਾਲ ਖੇਡ ਲੱਗਿਆ ਰਿਹਾ। ਓਦੋਂ ਈ ਕਿਤੇ ਨਿੱਕੇ ਦੀ ਭੂਆ ਦਾ ਪੁੱਤ ਆਇਆ ਹੋਇਆ ਸੀ। ਜਦੋਂ ਜਗਸੀਰ ਗਿਆ ਓਦੋਂ ਉਹ ਘਰ ਨਹੀਂ ਸੀ, ਪਿੰਡ ਵਿਚ ਕਿਸੇ ਨੂੰ ਮਿਲਣ ਗਿਆ ਹੋਇਆ ਸੀ; ਪਰ ਉਹਦੇ ਬੈਠਿਆਂ-ਬੈਠਿਆਂ ਈ ਆ ਗਿਆ। ਉਹ ਪਹਿਲਾਂ ਇਕ ਦੂਜੇ ਨੂੰ ਭਾਵੇਂ ਸ਼ਕਲੋਂ ਜਾਣਦੇ ਸਨ, ਪਰ ਬਹੁਤੀ ਜਾਣ-ਪਛਾਣ ਨਹੀਂ ਸੀ। ਜਗਸੀਰ ਉਹਦੇ ਆਉਂਦਿਆਂ ਈ ਚੁੱਪ ਕਰਕੇ ਤੁਰ ਆਇਆ। ਪਰ ਜਦੋਂ ਆਥਣੇ ਨਿੱਕਾ ਘਰ ਆਇਆ ਤਾਂ ਉਹਦੀ ਭੂਆ ਦੇ ਪੁੱਤ ਨੇ ਉਹਨੂੰ ਆਖਿਆ :

"ਇਹ ਤਾਂ ਬਾਈ ਨਿੱਕਿਆ ਕੰਮ ਬਹੁਤ ਮਾੜੈ! ਜਾਤ ਕੁ ਜਾਤ ਦਾ ਬੰਦਾ ਐਂ ਘਰੇ ਆਉਂਦਾ ਚੰਗਾ ਨ੍ਹੀਂ ਲਗਦਾ। ਫੇਰ ਨਾਲੇ ਕੋਈ ਜਾਤ ਬਰਾਦਰੀ 'ਚੋਂ ਹੋਵੇ, ਜਾਂ ਊਂ ਕੋਈ ਨੇੜ-ਗੁਆਂਢ ਦਾ ਹੋਵੇ ਤਾਂ ਵੀ ਕੋਈ ਗੱਲ ਨ੍ਹੀਂ, ਉੱਠ ਦਾ ਕੱਟਾ ਭਲਾ ਕੀ ਲਗਦਾ ਹੁੰਦੈ ?"

ਨਿੱਕੇ ਨੂੰ ਇਹ ਗੱਲ ਉਂਜ ਈ ਚੁੱਭ ਗਈ। ਪੰਦਰਾਂ ਵਰ੍ਹੇ ਬੀਤ ਗਏ ਸਨ, ਨਿੱਕੇ ਨੇ

ਇਹ ਗੱਲ ਕਦੇ ਏਡੀ ਗਉਲੀ ਨਹੀਂ ਸੀ; ਕੁਝ ਭਾਨੀ ਦੇ ਦੁਬਾਅ ਕਰਕੇ, ਕੁਝ ਜਗਸੀਰ ਦੇ ਭਲਮਣਸਊ ਕਰਕੇ, ਕੁਝ ਆਪਣੇ ਕੰਮ-ਧੰਦੇ ਦੀ ਗਰਜ ਕਰਕੇ। ਜੇ ਕਦੇ ਉਹਨੂੰ ਅਜਿਹਾ ਖ਼ਿਆਲ ਆਉਂਦਾ ਵੀ, ਤਾਂ ਉਹ ਆਇਆ-ਗਿਆ ਕਰ ਛੱਡਦਾ। ਜਗਸੀਰ ਵੀ ਏਨਾ ਆਮ ਨਹੀਂ ਸੀ ਜਾਂਦਾ; ਤੇ ਜਦੋਂ ਕੋਈ ਪਰਾਹੁਣਾ ਆਇਆ ਹੁੰਦਾ ਫੇਰ ਤਾਂ ਜਾਂਦਾ ਈ ਨਹੀਂ ਸੀ। ਏਸ ਕਰਕੇ ਗੱਲ ਨਿਭੀ ਆਉਂਦੀ ਸੀ। ਪਰ ਜਿੱਦੇਂ ਦੀ ਨਿੱਕੇ ਦੀ ਭੂਆ ਦੇ ਪੁੱਤ ਨੇ ਇਹ ਗੱਲ ਆਖੀ ਸੀ, ਨਿੱਕਾ ਆਨੀ-ਬਹਾਨੀ ਜਗਸੀਰ ਤੋਂ ਦੂਰ-ਦੂਰ ਰਹਿਣ ਦਾ ਯਤਨ ਕਰਦਾ ਸੀ।

ਜਗਸੀਰ ਨੇ ਵੀ ਸਾਰੀ ਗੱਲ ਤਾੜ ਲਈ ਸੀ ਤੇ ਹੁਣ ਕਿਤੇ ਦਸੀਂ-ਪੰਦਰੀਂ ਦਿਨੀਂ ਈ ਉਹਨਾਂ ਦੇ ਘਰ ਜਾਂਦਾ ਸੀ। ਭਾਨੀ ਨੂੰ ਵਿਚਲੀ ਗੱਲ ਦਾ ਅਜੇ ਪਤਾ ਨਹੀਂ ਸੀ, ਨਾ ਈ ਨਿੱਕੇ ਨੇ ਡਰਦਿਆਂ ਮਾਰਿਆਂ ਉਹਦੇ ਕੋਲ ਇਹ ਕੀਤੀ। ਇਕ ਦਿਨ ਭਾਨੀ ਨੇ ਜਗਸੀਰ ਨੂੰ ਉਲਾਂਭੇ ਨਾਲ ਆਖਿਆ :

"ਕੀ ਹੋ ਗਿਆ! ਅਜੇ ਤਾਂ ਸਾਰੀ ਉਮਰ ਪਈ ਐ, ਪੱਲਾ ਛਡਾ ਕੇ ਭੱਜਣ ਦੀਆਂ ਸਲਾਹਾਂ ਹੁਣੇ ਕਰਦਾ ਫਿਰਦੈਂ। ਦੇਖੀਂ ਕਿਤੇ ਵਿਚਾਲੇ ਈ ਡੋਬਾ ਦੇ ਜਾਂਦਾ ਹੋਵੇਂ!..."

"ਹੁਣ ਕਾਹਦੇ ਪਿਛੇ!" ਜਗਸੀਰ ਨੇ ਮੁਸਕਰਾਂਦਿਆਂ ਜਵਾਬ ਦਿਤਾ, "ਹੁਣ ਤਾਂ ਭਾਨੀਏ ਰਹਿ ਈ ਥੋੜ੍ਹੀ ਗਈ! ਬਸ ਐਵੇਂ ਕੰਮ ਦਾ ਕੱਸ ਹੋਣ ਕਰਕੇ ਨ੍ਹੀਂ ਆਇਆ ਜਾਂਦਾ।"

ਭਾਨੀ ਨੇ ਵੀ ਇਹ ਗੱਲ ਉਤਲੇ ਮਨੋਂ ਈ ਆਖੀ ਸੀ, ਉਂਜ ਉਹ ਕਦੇ ਉਹਦੇ ਬਾਰੇ ਅਜਿਹਾ ਸ਼ੱਕ ਨਹੀਂ ਸੀ ਕਰ ਸਕੀ। ਜਿਵੇਂ ਦੁਨੀਆਂ ਦੀ ਪਰਵਾਹ ਕੀਤੇ ਬਿਨਾਂ, ਜਗਸੀਰ ਨੇ ਉਹਦੇ ਨਾਲ ਨਿਭਾਈ ਸੀ, ਉਹਦੀ ਕਦਰ ਭਾਨੀ ਵਰਗੀ ਤੀਵੀਂ ਈ ਪਾ ਸਕਦੀ ਸੀ। ਕਦੇ-ਕਦੇ ਭਾਨੀ ਨੂੰ ਜਾਪਦਾ ਜਿਵੇਂ ਜਗਸੀਰ ਦੀ ਕੀਤੀ ਦਾ ਉਸ ਪੂਰਾ ਮੁੱਲ ਨਹੀਂ ਸੀ ਪਾਇਆ। ਅਜਿਹੇ ਵੇਲੇ ਉਹ ਕਿਸੇ ਬਹਾਨੇ ਉਹਨੂੰ ਉਤਾਂਹ ਝਕਾ ਲੈਂਦੀ ।

"ਵੇਖੀ ਜਗਸਿਆ, ਮੇਰੇ ਆਹ ਕੋਕੇ ਦਾ ਨਗ ਤਾਂ ਨ੍ਹੀਂ ਉਖੜਨ ਵਾਲਾ... ਕਿਤੇ ਡਿੱਗ ਈ ਨਾ ਪਵੇ!" ਉਹਦੇ ਨੇੜੇ ਮੂੰਹ ਕਰਕੇ, ਇਹੋ-ਜਿਹੇ ਈ ਮੌਕੇ ਉਹਨੇ ਇਕ ਦਿਨ ਆਖਿਆ।

ਜਗਸੀਰ ਨੇ ਨਿਗਾਹ ਉੱਚੀ ਕਰਕੇ ਉਹਦੇ ਨੱਕ ਵਿਚ ਪਾਏ ਕੋਕੇ ਵਲ ਤੱਕਿਆ ਤੇ ਫੇਰ ਭਾਨੀ ਦੀਆਂ ਅੱਖਾਂ ਨੇ ਉਹਨੂੰ ਅਸਲ ਗੱਲ ਦਾ ਭੇਤ ਦੱਸ ਦਿਤਾ ਸੀ। ਉਹਦੀ ਗੁੱਝੀ ਮੁਸਕਾਨ ਸਾਰੀ ਗੱਲ ਸਮਝਾ ਗਈ ਸੀ। ਇਕੋ ਬਿੰਦ ਉਹ ਭਾਨੀ ਨੂੰ ਤਾੜ ਕੇ ਵੇਖ ਸਕਿਆ ਤੇ ਫੇਰ ਉਸ ਮੁੜ ਅੱਖਾਂ ਨੀਵੀਆਂ ਪਾ ਲਈਆਂ। 'ਸੂਰਜ ਵੰਨੀ ਕਿੰਨਾ ਕੁ ਚਿਰ ਕੋਈ ਝਾਕ ਸਕਦੈ!...' ਉਹਨੇ ਚਿਤ ਵਿਚ ਆਖਿਆ ਤੇ ਫੇਰ ਮੁਸਕਰਾ ਕੇ ਬੋਲਿਆ :

"ਸੂਤ ਐ; ਅਜੇ ਨ੍ਹੀਂ ਇਹ ਡਿਗਦਾ!... ਜਿੰਨਾ ਚਿਰ ਤੇਰੀ ਕੋਕੇ ਪਾਉਣ ਦੀ ਉਮਰ ਐ, ਇਹ ਡਿੱਗ ਕਿਵੇਂ ਪਊ ?"

"ਹੁਣ ਤਾਂ ਤੂੰ ਸਿਆਣਾ ਹੋ ਗਿਐਂ, ਜਗਸੀ!" ਭਾਨੀ ਨੇ ਵਿਅੰਗ ਨਾਲ ਆਖਿਆ।

"ਤੇਰੇ ਕੋਲ ਰਹਿ ਕੇ ਵੀ ਜੇ ਸਿਆਣਾ ਨਾ ਹੋਊਂ ਤਾਂ ਤੇਰੀ ਨਮੋਸ਼ੀ ਨ੍ਹੀਂ ?"

ਤੇ ਭਾਨੀ ਦੇ ਸਿਰ ਤੋਂ ਪੈਰਾਂ ਤਾਈਂ ਇਕ ਝਰਨਾਹਟ ਜਿਹੀ ਛਿੜ ਗਈ। ਅਜਿਹੇ ਨਿੱਕੇ-ਨਿੱਕੇ, ਇੰਜ ਧੁਰ ਅੰਦਰੋਂ ਨਿਕਲੇ ਬੋਲ ਉਹ ਕਦੇ ਵਰ੍ਹੇ ਛਿਮਾਹੀ ਈ ਉਹਦੇ ਮੂੰਹੋਂ ਕਢਾ ਸਕੀ ਸੀ। ਤੇ ਅਜਿਹੇ ਵੇਲੇ ਈ ਉਹਨੂੰ ਆਪਣਾ ਪਿੰਡਾ ਗੰਗਾ-ਜਲ ਨਾਲ ਧੋਤਾ ਗਿਆ ਲਗਦਾ... ਤੇ ਆਪਣੇ ਸਾਰੇ ਅੰਗਾਂ ਵਿਚੋਂ ਇਕ ਮਹਿਕ ਆਉਂਦੀ ਜਾਪਦੀ, ਜਿਸ ਨਾਲ ਫੇਰ ਉਹ ਕਈ-ਕਈ ਦਿਨ, 'ਪਵਿੱਤਰ' ਹੋਈ ਰਹਿੰਦੀ, ਖੀਵੀ ਹੋਈ ਰਹਿੰਦੀ। ਪਰ ਉਹ ਹਫਤਿਆਂ,

ਮਹੀਨਿਆਂ ਬਧੀ ਤਰਸਦੀ ਰਹਿੰਦੀ; ਆਨੀ-ਬਹਾਨੀਂ ਤਰਲੇ ਕਰਦੀ ਰਹਿੰਦੀ, ਜਗਸੀਰ ਦੀ ਅੱਖ ਉੱਚੀ ਨਾ ਕਰਾ ਸਕਦੀ। ਕਈ ਵਾਰੀ ਤਾਂ ਉਹਨੂੰ ਅਕੇਵਾਂ ਜਿਹਾ ਹੋਣ ਲੱਗ ਪੈਂਦਾ ਤੇ ਉਹ ਕਿਸੇ ਹੋਰ ਗੱਲ ਦੇ ਬਹਾਨੇ ਬੁੱਲ੍ਹ ਉਟੇਰ ਕੇ ਆਖ ਜਾਂਦੀ, "ਤੂੰ ਤਾਂ ਮਸ਼ੇਰੂ ਐਂ ! ਤੈਨੂੰ ਕੀ ਪਤੈ ਡੱਡਾਂ ਕਿਹੜੇ ਵੇਲੇ ਪਾਣੀ ਪੀਂਦੀਐਂ !"

ਪਰ ਜਗਸੀਰ ਕੀ ਕਰਦਾ ? 'ਸੂਰਜ ਵੰਨੀ' ਕੋਈ ਕਿੰਨਾ ਕੁ ਚਿਰ ਝਾਕ ਸਕਦੈ...!' ਤੇ ਭਾਨੀ ਸਾਰੀ ਉਮਰ ਉਹਨੂੰ ਆਪਣੀ ਠਰੀ ਦੁਨੀਆਂ ਉਤੇ ਲਿਸ਼ਕਦੇ ਸੂਰਜ ਵਾਂਗ ਜਾਪਦੀ ਰਹਿੰਦੀ ਸੀ। ਏਸ ਸੂਰਜ ਦਾ ਨਿੱਘ ਉਹਦੇ ਪਿੰਡੇ ਦੇ ਧੁਰ ਅੰਦਰ ਵੜ ਕੇ ਉਹਦੇ ਜੰਮਦੇ ਲਹੂ ਨੂੰ ਗਰਮਾ ਕੇ, ਅੰਗਾਂ ਨੂੰ ਜੁੜਨੋਂ ਬਚਾਂਦਾ ਰਿਹਾ। ਏਸੇ ਦਾ ਨਿੱਘ ਉਹਦੇ ਆਲੇ-ਦੁਆਲੇ ਕਦੇ ਹਰੇਵਾਈ ਲਹਿਰਾਂਦਾ ਤੇ ਕਦੇ ਏਸ ਹਰੇਵਾਈ ਨੂੰ ਸੁਨਹਿਰੀ ਕਰਦਾ ਰਿਹਾ ਸੀ। ਏਸੇ ਨੇ ਈ ਉਹਦੇ ਪਾਸੀਂ ਸਰ੍ਹੋਂ, ਕਪਾਹ, ਛੋਲੇ, ਕਰੀਰ ਤੇ ਕਿੱਕਰਾਂ ਦੇ ਫੁੱਲਾਂ ਵਰਗੇ ਰੰਗ ਖਿਲਾਰੀ ਰਖੇ ਸਨ; ਤੇ ਉਹਦੀ ਇਹ ਦੁਨੀਆਂ ਉਹਨੂੰ ਵਸਣ ਜੋਗ ਲੱਗਦੀ ਰਹੀ ਸੀ!... ਉਹ ਆਪਣੇ ਏਸ ਸੂਰਜ ਨੂੰ ਤੜਕ-ਸਾਰ ਉੱਠ ਕੇ ਪਾਣੀ ਦੇ ਸਕਦਾ ਸੀ, ਮੱਥਾ ਟੇਕ ਸਕਦਾ ਸੀ, ਤੇ ਕਦੇ-ਕਦੇ ਉਹਦੇ ਵੱਲ ਆਪਣੇ ਸਾਰੇ ਅੰਦਰ ਦੇ ਟਹਿਕਦੇ ਤੇ ਘਸਮੈਲੇ ਰੰਗਾਂ ਨਾਲ ਰੰਗੀਆਂ, ਲਹਿਰੀਏ, ਵਰਗੀਆਂ, ਅੱਖਾਂ ਦੀ ਜੋਤ ਇਹਦੀ ਅੱਝਲ ਜੋਤ ਵਿਚ ਮਿਲਾ ਸਕਦਾ ਸੀ, ਪਰ ਸਾਰੇ ਸੂਰਜ ਦਾ ਚਾਨਣ ਉਹ ਆਪਣੀਆਂ ਨਿੱਕੀਆਂ ਦੋ ਦੀਵਿਆਂ ਵਰਗੀਆਂ ਅੱਖਾਂ ਵਿਚ, ਕਿੰਜ ਸਮੋ ਸਕਦਾ ਸੀ ?... ਇਹ ਉਸ ਕੋਲੋਂ ਕਿਵੇਂ ਵੀ ਨਹੀਂ ਸੀ ਹੋ ਸਕਿਆ, ਤੇ ਸਾਰੀ ਉਮਰ ਵੀ ਹੋ ਨਹੀਂ ਸੀ ਸਕਦਾ!

"ਆ ਫੇਰ ਤੈਨੂੰ ਆਪਣੇ ਖੇਤ ਲੈ ਚੱਲਾਂ," ਕਿੰਨਾ ਚਿਰ ਉਹਨਾਂ ਦੇ ਚੁੱਪ ਚੁਪੀਤੇ ਇੱਕਠੇ ਤੁਰਨ ਮਗਰੋਂ, ਆਪਣੇ ਖੇਤਾਂ ਵਾਲੀ ਡੰਡੀ ਪੈਂਦਿਆਂ ਸ਼ਾਇਦ ਸਿਰਫ਼ ਚੁੱਪ ਤੋੜਨ ਲਈ ਈ ਨਿੱਕੇ ਨੇ ਆਖਿਆ।

"ਬਸ ਚਲਦੇ ਐਂ; ਸਦੇਹਾਂ ਮੁੜਾਂਗੇ।" ਓਵੇਂ ਈ ਬੇ-ਧਿਆਨੀ ਨਾਲ ਜਗਸੀਰ ਨੇ ਜਵਾਬ ਦਿਤਾ। ਤੇ ਉਹ ਆਪੋ ਆਪਣੇ ਰਾਹ ਤੁਰ ਗਏ।

ਸੱਤ

ਖੇਤ ਜਾ ਕੇ ਜਗਸੀਰ ਨੇ ਪਹਿਲਾਂ 'ਆਪਣੇ ਖੇਤ' ਵਲ ਨਿਗ੍ਹਾ ਮਾਰੀ ਤੇ ਕਣਕ ਦੇ ਕੁਮਲਾਏ ਬੂਟੇ ਉਹਨੂੰ ਭੁੱਖੇ, ਰੁੱਸੇ ਨਿਆਣਿਆਂ ਵਰਗੇ ਜਾਪੇ। ਨਾਲ ਦੀ ਕਣਕ ਦੇ ਬੂਟੇ, ਜੀਹਨੂੰ ਉਹਨੇ ਕੁਝ ਦਿਨ ਪਹਿਲਾਂ ਈ ਪਾਣੀ ਲਾਇਆ ਸੀ, ਉਹਦੀ 'ਆਪਣੀ ਕਣਕ' ਦੇ ਬੂਟਿਆਂ ਨਾਲੋਂ ਚੱਪਾ-ਚੱਪਾ ਉਚੇ ਹੋਏ, ਧੌਣਾਂ ਅਕੜਾਈ ਖੜੋਤੇ ਲਗਦੇ ਸਨ। ਦੋਹੀਂ ਪਾਸੀਂ ਜਗਸੀਰ ਨੇ ਵਾਰੀ-ਵਾਰੀ ਤੱਕਿਆ ਤੇ ਵੱਟ ਉਤੇ ਬਹਿ ਗਿਆ। ਉਹਦੀਆਂ ਲੱਤਾਂ ਵਿਚ, ਖੜੋਣ ਜੋਗਾ ਬਲ ਵੀ ਨਹੀਂ ਸੀ।

ਖਾਸੇ ਚਿਰ ਪਿਛੋਂ ਉਹ ਹੌਸਲਾ ਕਰਕੇ ਉਠਿਆ ਤੇ ਨਾਲ ਦੇ ਕਿਆਰਿਆਂ ਵਿਚ ਗੋਡੀ ਕਰਨ ਜਾ ਲੱਗਿਆ, ਤੇ ਮੁੜ ਸਿਰ ਉੱਚਾ ਕਰਕੇ 'ਆਪਣੇ ਖੇਤ' ਵਲ ਨਾ ਝਾਕ ਸਕਿਆ।

ਧੁੱਪ ਤਕੜੀ ਚੜ੍ਹ ਆਈ ਸੀ। ਜਗਸੀਰ ਦੇ ਅੰਦਰ ਮਾੜੀ ਮਾੜੀ ਖੋਹ ਜਿਹੀ ਪੈਣ ਲਗ ਪਈ। ਖਾਲ਼ ਉਤੇ ਬਹਿ ਕੇ ਉਹਨੇ ਖੀਸੇ ਵਿਚੋਂ ਅਫ਼ੀਮ ਵਾਲੀ ਡੱਬੀ ਕੱਢੀ ਤੇ ਇਕ ਮਾਵਾ ਕੱਢ ਕੇ ਮੂੰਹ ਵਿਚ ਪਾ ਲਿਆ। ਖਾਲ਼ ਵਿਚ ਥੋੜ੍ਹਾ ਜਿਹਾ ਪਾਣੀ ਅਜੇ ਖੜੋਤਾ ਸੀ। ਚੂਲੀ ਭਰ ਕੇ ਉਸ ਘੁੱਟ ਭਰੀ ਤੇ ਮਾਵਾ ਲੰਘਾ ਲਿਆ। ਪਾਣੀ ਠੰਡਾ ਹੋਣ ਕਰਕੇ ਉਹਨੂੰ ਇਕ ਵਾਰੀ ਧੁੜਧੁੜੀ ਆਈ, ਪਰ ਫੇਰ ਸਰੀਰ ਨਿੱਘਾ-ਨਿੱਘਾ ਹੋਣ ਲੱਗ ਪਿਆ। ਰਤਾ ਕੁ ਚਿਰ ਬਹਿ ਕੇ ਉਹ ਫੇਰ ਗੁਡਾਈ ਕਰਨ ਜਾ ਲੱਗਿਆ।

ਰੋਟੀ ਕੁ ਵੇਲੇ ਤੋਂ ਕੁਝ ਮਗਰੋਂ ਤਾਈਂ ਉਹ ਕੰਮ ਲੱਗਿਆ ਰਿਹਾ। ਇਕ ਕਿਆਰਾ ਲਗ-ਪਗ ਪੂਰਾ ਉਹਨੇ ਗੋਡ ਲਿਆ ਸੀ। ਪਰ ਫੇਰ ਉਹਨੂੰ ਆਪਣੇ ਹੱਥ-ਪੈਰ ਝੂਠੇ ਪੈਂਦੇ ਜਾਪੇ ਤੇ ਉਹ ਕਸੀਆ ਚੁਕ ਕੇ ਪਿੰਡ ਨੂੰ ਮੁੜ ਪਿਆ। 'ਆਪਣੀ ਟਾਹਲੀ' ਹੇਠ ਆ ਕੇ ਉਹਨੇ ਇਕ ਵਾਰ ਫੇਰ 'ਆਪਣੀ ਕਣਕ' ਵਲ ਨਿਗ੍ਹਾ ਮਾਰੀ ਤੇ ਉਹਤੋਂ ਬੇ-ਵੱਸਾ ਈ ਇਕ ਹਉਕਾ ਉਹਦੇ ਬੁੱਲ੍ਹਾਂ ਵਿਚੋਂ ਨਿਕਲ ਗਿਆ। ਉਸ ਪਿੱਛੋਂ ਪਿੰਡ ਤਕ ਆਉਂਦਿਆਂ ਜਗਸੀਰ ਨੂੰ ਕਈ ਤਰ੍ਹਾਂ ਦੇ ਪੁੱਠੇ ਸਿੱਧੇ ਖ਼ਿਆਲ ਆਉਂਦੇ ਰਹੇ।

ਓਦੂੰ ਅਗਲੇ ਦਿਨ ਭੰਤਾ ਆ ਗਿਆ। ਉਹਨੇ ਧਰਮ ਸਿੰਘ ਨੂੰ ਕਹਿ ਦਿਤਾ ਕਿ 'ਜਗਸੀਰ ਕਿਆਂ ਵਾਲੇ ਖੇਤ' ਦੇ ਨਾਲ ਦੇ ਕਿਆਰੇ ਉਹ ਆਪੇ ਗੋਡ ਲਏਗਾ, ਤੇ ਧਰਮ ਸਿੰਘ ਦਾ ਛੋਟਾ ਮੁੰਡਾ ਜੈਬਾ ਤੇ ਜਗਸੀਰ ਦੋ ਚਾਰ ਦਿਨ ਰੇਰੂ ਵਾਲੇ ਖੇਤ ਗੋਡੀ ਕਰ ਆਉਣ। ਇਹ ਖੇਤ ਪਿੰਡ ਦੇ ਛਿਪਦੇ ਵਾਲੇ ਪਾਸੇ ਸੀ। ਜਦੋਂ ਭੰਤਾ ਤੁਰ ਗਿਆ ਤਾਂ ਧਰਮ ਸਿੰਘ ਨੇ ਜੈਬੇ ਨੂੰ ਘੱਲ ਕੇ ਜਗਸੀਰ ਨੂੰ ਸੁਨੇਹਾ ਭੇਜ ਦਿਤਾ ਤੇ ਜਗਸੀਰ ਤੇ ਜੈਬਾ ਦੋਵੇਂ ਰੇਰੂ ਵਾਲੇ ਖੇਤ ਨੂੰ ਚਲੇ ਗਏ।

ਰੇਰੂ ਵਾਲਾ ਖੇਤ ਗਿਆਰਾਂ-ਬਾਰਾਂ ਘੁਮਾਂ ਸੀ। ਇਸ ਵਿਚ ਉਤਲੇ ਪਾਸੇ, ਚਾਰ ਘੁਮਾਂ ਛੋਲੇ ਤੇ ਪੰਜ-ਛੇ ਸੌਣੀ ਲਈ ਖ਼ਾਲੀ ਛੱਡ ਕੇ ਹੇਠਾਂ ਬਾਕੀ ਦੀ ਕੁਝ ਕਣਕ ਬੀਜੀ ਹੋਈ ਸੀ। ਇਹਦੀ ਗੋਡੀ ਕਰਨ ਤੇ ਉਹਨਾਂ ਦੋਹਾਂ ਨੂੰ ਚਾਰ-ਪੰਜ ਦਿਨ ਲੱਗ ਗਏ। ਕੰਮ ਭਾਵੇਂ ਏਨੇ ਦਿਨਾਂ ਦਾ ਨਹੀਂ ਸੀ, ਪਰ ਇਕ ਤਾਂ ਜਗਸੀਰ ਬਿਮਾਰ ਹੋ ਕੇ ਉੱਠਿਆ ਸੀ, ਦੂਜਾ

ਜੈਬਾ ਅਜੇ ਨਰਮ ਸੀ। ਪੰਦਰਾਂ ਵਰ੍ਹਿਆਂ ਦੀ ਉਹਦੀ ਉਮਰ ਸੀ ਤੇ ਨਾਲ ਛੀ ਜਮਾਤਾਂ ਪੜ੍ਹ ਕੇ ਪਿਛਲੇ ਸਾਲ ਈ ਹਟਿਆ ਹੋਣ ਕਰਕੇ ਉਹਤੋਂ ਜਟਕਾ ਕੰਮ ਚੰਗੀ ਤਰ੍ਹਾਂ ਨਹੀਂ ਸੀ ਹੁੰਦਾ।

ਏਧਰੋਂ ਗੋਡੀ ਦਾ ਕੰਮ ਮੁਕਾ ਕੇ ਜਗਸੀਰ, ਛੀਵੇਂ ਦਿਨ ਤੜਕਸਾਰ ਉਠ ਕੇ ਆਪਣੀ ਮਰਜ਼ੀ ਨਾਲ ਈ 'ਆਪਣੇ ਖੇਤ' ਗੇੜਾ ਮਾਰਨ ਤੁਰ ਪਿਆ, ਉਹਦਾ ਖ਼ਿਆਲ ਸੀ ਇਕ ਤਾਂ ਸੂਏ 'ਚ ਪਾਣੀ ਵੇਖ ਆਏਗਾ ਤੇ ਨਾਲੇ 'ਆਪਣੀ ਕਣਕ' ਦਾ ਪਤਾ ਕਰ ਆਏਗਾ।

ਪਰ ਜਦੋਂ ਉਹ ਖੇਤੋਂ ਦੋ ਵਾਹਣ ਉਰੇ ਸੀ ਤਾਂ ਇਕ ਬੜੀ ਈ ਓਪਰੀ ਗੱਲ ਵੇਖ ਕੇ ਉਹਦਾ ਦਿਲ ਧੜਕਣ ਲੱਗ ਪਿਆ। ਉਹਨੂੰ 'ਆਪਣੀ ਟਾਹਲੀ' ਟੇਢੀ ਹੋਈ ਦਿੱਸੀ, ਤੇ ਹੇਠ ਦੋ ਤਿੰਨ ਬੰਦੇ ਵੀ ਖੜੋਤੇ ਨਿਗ੍ਹਾ ਪਏ।

ਉਹ ਕਾਹਲੇ ਪੈਰੀਂ ਜਦੋਂ ਹੋਰ ਅਗਾਂਹ ਹੋਇਆ ਤਾਂ ਸੱਚੀਂ ਈ, ਇਕ ਤਕੜੇ ਜਰਕਾਟੇ ਨਾਲ ਟਾਹਲੀ ਡਿਗਦੀ ਵੇਖੀ। ਉਹਦੇ ਪੈਰਾਂ ਹੇਠੋਂ ਮਿੱਟੀ ਨਿਕਲ ਗਈ। ਅੱਖਾਂ ਅਗੇ ਹਨੇਰਾ ਆਉਣ ਲੱਗ ਪਿਆ। ਇਕ ਵਾਰ ਰੁਕ ਕੇ ਉਹ ਫੇਰ ਏਨਾਂ ਕਾਹਲਾ ਤੁਰ ਪਿਆ ਜਿਵੇਂ ਭੱਜਦਾ ਹੋਵੇ।

ਟਾਹਲੀ ਦੇ ਨੇੜੇ ਅੱਪੜ ਕੇ ਉਹ ਹੌਲੀ ਹੋ ਗਿਆ। ਹੁਣ ਕੋਈ ਭਰਮ ਵਾਲੀ ਗੱਲ ਨਹੀਂ ਸੀ। ਤਿੰਨ ਬੰਦੇ ਟਾਹਲੀ ਨੂੰ ਵੱਢ ਕੇ ਛਾਂਗਣ ਦੀਆਂ ਸਲਾਹਾਂ ਕਰੀ ਜਾਂਦੇ ਸਨ। ਬਿੰਦ ਦਾ ਬਿੰਦ ਜਗਸੀਰ ਨੇ ਇਹਦਾ ਕਾਰਨ ਸੋਚਿਆ, ਪਰ ਗੁੱਸਾ ਸੋਚ ਦੇ ਉਤੋਂ ਦੀ ਪੈ ਗਿਆ ਤੇ ਉਹਨੂੰ ਆਪਣੀਆਂ ਅੱਖਾਂ ਅੰਗਿਆਰਾਂ ਵਾਂਗ ਭਖਦੀਆਂ ਜਾਪੀਆਂ :

"ਕਿਹੜੇ ਓ ਬਈ ਤੁਸੀਂ ?" ਟਾਹਲੀ ਦੇ ਉਰਾਰੋਂ ਜਗਸੀਰ ਨੇ ਲਲਕਾਰੇ ਵਰਗੀ ਆਵਾਜ਼ ਨਾਲ ਪੁੱਛਿਆ।

ਉਹਨਾਂ ਤਿੰਨਾ ਬੰਦਿਆਂ ਨੇ ਓਕੜ ਕੇ ਉਸ ਵਲ ਤੱਕਿਆ ਤੇ ਫੇਰ ਆਪੋ ਵਿਚ ਘੁਸਰ-ਮੁਸਰ ਕਰਨ ਲੱਗ ਪਏ।

"ਬੋਲਦੇ ਨ੍ਹੀਂ ? ਮੈਂ ਪੁਛਦੈਂ ਤੁਸੀਂ ਕਿਹੜੇ ਓਂ ?" ਜਗਸੀਰ ਨੇ ਪਹਿਲਾਂ ਵਰਗੇ ਲਹਿਜੇ ਵਿਚ ਈ ਫੇਰ ਕਿਹਾ।

"ਮੰਡੀ ਆਲੇ, ਟਾਲ਼ੀਏ ਸ਼ਾਹਾਂ ਦੇ ਬੰਦੇ।" ਇਕ ਨੇ ਖਰ੍ਹਵਾ ਜਿਹਾ ਜਵਾਬ ਦਿਤਾ।

"ਇਹ ਟਾਹਲੀ ਵੱਢਣ ਨੂੰ ਥੋਨੂੰ ਕੀਹਨੇ ਆਖਿਐ ?" ਜਗਸੀਰ ਦਾ ਗੁੱਸਾ ਹੋਰ ਵਧ ਗਿਆ ਸੀ ਤੇ ਉਹ ਕਦੇ ਡਿੱਗੀ ਪਈ ਟਾਹਲੀ ਵਲ ਤੇ ਕਦੇ ਉਹਨਾਂ ਬੰਦਿਆਂ ਵਲ ਵੇਂਹਦਾ, ਬੇਕਾਬੂ ਹੋਈ ਜਾਂਦਾ ਸੀ।

"ਸਾਡੇ ਸ਼ਾਹਾਂ ਨੇ ਘੱਲਿਐ।"

"ਸ਼ਾਹ ਟਾਹਲੀ ਦੇ ਸਾਲੇ ਲਗਦੇ ਐ...!"

ਉਹਦਾ ਗੁੱਸਾ ਬੇ-ਕਾਬੂ ਹੋ ਗਿਆ।

"ਐਂ ਨਾ ਬੋਲ ਭਾਈ", ਇਕ ਕਾਲੇ ਤੇ ਸੁੱਕੀਆ ਲੱਤਾਂ ਵਾਲੇ ਬੰਦੇ ਨੇ ਥੋੜਾ ਅਗਾਂਹ ਹੋ ਕੇ ਆਖਿਆ।

"ਅਸੀਂ ਤਾਂ ਸ਼ਾਹਾਂ ਦੇ ਬੰਦੇ ਐਂ, ਉਹਨਾਂ ਨੇ ਮਾਲਕ ਨਾਲ ਗੱਲ-ਕਥ ਕੀਤੀ ਹੋਊ ਤਾਂ ਸਾਨੂੰ ਭੇਜਿਐ, ਸਾਡੇ ਨਾਲ ਕਾਹਨੂੰ ਔਖਾ-ਸੌਖਾ ਹੁੰਨੈ ?"

"ਥੋਨੂੰ ਕਿਸੇ ਵੀ ਸਹੁਰੇ ਨੇ ਭੇਜਿਐ, ਪਰ ਇਹ ਟਾਹਲੀ 'ਮੇਰੀ ਐ ਤੇ ਮੈਥੋਂ ਪੁੱਛੇ ਬਿਨਾਂ ਕੋਈ ਹੱਥ ਨ੍ਹੀਂ ਲਾ ਸਕਦਾ!"... 'ਮੇਰੀ' ਸ਼ਬਦ ਬੋਲਣ ਲੱਗਿਆਂ ਜਗਸੀਰ ਦੀ ਜੀਭ ਕੁਝ ਕੁ ਥਿੜਕੀ ਤੇ ਉਹਦੀਆਂ ਅੱਖਾਂ ਸਾਹਮਣੇ ਭੰਤੇ ਦੀ ਸ਼ਕਲ ਆ ਗਈ।

'ਤੇਰੀ ਐ ਤਾਂ ਭਾਈ ਤੂੰ ਜਾ ਕੇ ਸ਼ਾਹਾਂ ਨਾਲ ਨਬੇੜਾ ਕਰ ਲੈ, ਅਸੀਂ ਤਾਂ ਮਜੂਰ ਬੰਦੇ ਐਂ ਸਾਡੇ ਨਾਲ ਤੇਰਾ ਕਾਹਦਾ ਝਗੜੈ ?" ਓਸੇ ਸੁਕੜੂ ਜੇਹੇ ਬੰਦੇ ਨੇ ਆਖਿਆ।

"ਫ਼ੈਸਲਾ ਮੈਂ ਹੁਣੇ ਕਰਦੈਂ, ਪਰ ਜਿੰਨਾ ਚਿਰ ਗੱਲ ਦਾ ਕੋਈ ਨਬੇੜਾ ਨ੍ਹੀਂ ਹੁੰਦਾ ਓਨਾਂ ਚਿਰ ਜੇ ਹੁਣ ਇਹਦਾ ਪੱਤਾ ਵੀ ਛਾਂਗਿਆ ਤਾਂ ਮੈਥੋਂ ਬੁਰਾ ਕੋਈ ਨ੍ਹੀਂ!"

ਤੇ ਓਵੇਂ ਭਰਿਆ-ਪੀਤਾ ਜਗਸੀਰ ਪਿੰਡ ਨੂੰ ਮੁੜ ਪਿਆ। ਪਰ ਵੀਹ ਕੁ ਕਦਮ ਉਰੇ ਆ ਕੇ ਉਹਨੇ ਪਿਛਾਂਹ ਮੁੜ ਕੇ ਦੇਖਿਆ : ਡਿੱਗੀ ਪਈ ਟਾਹਲੀ ਦੇ ਪੱਤੇ ਉਹਨੂੰ ਇੰਜ ਕੁਮਲਾਏ ਜਾਂਦੇ ਜਾਪੇ ਜਿਵੇਂ, ਮੌਤ ਵੇਲੇ ਬੰਦੇ ਦੇ ਘੁੰਡ ਮੁੜ ਰਹੇ ਹੋਣ...ਸੂਰਜ ਦੀਆਂ ਪਹਿਲੀਆਂ ਕਿਰਨਾਂ ਨਾਲ, ਉਹਨਾਂ ਉਤੇ ਜੰਮੀ ਤੇਲ ਦੀ ਗਿੱਲ ਵਿਚ ਇੰਜ ਕਿਰਨਾਂ ਜਿਹੀਆਂ ਫੁੱਟਦੀਆਂ ਲੱਗੀਆਂ ਜਿਵੇਂ ਇਹ ਟਾਹਲੀ ਦੀਆਂ ਅੱਖਾਂ ਦੀ ਅਖ਼ੀਰੀ ਲਿਸ਼ਕ ਹੋਵੇ...!

ਜਗਸੀਰ ਦਾ ਗੁੱਸਾ ਉਦਾਸੀ ਵਿਚ ਵਟ ਗਿਆ ਤੇ ਉਹਦੇ ਕਾਹਲੇ-ਕਾਹਲੇ ਵਗਦੇ ਪੈਰ ਹੌਲੀ ਹੋ ਗਏ।

ਪਿੰਡ ਦੇ ਨੇੜ ਤਾਈਂ ਫੇਰ ਉਹ ਨੀਵੀਂ ਪਾਈ ਤੁਰਿਆ ਆਇਆ। ਉਹਦੇ ਅੰਦਰੋਂ ਅੱਜ ਜਿੰਨੇ ਓਪਰੇ ਵਿਚਾਰ ਕਦੇ ਨਹੀਂ ਸਨ ਉੱਠੇ। ਇਹ ਵਿਚਾਰ ਉਹਨੂੰ ਥੇਹ ਉਤੇ ਖਿੰਡੀਆਂ ਠੀਕਰੀਆਂ ਤੇ ਰੋੜਿਆਂ ਵਾਂਗ ਜਾਪਦੇ ਸਨ-'ਸਿਰਫ਼ ਟੁੱਟਵੇਂ ਤੇ ਇਕਹਿਰੇ ਸ਼ਬਦ, ਜਿਵੇਂ ਉਹਦੇ ਸਿਰ ਵਿਚ ਨਿੱਕੇ-ਵੱਡੇ ਗੜੇ ਵਜਦੇ ਹੋਣ : 'ਜ਼ਿਮੀਂਦਾਰ', 'ਸੀਰੀ', 'ਮਾਲਕ', 'ਧਰਮ ਸਿੰਘ', 'ਭੰਤਾ', ਤੇ ਅਜਿਹੇ ਹੋਰ ਸ਼ਬਦ- ਨਿਰੇ ਸ਼ਬਦ ਜਿਨ੍ਹਾਂ ਦੇ ਭਾਵ ਉਹਦੇ ਮਨ ਵਿਚ ਸਪੱਸ਼ਟ ਨਹੀਂ ਸਨ ਹੋ ਰਹੇ।

ਪਿੰਡ ਦੇ ਨੇੜੇ ਪਹੁੰਚ ਕੇ ਜਗਸੀਰ ਨੇ ਸਾਹਮਣੇ ਵੇਖਿਆ ਤੇ ਪਿੰਡ ਦੇ ਕੋਠੇ ਉਹਨੂੰ ਸੁੰਵੇ-ਸੁੰਵੇ ਲੱਗੇ- ਥੇਹ ਵਾਂਗ- ਰੋੜਿਆਂ, ਠੀਕਰੀਆਂ ਦਾ ਇੱਕ ਟਿੱਬਾ... ਤੇ ਏਸੇ ਟਿੱਬੇ ਦੇ ਚੜ੍ਹਦੇ ਵਾਲੇ ਪਾਸੇ ਦਾ ਉਹਨਾਂ ਦਾ ਵਿਹੜਾ- 'ਚੂੜ੍ਹਿਆਂ ਦਾ ਵਿਹੜਾ'- ਥੇਹ ਦੀਆਂ ਐਨ ਜੜ੍ਹਾਂ ਵਿਚ- ਘੋਰਨਿਆਂ ਵਰਗੇ ਘਰ- ਤੇ ਏਥੇ ਵਸਦੇ 'ਸੀਰੀ' ਜਿਨ੍ਹਾਂ ਦੇ ਸਿਰ ਵਿਚ, ਥੇਹ ਦੇ ਸਿਖਰੋਂ ਰੁੜ੍ਹਿਆ ਸਾਰਾ ਗੰਧਲਾ ਪਾਣੀ ਪੈਂਦਾ ਸੀ- 'ਜ਼ਿਮੀਦਾਰਾਂ ਦੀ ਮੈਲ...!

ਪਿੰਡ ਵੜਦਿਆਂ ਜਗਸੀਰ ਦੇ ਪੈਰ ਰਤਾ ਕੁ ਅਟਕੇ, ਪਰ ਫੇਰ ਆਪੇ ਉਹ ਆਪਣੇ ਵਿਹੜੇ ਵਲ ਮੁੜ ਪਏ। ਘਰ ਆ ਕੇ ਉਸ ਵੇਖਿਆ ਨੰਦੀ ਵਿਹੜੇ ਵਿਚ ਧੁੱਪੇ, ਮੰਜੀ ਉਤੇ ਪਈ ਸੀ। ਓਸ ਪੈੜ-ਚਾਲ ਸੁਣ ਕੇ ਉਭੜਵਾਹਿਆਂ ਆਖਿਆ :

"ਕੌਣ ਐਂ ਭਾਈ ?"

"ਮੈਂ ਐਂ ਬੇਬੇ!" ਜਗਸੀਰ ਨੇ ਜਵਾਬ ਦਿਤਾ ਤੇ ਅੰਦਰ ਕੋਠੜੀ ਵਿਚ ਜਾ ਵੜਿਆ।

ਨੰਦੀ ਅਹੁਲ ਕੇ ਉੱਠੀ।

"ਕੀ ਗੱਲ ਪੁੱਤ ਹੁਣੇ ਮੁੜ ਪਿਆ ?" ਉਸ ਹੈਰਾਨੀ ਨਾਲ ਪੁੱਛਿਆ।

"ਐਵੇਂ ਈ!"

ਤੇ ਉਹਨੂੰ ਜਾਪਿਆ ਕਿ ਜੇ ਹੁਣ ਉਹਨੇ ਬੋਲਣ ਦਾ ਯਤਨ ਕੀਤਾ ਤਾਂ ਆਪਣਾ ਭਰਿਆ ਮਨ ਉਹ ਸਾਂਭ ਨਹੀਂ ਸਕੇਗਾ। ਨੰਦੀ ਦੀ ਨਿਗ੍ਹਾ ਬਹੁਤ ਘਟ ਜਾਣ ਕਰ ਕੇ ਉਹਨੂੰ ਹੁਣ ਦੋ ਕਰਮਾਂ ਤੋਂ ਵੀ ਬੰਦੇ ਦੀ ਪਛਾਣ ਨਹੀਂ ਸੀ ਆਉਂਦੀ। ਉਹ ਡੰਗੋਰੀ ਫੜ ਕੇ ਉੱਠੀ ਤੇ ਅੱਖਾਂ ਉਤੇ ਖੱਬੇ ਹੱਥ ਨਾਲ ਛਾਂ ਕਰ ਕੇ ਆਸੇ ਪਾਸੇ ਝਾਕਣ ਲਗ ਪਈ। ਪਰ ਉਹਨੂੰ ਦਿੱਸਿਆ ਕੁਝ ਨਾ। ਕਾਹਲੀ ਪੈ ਕੇ ਉੱਚੀ ਸਾਰੀ ਉਸ ਫੇਰ ਆਖਿਆ :

"ਵੇ ਕਿੱਥੇ ਐਂ ?-ਮੁੜ ਗਿਆਂ ?"

"ਅੰਦਰ ਐਂ... ਬੇਬੇ।"

ਜਗਸੀਰ ਦੀ ਆਵਾਜ਼ ਭਾਰੀ ਸੀ। ਨੰਦੀ ਨੂੰ ਭਾਵੇਂ ਕੋਈ ਪਤਾ ਨਾ ਲੱਗਿਆ, ਪਰ ਉਹ ਕੰਧ ਨੂੰ ਟੋਂਹਦੀ, ਡੰਗੋਰੀ ਦੇ ਸਹਾਰੇ ਕੋਠੜੀ ਵਲ ਤੁਰ ਪਈ।

"ਕੀ ਗੱਲ ਪੁੱਤ, ਅਜ ਮਖਿਆ ਐਡੀ ਛੇਤੀ ਖੇਤੋਂ ਮੁੜ ਪਿਆ ? -ਕਿਤੇ ਚਿਤ ਫੇਰ ਨ੍ਹੀਂ ਢਿੱਲਾ ਹੋ ਗਿਆ ?" ਕੋਠੜੀ ਦਾ ਬੂਹਾ ਵੜਦਿਆਂ ਨੰਦੀ ਨੇ ਪੁੱਛਿਆ।

"ਨਹੀਂ...।"

ਤੇ ਜਦੋਂ ਨੰਦੀ ਜਗਸੀਰ ਦੇ ਮੰਜੇ ਕੋਲ ਅੱਪੜੀ ਤਾਂ ਉਹਨੂੰ ਰਜਾਈ ਲੈ ਕੇ ਪਿਆ ਵੇਖ ਕੇ ਉਹਦੇ ਜਿਵੇਂ ਅਉਸਣ ਈ ਮਾਰੇ ਗਏ।

"ਮੈਂ ਮਰਜਾਂ! ਤੂੰ ਕੋਈ ਗੱਲ ਕਿਉਂ ਨ੍ਹੀਂ ਦਸਦਾ ਚੱਜ ਨਾਲ ? ਖਣਪਟੀ ਲੈ ਕੇ ਅੰਦਰ ਆ ਪਿਐ, ਮੈਨੂੰ ਕੁਸ ਦਸ ਤਾਂ ਸਹੀ...."

ਤੇ ਨੰਦੀ ਫਿਸ ਪਈ। ਉਹਦੀਆਂ ਅੱਖਾਂ ਵਿਚੋਂ ਨਿੱਕੇ ਨਿੱਕੇ ਹੰਝੂ ਕਿਰਨ ਲਗ ਪਏ। ਚੁੰਨੀ ਦੇ ਲੜ ਨਾਲ ਅੱਖਾਂ ਪੂੰਝਦਿਆਂ, ਬੇ-ਸਾਹ-ਸਤ ਹੋਈ ਹੋਈ ਡੰਗੋਰੀ ਸੁੱਟ ਕੇ, ਥੱਲੇ ਢਹਿੰਦੀ, ਰੋਣਹੱਕੀ ਆਵਾਜ਼ ਵਿਚ ਬੋਲੀ :

"ਵੇ ਪੁੱਤਾ, ਤੇਰੇ ਬਿਨਾਂ ਮੇਰੇ ਕੋਲ ਹੈ ਕੀ।... ਤੂੰਹੀਂ ਤੀਜੇ ਦਿਨ ਸਿਰ ਸਿਟ ਕੇ ਪੈ ਜਾਨੈਂ, ਮੇਰਾ ਕੀ ਬਣੂੰ ਦੋਹਾਂ ਜਹਾਨਾਂ ਦੀ ਮਾਰੀ ਦਾ ?"

ਜਗਸੀਰ ਤੋਂ ਆਪਣਾ ਆਪ ਹੋਰ ਨਾ ਸੰਭਾਲਿਆ ਗਿਆ। ਨੰਦੀ ਦੇ ਮੋਹ-ਭਿੱਜੇ ਉਦਾਸ ਬੋਲ ਨੇ ਉਹਦਾ ਸਾਰਾ ਕਾਬੂ ਢਿੱਲਾ ਪਾ ਦਿੱਤਾ ਸੀ।

"ਬੇਬੇ 'ਆਪਣੀ 'ਟਾਲੀ ਵਢਾ 'ਤੀ।" ਇੰਜ ਭਰੇ ਗਲ਼ ਨਾਲ, ਏਨੀ ਕਾਹਲੀ ਉਹਨੇ ਇਹ ਗੱਲ ਆਖੀ ਜਿਵੇਂ ਡਰ ਹੋਵੇ ਕਿ ਜੇ ਉਹ ਰਤਾ ਵੀ ਕਿਤੇ ਅਟਕ ਗਿਆ ਤਾਂ ਉਹਤੋਂ ਗੱਲ ਪੂਰੀ ਨਹੀਂ ਹੋਣੀ।

ਤੇ ਫੇਰ ਸਿੱਧਣ-ਸਿੱਧਾ ਪਿਆਂ ਉਹਦੀਆਂ ਅੱਖਾਂ ਦੇ ਬਾਹਰਲੇ ਕੋਇਆਂ ਵਿਚੋਂ ਹੰਝੂਆਂ ਦੀਆਂ ਦੋ ਧਾਰਾਂ ਪੁੜਪੁੜੀਆਂ ਉਤੋਂ ਦੀ ਵਹਿ ਕੇ ਧੌਣ ਉਤੋਂ ਦੀ ਵਗਣ ਲਗ ਪਈਆਂ। ਗਿੱਚੀ ਉਤੇ ਇਹਨਾਂ ਦੀ ਗਿੱਲ ਉਹਨੂੰ ਅਕੇਰਾਂ ਸੂਲਾਂ ਵਾਂਗ ਚੁਭੀ ਤੇ ਇਕ ਧੁੜਧੁੜੀ ਆ ਗਈ। ਪਰ ਇਹ ਖਾਰਾ ਪਾਣੀ ਉਸ ਪੂੰਝਿਆ ਨਾ।

"ਓਇ ਵੇ ਧਰਮ ਸਿਆਂ!..." ਨੰਦੀ ਨੇ ਦੋਵੇਂ ਹੱਥ ਮੱਥੇ 'ਤੇ ਮਾਰਦਿਆਂ ਆਖਿਆ ਤੇ ਧਰਮ ਸਿੰਘ ਦੇ ਏਨੇ ਚਿਰ ਦੇ ਨਿਭਾਏ 'ਧਰਮ' ਦੀ ਸੋਚ ਆਉਂਦਿਆਂ ਸਾਰ, ਕੋਈ ਦੁਰਸੀਸ ਦੇਣੋਂ ਆਪਣੀ ਜੀਭ ਨੂੰ ਉਹਨੇ ਰੋਕ ਲਿਆ।

ਬਿੰਦ ਦਾ ਬਿੰਦ ਨੰਦੀ ਇੰਜ ਬੈਠੀ ਰਹੀ ਜਿਵੇਂ ਉਹਦੀ ਸੁਰਤ ਬੌਂਦਲ ਗਈ ਹੋਵੇ। ਉਹਦੀਆਂ ਨਿੱਕੀਆਂ ਅੱਖਾਂ ਪਾਟਣ ਤੇ ਆ ਗਈਆਂ ਸਨ। ਉਹਨਾਂ ਉਤੇ ਆਏ ਚਿੱਟੇ ਵਿਚ ਵੀ ਲਾਲੀ ਖਿਲਰਨ ਲੱਗ ਪਈ ਸੀ ਤੇ ਨੰਦੀ ਦਾ ਝੁਰੜੀਆਂ ਬੁਣਿਆਂ ਚਿਹਰਾ ਭਖਣ ਲਗ ਪਿਆ ਸੀ।

"ਇਹ ਉਹਨੇ ਕੀਤਾ ਕੀ...?" ਨੰਦੀ ਨੇ ਗੁੱਸੇ ਨਾਲ ਕੰਬਦਿਆਂ ਤੇ ਭੁੰਜੇ ਹੱਥ ਮਾਰ ਕੇ ਆਪਣੀ ਡੰਗੋਰੀ ਲਭਦਿਆਂ ਆਖਿਆ : "ਮੈਂ ਤਾਂ ਤੇਰੇ ਬਾਰ 'ਚ ਸੜ ਕੇ ਮਰੂੰ ਵੇ ਧਰਮਿਆਂ!... ਤੂੰ ਮੈਨੂੰ ਸਮਝ ਕੀ ਛੱਡਿਐ!... ਤੂੰ ਇਹ ਕੀਤਾ ਕੀ ?..."

ਤੇ ਇੰਜ ਬੁੜਬੁੜਾਂਦੀ ਤੇ ਕਹਿਰ ਵਿਚ ਆਈ ਉਹ ਡੰਗੋਰੀ ਚੁੱਕ ਕੇ ਬਾਹਰ ਨੂੰ ਤੁਰ ਪਈ। ਜਗਸੀਰ ਨੇ ਇਕ ਦੋ ਵਾਰੀ ਦਬਵੀਂ ਆਵਾਜ਼ ਵਿਚ ਉਹਨੂੰ ਮੁੜਨ ਲਈ ਬੋਲ ਮਾਰਿਆ, ਪਰ ਨੰਦੀ ਨੂੰ ਹੁਣ ਕੁਝ ਨਹੀਂ ਸੀ ਸੁਣ ਰਿਹਾ। ਉਸ ਨੇ ਤਾਂ ਜਗਸੀਰ ਨੂੰ ਇਹ ਵੀ ਨਹੀਂ ਸੀ ਪੁੱਛਿਆ ਕਿ ਟਾਹਲੀ ਕਦੋਂ ਤੇ ਕੀਹਨੇ ਵੱਢੀ ਹੈ।

ਫ਼ੇਰ ਉਹ ਧਰਮ ਸਿੰਘ ਦੇ ਘਰ ਤਾਈਂ ਉਵੇਂ ਬਰੜਾਟ ਕਰਦੀ ਤੁਰੀ ਗਈ। ਬਾਹਰ ਚੌਕੜੀ ਉਤੇ ਬੈਠਾ ਧਰਮ ਸਿੰਘ ਗਰੂਨੇ ਕੱਢੀ ਜਾਂਦਾ ਸੀ। ਨੰਦੀ ਨੂੰ ਇੰਜ ਭੂਹੇ ਹੋਈ ਆਉਂਦੀ ਵੇਖ ਕੇ ਉਹ ਪਹਿਲਾਂ ਤਾਂ ਮੁਸਕਰਾਇਆ, ਪਰ ਫੇਰ ਜਦੋਂ ਉਸ ਇਕ ਵਾਰੀ ਉਹਦੇ ਮੂੰਹੋਂ ਆਪਣਾ ਨਾਂ ਸੁਣਿਆ ਤਾਂ ਉਹਦਾ ਚਿਹਰਾ ਗੰਭੀਰ ਹੋ ਗਿਆ। ਪਰ ਤਾਂ ਵੀ ਉਹਨੂੰ ਨੇੜੇ ਆਈ ਵੇਖ ਕੇ ਧਰਮ ਸਿੰਘ ਨੇ ਰਤਾ ਕੁ ਹੱਸ ਕੇ ਉੱਚੀ ਸਾਰੀ ਆਖਿਆ:

"ਕੀ ਗੱਲ ਲੈ ਬੁੜੀਏ, ਕਿਵੇਂ ਘਰ ਦੇ ਘਰ 'ਤੇ ਈ ਚੜ੍ਹਾਈ ਕਰੀ ਆਉਨੀ ਐਂ, ਖੈਰ ਐ ?"

ਨੰਦੀ ਧਰਮ ਸਿੰਘ ਦਾ ਬੋਲ ਸੁਣਦਿਆਂ ਦੋ ਕਦਮ ਹੋਰ ਪੁੱਟ ਕੇ, ਉਹਦੇ ਕੋਲ ਆ ਗਈ ਤੇ ਡੰਗੋਰੀ ਸੁੱਟ ਕੇ ਗਲੀ ਦੇ ਵਿਚਾਲੇ ਈ ਭੁੰਜੇ ਬਹਿ ਗਈ, ਜਿਵੇਂ ਉਹ ਤੁਰਦੀ ਤੁਰਦੀ ਡਿੱਗ ਪਈ ਹੋਵੇ। ਉਹਦਾ ਝੁਰੜੀਆਂ ਬੁਣਿਆ ਚਿਹਰਾ ਅਜੇ ਵੀ ਓਵੇਂ ਭਖੀ ਜਾਂਦਾ ਸੀ ; ਅੱਖਾਂ ਦੇ ਚਿੱਟੇ ਵਿਚ ਲਾਲੀ ਅੱਗੇ ਨਾਲੋਂ ਵੀ ਵਧੇਰੇ ਲਗਦੀ ਸੀ। ਉਹ ਸਾਹੋ-ਸਾਹ ਹੋਈ-ਹੋਈ ਸੀ। ਬੈਠਣ ਸਾਰ ਬਿੰਦ ਕੁ ਤਾਂ ਉਹਤੋਂ ਕੁਝ ਨਾ ਬੋਲਿਆ ਗਿਆ, ਪਰ ਇਕ ਪਲ ਮਗਰੋਂ ਉਹ ਪਹਿਲਾਂ ਨਾਲੋਂ ਵੀ ਉੱਚੀ ਇਕ-ਸਾਹੀ ਈ ਬੋਲਣ ਲਗ ਪਈ।

"ਸੁਣ ਵੇ ਪੁੱਤ ਧਰਮ ਸਿਆਂ! ਵੇ ਸਾਡੀਆਂ ਦੋ ਪੀੜ੍ਹੀਆਂ ਨੇ ਥੋਡਾ ਗੋਲਪੁਣਾ ਕੀਤਾ। ਉਹ ਸਾਰੀ ਉਮਰ ਥੋਡੀ ਖਾਤਰ ਸੱਪਾਂ ਦੇ ਸਿਰ ਮਿਧਦਾ ਮਰ ਗਿਆ ਤੇ ਹੁਣ ਮੇਰਾ ਪੁੱਤ ਜਿਉਂ ਜੰਮਿਐਂ ਥੋਡੀ ਖਾਤਰ ਕਾਲੇ ਬਲਦ ਆਗੂੰ ਕਮੌਂਦੈ... ਮੈਂ ਆਪ ਹੁਣ ਤਾਈਂ ਥੋਡਾ ਗੰਦ ਸਾਂਭਦੀ ਰਹੀ ਐਂ, ਥੋਡਾ ਗੋਹਾ-ਕੂੜਾ ਕਰਦੀ ਰਹੀ ਐਂ, ਤੇ...ਤੇ ਤੂੰ ਵੇ ਧਰਮਿਆਂ...ਚੰਦਰਿਆ! ਸਾਡੇ ਕੀਤੇ ਦੀ ਆਹ ਕਦਰ ਪਾਈ... ਆਹ ਕਦਰ ਪਾਈ ਵੇ...ਤੈਂ ?"

ਤੇ ਨੰਦੀ ਦੋਹਾਂ ਹੱਥਾਂ ਨਾਲ ਮੱਥਾ ਫੜ ਕੇ ਸਿਰ ਨੂੰ ਖੱਬੇ-ਸੱਜੇ ਜ਼ੋਰ-ਜ਼ੋਰ ਨਾਲ ਮਾਰਦਿਆਂ "ਓ-ਹੋ-ਹੋ-ਹੋ" "ਓ-ਹੋ-ਹੋ-ਹੋ" ਕਰਦਿਆਂ ਇੰਜ ਉੱਚੀ- ਉੱਚੀ ਹਉਕੇ ਲੈਣ ਲਗ ਪਈ ਜਿਵੇਂ ਅੰਦਰ ਬਲਦੀ ਅੱਗ ਦਾ ਸੇਕ ਬਾਹਰ ਕਢ ਰਹੀ ਹੋਵੇ।

ਧਰਮ ਸਿੰਘ ਉਹਦੀ ਇਹ ਹਾਲਤ ਵੇਖ ਕੇ ਕੁਝ ਘਾਬਰ ਗਿਆ। ਉਹਨੂੰ ਗੱਲ ਦੀ ਕੋਈ ਸਮਝ ਨਾ ਪਈ, ਪਰ ਗਲੀ ਵਿਚ ਉਹਨੂੰ ਇੰਜ ਬੈਠੀ ਤੇ ਇਹੋ-ਜਿਹੇ ਨਹੋਰੇ ਮਾਰਦੀ, ਨੰਦੀ ਚੰਗੀ ਨਾ ਲੱਗੀ। ਇਹ ਸਾਰੀ ਉਮਰ ਦੀ ਉਹਦੀ ਬਣੀ-ਬਣਾਈ ਇੱਜ਼ਤ ਮਿੱਟੀ ਵਿਚ ਰੁਲ਼ਣ ਵਾਲੀ ਗੱਲ, ਉਹਨੂੰ ਜਾਪੀ। ਗਲੀ ਵਿਚ ਚੌਕੜੀਆਂ 'ਤੇ ਬੈਠੇ ਲੋਕ ਨੰਦੀ ਤੇ ਧਰਮ ਸਿੰਘ ਵਲ ਹੋਰੂੰ-ਹੋਰੂੰ ਝਾਕਣ ਲਗ ਪਏ ਸਨ। ਧਰਮ ਸਿੰਘ ਤੋਂ ਉਹਨਾਂ ਅੱਖਾਂ ਦੀ ਚੋਭ ਝੱਲੀ ਨਾ ਗਈ ਤੇ ਉਸ ਨੰਦੀ ਕੋਲ ਜਾ ਕੇ ਉਹਨੂੰ ਬਾਹੋਂ ਫੜ ਕੇ ਉਠਾਉਂਦਿਆਂ ਆਖਿਆ :

"ਆ ਚਾਚੀ ਅੰਦਰ ਚੱਲੀਏ ਓਥੇ ਚੱਲ ਕੇ ਆਖੀਂ ਜੋ ਆਖਣੈਂ।"

ਨੰਦੀ ਉੱਠ ਖੜੋਤੀ, ਪਰ ਉਹਦੇ ਨਾਲ ਤੁਰੀ ਜਾਂਦੀ ਓਵੇਂ ਧਰਮ ਸਿੰਘ ਨੂੰ ਰੁੱਖੇ ਬੋਲ ਬੋਲਦੀ ਰਹੀ।

ਦਰਵਾਜ਼ੇ ਵਿੱਚ ਨੰਦੀ ਨੂੰ ਮੰਜੀ ਉਤੇ ਬਿਠਾ ਕੇ ਧਰਮ ਸਿੰਘ ਉਹਦੇ ਸਾਹਮਣੇ ਭੁੰਜੇ ਬਹਿ ਗਿਆ ਤੇ ਪਹਿਲਾਂ ਵਾਂਗ ਈ ਕੁਝ ਹੱਸ ਕੇ ਬੋਲਿਆ, "ਗਾਲ਼ਾਂ ਤਾਂ ਚਾਚੀ ਤੂੰ ਚਾਹੇ ਦਸ ਹੋਰ ਕੱਢ ਲੈ, ਪਰ ਪਹਿਲਾਂ ਸ਼ਾਂਤੀ ਨਾਲ ਮੈਨੂੰ ਗੱਲ ਦੱਸ ਕੀ ਐ ?"

ਧਰਮ ਸਿੰਘ ਨੇ ਭਾਵੇਂ ਸਾਧਾਰਨ ਆਵਾਜ਼ ਵਿਚ ਇਹ ਗੱਲ ਆਖੀ, ਪਰ ਆਪਣੀ ਘਬਰਾਹਟ ਉਹ ਪੂਰੀ ਤਰ੍ਹਾਂ ਲੁਕਾ ਨਾ ਸਕਿਆ। ਇੰਜ ਅੱਜ ਤਕ ਨੰਦੀ ਸਾਰੀ ਉਮਰ ਕਦੇ ਨਹੀਂ ਸੀ ਬੋਲੀ, ਏਸੇ ਕਰਕੇ ਧਰਮ ਸਿੰਘ ਨੂੰ ਸ਼ੱਕ ਸੀ ਕਿ ਜ਼ਰੂਰ ਕੋਈ ਅਣਹੋਣੀ ਗੱਲ ਐ। ਧਰਮ ਸਿੰਘ ਦੇ ਉਹਨੂੰ ਬਾਹੋਂ ਫੜ ਕੇ ਅੰਦਰ ਲਿਆਉਣ ਤੇ ਮੰਜੀ ਤੇ ਬਿਠਾਉਣ ਸਦਕਾ ਨੰਦੀ ਦਾ

ਗੁੱਸਾ ਵੀ ਕੁਝ ਮੱਠਾ ਪੈ ਗਿਆ ਸੀ, ਪਰ ਉਹਦੇ ਬੋਲਾਂ ਵਿਚ ਨਰਮੀ ਨਹੀਂ ਸੀ ਆਈ।

"ਮੈਨੂੰ ਪੁੱਛਦੈਂ ? ਵਡਾ ਚਤਰ ਬਣਦੈਂ ? ਆਵਦੇ ਚਿੱਤ ਤੋਂ ਪੁੱਛ, ਜੋ ਕਰਤੂਤ ਤੂੰ ਕੀਤੀ ਐ। ਇਹ ਤੈਨੂੰ ਸੋਭਦੀ ਸੀ ?"

"ਪਰ ਚਾਚੀ, ਸਹੁੰ ਗਊ ਦੀ ਮੈਨੂੰ ਤਾਂ ਕਿਸੇ ਗੱਲ ਦਾ ਜਮਾਂ ਈ ਪਤਾ ਨ੍ਹੀਂ," ਧਰਮ ਸਿੰਘ ਨੇ ਕੁਝ ਨਿਮਕੀ ਤੇ ਧੀਰਜ ਨਾਲ ਆਖਿਆ, ਤੇ ਫੇਰ ਮੰਜੀ ਦੀ ਬਾਹੀ ਨੂੰ ਹੱਥ ਲਾ ਕੇ ਬੋਲਿਆ, "ਆਪਾਂ ਨੂੰ ਸੁੱਕੇ ਕਾਠ ਦੀ ਸਹੁੰ ਜੇ ਕੋਈ ਥੋੜਾ ਬੁਰਾ ਚਿਤਵਿਆ ਵੀ ਹੋਵੇ, ਏਸੇ ਕਰਕੇ ਮੈਂ ਤੇਰੀਆਂ ਮਿੰਨਤਾਂ ਕਰੀ ਜਾਨੈਂ, ਬਈ ਤੂੰ ਗੱਲ ਦੱਸ ਕੀ ਹੋਈ ਐ, ਪਰ ਤੂੰ ਜਿਉਂ ਲੱਗੀ ਐਂ..."

"ਬੋਲਾਂ ਨਾ ?" ਉਹਦੀ ਗੱਲ ਟੋਕਦਿਆਂ ਨੰਦੀ ਬੋਲੀ, "ਜਦੋਂ ਦਾ ਮੇਰੇ ਕੰਨਾਂ ਨੇ ਸੁਣਿਐਂ ਮੈਨੂੰ ਸੱਚ ਨ੍ਹੀਂ ਆਉਂਦਾ, ਬਈ ਧਰਮੇਂ ਨੇ ਮੇਰੇ ਨਾਲ ਆਹ ਲੋਹੜਾ ਮਾਰਿਆ ? ਐਡਾ ਅਨਰਥ, ਐਡਾ ਜ਼ੁਲਮ-ਵਾ ਖਰੂ ?"

ਧਰਮ ਸਿੰਘ ਚੁੱਪ ਕਰ ਗਿਆ। ਉਹਦਾ ਚਿਤ ਕਾਹਲਾ ਪੈਣ ਲੱਗ ਪਿਆ ਸੀ ਕਿ ਨੰਦੀ ਅਸਲ ਗੱਲ ਦੱਸੇ ਬਿਨਾਂ, ਆਵਦੀਆਂ ਈ ਕਮਲੀਆਂ-ਰਮਲੀਆਂ ਮਾਰੀ ਜਾਂਦੀ ਸੀ।

ਧਰਮ ਸਿੰਘ ਦੀ ਪਤਨੀ ਧੰਨੋ ਰੌਲਾ ਸੁਣ ਕੇ ਉਹਨਾਂ ਦੇ ਕੋਲ ਆ ਗਈ, ਤੇ ਜਦੋਂ ਉਹਨੇ ਧਰਮ ਸਿੰਘ ਨੂੰ ਇੰਜ ਨੰਦੀ ਦੇ ਕੋਲ, ਭੁੰਜੇ ਬੈਠਾ ਵੇਖਿਆ ਤਾਂ ਉਹਦਾ ਘਿਉ ਵਾਲੇ ਚਟੂਰੇ ਵਾਂਗ ਲਿਸ਼ਕਦਾ ਮੱਥਾ, ਬਲਣ ਲੱਗ ਪਿਆ। 'ਇਹ ਕੁਜਾਤ, ਚੁੜੇਲ, ਮੰਜੀ 'ਤੇ ਬੈਠੇ ਤੇ ਅਸੀਂ ਪੈਰਾਂ 'ਚ ਭੁੰਜੇ!'- ਉਹਨੇ ਚਿਤ ਵਿਚ ਆਖਿਆ, ਪਰ ਉਤੋਂ ਵਿਅੰਗ ਨਾਲ ਹੱਸ ਕੇ, ਇਕ ਹੱਥ ਕੌਲ਼ੇ ਨੂੰ ਪਾਉਂਦਿਆਂ ਤੇ ਦੂਜਾ ਆਪਣੀ ਭਾਰੀ ਢਾਕ ਉਤੇ ਧਰਦਿਆਂ ਬੋਲੀ:

"ਕੀ ਗੱਲ ਅੱਜ ਬੁੜ੍ਹੀ 'ਚ ਕੀ ਭੂਤ ਆ ਵੜਿਆ, ਇਹ ਐਂ ਕਿਉਂ ਰੌਲਾ ਪਾਈ ਜਾਂਦੀ ਐ ?"

ਨੰਦੀ ਨੂੰ ਨਾ ਧੰਨੋ ਦੇ ਆਉਣ ਦਾ ਪਤਾ ਲੱਗਿਆ ਸੀ ਤੇ ਨਾ ਆਪਣੇ ਈ ਰੌਲੇ ਵਿਚ ਉਸ, ਉਹਦੀ ਇਹ ਗੱਲ ਸੁਣੀ ਸੀ। ਪਰ ਧਰਮ ਸਿੰਘ ਨੇ ਧੰਨੋ ਦਾ ਵਿਅੰਗ ਸਮਝ ਲਿਆ ਸੀ। ਇਹ ਗੱਲ ਉਹਨੂੰ ਚੰਗੀ ਨਾ ਲੱਗੀ। ਧੰਨੋ ਦੀਆਂ ਅਜਿਹੀਆਂ ਈਰਖਾ ਤੇ ਚੋਭ ਵਾਲੀਆਂ ਗੱਲਾਂ ਤੋਂ ਉਹ ਸਾਰੀ ਉਮਰ ਤੰਗ ਰਿਹਾ ਸੀ, ਪਰ ਇਹਨਾਂ ਗੱਲਾਂ ਪਿਛੇ ਉਹਨੇ ਕਦੇ ਘਰ ਦਾ ਵਾਤਾਵਰਨ ਨਹੀਂ ਸੀ ਵਿਗੜਣ ਦਿਤਾ। ਜੋ ਵੀ ਧੰਨੋ ਕਹਿੰਦੀ ਚੁੱਪ ਕਰਕੇ ਜਰ ਲੈਂਦਾ, ਪਰ ਨੰਦੀ ਵਲ ਧੰਨੋ ਦਾ ਇਹ ਵਤੀਰਾ ਉਹਨੂੰ ਬੜਾ ਬੁਰਾ ਲੱਗਿਆ। ਪਹਿਲੇ ਦਿਨੋਂ ਧਰਮ ਸਿੰਘ ਨੰਦੀ ਦਾ ਸਤਿਕਾਰ, ਧਰਮ ਦੀ ਮਾਂ ਵਾਂਗ ਕਰਦਾ ਰਿਹਾ ਸੀ।

"ਵੇ ਧਰਮ ਸਿਆਂ ਉਹਦਾ ਸਿਵਿਆਂ 'ਚ ਪਏ ਦਾ ਸਿਰ ਵੇਚ ਕੇ ਤੇਰੀਆਂ ਪੂਰੀਆਂ ਪੈ ਜਾਣਗੀਆਂ ?" ਓਵੇਂ ਬੁੜਾਂਦੀ ਨੰਦੀ ਲਾਪ ਮੁਹਾਰੀ ਬੋਲੀ ਗਈ। "ਵੇ ਉਹਨੇ ਹੱਥੀਂ ਉਹ ਲਾਈ, ਧੀਆਂ ਆਂਗੂੰ ਉਹਦੀ ਪਰਵਸਤ ਕਰਦਾ ਰਿਹਾ; ਮਰਨ ਲਗਿਆਂ ਵੀ ਮੈਨੂੰ ਕਹਿ ਕੇ ਗਿਆ : ਨੰਦੀਏ ਵੇਖੀਂ, ਮੇਰੀ ਮੜ੍ਹੀ ਤੇ, ਦੀਵਾ ਜਗਾਈਂ ਨਾ ਜਗਾਈਂ, ਪਰ ਮੇਰੀ ਟਾਹਲੀ ਦੀ ਪੂਰੀ ਪਰਵਸਤ ਰਖੀਂ..."

ਤੇ ਏਸ ਪਿਛੋਂ ਧਰਮ ਸਿੰਘ ਨੇ ਨਹੀਂ ਸੁਣਿਆ ਕਿ ਨੰਦੀ ਕੀ ਬੋਲੀ ਗਈ। ਇਹ ਸੁਣਦਿਆਂ ਸਾਰ ਜਿਵੇਂ ਉਹਦੇ ਪੈਰਾਂ ਹੇਠੋਂ ਧਰਤੀ ਨਿਕਲ ਗਈ। ਉਹਦੇ ਤਾਂ ਫ਼ਰਿਸ਼ਤਿਆਂ ਨੂੰ ਵੀ ਪਤਾ ਨਹੀਂ ਸੀ ਕਿ ਟਾਹਲੀ ਕਦੋਂ, ਕਿਸ ਨੇ ਵੱਢੀ ਸੀ। ਪਰ ਉਹ ਸਾਰੀ ਗੱਲ ਤੁਰਤ ਈ ਸਮਝ ਗਿਆ ਤੇ ਉਹਨੂੰ ਭੰਤੇ ਉਤੇ ਏਨਾ ਗੁੱਸਾ ਆਇਆ ਕਿ ਜੇ ਉਹ ਹੁਣ ਉਹਦੇ ਸਾਹਮਣੇ ਹੁੰਦਾ ਤਾਂ ਧਰਮ ਸਿੰਘ ਏਡੇ ਕਰੜੇ ਗੁੱਸੇ 'ਚ ਆਇਆ ਜ਼ਰੂਰ ਉਹਨੂੰ ਮੰਦਾ ਬੋਲ ਬਹਿੰਦਾ, ਕੀ

ਪਤਾ ਗੱਲ ਕਿਥੋਂ ਤਾਈਂ ਜਾ ਪਹੁੰਚਦੀ।

"ਟਾਹਲੀ ਵਾਲਿਆਂ ਦੀ ਟਾਹਲੀ, ਤੂੰ ਬੁੜ੍ਹੀਏ ਕਾਹਨੂੰ ਦੁਖੀ ਹੋਈ ਜਾਨੀ ਐਂ ?" ਪਹਿਲਾਂ ਵਾਂਗ ਈ ਵਿਅੰਗ ਨਾਲ ਧੰਨੋ ਨੇ, ਸਾਧਾਰਨ ਈ ਆਖਿਆ ਤੇ ਫੇਰ ਬਹੁਤ ਹੌਲੀ ਮੂੰਹ ਵਿਚ ਈ ਬੋਲੀ, "ਆਈ ਐ ਵੱਡੀਆਂ ਮੇਰਾਂ ਵਾਲੀ, ਜਿਵੇਂ ਕਿਤੇ ਅੱਧ ਦੀ ਮਾਲਕ ਹੁੰਦੀ ਐ।"

ਨੰਦੀ ਨੂੰ ਅਜੇ ਵੀ ਧੰਨੋ ਦੀ ਗੱਲ ਨਹੀਂ ਸੁਣੀਂ, ਪਰ ਧਰਮ ਸਿੰਘ ਨੂੰ ਉਹਦੇ ਮੂੰਹ ਵਿਚ ਬੋਲੇ ਸ਼ਬਦ ਵੀ ਸੁਣ ਗਏ ਸਨ। ਉਹ ਕਾਬੂ ਤੋਂ ਬਾਹਰ ਹੁੰਦਾ ਜਾਂਦਾ ਸੀ। ਪਰ ਇਸ ਝਗੜੇ ਨੂੰ ਕਿਸੇ ਸਿਆਣਪ ਨਾਲ ਨਜਿੱਠਣ ਲਈ ਧਰਮ ਸਿੰਘ ਨੇ ਨੰਦੀ ਨੂੰ ਬਾਹੋਂ ਫੜ ਕੇ ਆਖਿਆ :

"ਤੈਨੂੰ ਇਹ ਵਹਿਮ ਕੀਹਨੇ ਪਾ 'ਤਾ ਚਾਚੀ ? ਕਿਸੇ ਨੇ ਤੇਰੀ ਟਾਹਲੀ ਨ੍ਹੀਂ ਵੇਚੀ, ਨਾ ਵੱਢੀ ਐ। ਚੱਲ ਤੂ ਘਰੇ ਚੱਲ ਕੇ ਰਾਮ ਕਰ, ਕੁਸ ਨ੍ਹੀਂ ਹੁੰਦਾ।"

ਧਰਮ ਸਿੰਘ ਦੀ ਗੱਲ ਸੁਣ ਕੇ ਨੰਦੀ ਨੂੰ ਬੈਠਿਆਂ ਬਿਠਾਇਆਂ ਜਿਵੇਂ ਸਕਤਾ ਮਾਰ ਗਿਆ। ਉਹਦਾ ਸਾਰਾ ਗੁੱਸਾ ਇੱਕੋ ਵਾਰ ਲਹਿ ਗਿਆ। ਤੇ ਕੁਝ ਧੀਰਜ ਨਾਲ ਉਹਨੇ ਕਿਹਾ:

"ਮੈਨੂੰ ਤਾਂ ਪੁੱਤਾ ਜਗਸੀਰ ਨੇ ਦੱਸਿਆ ਸੀ। ਖ਼ਬਰੇ ਉਹਨੂੰ ਵੀ ਭੁਲੇਖਾ ਲੱਗ ਗਿਆ ਹੋਵੇ। ਪਰ ਸੁਣਨ ਸਾਰ ਮੈਂ ਤਾਂ ਥਾਏਂ ਰਹਿ ਗਈ, ਬਈ ਧਰਮ ਸਿਉਂ ਨੇ ਇਹ ਲੋਹੜਾ ਕੀ ਮਾਰਿਆ ?"

ਭਾਵੇਂ ਨੰਦੀ ਦੇ ਚਿੱਤ ਵਿਚ ਅਜੇ ਵੀ ਭੁਲੇਖਾ ਬਣਿਆਂ ਹੋਇਆ ਸੀ, ਪਰ ਧਰਮ ਸਿੰਘ ਦੀ ਗੱਲ ਸੱਚੀ ਹੋਵੇ !- ਇਹੋ ਇੱਛਾ ਉਹਦੇ ਸਾਰੇ ਗੁੱਸੇ ਤੇ ਨਿਰਾਸ਼ਾ ਤੋਂ ਉਤੋਂ ਦੀ ਪੈ ਗਈ। ਉਹ ਹੋਰ ਧੀਮੀ ਹੋ ਕੇ ਬੋਲੀ :

"ਜੇ ਇਹ ਗੱਲ ਐ ਤਾਂ ਪੁੱਤ ਮੇਰਾ ਬੋਲਿਆ ਚੱਲਿਆ ਮਾਫ਼ ਕਰੀਂ। ਜਿੱਦੋਂ ਦਾ ਉਹ ਮਰਿਐ ਮੇਰਾ ਤਾਂ ਡਮਾਕ ਈ ਟਿਕਾਣੇ ਨ੍ਹੀਂ ਰਿਹਾ।

"ਕੋਈ ਨ੍ਹੀਂ ਚਾਚੀ, ਮਾਪੇ ਪੁੱਤਾਂ-ਧੀਆਂ ਨੂੰ ਆਖਦੇ ਈ ਹੁੰਦੇ ਐ। ਪਰ ਕੋਈ ਫ਼ਿਕਰ ਨਾ ਕਰੀਂ। ਮੇਰੇ ਜਿਉਂਦੇ-ਜੀ ਤੈਨੂੰ ਤਕਲੀਫ਼ ਹੋਵੇ ਤਾਂ ਧਿਰਗ ਐ ਮੇਰੇ ਜਿਊਣ ਦੇ !" ਧਰਮ ਸਿੰਘ ਨੇ ਉਹਨੂੰ ਧਰਵਾਸ ਦਿਤਾ।

ਪਰ ਢਾਕ ਉਤੇ ਹੱਥ ਧਰੀ, ਵਿਅੰਗ ਨਾਲ ਮੁਸਕਰਾਂਦੀ ਧੰਨੋ ਦੀਆਂ ਅੱਖਾਂ ਦੀ ਸ਼ਰਾਰਤ। ਬਿਨਾਂ ਓਧਰ ਝਾਕਿਆਂ ਧਰਮ ਸਿੰਘ ਨੂੰ ਪਰਤੱਖ ਦਿੱਸ ਰਹੀ ਸੀ। ਇੰਜ ਉਹਦਾ ਗੁੱਸਾ ਉਸ ਹਾਲਤ ਤਾਈਂ ਪੁੱਜਦਾ ਜਾਂਦਾ ਸੀ, ਜਿਥੇ ਉਸ ਸਾਂਭ ਨਹੀਂ ਸੀ ਸਕਣਾ; ਗੱਲ ਹੋਰ ਦੀ ਹੋਰ ਬਣ ਜਾਣੀ ਸੀ। ਇਹੋ ਸੋਚ ਕੇ ਧਰਮ ਸਿੰਘ ਨੇ ਨੰਦੀ ਨੂੰ ਬਾਹੋਂ ਫੜ ਕੇ ਉਠਾਇਆ ਤੇ ਬੋਲਿਆ:

"ਆ ਤੈਨੂੰ ਘਰੇ ਛਡਿ-ਆਵਾਂ।"

ਨੰਦੀ ਉੱਠ ਖੜੋਤੀ। ਉਹਦੀਆਂ ਅੱਖਾਂ ਦੀ ਲਾਲੀ ਤੇ ਝੁਰੜੀਆਂ-ਬੁਣੇ ਚਿਹਰੇ ਦਾ ਤਾਅ ਮੱਠਾ ਪੈ ਗਿਆ ਸੀ। ਉੱਠਣ ਲਗਿਆਂ ਉਸ 'ਹੇ ਰਾਮ' ਕਹਿ ਕੇ ਇਕ ਤਸੱਲੀ ਭਰਿਆ ਹਉਕਾ ਲਿਆ ਤੇ ਉਹਦੇ ਨਾਲ ਤੁਰ ਪਈ। ਪਰ ਜਦੋਂ ਧਰਮ ਸਿੰਘ ਨੇ ਡੰਗੋਰੀ ਚੁੱਕ ਕੇ ਨੰਦੀ ਨੂੰ ਫੜਾਈ ਤਾਂ ਧੰਨੋ ਦੇ ਦੱਬਵੀਂ ਆਵਾਜ਼ ਨਾਲ ਆਖੇ ਬੋਲ ਉਹਨੇ ਫੇਰ ਸੁਣੇਂ।

"......ਕੌਣ ਇਹ ਕੁੱਤੀ-ਜਾਤ ਮਸਤਾਈ ਐ !-ਸੀਗੀ ਐ ਕਿ ਖੁਦਾ ਐ ! ਅਕੇ ਹਮਰੀ ਟਾਹਲੀ ਵੇਚ 'ਤੀ।... ਟਾਹਲੀ ਤੇਰੇ ਖ਼ਸਮ ਦੀ ਸੀ ?... ਹਾਲ ਵੇਖ ਕੀ ਕਰਦੀ ਫਿਰਦੀ ਐ, ਫਫੇਕੁਟਣੀ, ਕਚੀਲ ਨਾ ਹੋਵੇ ਤਾਂ !"

ਇਹ ਵੀ ਧਰਮ ਸਿੰਘ ਪਾਣੀ ਵਾਂਗ ਪੀ ਗਿਆ ਤੇ ਨੰਦੀ ਦੀ ਡੰਗੋਰੀ ਫੜ ਕੇ ਉਹਨੂੰ ਵਿਹੜੇ ਵੱਲ ਲੈ ਤੁਰਿਆ। ਰਾਹ ਵਿਚ ਉਹਨੇ ਕੋਈ ਗੱਲ ਨਾ ਕੀਤੀ, ਪਰ ਨੰਦੀ ਮੁੜ-ਮੁੜ, ਗੱਲ ਦੱਸ-ਦੱਸ ਕੇ ਬੋਲਦੀ ਆਈ।

ਜਗਸੀਰ ਕੇ ਘਰ ਜਾ ਕੇ ਧਰਮ ਸਿੰਘ ਨੇ ਨੰਦੀ ਨੂੰ ਬਾਹਰ ਮੰਜੀ ਉਤੇ ਬਿਠਾ ਦਿਤਾ ਤੇ ਆਪ ਉਹ ਅੰਦਰ ਚਲਿਆ ਗਿਆ। ਜਗਸੀਰ ਕੋਲ ਉਹ ਖ਼ਾਸਾ ਚਿਰ ਬੈਠਾ ਰਿਹਾ। ਜਗਸੀਰ ਨੇ ਉਹਨੂੰ ਟਾਹਲੀ ਵਾਲੀ ਗੱਲ, ਜਿਵੇਂ ਹੋਈ ਸੀ ਓਵੇਂ ਦੱਸ ਦਿੱਤੀ। ਧਰਮ ਸਿੰਘ ਤੋਂ ਕੋਈ ਜਵਾਬ ਨਾ ਦਿਤਾ ਗਿਆ। ਅਖ਼ੀਰ ਜਦੋਂ ਉਹ ਉੱਠ ਕੇ ਤੁਰਨ ਲੱਗਿਆ ਤਾਂ ਸਾਰਾ ਤਾਣ ਲਾ ਕੇ ਉਸ ਕਿਹਾ :

"ਕੰਮ ਹੱਥਾਂ 'ਚੋਂ ਨਿਕਲਦਾ ਜਾਂਦੈ ਜਗਸਿਆ! ਉਹ ਵੀ ਵਹਿਲ ਘਰ ਨੂੰ ਪਾੜਨ ਤੇ ਤੁਲੀ ਬੈਠੀ ਐ। ਭੰਤਾ ਓਸੇ ਨੇ ਹੱਥਾਂ ਤੇ ਚੜ੍ਹਾ ਕੇ ਵਿਗਾੜਿਐ। ਸੋਚਦੈਂ ਬਈ ਮੁੱਠੀ ਮਿਚੀ ਰਹਿ ਜਾਏ; ਪਰ ਏਸ ਚੰਦਰੇ ਟੱਬਰ ਨੇ ਰਹਿਣ ਨ੍ਹੀਂ ਦੇਣੀ।"

ਜਗਸੀਰ ਨੇ ਧਰਮ ਸਿੰਘ ਦੇ ਭਾਰੇ ਬੋਲ ਵਿਚੋਂ ਉਹਦੇ ਅੰਦਰਲੀ ਪੀੜ ਪਛਾਣ ਲਈ, ਤੇ ਉਹਦੀ ਏਸ ਹਾਲਤ ਦਾ ਖ਼ਿਆਲ ਕਰਦਿਆਂ, ਉਹਦੀਆਂ ਅੱਖਾਂ ਭਰ ਆਈਆਂ। ਤੁਰਨੋਂ ਪਹਿਲਾਂ ਧਰਮ ਸਿੰਘ ਇਕ ਵਾਰ ਫੇਰ ਰੁਕਿਆ ਤੇ ਹੌਲੀ-ਜਿਹੀ ਉਸ ਜਗਸੀਰ ਨੂੰ ਪੱਕੀ ਕੀਤੀ ਕਿ ਉਹ ਨੰਦੀ ਕੋਲ ਝੂਠ ਬੋਲ ਕੇ ਗੱਲ ਟਾਲ ਦੇਵੇ; ਨਹੀਂ ਤਾਂ ਉਹ ਪਹਿਲਾਂ ਨਾਲੋਂ ਵਧੇਰੇ ਦੁਖੀ ਹੋਵੇਗੀ। ਜਗਸੀਰ ਨੂੰ ਵੀ ਉਹਨੇ ਹੌਸਲਾ ਕਰਨ ਲਈ ਆਖਿਆ। ਪਰ ਜਗਸੀਰ ਨੇ ਵੇਖਿਆ ਕਿ ਜਦੋਂ ਆਪ ਕੋਠੜੀ ਦਾ ਬੂਹਾ ਲੰਘ ਰਿਹਾ ਸੀ ਤਾਂ ਉਸ ਆਪਣੀ ਪੱਗ ਦੇ ਲੜ ਨਾਲ ਅੱਖਾਂ ਪੂੰਝੀਆਂ ਸਨ।

ਅੱਠ

ਸਾਰਾ ਦਿਨ ਜਗਸੀਰ ਘਰ ਈ ਪਿਆ ਰਿਹਾ, ਪਰ ਦਿਨ ਦੇ ਛਿਪਾ ਨਾਲ ਉੱਠ ਕੇ ਬਾਹਰ ਨੂੰ ਤੁਰ ਪਿਆ। ਪਿੰਡੋਂ ਨਿਕਲਦਿਆਂ ਉਹਨੂੰ ਮੰਡੀਓਂ ਆਉਂਦਾ ਭੰਤਾ ਟੱਕਰਿਆ। ਜਗਸੀਰ ਉਹਦੇ ਵੱਲ ਝਾਕਣ ਸਾਰ ਕੁਝ ਠਠੰਬਰ ਗਿਆ। ਫੇਰ ਨਾਲ ਦੀ ਨਾਲ ਉਹਨੂੰ ਭੰਤੇ ਦੇ ਉਹਦੇ ਵੱਲ ਰਵੱਈਏ ਦਾ ਖ਼ਿਆਲ ਆਇਆ ਤੇ ਉਹਦੀਆਂ ਅੱਖਾਂ ਭਖਣ ਲੱਗ ਪਈਆਂ; ਪਰ ਨੀਵੀਂ ਪਾ ਕੇ ਉਹ ਸਿੱਧਾ ਤੁਰਿਆ ਗਿਆ, ਪਿਛਾਂਹ ਮੁੜ ਕੇ ਉਸ ਭੰਤੇ ਵਲ ਨਾ ਤੱਕਿਆ। ਭੰਤੇ ਨੇ ਜਗਸੀਰ ਦੀ ਕੁੱਬੀ ਹੁੰਦੀ ਜਾਂਦੀ ਪਿੱਠ ਵੱਲ ਰਤਾ ਗਹੁ ਨਾਲ ਜਾਚਿਆ ਤੇ ਵਿਅੰਗ ਨਾਲ ਮੁਸਕਰਾ ਕੇ ਮੂੰਹ ਵਿਚ ਬੋਲਿਆ: "ਜਾਂਦੈ ਬਈ ਬਾਹੀਏ ਆਲਾ ਬਿਸਵੇਦਾਰ', 'ਆਵਦੀ ਜੈਦਾਤ' ਦੀ ਖ਼ਬਰ-ਸਾਰ ਲੈਣ!"

ਜਗਸੀਰ ਨੂੰ ਭੰਤੇ ਦੀ ਆਖੀ ਗੱਲ ਬਿਲਕੁਲ ਨਹੀਂ ਸੀ ਸੁਣੀ। ਉਹ ਆਪਣੀ ਚਾਲੇ ਪਿੱਠ ਪਿੱਛੇ ਹੱਥਾਂ ਦੀ ਕੰਘੀ ਪਾਈ ਤੁਰਿਆ ਗਿਆ। ਪਰ ਉਹਨੂੰ ਭੰਤੇ ਦੀਆਂ, ਉਸ ਵੱਲ ਘੂਰਦੀਆਂ ਅੱਖਾਂ ਆਪਣੇ ਮਨ ਦੀਆਂ ਅੱਖਾਂ ਨਾਲ ਪਰਤੱਖ ਦਿਸਦੀਆਂ ਸਨ, ਤੇ ਉਹਨਾਂ ਦੀ ਚੁਭਵੀਂ ਤੱਕਣੀ ਨਾਲ ਉਹ ਆਪਣੀ ਪਿੱਠ ਵਿਚੋਂ ਸੇਕ ਨਿਕਲਦਾ ਤੇ ਸਾਰੇ ਸਰੀਰ ਵਿਚ ਖਿਲਰਦਾ ਅਨੁਭਵ ਕਰ ਰਿਹਾ ਸੀ।

ਜਗਸੀਰ ਨੂੰ ਖੇਤੋਂ ਉਰੇ ਈ ਖ਼ਾਸਾ ਹਨੇਰਾ ਹੋ ਗਿਆ। ਹਨੇਰੇ ਵਿਚ ਰੁੱਖਾਂ ਤੇ ਝਾੜਾਂ ਦੀਆਂ ਸ਼ਕਲਾਂ ਬੜੀਆਂ ਡਰਾਉਣੀਆਂ ਜਿਹੀਆਂ ਲਗਦੀਆਂ ਸਨ। ਪਹੀ ਦੇ ਦੋਹੀਂ ਪਾਸੀਂ, ਉੱਚੀਆਂ ਭੜੀਆਂ ਉਤੇ ਗੱਡੀਆਂ ਮੋਹੜੀਆਂ ਦੇ ਡੱਕਿਆਂ ਦੀਆਂ ਨੋਕਾਂ ਵਿਚ, ਤਾਰੇ ਵਿੰਨ੍ਹੇ ਹੋਏ ਜਾਪਦੇ ਸਨ। ਅੱਗੇ ਕਈ ਵਾਰ ਜਗਸੀਰ ਜਦੋਂ ਹਨੇਰੀ ਰਾਤ ਵਿਚ ਪਾਣੀ ਲਾਉਣ ਜਾਂਦਾ ਤਾਂ ਇਹ ਦ੍ਰਿਸ਼ ਉਹਨੂੰ ਬੜਾ ਸੁਹਣਾ ਲਗਦਾ ਤੇ ਜੁਆਨੀ ਵਾਰੇ ਇਕ ਦੋ ਵਾਰੀ ਤਾਂ ਦੂਰੋਂ ਭੱਜ ਕੇ ਉਹ ਪੰਜ-ਪੰਜ ਹੱਥ ਉੱਚੀਆਂ ਭੜੀਆਂ ਉਤੇ ਚੜ੍ਹਿਆ ਵੀ ਸੀ ਤੇ ਮੋੜ੍ਹਿਆਂ ਦੇ ਸਿਖਰਲੇ ਡੱਕੇ ਉਹਨੇ ਸ਼ਰਤਾਂ ਲਾ-ਲਾ ਤੋੜੇ ਸਨ। ਓਦੋਂ ਉਹਨੂੰ ਇੰਜ ਲੱਗਿਆ ਸੀ ਜਿਵੇਂ ਉਹਨੇ ਸੱਚੀਂ ਤਾਰੇ ਤੋੜ ਲਏ ਸਨ। ਉਸ ਕਵੀਸ਼ਰਾਂ ਦੇ ਕਿੱਸੇ ਪੜ੍ਹਨ ਵਾਲਿਆਂ ਤੋਂ ਉਹ ਬੰਦ ਸੁਣੇ ਸਨ ਜਿਨ੍ਹਾਂ ਵਿਚ ਪ੍ਰੇਮਕਾਵਾਂ ਨੂੰ ਅਸਮਾਨੋਂ ਤਾਰੇ ਤੋੜ ਕੇ ਲਿਆ ਦੇਣ ਵਾਲੀਆਂ ਗੱਲਾਂ ਦਾ ਜ਼ਿਕਰ ਹੁੰਦਾ ਸੀ। ਭਾਨੀ ਨੂੰ ਉਸ ਕਦੇ ਇਹ ਗੱਲ ਨਹੀਂ ਸੀ ਆਖੀ-ਅਜਿਹੀਆਂ ਗੱਲਾਂ ਵੀ ਉਹਨੂੰ ਹੋਛੀਆਂ ਲੱਗਦੀਆਂ ਸਨ। ਪਰ ਜਦੋਂ ਇੰਜ, ਉੱਚੀ ਭੜੀ ਉਤੇ ਤਿੰਨ-ਤਿੰਨ ਹੱਥ, ਭੜੀ ਤੋਂ ਵੀ ਉਤਾਂਹ, ਮੋੜ੍ਹਿਆਂ ਦੇ ਸਿਰਿਆਂ ਵਾਲੇ ਡੱਕੇ ਉਹਨੇ ਤੋੜੇ ਸਨ, ਤਾਂ ਸੁਤੇ ਸੁਭਾਅ ਈ ਉਹ ਭਾਨੀ ਵਾਸਤੇ ਤਾਰੇ ਤੋੜਨ ਲਈ ਰੀਝ ਗਿਆ ਸੀ-ਤਾਰੇ ਜਿਹੜੇ ਨਿੱਖੜੇ ਅਸਮਾਨ ਉਤੇ ਸਾਰੀ-ਸਾਰੀ ਰਾਤ ਭਾਨੀ ਦੀਆਂ ਅੱਖਾਂ ਵਾਂਗ ਲਿਸ਼ਕਦੇ ਰਹਿੰਦੇ ਸਨ!... ਇੱਕ ਪਲ ਵੀ ਜਿਨ੍ਹਾਂ ਦੀ ਲਿਸ਼ਕ ਮਧਮ ਨਹੀਂ ਸੀ ਹੁੰਦੀ-ਨਾ ਸੌਂਦੇ ਸਨ, ਨਾ ਸੌਣ ਦਿੰਦੇ ਸਨ!... ਪਰ ਅੱਜ ਇਹੋ ਤਾਰੇ ਉਹਨੂੰ ਹੰਝੂਆਂ ਵਾਂਗ ਲੱਗੇ...ਘਸਮੈਲੀਆਂ, ਸੱਖਣੀਆਂ, ਝਾੜ-ਅੱਖਾਂ ਦੀਆਂ ਕੰਡਿਆਲੀਆਂ ਝਿੰਮਣੀਆਂ ਦੀਆਂ ਨੋਕਾਂ ਉਤੇ ਅਟਕੇ ਹੰਝੂ, ਜਿਹੜੇ ਨਾ ਡਿਗਦੇ ਸਨ, ਨਾ ਸੁਕਦੇ ਸਨ।

ਤੇ ਇਹਨਾਂ ਹੰਝੂਆਂ ਵਰਗੇ ਤਾਰਿਆਂ ਵੱਲ ਦੂਜੀ ਵਾਰ ਨਿਗ੍ਹਾ ਭਰ ਕੇ ਉਹ ਨਾ ਤੱਕ ਸਕਿਆ; ਮੁੜ ਨੀਵੀਂ ਪਾ ਕੇ ਤੁਰਨ ਲੱਗ ਪਿਆ।

ਖੇਤ ਅੱਪੜ ਕੇ ਉਸ ਨਿਗ੍ਹਾ ਉੱਚੀ ਕੀਤੀ। ਤੇ 'ਆਪਣੀ ਟਾਹਲੀ' ਨੂੰ ਬਿਨਾਂ ਪਰਵਾਰੋਂ ਪਈ ਤੱਕ ਕੇ ਉਹਦਾ ਸੀਤ ਨਿਕਲ ਗਿਆ। ਮੁਰਦੇ ਵਾਂਗ ਇੱਕਲਾ ਈ ਮੁੱਢ ਪਿਆ ਸੀ, ਬਾਕੀ ਸਾਰਾ ਵਢਾਂਗ ਤੇ ਟਾਹਣੇ ਉਹ ਚੁੱਕ ਕੇ ਲੈ ਗਏ ਸਨ। ਇਕ ਬਿੰਦ ਜਗਸੀਰ ਉਰਲੀ ਟਿੱਬੀ ਉਤੇ ਖੜੋਤਾ ਓਧਰ ਵੇਂਹਦਾ ਰਿਹਾ ਤੇ ਫੇਰ ਉਹਦਾ ਚਿੱਤ ਜਿਵੇਂ ਮਨੂਰ ਹੋ ਗਿਆ। ਚੁੱਪ-ਚੁਪੀਤਾ ਉਹ ਅਗਾਂਹ ਤੁਰ ਪਿਆ।

ਟਾਹਲੀ ਦੇ ਨੇੜੇ ਜਾ ਕੇ ਉਹਨੇ ਉਹਦੇ ਉਤੇ ਹੱਥ ਫੇਰਿਆ ਤੇ ਖ਼ਾਸਾ ਚਿਰ ਉਹਦੀ ਬਿਲਕ ਨੂੰ ਬਲਦਾਂ ਦੇ ਪਿੰਡੇ ਵਾਂਗ ਪਲੋਸਦਾ ਰਿਹਾ। ਫੇਰ ਉਸ ਟਾਹਲੀ ਦੇ ਉਤੋਂ ਦੀ ਇਕ ਗੇੜ ਦਿਤਾ, ਉਹਦੀਆਂ ਜੜ੍ਹਾਂ ਵਿਚ ਚਾਰ-ਪੰਜ ਹੱਥ ਡੂੰਘਾ ਟੋਆ ਪੁੱਟਿਆ ਵੇਖ ਕੇ ਉਹਨੂੰ ਕੁਝ ਹੈਰਾਨੀ ਹੋਈ। ਬਿੰਦ ਕੁ ਓਥੇ ਖੜੋਤਾ ਉਹ ਟੋਏ ਨੂੰ ਵੇਂਹਦਾ ਰਿਹਾ ਤੇ ਫੇਰ ਪੂਰਾ ਗੇੜਾ ਕੱਢ ਕੇ 'ਆਪਣੀ ਕਣਕ' ਵਿਚ ਜਾ ਵੜਿਆ। ਪਾਣੀ ਨਾ ਲੱਗਣ ਕਰਕੇ ਕਣਕ ਨਾ ਚੰਗੀ ਤਰ੍ਹਾਂ ਪੱਲ੍ਹਰੀ ਸੀ ਤੇ ਨਾ ਸੰਘਣੀ ਹੋਈ ਸੀ। ਰੁੱਖੀ ਧਰਤੀ ਉਤੇ ਸਰ ਦੇ ਮੱਚੇ ਬੂਝਿਆਂ ਵਾਂਗ ਖੜੋਤੇ ਵਿਰਲੇ ਬੂਟਿਆਂ ਨੂੰ ਮਿਧਦਾ ਜਗਸੀਰ ਇੰਜ ਖੇਤ ਵਿਚ ਗੇੜੇ ਦੇਣ ਲਗ ਪਿਆ, ਜਿਵੇਂ ਕਰਮਾਂ ਮਾਰ ਕੇ ਖੇਤ ਦੀ ਮਿਣਤੀ ਕਰਦਾ ਹੋਵੇ। ਉਹਦੇ ਠਿੱਬੇ, ਕਣਕ ਦੇ ਅਧ-ਸੁੱਕੇ ਬੂਟਿਆਂ ਨੂੰ ਅੱਕ-ਟਿੱਡਿਆਂ ਵਾਂਗ ਮਿੱਧੀ ਜਾਂਦੇ ਸਨ। ਜਗਸੀਰ ਨੂੰ ਬੂਟਿਆਂ ਦੇ ਪੱਤਿਆਂ ਦੀ ਆਵਾਜ਼ ਮਾੜੀ-ਮਾੜੀ ਸੁਣਦੀ ਸੀ, ਪਰ ਇਹ ਖ਼ਿਆਲ ਅਜੇ ਤਾਈਂ ਜਿਵੇਂ ਬਿਲਕੁਲ ਆਇਆ ਹੀ ਨਹੀਂ ਸੀ ਕਿ ਉਹ 'ਆਪਣੀ ਕਣਕ' ਈ ਮਿਧਦਾ ਫਿਰਦਾ ਸੀ।

ਸਾਰੇ ਖੇਤ ਵਿਚੋਂ ਦੀ ਇੰਜ ਦੋ ਗੇੜੇ ਮਾਰ ਕੇ ਉਹ ਟਾਹਲੀ ਦੀਆਂ ਜੜ੍ਹਾਂ ਵਿਚ ਪੁੱਟੇ ਟੋਏ ਕੋਲ ਆ ਕੇ ਖੜੋ ਗਿਆ। ਕਬਰ ਵਰਗੇ ਟੋਏ ਦੇ ਸੱਖਣੇ, ਹਨੇਰੇ ਡੂੰਘ ਵਿਚ ਵੇਂਹਦਿਆਂ ਉਹਨੂੰ ਥੱਲੇ ਕੁਝ ਚਿੱਟਾ-ਚਿੱਟਾ ਚਮਕਦਾ ਦਿੱਸਿਆ, ਤੇ ਉਹ ਟੋਏ ਦੇ ਵਿਚ ਵੜ ਗਿਆ। ਜਦੋਂ ਉਸ ਇਹ ਚਮਤਕਾਰ ਚੀਜ਼ ਚੁਕੀ ਤਾਂ ਵੇਖਿਆ ਇਹ ਉਹਦੇ ਪਿਉ ਦੀ ਮੜ੍ਹੀ ਦੀ, ਕਲੀ ਕੀਤੀ ਹੋਈ ਇੱਕ ਇੱਟ ਸੀ। ਇਹਨੂੰ ਹੱਥ ਵਿਚ ਫੜੀ ਉਹ ਕੁਝ ਚਿਰ ਗਹੁ ਨਾਲ ਵੇਂਹਦਾ ਰਿਹਾ ਤੇ ਫੇਰ ਟੋਏ ਵਿਚੋਂ ਬਾਹਰ ਨਿਕਲ ਆਇਆ।

ਬਾਹਰ ਨਿਕਲ ਕੇ ਉਹਨੇ ਉਸ ਇੱਟ ਦੇ ਨਾਲ ਦੀਆਂ ਹੋਰ ਇੱਟਾਂ ਲੱਭਣ ਲਈ ਆਸੇ-ਪਾਸੇ ਵੇਖਿਆ ਤੇ ਕਈ ਇੱਟਾਂ ਪਰਲੀ ਵੱਟ ਕੋਲ ਖਿੱਲਰੀਆਂ ਦਿੱਸੀਆਂ। ਉਹ ਉਸ ਇਕੱਠੀਆਂ ਕਰ ਲਈਆਂ ਤੇ ਉਹਨਾਂ ਦੀ ਇਕਸਾਰ ਢੇਰੀ ਲਾ ਕੇ ਰੱਖ ਦਿਤੀ। ਬਿੰਦ ਦਾ ਬਿੰਦ ਉਹ ਉਹਨਾਂ ਨੂੰ ਵੱਟ ਉਤੇ ਬੈਠਾ ਵੇਂਹਦਾ ਰਿਹਾ। ਇਕ ਵਾਰੀ ਇੰਜ ਝਟਕਾ ਜਿਹਾ ਆਇਆ ਜਿਵੇਂ ਉਹਦੇ ਅੰਦਰੋਂ ਕੁਝ ਬਾਹਰ ਆਉਣ ਲੱਗਿਆ ਹੋਵੇ, ਪਰ ਫੇਰ ਤੁਰਤ ਹੀ ਉਹ ਮੁੜ ਗੁੰਮ-ਸੁੰਮ ਹੋ ਗਿਆ। ਉਹਨੇ ਸਿਰੋਂ ਪੱਗ ਲਾਹੀ, ਉਹਦੇ ਇਕ ਲੜ ਵਿਚ ਇੱਟਾਂ ਬੰਨ੍ਹੀਆਂ ਤੇ ਦੂਜੇ ਲੜ ਦਾ ਇੰਨੂੰ ਬਣਾ ਕੇ ਸਿਰ ਉਤੇ ਧਰ ਲਈਆਂ। ਖੇਸ ਉਂਜ ਈ ਮੋਢਿਆਂ ਉਤੋਂ ਦੀ ਲਮਕਾ ਕੇ ਸੁੱਟ ਲਿਆ ਤੇ ਪਿੰਡ ਵੱਲ ਮੁੜ ਪਿਆ।

ਪਿੰਡੋਂ ਤਿੰਨ ਚਾਰ ਖੇਤ ਬਾਹਰ ਇਕ ਪਾਣੀ ਵਾਲਾ, ਪਹੀ-ਪਹੀ ਭੱਜਿਆ ਆਉਂਦਾ ਸੀ। ਉਹ ਜਗਸੀਰ ਨੂੰ ਵੇਖ ਕੇ, ਉਹਤੋਂ ਪੰਜਾਹ ਕੁ ਕਰਮਾਂ ਦੀ ਵਿੱਥ ਉਤੇ ਭੰਵਤਰ ਕੇ ਖੜੋ ਗਿਆ, ਤੇ ਬਿੰਦ ਕੂ ਇੰਜ ਖੜੋਤਾ ਰਿਹਾ ਜਿਵੇਂ ਉਹਨੂੰ ਕਿਸੇ ਭੂਤ ਚੁੜੇਲ ਦਾ ਸ਼ੱਕ ਪਿਆ ਹੋਵੇ। ਮੋਢਿਆਂ ਉੱਤੋਂ, ਹੇਠ ਗੋਡਿਆਂ ਤਾਈਂ ਲਮਕਦੇ ਖੇਸ ਦੇ ਪੱਲਿਆਂ, ਤੇ ਸਿਰ ਉਤਲੀਆਂ ਇੱਟਾਂ ਨਾਲ ਜਗਸੀਰ ਦੀ ਸ਼ਕਲ-ਸੂਰਤ ਸੱਚੀਂ ਬੜੀ ਡਰਾਉਣੀ ਲਗਦੀ ਸੀ। ਉਹ ਬੰਦਾ

ਪਹੀ ਦੀ ਭੜੀ ਉਤੋਂ ਦੀ ਹੋ ਕੇ ਵਾਹਣੀ ਪੈ ਗਿਆ ਤੇ ਨਾਲੇ ਪਹੀ ਵੱਲ ਇੰਜ ਵੇਂਹਦਾ ਗਿਆ ਜਿਵੇਂ ਉਹਦਾ ਸ਼ੱਕ ਪੱਕਾ ਹੁੰਦਾ ਜਾਂਦਾ ਹੋਵੇ। ਪਰ ਜਗਸੀਰ ਨੂੰ ਇਹਦਾ ਕੋਈ ਪਤਾ ਨਹੀਂ ਸੀ ਲੱਗਿਆ। ਉਹ ਓਵੇਂ ਤੁਰਿਆ ਆਇਆ। ਉਸ ਪਿਛੋਂ ਹੋਰ ਕੋਈ ਬੰਦਾ ਨਾ ਮਿਲਿਆ।

ਘਰ ਆ ਕੇ ਜਗਸੀਰ ਨੇ ਬਾਹਰਲੇ ਬੂਹੇ ਨੂੰ ਧੱਕਾ ਮਾਰਿਆ, ਉਹ ਖੁੱਲ੍ਹ ਗਿਆ-ਨੰਦੀ ਨੇ ਉਂਜ ਈ ਭੇੜ ਛੱਡਿਆ ਸੀ। ਇੱਟਾਂ ਉਹਨੇ ਵਿਹੜੇ ਦੇ ਇਕ ਖੂੰਜੇ ਰੱਖ ਦਿਤੀਆਂ ਤੇ ਆਪ ਵੀ ਬਹਿ ਗਿਆ। ਕਿੰਨਾ ਚਿਰ ਉਹਤੋਂ ਉਠਿਆ ਨਾ ਗਿਆ। ਲੱਤਾਂ ਝੂਠੀਆਂ ਪੈ ਗਈਆਂ। ਦੋਹਾਂ ਹੱਥਾਂ ਨਾਲ ਸਿਰ ਫੜ ਕੇ ਪੈਰਾਂ ਭਾਰ ਬੈਠਾ ਉਹ ਮੁੜ-ਮੁੜ ਇੱਟਾਂ ਵਲ ਵੇਂਹਦਾ ਉਹਨਾਂ ਦੀ ਗਿਣਤੀ ਕਰੀ ਗਿਆ : ਇੱਟਾਂ ਕੁੱਲ ਗਿਆਰਾਂ ਸਨ।

ਖ਼ਾਸੇ ਚਿਰ ਪਿੱਛੋਂ ਉੱਠ ਕੇ ਉਸ ਕੋਠੜੀ ਵੱਲ ਨਿਗ੍ਹਾ ਮਾਰੀ ਤੇ ਤਖ਼ਤਿਆਂ ਦੀਆਂ ਵਿਰਲਾਂ ਵਿਚੋਂ ਦੀ ਉਹਨੂੰ ਦੀਵੇ ਦਾ ਚਾਨਣ ਦਿੱਸਿਆ। ਫੇਰ ਨੰਦੀ ਦੀ 'ਹੇ ਰਾ-ਮ' ਦੀ ਹਉਕੇ ਵਰਗੀ ਆਵਾਜ਼ ਸੁਣੀ; ਤੇ ਉਂਜ ਈ, ਬਿਨਾਂ ਕਿਸੇ ਭਾਵ ਤੋਂ ਉਹਦੇ ਹੋਠਾਂ ਉਤੇ ਇਕ ਮੁਸਕਾਨ ਖਿਲਰ ਗਈ। ਸੱਖਣੀ-ਟਾਹਲੀਆਂ ਦੀਆਂ ਜੜ੍ਹਾਂ ਵਿਚ ਪੁੱਟੇ, ਕਬਰ ਵਰਗੇ ਟੋਏ ਜਿਹੀ ਸੱਖਣੀ ਮੁਸਕਾਨ!

ਜਗਸੀਰ ਨੇ ਖੇਸ ਲਾਹ ਕੇ ਚੌਂਕੇ ਵਾਲੀ ਕੰਧੋਲੀ ਉਤੇ ਧਰ ਦਿੱਤਾ ਤੇ ਬੱਠਲ਼ ਲੈ ਕੇ ਬਾਹਰ ਨੂੰ ਤੁਰ ਗਿਆ। ਗਲੀ ਦੇ ਵਿਚਕਾਰੋਂ ਉਹਨੇ ਮਿੱਟੀ ਦਾ ਬੱਠਲ਼ ਭਰਿਆ ਤੇ ਅੰਦਰ ਲੈ ਆਇਆ। ਤੌੜੇ ਵਿਚੋਂ ਪਾਣੀ ਪਾ ਕੇ ਗਾਰਾ ਬਣਾਇਆ ਤੇ ਵਿਹੜੇ ਦੇ ਛਿਪਦੇ ਵਾਲੇ ਪਾਸੇ ਵੱਲ ਦੇ ਖੂੰਜੇ ਉਹਨੇ ਇੱਟਾਂ ਦੀ ਮੜ੍ਹੀ ਓਵੇਂ ਬਣਾ ਦਿੱਤੀ ਜਿਵੇਂ ਬਾਹਰ ਟਾਹਲੀ ਹੇਠ ਬਣੀ ਹੋਈ ਸੀ। ਇੱਟਾਂ ਲਾਉਂਦਿਆਂ ਇਕ ਵਾਰੀ ਉਹਨੂੰ ਇਕੋ ਬਿੰਦ ਲਈ 'ਭਬੂਤੀ' ਦਾ ਖ਼ਿਆਲ ਆਇਆ; ਪਰ ਆਪੇ ਈ ਵਿੱਸਰ ਗਿਆ।

ਮੜ੍ਹੀ ਬਣਾ ਕੇ ਉਸ ਹੌਲੀ ਦੇਣੇ ਕੋਠੜੀ ਦਾ ਬੂਹਾ ਧੱਕ ਕੇ ਵੇਖਿਆ, ਪਰ ਅਰਲ ਲੱਗੀ ਹੋਈ ਸੀ। ਉਸ ਅਰਲ ਦਾ ਬਾਹਰਲਾ ਕੁੰਡਾ ਫੇਰਿਆ ਤਾਂ ਬੂਹਾ ਖੁਲ੍ਹ ਗਿਆ। ਨੰਦੀ ਮੂੰਹ ਸਿਰ, ਰਜਾਈ ਵਿਚ ਵਲ੍ਹੇਟੀ ਬਿੰਦੇ ਝੱਟੇ 'ਹੇ ਰਾ-ਮ' 'ਹੇ ਰਾ-ਮ' ਬੋਲੀ ਜਾਂਦੀ ਸੀ, ਪਰ ਵਿਚੋਂ ਛਿੜੀ ਖੰਘ 'ਹੇ ਰਾ-ਮ' ਦੀ ਲੜੀ ਤੋੜ ਦਿੰਦੀ ਸੀ। ਜਗਸੀਰ ਬੂਹਾ ਮਾਰ ਕੇ ਚੋਰਾਂ ਵਾਂਗ ਅੰਦਰ ਗਿਆ ਤੇ ਬਿਨਾਂ ਕੁਝ ਹੇਠ ਵਿਛਾਏ ਟੰਗਣੇ ਤੇ ਪਈ ਰਜਾਈ ਲੈ ਕੇ, ਮੰਜੀ ਉਤੇ ਪੈ ਗਿਆ।

ਪਿਛਲੀ ਰਾਤ ਤਾਈਂ ਉਹ ਸਿੱਧਣ- ਸਿੱਧਾ ਪਿਆ ਛੱਤ ਵੱਲ ਝਾਕਦਾ ਰਿਹਾ। ਕਿਤੇ-ਕਿਤੇ ਉਹਨੂੰ ਬਿਜਲੀ ਦੇ ਲਿਸ਼ਕਾਰੇ ਵਰਗਾ ਖ਼ਿਆਲ ਆਉਂਦਾ : 'ਇਹ ਬਣ ਕੀ ਗਿਆ ?' ਪਰ ਨਾਲ ਦੀ ਨਾਲ ਈ ਪਾਣੀ ਉਤੇ ਖਿੱਚੀ ਲੀਕ ਵਾਂਗ ਸਭ ਕੁਝ ਮਿਟ ਜਾਂਦਾ। ਏਡਾ, ਸੋਚ-ਹੀਣ ਉਹਦਾ ਦਿਮਾਗ਼ ਕਦੇ ਨਹੀਂ ਸੀ ਹੋਇਆ। ਉਹਨੂੰ ਆਪਣੀਆਂ ਅੱਖਾਂ ਪਾਟੀਆਂ-ਪਾਟੀਆਂ ਤੇ ਬੜੀਆਂ ਥੱਕੀਆਂ ਲਗਦੀਆਂ ਸਨ; ਜ਼ੋਰ ਲਾ ਕੇ ਉਹ ਮੀਚਦਾ, ਪਰ ਫੇਰ ਖੁੱਲ੍ਹ ਜਾਂਦੀਆਂ।

"ਹੇ ਰਾ-ਮ!" ਨੰਦੀ ਦੀ ਇਹ ਆਵਾਜ਼ ਉਹਨੂੰ ਖੂਹ ਵਿਚੋਂ ਪਰਤੇ ਬੋਲ ਵਾਂਗ ਸੁਣਦੀ ਤੇ ਕਿਤੇ-ਕਿਤੇ ਜਿਹਦੇ ਨਾਲ ਕੁਝ ਹੋਰ ਸ਼ਬਦ ਵੀ ਸੁਣੀਂਦੇ। "ਅੱਜ ਕਿਧਰ ਉਠ ਗਿਆ ?-ਖ਼ਬਰੈ ਉਹਨੂੰ ਕੀ ਹੁੰਦਾ ਜਾਂਦੈ...ਸੁੰਨਾ-ਸੁੰਨਾ ਤੁਰਿਆ ਫਿਰਦੈ।...ਹੇ ਰਾ-ਮ...ਤੂੰ-ਹੀਂ!"

ਪਰ ਜਗਸੀਰ ਦੇ ਮਨ ਵਿਚ ਕੋਈ ਉਤਰਾ-ਚੜ੍ਹਾ ਪੈਦਾ ਨਹੀਂ ਸੀ ਹੋ ਰਿਹਾ। ਉਹਦਾ ਸਾਰਾ ਸਰੀਰ ਖੜਸੁਕ ਲੱਕੜ ਵਾਂਗ ਆਕੜਿਆ ਹੋਇਆ ਸੀ। ਅੱਖਾਂ ਪੱਥਰ ਦੀਆਂ ਵੱਟੀਆਂ ਵਾਂਗ ਹੋਈਆਂ ਪਈਆਂ ਸਨ।

ਪਰ ਪਹਿਰ ਰਾਤ ਰਹਿੰਦਿਆਂ ਜਦੋਂ ਕੁੱਕੜ ਨੇ ਬਾਂਗ ਦਿਤੀ ਤਾਂ ਉਹਦੀਆਂ ਅੱਖਾਂ ਅੱਗੇ ਹਨੇਰਾ ਜਿਹਾ ਆਉਣ ਲੱਗ ਪਿਆ। ਅੱਖਾਂ ਖੁੱਲ੍ਹੀਆਂ ਸਨ, ਪਰ ਉਹਨੂੰ ਦਿਸਦਾ ਕੁਝ ਨਹੀਂ ਸੀ। ਫੇਰ ਉਹਦਾ ਸਾਰਾ ਸਰੀਰ ਮਿੱਟੀ ਹੋ ਗਿਆ। ਅੱਖਾਂ ਵੀ ਪਤਾ ਨਹੀਂ ਕਦੋਂ ਮਿਚ ਗਈਆਂ। ਜਦੋਂ ਉਹਨੂੰ ਮੁੜ ਸੁਰਤ ਆਈ ਤਾਂ ਬੜੀ ਤਕੜੀ ਧੁੱਪ ਚੜ੍ਹੀ ਹੋਈ ਸੀ ਤੇ ਨੰਦੀ ਹੱਥ ਵਿਚ ਡੰਗੋਰੀ ਫੜੀ ਉਹਨੂੰ ਟੋਹ-ਟੋਹ ਕੇ ਹਲੂਣਦੀ ਆਪੇ ਈ ਬੋਲੀ ਜਾਂਦੀ ਸੀ:

"ਪਤਾ ਨ੍ਹੀਂ ਕਿਹੜੇ ਵੇਲੇ ਆ ਕੇ ਪੈ ਗਿਆ... ਤੂੰ ਗਿਆ ਕਿਥੇ ਸੀ ?... ਦੱਸ ਕੇ ਤਾਂ ਜਾਇਆ ਕਰ... ਪਰ ਤੈਨੂੰ ਕਿਹੜਾ ਪਤੈ ਬਈ ਮਾਂ ਦਾ ਆਤਮਾ ਕਿਵੇਂ ਮੱਚਦਾ ਹੁੰਦੈ।... ਮਾਵਾਂ ਦੇ ਦਿਲ ਮਾਵਾਂ ਨਾਲ... ਪੁੱਤਾਂ ਧੀਆਂ ਨੂੰ ਕੀ ਸਾਰ!"

ਜਦੋਂ ਨੰਦੀ ਇੰਜ ਬੋਲਦੀ-ਬੋਲਦੀ ਵਿਹੜੇ ਵਿਚ ਚਲੀ ਗਈ ਤਾਂ ਜਗਸੀਰ ਉਠ ਕੇ, ਚੁੱਪ ਕੀਤਾ ਬਾਹਰ ਨੂੰ ਤੁਰ ਗਿਆ।

ਨੌਂ

ਧਰਮ ਸਿੰਘ ਜਦੋਂ ਜਗਸੀਰ ਦੇ ਘਰੋਂ ਮੁੜਿਆ ਤਾਂ ਘਰ ਜਾਣ ਦੀ ਥਾਂ ਖੇਤ ਨੂੰ ਚਲਾ ਗਿਆ। ਖੇਤ ਜਾ ਕੇ ਟਾਹਲੀ ਛਾਂਗਦੇ ਮਜੂਰਾਂ ਨੂੰ ਓਹਨੇ ਸਾਰੀ ਗੱਲ ਪੁੱਛੀ, ਉਹਨਾਂ ਨੇ ਦੱਸਿਆ ਕਿ ਭੰਤਾ ਮੰਡੀ ਵਾਲੇ ਸ਼ਾਹਾਂ ਨਾਲ ਏਹਦਾ ਸੌਦਾ ਕਰ ਆਇਆ ਸੀ। ਧਰਮ ਸਿੰਘ ਚੁੱਪ ਕਰਕੇ ਮੁੜ ਆਇਆ। ਸਾਰੇ ਰਾਹ ਉਹ ਗੰਭੀਰ ਸੋਚਾਂ ਵਿਚ ਡੁੱਬਿਆ ਤੁਰਿਆ ਆਇਆ ਤੇ ਘਰ ਆ ਗਰ੍ਹਨਿਆਂ ਦੀ ਇਕ ਥੱਬੀ ਚੁੱਕ ਕੇ ਬਾਹਰਲੇ ਘਰ, ਵਾੜੇ ਵਿਚ ਜਾ ਬੈਠਾ। ਧੰਨੋ ਨੇ ਨਿੱਕੀ ਕੁੜੀ ਦੇ ਹੱਥ ਉਹਦੀ ਰੋਟੀ ਭੇਜੀ ਤਾਂ ਧਰਮ ਸਿੰਘ ਕਿਸੇ ਆਉਣ ਵਾਲੀ ਵੱਡੀ ਸਮੱਸਿਆ ਦਾ ਖ਼ਿਆਲ ਕਰ ਕੇ ਕੰਬ ਗਿਆ। ਪਰ ਨਾਲ ਦੀ ਨਾਲ ਉਹਨੇ ਆਪਣੇ ਆਪ ਨੂੰ ਸਾਂਭ ਲਿਆ ਤੇ ਹੱਸ ਕੇ ਨਿੱਕੀ ਕੁੜੀ ਭਿੱਲੀ ਨੂੰ ਪੁੱਛਿਆ ;

"ਤੇਰੀ ਬੇਬੇ ਕੀ ਕਰਦੀ ਸੀ, ਪੁੱਤ ?"

"ਉਹ ਤਾਂ ਕੱਟੀ ਦੇ ਪੁੜੇ ਈ ਭੰਨੀ ਜਾਂਦੀ ਸੀ ਬਾਪੂ। ਸਾਰਾ ਦਿਨ ਬਾਪੂ ਉਹ ਭਲਾ ਬਚਾਰੇ ਪਸੂਆਂ ਨੂੰ ਕਿਉਂ ਕੁੱਟਦੀ ਰਹਿੰਦੀ ਐ ?"

ਧਰਮ ਸਿੰਘ ਨੂੰ ਭਿੱਲੀ ਦੀ ਏਸ ਭੋਲੀ ਜਿਹੀ ਗੱਲ ਨੇ ਉਦਾਸ ਵਿਚਾਰਾਂ ਵਿੱਚੋਂ ਇੰਜ ਕੱਢ ਲਿਆਂਦਾ ਜਿਵੇਂ ਖੂਹ ਵਿਚ ਡੁਬਦੇ ਦੇ ਹੱਥ ਕਿਸੇ ਲਾਸ ਫੜਾ ਦਿਤੀ ਹੋਵੇ। ਉਹਨੇ ਖੁੱਲ੍ਹ ਕੇ ਠਹਾਕਾ ਮਾਰਿਆ ਤੇ ਭਿੱਲੀ ਤੋਂ ਰੋਟਿਆਂ ਫੜ ਕੇ ਰਖਦਿਆਂ ਬੋਲਿਆ:

"ਜੇ ਪੁੱਤ ਓਹ ਪਸੂਆਂ ਨੂੰ ਨਾ ਕੁੱਟੇ ਤਾਂ ਫੇਰ ਪਸੂ ਸੂਤ ਕਿਵੇਂ ਆਉਣ ?"

"ਲੈ, ਕਿਉਂ ?" ਭਿੱਲੀ ਨੇ ਆਪਣੇ ਬਾਪੂ ਦੇ ਕੋਲ ਪੈਰਾਂ-ਭਾਰ ਬਹਿ ਕੇ ਗੋਡਿਆਂ ਨੂੰ ਬਾਹਾਂ ਦੀ ਬਲਾਂਗੜੀ ਪਾ ਲਈ ਤੇ ਇੰਜ ਸਿਆਣਿਆਂ ਵਾਂਗ ਹੱਥ ਮਾਰ ਕੇ ਬੋਲੀ ਜਿਵੇਂ ਉਹਦੇ ਬਾਪੂ ਨੂੰ ਅਜਿਹੀਆਂ ਗੱਲਾਂ ਦਾ ਕੋਈ ਪਤਾ ਈ ਨਹੀਂ ਸੀ। "ਪਸੂਆਂ ਨੂੰ ਕਿਤੇ ਅਕਲ ਨ੍ਹੀਂ ਹੁੰਦੀ ? ਮੈਂ ਕੱਟੀ ਨੂੰ ਵੀਹ ਵਾਰੀ ਛੱਪੜ ਤੇ ਛੱਡ ਕੇ ਆਈ ਐਂ, ਆਪੇ ਘਰੇ ਆ ਜਾਂਦੀ ਐ। ਓਹ ਤਾਂ ਬਾਪੂ ਸਿਆਣੀ ਈ ਬਲਾ ਐ। ਬੇਬੇ ਤਾਂ ਐਵੇਂ ਬਚਾਰੀ ਨੂੰ ਧੇ, ਧੇ ਕੁੱਟ ਧਰਦੀ ਐ, ਕੋਈ ਗੱਲ ਹੋਈ ? ਉਹਦੇ 'ਚ ਕਿਤੇ ਜਾਨ ਨ੍ਹੀਂ ਬਾਪੂ ?"

ਤੇ ਧਰਮ ਸਿੰਘ ਨੂੰ ਭਿੱਲੀ ਦੀ ਗੱਲ ਦਾ ਕੋਈ ਜਵਾਬ ਨਾ ਅਹੁੜਿਆ। ਉਹਦੇ ਏਡੇ ਸਾਊ ਤੇ ਸਿਆਣੇ ਮੂੰਹ ਵੱਲ ਜਦੋਂ ਗਹੁ ਨਾਲ ਤੱਕਿਆ ਤਾਂ ਉਹਦੇ ਚਿਹਰੇ ਉਤੇ ਮੁੜ ਪਹਿਲਾਂ ਵਾਲੀ ਉਦਾਸੀ ਛਾ ਗਈ।

"ਬਾਪੂ ਤੈਨੂੰ ਇਕ ਗੱਲ ਦਸਾਂ ?" ਚਾਰ ਚੁਫੇਰੇ ਕੁਝ ਸ਼ੱਕ ਭਰੀਆਂ ਨਜ਼ਰਾਂ ਨਾਲ ਤੱਕਦਿਆਂ ਭਿੱਲੀ ਨੇ ਹੌਲੀ ਦੇਣੇ ਆਖਿਆ, ਜਿਵੇਂ ਕੋਈ ਬੜੀ ਭੇਤ-ਭਰੀ ਗੱਲ ਦੱਸਣ ਲਗੀ ਹੋਵੇ।

"ਦੱਸ ਬੱਚਾ!" ਧਰਮ ਸਿੰਘ ਨੇ ਮੁਸਕਾਣ ਦਾ ਯਤਨ ਕਰਦਿਆਂ ਆਖਿਆ।

"ਬੇਬੇ ਤੇ ਭੰਤਾ ਬਾਈ ਪਰਸੋਂ ਹੌਲੀ-ਹੌਲੀ ਗੱਲਾਂ ਕਰੀ ਜਾਂਦੇ ਸੀ; ਹੈਂ... ਤੇ ਬੇਬੇ ਆਂਹਦੀ ਸੀ ਬਈ ਤੂੰ ਆਵਦੇ ਪਿਓ ਤੋਂ ਜ਼ਮੀਨ ਵੰਡਾ ਕੇ ਅਡ ਹੋ ਜਾ, ਨਹੀਂ ਤਾਂ ਉਹ ਸਾਰੀ ਲੋਕਾਂ ਨੂੰ ਖੁਆ-ਦੂ-ਗਾ, ਹੈਂ... ਤੇ ਭੰਤਾ ਬਾਈ ਆਂਹਦਾ ਸੀ ਆਪਾਂ ਸਾਰੇ ਇਕ ਪਾਸੇ- ਹੋ-

ਜੀਏ ਉਹਨੂੰ ਵਾੜੇ 'ਚ ਕੋਠੜਾ ਛੱਤ ਦਿਆਂਗੇ, ਆਪੇ ਓਥੇ ਬੈਠਾ ਕੁੱਤੇ ਸ਼ਿਸ਼ਕਾਰੀ ਜਾਇਆ ਕਰੂ, ਹੈਂ... ਹੈਂ ਬਾਪੂ ਤੂੰ ਫੇਰ ਕੋਠੜੇ 'ਚ ਰਿਹਾ ਕਰੇਂਗਾ, ਐਥੇ ਬਾਹਰਲੇ ਘਰੇ ?"

ਧਰਮ ਸਿੰਘ ਦਾ ਗੱਚ ਭਰ ਆਇਆ ਸੀ। ਭਿੱਲੀ ਦੇ ਇਕ-ਇਕ ਸ਼ਬਦ ਨਾਲ, ਉਹਦੇ ਅੰਦਰ ਕਈ-ਕਈ ਵਿਚਾਰ ਆ ਕੇ ਗੁੰਦੇ ਗਏ ਸਨ। ਜਦੋਂ ਭਿੱਲੀ ਨੇ ਆਪਣੀ ਗੱਲ ਮੁਕਾਈ ਤਾਂ ਇਹਨਾਂ ਵਿਚਾਰਾਂ ਦੇ ਅਸਰ ਹੇਠੋਂ, ਸਾਰਾ ਜ਼ੋਰ ਲਾ ਕੇ ਉਹ ਮਸਾਂ ਨਿਕਲ ਸਕਿਆ ਤੇ ਬਣਾਉਟੀ ਮੁਸਕਾਨ ਨਾਲ ਬੋਲਿਆ :

"ਲੈ ਆਪਣਾ ਕੀ ਐ ਧੀਏ, ਐਥੇ ਰਹਿ ਪਿਆ ਕਰਾਂਗੇ।"

"ਤੇ ਐਥੈ ਤਾਂ ਬਾਪੂ ਡਰ ਲਗਿਆ ਕਰੂ ਤੈਨੂੰ ਕੱਲੇ ਨੂੰ।"

"ਮੇਰੀ ਧੀ ਭਿੱਲੀ ਜੋ ਮੇਰੇ ਕੋਲ ਹੋਇਆ ਕਰੂ।"

"ਹਾਂ! ਚੰਗਾ, ਫੇਰ ਮੈਂ ਆ ਜਿਆ ਕਰੂੰ।" ਇਹ ਗੱਲ ਭਿੱਲੀ ਨੇ ਏਡੇ ਵਿਸ਼ਵਾਸ ਨਾਲ ਆਖੀ ਕਿ ਧਰਮ ਸਿੰਘ ਨੂੰ ਏਡੇ ਗੰਭੀਰ ਵਿਚਾਰਾਂ ਦੀ ਪਕੜ ਵਿਚ ਹੁੰਦਿਆਂ ਵੀ ਹਾਸੀ ਆ ਗਈ।

"ਚੰਗਾ ਬਾਪੂ ਤੂੰ ਰੋਟੀ ਖਾ ਲੈ, ਮੈਂ ਏਥੇ ਥਾਂ ਸੰਭਰ ਦਿਆਂ, ਕੂੜਾ ਈ ਕੂੜਾ ਪਿਐ ਏਥੇ ਤਾਂ... ਪਤਾ ਨ੍ਹੀਂ ਭਾਬੀ ਤੇ ਬੇਬੇ ਏਥੇ ਆ ਕੇ ਕੀ ਕਰਦੀਐਂ। ਵੇਖ ਤਾਂ ਸਈ ਕਿਵੇਂ ਗੰਦ ਈ ਗੰਦ ਖਿਲਰਿਐ।" ਭਿੱਲੀ ਬੋਲਦੀ-ਬੋਲਦੀ ਉਠ ਕੇ ਚਲੀ ਗਈ ਤੇ ਬਹੁਕਰ ਫੜ ਕੇ ਛੱਪਰ ਹੇਠੋਂ ਥਾਂ ਸੰਭਰਨ ਲੱਗ ਪਈ।

ਧਰਮ ਸਿੰਘ ਕਿੰਨਾ ਚਿਰ ਆਪਣੀ ਏਡੀ ਸਚਿਆਰੀ ਧੀ ਵੱਲ ਵੇਂਹਦਾ ਰਿਹਾ ਤੇ ਫੇਰ ਉਹਦੀਆਂ ਅੱਖਾਂ ਵਿਚੋਂ ਦੋ ਮੋਟੇ ਹੰਝੂ ਕਿਰ ਕੇ ਉਹਦੀਆਂ ਸੰਘਣੀਆਂ ਮੁੱਛਾਂ ਵਿਚ ਗੁਆਚ ਗਏ। ਰੋਟੀ ਉਹਨੇ ਚੁੱਕ ਕੇ ਪਾਸੇ ਰੱਖ ਦਿੱਤੀ ਤੇ ਨੀਵੀਂ ਪਾ ਕੇ ਗਰ੍ਹਨੇ ਕੱਢਦਿਆਂ ਮੁੜ ਡੂੰਘੀਆਂ ਸੋਚਾਂ ਵਿਚ ਡੁੱਬ ਗਿਆ।

"ਬਾਪੂ ਮੈਂ ਰੋਜ਼ ਸੰਭਰ ਕੇ ਜਾਇਆ ਕਰੂੰ", ਭਿੱਲੀ ਨੇ ਸੰਭਰਦਿਆਂ ਆਖਿਆ, "ਫੇਰ ਆਪਾਂ ਏਥੇ ਈ ਪੈ-ਜਿਆ ਕਰਾਂਗੇ- ਚੰਗਾ ਬਾਪੂ ?"

"ਚੰਗਾ ਪੁੱਤ।" ਧਰਮ ਸਿੰਘ ਨੇ ਬਿਨਾਂ ਓਧਰ ਤੱਕਿਆਂ ਜੁਆਬ ਦਿਤਾ ਤੇ ਗਰ੍ਹਨੇ ਕੱਢੀ ਗਿਆ।

ਭਿੱਲੀ ਥਾਂ ਸੰਭਰ ਕੇ ਮੁੜ ਆਈ ਤੇ ਧਰਮ ਸਿੰਘ ਕੋਲ ਆ ਕੇ ਫੇਰ ਪਹਿਲਾਂ ਵਾਂਗ ਈ ਬਹਿ ਗਈ, ਘੱਟੇ ਨਾਲ ਉਹਦਾ ਸਾਰਾ ਸਿਰ ਭਰ ਗਿਆ ਸੀ ਤੇ ਉਤੇ ਜੰਮੀ ਧੂੜ ਕਰ ਕੇ ਝਿੰਮਣੀਆਂ ਬੱਗੀਆਂ ਬੱਗੀਆਂ ਹੋ ਗਈਆਂ ਸਨ। ਪਰ ਭਿੱਲੀ ਦੇ ਚਿਹਰੇ ਉਤੇ, ਕੀਤੇ ਕੰਮ ਦੀ ਤਸੱਲੀ ਭਰੀ ਮੁਸਕਾਨ ਸੀ। ਉਸ ਮੁਸਕਰਾਂਦਿਆਂ ਪੁੱਛਿਆ :

"ਬਾਪੂ ਰੋਟੀ ਖਾ-ਲੀ ?"

"ਨਹੀਂ ਪੁੱਤ, ਅਜੇ ਭੁੱਖ ਨ੍ਹੀਂ।"

"ਚੰਗਾ ਭਾਂਡੇ ਮੈਂ ਫੇਰ ਲੈ-ਜੂੰ... ਜਾਨੀ ਐ ਫੇਰ ਜੇ ਚਿਰ ਲੱਗ ਗਿਆ ਤਾਂ ਐਵੇਂ ਬੇਬੇ ਚਿਰੜ ਚਿਰੜ ਕਰੂਗੀ- ਦੇਖੀਂ ਬਾਪੂ ਆਪ ਤਾਂ ਕੰਮ ਦਾ ਡੱਕਾ ਨ੍ਹੀਂ ਤੋੜਦੀ, ਜਾਂ ਭਾਬੀ ਨੂੰ ਆਕੜ ਆਕੜ ਪਈ ਜਾਊ ਜਾਂ ਮੈਨੂੰ ਵਢੂੰ-ਖਾਊਂ ਕਰੀ ਜਾਊ। ਮੈਂ ਬਾਪੂ ਭਲਾ ਕਿਹੜੇ ਵੇਲੇ ਸਕੂਲ ਜਾਵਾਂ, ਕਿਹੜੇ ਵੇਲੇ ਕੰਮ ਕਰਾਂ ?"

"ਕੋਈ ਨ੍ਹੀਂ ਪੁੱਤ :..." ਬੜੀ ਉਦਾਸ ਤੇ ਬੇਧਿਆਨੀ ਵਿਚ ਧਰਮ ਸਿੰਘ ਨੇ ਉਹਨੂੰ ਦਿਲਾਸਾ ਦਿਤਾ।

ਭਿੱਲੀ ਦੇ ਘਰ ਨੂੰ ਮੁੜਨ ਪਿਛੋਂ ਧਰਮ ਸਿੰਘ ਦੇ ਮਨ ਵਿਚ ਵਿਚਾਰਾਂ ਦਾ ਇਕ

ਸੰਘਰਸ਼ ਛਿੜ ਪਿਆ। ਇਹ ਵਿਚਾਰ ਉਹਨੂੰ ਸੰਘਣੇ ਕਾਲੇ ਬੱਦਲਾਂ ਵਾਂਗ ਜਾਪਦੇ ਸਨ ਜਿਨ੍ਹਾਂ ਵਿਚੋਂ ਚਾਨਣ ਦੀ ਕੋਈ ਵੀ ਲੀਕ ਆਉਂਦੀ ਨਹੀਂ ਸੀ ਦਿਸਦੀ ਤੇ ਏਸ ਹਨੇਰ-ਘੁੱਪ ਵਿਚ ਧਰਮ ਸਿੰਘ ਦੀ ਸਾਰੀ ਉਮਰ ਦੀ ਹੱਡ-ਤੋੜਵੀਂ ਮਿਹਨਤ ਤੇ ਖੱਟੀ ਸੋਭਾ ਗੁਆਚਦੀ ਜਾਪਦੀ ਸੀ।

ਇਹਨਾਂ ਡੂੰਘੀਆਂ ਸੋਚਾਂ ਵਿਚ ਡੁੱਬਿਆ ਉਹ ਆਥਣ ਤਾਈਂ ਬਾਹਰਲੇ ਘਰ ਬੈਠਾ ਗਰੂਨੇ ਕੱਢਦਾ ਰਿਹਾ ਤੇ ਤਕੜੇ ਸੋਤੇ ਹੋਏ ਜਦੋਂ ਘਰ ਮੁੜਿਆ ਤਾਂ ਸਾਰੇ ਪਕਾ-ਖਾ ਕੇ ਪੈ ਗਏ ਸਨ। ਉਸ ਦਰਵਾਜ਼ੇ ਦੇ ਬੂਹੇ ਦਾ ਕੁੰਡਾ ਖੜਕਾਇਆ ਤਾਂ ਪਿਛਲੇ ਅੰਦਰੋਂ ਪਿਆਂ-ਪਿਆਂ ਈ ਧੰਨੋ ਨੇ ਹੋਕਰਾ ਮਾਰਿਆ :

"ਕੁੰਡਾ ਅੰਦਰ ਦੀ ਹੱਥ ਪਾ ਕੇ ਖੋਲ਼ ਲੈ। ਮੰਜਾ ਤੇਰਾ ਐਥੇ ਦਰਵਾਜ਼ੇ 'ਚ ਡਾਹਿਆ ਪਿਐ।"

ਏਡੀ ਛੇਤੀ ਇੰਜ ਪਾਸੇ ਪਰਤ ਜਾਣਗੇ, ਧਰਮ ਸਿੰਘ ਨੂੰ ਇਹ ਖ਼ਿਆਲ ਨਹੀਂ ਸੀ ਆਇਆ। ਉਹਦਾ ਉਦਾਸ ਚਿੱਤ ਇਕ ਵਾਰ ਗੁੱਸੇ ਨਾਲ ਭੜਕਿਆ, ਪਰ ਫੇਰ ਸਿਆਣਪ ਸੋਚ ਕੇ ਉਹ ਗੁੱਸਾ ਪੀ ਗਿਆ।

ਤਖ਼ਤਿਆਂ ਵਿਚੋਂ ਦੀ ਹੱਥ ਪਾ ਕੇ ਉਸ ਕੁੰਡਾ ਖੋਲ੍ਹਿਆ। ਹਨੇਰਾ ਹੋਣ ਕਰਕੇ ਉਹਨੂੰ ਅੰਦਰ ਕੁਝ ਵੀ ਨਹੀਂ ਸੀ ਦਿੱਸ ਰਿਹਾ। ਤੱਕ ਨਾਲ ਈ ਟੋਹ ਟਾਹ ਕੇ ਆਪਣੇ ਮੰਜੇ ਤਾਈਂ ਅੱਪੜ ਪਿਆ।

"ਜੇ ਰੋਟੀ ਖਾਣੀ ਐਂ ਤਾਂ ਐਥੇ ਹਾਰੀ 'ਚ ਰੱਖੀ ਪਈ ਐ।" ਉਹਨੇ ਪਹਿਲਾਂ ਵਾਂਗ ਅੰਦਰੋਂ ਧੰਨੋ ਦੀ ਰੁੱਖੀ ਆਵਾਜ਼ ਸੁਣੀਂ, ਪਰ ਕੋਈ ਜਵਾਬ ਦਿੱਤੇ ਬਿਨਾਂ ਉਹ ਮੰਜੇ 'ਤੇ ਪੈ ਗਿਆ।

'ਅੱਜੇ-ਅੱਜ ਇਹ ਸਾਰਾ ਕੁਝ ਏਨਾਂ ਕਿਵੇਂ ਬਦਲ ਗਿਆ ?' ਬੜੀ ਪੀੜ ਨਾਲ ਧਰਮ ਸਿੰਘ ਨੇ ਸੋਚਿਆ ਤੇ ਉਹਨੂੰ ਆਪਣਾ ਸਿਰ ਘੁੱਟਿਆ ਤੇ ਅੱਖਾਂ ਥੱਕੀਆਂ ਹੋਈਆਂ ਜਾਪੀਆਂ। ਇਕ ਬਿੰਦ ਹੋਰ ਖ਼ਿਆਲ ਆਇਆ : 'ਜੇ ਭੰਤੇ ਦੇ ਹਿੱਸੇ ਦੀ ਜ਼ਮੀਨ ਦੇ ਕੇ ਉਹਨੂੰ ਅੱਡ ਕਰ ਦਿਆਂ...' ਪਰ ਪਿੰਡ ਵਿਚ ਏਡੀ ਆਪਣੀ ਇੱਜ਼ਤ ਦਾ ਖ਼ਿਆਲ ਕਰਕੇ ਉਹਨੂੰ ਇਹ ਖ਼ਿਆਲ ਈ ਬੜਾ ਓਪਰਾ ਜਾਪਿਆ। 'ਲੋਕ ਕੀ ਆਖਣਗੇ, ਪਹਿਲਾਂ ਪੁੱਤ ਨੂੰ ਮੋਹਰੀ ਬਣਾ' ਤਾ ਹੁਣ ਛਿੱਤਰੀਂ ਦਾਲ ਵੰਡੀ-ਦੀ ਐ... ਫਿਟੇ-ਮੂੰਹ ਅਜੇਹੀ ਘਰ-ਵੱਖਰੀ ਦੇ...!' ਫੇਰ ਇਹਨਾਂ ਵਹਿਣਾਂ ਵਿਚੋਂ ਉਹ ਕਿਵੇਂ ਵੀ ਆਪਣੇ ਆਪ ਨੂੰ ਨਾ ਕੱਢ ਸਕਿਆ। ਅੱਧੀ ਰਾਤ ਤੋਂ ਮਗਰੋਂ ਤਾਈਂ ਉਹਨੂੰ ਨੀਂਦ ਨਾ ਆਈ। ਜਦੋਂ ਉਹ ਪਾਸਾ ਪਰਤਦਾ, ਧੰਨੋ ਦੇ ਖਰ੍ਹਵੇ ਬੋਲ ਜਿਵੇਂ ਰੋੜਿਆਂ ਵਾਂਗ ਉਹਦੀਆਂ ਵੱਖੀਆਂ ਵਿਚ ਚੁਭਦੇ।

ਤੇ ਓਧਰ ਕੁੱਕੜ ਦੀ ਬਾਂਗ ਨਾਲ ਜਦੋਂ ਜਗਸੀਰ ਦੀਆਂ ਅੱਖਾਂ ਮਿਚੀਆਂ ਤਾਂ ਧਰਮ ਸਿੰਘ ਦੀਆਂ ਅੱਖਾਂ ਦੀ ਰੜਕ ਵੀ ਕੂਲੀ ਨੀਂਦ ਨੇ ਘਟਾ ਦਿਤੀ!... ਪਰ ਅੰਦਰਲੀ ਚੀਸ ਸੁਪਨਿਆਂ ਦੇ ਓਪਰੇ ਅਕਾਰ ਬਣ ਕੇ ਉਹਨਾਂ ਦੀ ਮਨੁੱਖੀ ਦੁਨੀਆਂ ਦੇ ਅੰਬਰਾਂ ਦਾ ਰੰਗ ਘਸਮੈਲਾ ਕਰਦੀ ਰਹੀ।

ਦਸ

ਸਵੇਰ-ਸਾਰ, ਸੂਟ੍ਹੀ ਨੰਦੀ ਤੋਂ ਸੱਬਲ ਮੰਗਣ ਆਈ ਤੇ ਵਿਹੜੇ ਵਿਚ ਏਧਰ-ਓਧਰ ਝਾਕਦਿਆਂ ਉਹਦੀ ਨਿਗ੍ਹਾ ਜਗਸੀਰ ਦੀ, ਰਾਤ ਬਣਾਈ ਮੜ੍ਹੀ ਉਤੇ ਜਾ ਪਈ। ਇਕ ਵਾਰੀ ਤਾਂ ਉਹ ਹੈਰਾਨੀ ਨਾਲ ਠਠੰਬਰ ਗਈ। ਪਰ ਫੇਰ ਗੱਲ ਸਮਝਣ ਦਾ ਯਤਨ ਕਰਦੀ ਮੁਸਕਰਾਣ ਲਗ ਪਈ।

"ਕੁੜੇ ਅੰਬੋ", ਉਹਨੇ ਕੁਝ ਹੈਰਾਨੀ ਤੇ ਕੁਝ ਵਿਅੰਗ ਨਾਲ ਉੱਚੀ ਬੋਲ ਕੇ ਪੁੱਛਿਆ, "ਆਹ ਕੀ ਘਰੂੰਡੀ-ਜੀ ਬਣਾਈ ਐ ?"

"ਕਿਹੜੀ ਘਰੂੰਡੀ-ਜੀ ?" ਨੰਦੀ ਨੇ ਵੀ ਅੱਖਾਂ ਉਤੇ ਹੱਥ ਦੀ ਛਾਂ ਕਰਕੇ ਸਾਰੇ ਵਿਹੜੇ ਵਿਚ ਨਿਗ੍ਹਾ ਮਾਰਦਿਆਂ ਓਵੇਂ ਹੈਰਾਨੀ ਨਾਲ ਆਖਿਆ।

"ਪੈਰੀਂ ਪੈਨੀਂ ਆਂ ਅੰਬੋ ?" ਨੰਦੀ ਦੀ ਮੰਜੀ ਦੇ ਨੇੜੇ ਆ ਕੇ ਸੂਟ੍ਹੀ ਬੋਲੀ, 'ਆਹ ਜਿਹੜੀ ਔਧਰ ਵਿਹੜੇ 'ਚ ਖੂੰਜੇ ਬਣਾਈ ਐ।"

"ਜਿਊਂਦੀ ਰਹਿ, ਤੇਰੇ ਵੀਰ, ਭਾਈ ਜਿਊਨ, ਬੁੱਢ-ਸੁਹਾਗਣ!..." ਨੰਦੀ ਨੇ ਉਹਦੇ ਪੈਰੀਂ ਪੈਣੇ ਦਾ ਜਵਾਬ ਦੇ ਕੇ ਨਾਲ ਦੀ ਨਾਲ ਫੇਰ ਹੈਰਾਨੀ ਨਾਲ ਆਖਿਆ, "ਕਿਹੜੇ ਖੂੰਜੇ, ਬਹੂ ਰਾਣੀਏ ? ਮੈਨੂੰ ਤਾਂ ਸਹੁੰ ਭਾਈ ਦੀ ਊਂ-ਈਂ ਪਤਾ ਨ੍ਹੀਂ ਤੂੰ ਗੱਲ ਕੀ ਕਰਦੀ ਐਂ ?"

"ਆ ਉੱਠ ਤੈਨੂੰ ਵਖਾਵਾਂ, ਸੂਟ੍ਹੀ ਨੇ ਉਹਨੂੰ ਬਾਹੋਂ ਫੜ ਕੇ ਖੜੀ ਕਰ ਲਿਆ ਤੇ ਖੂੰਜੇ ਕੋਲ ਲਿਜਾ ਕੇ ਮੜ੍ਹੀ ਕੋਲ ਖੜ੍ਹਾ ਦਿਤਾ, "ਆਹ ਵੇਖ।"

ਨੰਦੀ ਨੂੰ ਕਲੀ ਕੀਤੀਆਂ ਇੱਟਾਂ ਦਾ ਮਾੜਾ-ਮਾੜਾ ਝਾਉਲਾ ਪਿਆ ਤੇ ਉਹ ਥਾਏਂ ਇੰਜ ਬਹਿ ਗਈ ਜਿਵੇਂ ਚਾਣਚੱਕ ਉਹਦੀਆਂ ਲੱਤਾਂ ਝੂਠੀਆਂ ਪੈ ਗਈਆਂ ਹੋਣ। ਫੇਰ ਖ਼ਾਸਾ ਚਿਰ ਉਹ ਮੜ੍ਹੀ ਨੂੰ ਹੇਠ ਤੋਂ ਉਤੋਂ ਤਾਈਂ ਟੋਂਹਦੀ ਰਹੀ। ਉਹਦੇ ਝੁਰੜੀਆਂ ਬੁਣੇ ਚਿਹਰੇ ਉਤੇ ਕਈ ਰੰਗ ਆਏ ਕਈ ਗਏ; ਸੂਟ੍ਹੀ ਇਹਨਾਂ ਦਾ ਭਾਵ ਸਮਝੇ ਬਿਨਾਂ ਵਿਅੰਗ ਨਾਲ ਮੁਸਕਰਾਂਦੀ ਰਹੀ। ਪਰ ਜਦੋਂ ਇਕੋ ਵਾਰ ਨੰਦੀ ਦੀਆਂ ਅੱਖਾਂ ਵਿਚੋਂ ਤ੍ਰਿਪ-ਤ੍ਰਿਪ ਹੰਝੂ ਵਹਿੰਦੇ, ਉਹਦੀ ਨਿਗ੍ਹਾ ਪਏ ਤਾਂ ਉਹ ਗੰਭੀਰ ਹੋ ਗਈ।

"ਕੋਈ ਗੱਲ ਤਾਂ ਦੱਸ ਅੰਬੋ ?" ਨੰਦੀ ਦੇ ਕੋਲ ਬਹਿ ਕੇ ਉਹਦਾ ਮੋਢਾ ਹਿਲਾਂਦਿਆਂ ਸੂਟ੍ਹੀ ਨੇ ਕੁਝ ਹਮਦਰਦੀ ਨਾਲ ਪੁੱਛਿਆ, "ਕਿਤੇ ਬਾਬੇ ਠੋਲ਼ੇ ਦੀ ਸਮਾਧ ਤਾਂ ਨ੍ਹੀਂ ਬਣਾਈ ?"

"ਤੇਰਾ ਕਿਥੇ ਭਲਾ ਹੋਊ ਵੇ ਧਰਮਿਆਂ ਬੰਦਿਆ!" ਨੰਦੀ ਨੇ ਕੰਬਦੀ ਆਵਾਜ਼ ਵਿਚ, ਅੱਖਾਂ ਪੂੰਝਦਿਆਂ ਇੰਜ ਆਖਿਆ ਜਿਵੇਂ ਸੂਟ੍ਹੀ ਨਾਲ ਨਹੀਂ ਧਰਮ ਸਿੰਘ ਨਾਲ ਗੱਲਾਂ ਕਰਦੀ ਹੋਵੇ। "ਕਲ਼ ਮੈਂ ਤੈਨੂੰ ਪੁੱਛਿਆ, ਤੂੰ ਝੂਠ-ਤੂਫਾਨ ਬੋਲ ਕੇ ਮੈਨੂੰ ਠੰਡੀ ਕਰ ਕੇ ਘਰ ਨੂੰ ਮੋੜ 'ਤਾ... ਤੇ ਮੇਰੇ ਪੁੱਤ ਤੋਂ ਵੀ ਤੈਂ ਝੂਠ ਬਲਾ 'ਤਾ... ਜਾਹ ਦੋਹਾਂ ਜਹਾਨਾਂ ਦਿਆ ਮਾਰਿਆ ਤੇਰਾ ਕੱਖ ਨਾ ਰਹੇ!...ਤੂੰ ਸਾਡੀ ਸਾਰੀ ਉਮਰ ਦੀ ਕਮਾਈ ਦਾ ਆਹ ਬਦਲਾ ਦਿਤਾ, ਵੇ ਧਰਮਿਆਂ ? ਤੇਰਾ ਕਿਥੇ ਭਲਾ ਹੋਊ!"...

ਤੇ ਇੰਜ ਆਪ ਮੁਹਾਰੀ ਬੋਲਦੀ ਨੰਦੀ ਹੌਲੀ-ਹੌਲੀ ਹਟਕੋਰੇ ਲੈਂਦੀ ਵੈਣ ਪਾਉਣ ਲੱਗ ਪਈ :

"ਤੂੰ ਸਾਰੀ ਉਮਰ ਅਹਿਨਾਂ ਰਾਕਸ਼ਾਂ ਦੀ ਖ਼ਾਤਰ,
ਕਮੌਂਦਾ ਮਰਿਆ, ਵੇ ਵਿਚਾਲੇ ਡੋਬਾ ਦੇਣ ਵਾਲਿਆ!..."
"ਇਹ ਤਾਂ ਤੇਰੀ ਸੁਆਹ ਵੀ ਅਡੌਣੋਂ ਨਾ ਹਟੇ,
ਵੇ ਵੱਡੀਆਂ ਮੇਰਾਂ ਵਾਲਿਆ!..."

"ਜੇ ਸਿਆਣਾ ਹੁੰਦਾ ਤਾਂ ਸਾਨੂੰ ਕਿਸੇ ਤਣ-ਪੱਤਣ ਲਾ ਕੇ ਜਾਂਦਾ, ਵੇ ਵੱਡੀਆਂ ਅਕਲਾਂ ਵਾਲਿਆ!..."

ਸੂਟ੍ਹੀ ਆਈ ਸੀ ਸੱਬਲ ਲੈਣ, ਪਰ ਇਹ ਵਿਆਹ 'ਚ ਬੀ ਦਾ ਲੇਖ ਪਿਆ ਦੇਖ ਕੇ ਉਹ ਭੰਵਤਰ ਗਈ। ਨੰਦੀ ਦੇ ਵੈਣਾਂ ਨੇ ਉਹਦਾ 'ਚਿੱਤ ਵੀ ਉਛਾਲ ਦਿੱਤਾ ਤੇ ਉਸ ਭਰੇ ਗਲ਼ ਨਾਲ ਨੰਦੀ ਨੂੰ ਚੁੱਪ ਕਰਾਂਦਿਆਂ ਆਖਿਆ : "ਨਾ ਅੰਬੋ, ਹੁਣ ਕੀ ਬਣਦੈ ਭਲਾ ?... ਕਿਉਂ ਵਚਾਰੇ ਦੀ ਆਤਮਾ ਦੁਖੀ ਕਰਦੀ ਐਂ, ਉਹਦਾ ਕੀ ਦੋਸ ਐ? ਉਹ ਤਾਂ ਦਿਉਤਾ ਆਦਮੀ ਸੀ! ਉਹਨੂੰ ਕੋਈ ਪਤਾ ਸੀ ਬਈ ਦੁਨੀਆਂ ਦੇ ਦਿਲ ਐਡੇ ਕਾਲੇ ਐ ?... ਕੋਈ ਨ੍ਹੀਂ, ਐਹੋ ਜੇ ਚੰਦਰੇ ਆਪੇ ਆਵਦਾ ਕੀਤਾ ਪੌਣਗੇ... ਚੁੱਪ ਕਰ; ਬਸ!..."

ਪਰ ਨੰਦੀ ਕਿੰਨਾ ਚਿਰ ਚੁੱਪ ਨਾ ਕੀਤੀ। ਅਖ਼ੀਰ ਜਦੋਂ ਉਹਦਾ ਅੰਦਰ ਹੌਲਾ ਹੋ ਗਿਆ ਤਾਂ ਅੱਖਾਂ ਪੂੰਝਦਿਆਂ ਘੱਗੀ ਆਵਾਜ਼ ਵਿਚ ਬੋਲੀ, "ਇਹਨਾਂ ਪਾਪੀਆਂ ਦੀ ਖ਼ਾਤਰ ਸਾਰੀ ਉਮਰ ਉਹਨੇ ਚੰਮ ਪਟਾਇਆ। ਜਾਂਦਾ-ਵਿਆ ਪੁੱਤ ਦੀ ਬਾਂਹ ਵੀ ਫੜਾ ਗਿਆ। ਅੱਜ ਤਾਈਂ ਉਹ ਦਿਨ ਰਾਤ ਇਕ ਕਰੀ ਰਖਦੈ। ਪਰ ਕੁੜੇ ਇਹਨਾਂ ਨੇ ਸਾਡੇ ਨਾਲ ਆਹ ਕੀਤੀ!... ਮੈਨੂੰ ਐਂ ਪਤਾ ਹੁੰਦਾ ਬਹੂ ਰਾਣੀ, ਮੈਂ ਆਵਦੇ ਪੁੱਤ ਨੂੰ ਇਹਨਾਂ ਦੇ ਘਰੇ ਪੈਰ ਨਾ ਪੌਣ ਦਿੰਦੀ..."

ਤੇ ਉਹ ਧਰਮ ਸਿੰਘ ਕਿਆਂ ਨੂੰ ਕਿੰਨਾ ਚਿਰ ਮੰਦਾ ਬੋਲਦੀ ਰਹੀ। ਅਖ਼ੀਰ ਸੂਟ੍ਹੀ ਨੇ ਉਹਨੂੰ ਦਿਲਾਸਾ ਦੇ ਕੇ ਮੰਜੀ ਉਤੇ ਬਿਠਾ ਦਿੱਤਾ ਤੇ ਆਪ ਬਿਨਾਂ ਸੱਬਲ ਲਿਆਂ ਮੁੜ ਗਈ।

ਜਦੋਂ ਜਗਸੀਰ ਬਾਹਰੋਂ ਆਇਆ ਤਾਂ ਨੰਦੀ ਅਜੇ ਹੌਲੀ-ਹੌਲੀ ਬੋਲਦੀ ਧਰਮ ਸਿੰਘ ਤੇ ਉਹਦੇ ਆਰ-ਪਰਵਾਰ ਨੂੰ ਪੁਣੀ ਜਾਂਦੀ ਸੀ। ਜਗਸੀਰ ਨੂੰ ਗੱਲ ਦਾ ਤਾਂ ਪਤਾ ਲੱਗ ਗਿਆ, ਪਰ ਉਹ ਉਹਨੂੰ ਬਿਨਾਂ ਬੁਲਾਏ ਚੁੱਪ ਕਰਕੇ ਅੰਦਰ ਜਾ ਪਿਆ। ਅਜੇ ਵੀ ਜਗਸੀਰ ਦਾ ਭਾਰਾ ਪਿੰਡਾ ਸੁੰਨ ਜਿਹਾ ਹੋਇਆ ਸੀ ਤੇ ਉਹਦੇ ਸਿਰ ਨੂੰ ਬੜੀ ਘੇਰ ਚੜ੍ਹ ਰਹੀ ਸੀ।

ਰੋਟੀ ਵੇਲੇ ਤਾਈਂ ਨੰਦੀ ਮੰਜੀ 'ਤੇ ਬੈਠੀ ਓਵੇਂ ਬਰੜਾਟ ਕਰੀ ਗਈ ਤੇ ਫੇਰ ਉੱਠ ਕੇ ਕੋਠੜੀ ਵਲ ਤੁਰ ਪਈ। ਉਹਨੂੰ ਅੱਜ ਦਿੱਸਣੋਂ ਉੱਕਾ ਬੰਦ ਹੋ ਗਿਆ ਸੀ; ਜੋ ਮਾੜੀ ਮੋਟੀ ਧੁੱਪ-ਛਾਂ ਅੱਗੇ ਦਿਸਦੀ ਸੀ ਅੱਜ ਉਹ ਵੀ ਨਹੀਂ ਸੀ ਦਿਸਦੀ।

"ਤੂੰ ਆ ਗਿਆ ਪੁੱਤ ?" ਕੋਠੜੀ ਦੇ ਬੂਹੇ ਦੀ ਚੁਗਾਠ ਨੂੰ ਟੋਂਹਦਿਆਂ ਉਹ ਬੋਲੀ ਤੇ ਜਗਸੀਰ ਦੀ ਹੌਲੀ ਦੇਣੇ ਆਖੀ, 'ਹੂੰ' ਉਹਨੂੰ ਬਿਲਕੁਲ ਨਾ ਸੁਣੀਂ। ਟੋਹ-ਟਾਹ ਕੇ ਉਹ ਤੱਕ ਨਾਲ ਈ ਉਹਦੇ ਮੰਜੇ ਕੋਲ ਜਾ ਬੈਠੀ ਤੇ ਪਹਿਲਾਂ ਵਾਂਗ ਆਪ-ਮੁਹਾਰੀ ਫੇਰ ਬੋਲਣ ਲਗ ਪਈ।

"ਤੂੰ ਪੁੱਤਾ ਮੇਰੇ ਕੋਲ ਝੂਠ ਕਾਹਦੀ ਖਾਤਰ ਬੋਲਿਆ ?... ਮੈਨੂੰ ਤਾਂ ਪਤਾ ਸੀ ਇਹਨਾਂ ਚੰਦਰਿਆਂ ਨੇ ਅੱਗੇ-ਪਿੱਛੇ ਸਾਡੀ ਕੀਤੀ ਦਾ ਏਹੋ ਬਦਲਾ ਦੇਣੈਂ! ਭਲਾਂ ਇਹਨਾਂ ਜਟਵਾਦਾਂ ਤੋਂ, ਜਿਨ੍ਹਾਂ ਨੇ ਸਾਨੂੰ ਦੂਰ ਬਠਾ ਕੇ ਕੁੱਤਿਆਂ ਆਂਗੂੰ ਬੁਰਕੀ ਸਿਟਣੀ ਹੋਈ, ਕਦੇ ਕਿਸੇ ਦਾ ਭਲਾ ਹੁੰਦੈ ?... ਉਹ ਅਗਲੇ ਲੋਕ ਈ ਸੀ ਜਿਹੜੇ ਲਹੂ ਵਾਰਦੇ ਸੀ ਹੁਣ ਤਾਂ...।" ਬੋਲਦਿਆਂ ਉਹਨੂੰ ਖੰਘ ਛਿੜ ਪਈ। ਖੰਘ ਵਿਚ ਉਲਝ ਕੇ ਉਹ ਦਿਹਲੀ ਉਤੇ ਈ ਬਹਿ

ਗਈ।

ਜਗਸੀਰ ਨੂੰ ਨੰਦੀ ਦੀਆਂ ਇਹਨਾਂ ਘਿਣਾਂ ਜਿਹੀਆਂ ਤੋਂ ਖਿਝ ਚੜ੍ਹਨ ਲੱਗ ਪਈ ਸੀ। ਨਾਲੇ ਉਹਦੇ ਸਿਰ ਨੂੰ ਚੜ੍ਹਦੀ ਘੇਰ ਏਨੀ ਵਧਦੀ ਜਾਂਦੀ ਸੀ ਕਿ ਨੰਦੀ ਦਾ ਮਰਨਊ ਬੋਲ ਵੀ ਉਹਤੋਂ ਸਹਾਰਿਆ ਨਹੀਂ ਸੀ ਜਾਂਦਾ। ਉਸ ਅੱਖਾਂ ਮੀਚ ਕੇ ਰਜਾਈ ਨਾਲ ਮੂੰਹ ਢੱਕ ਲਿਆ ਤੇ ਫੇਰ ਉਹਨੂੰ ਕੋਈ ਪਤਾ ਨਾ ਲੱਗਿਆ ਕਿ ਨੰਦੀ ਕਦੋਂ ਤਾਈਂ ਦਿਹਲੀ ਉਤੇ ਬੈਠੀ ਬੋਲਦੀ ਤੇ ਖੰਘਦੀ ਰਹੀ।

ਗਯਾਰਾਂ

ਦੂਜੇ ਦਿਨ ਸੂਟ੍ਹੀ ਦੇ ਮੂੰਹੋਂ ਨਿਕਲੀ ਗੱਲ ਸਾਰੇ ਵਿਹੜੇ ਵਿਚ ਖਿਲਰ ਗਈ; ਤੇ ਫੇਰ ਸਾਰੇ ਪਿੰਡ ਵਿਚ ਵਿਹੜੇ ਦੀਆਂ ਕਈ ਅਣਜਕੀਆਂ ਤੀਵੀਆਂ ਤਾਂ ਚੁੱਪ ਚੁਪੀਤੀਆਂ ਜਾ ਕੇ ਆਪ ਵੀ ਵੇਖ ਆਈਆਂ ਸਨ ਤੇ ਉਹਨਾਂ ਇਸ ਗੱਲ ਨੂੰ ਹਾਸੇ ਵਜੋਂ ਹੋਰਾਂ ਕੋਲ ਦੱਸਿਆ ਸੀ। ਕਈ ਸਿਆਣੀਆਂ ਬੁੱਢੀਆਂ ਤੇ ਬੰਦੇ ਇਹਦੀ ਉਂਜ ਵਿਚਾਰ ਕਰਨ ਲੱਗ ਪਏ ਸਨ ਤੇ ਉਹਨਾਂ ਨੂੰ ਇਹ ਕਿਸੇ ਰੱਬੀ ਕਹਿਰ ਵਰਗੀ ਕੁਸ਼ਗਨੀ ਗੱਲ ਜਾਪਦੀ ਸੀ। ਉਹ ਬੜੀ ਗੰਭੀਰਤਾ ਨਾਲ ਇਸ ਬਾਰੇ ਆਪੋ ਵਿਚ ਸਲਾਹਾਂ ਕਰਨ ਲੱਗ ਪਏ ਸਨ; ਪਰ ਅਜੇ ਤੱਕ ਕਿਸੇ ਨੇ ਉਭਾਸਰ ਕੇ ਕੁਝ ਨਹੀਂ ਸੀ ਅਖਿਆ। ਤੇ ਅਸਲ ਗੱਲ ਇਹ ਸੀ ਕਿ ਰੱਬੋਂ ਈ ਮਾਰਿਆਂ ਨੂੰ, ਹੋਰ ਵਧੇਰੇ ਤਾਉਣਾ, ਸਿਆਣੇ ਬੰਦਿਆਂ ਨੂੰ ਚੰਗਾ ਨਹੀਂ ਸੀ ਲੱਗਿਆ।

ਜਗਸੀਰ ਉਸ ਦਿਨ ਪਿਛੋਂ ਸੱਤ-ਅੱਠ ਦਿਨ ਮੰਜੀ ਵਿਚ ਪਿਆ ਰਿਹਾ। ਐਤਕੀਂ ਤਾਪ ਨਾਲ ਉਹਨੂੰ ਖੰਘ ਵੀ ਖ਼ਾਸੀ ਹੋ ਗਈ ਸੀ। ਨੰਦੀ ਪੰਜ ਚਾਰ ਦਿਨ ਤਾਂ ਉਹਨੂੰ ਠੰਡਾ-ਤੱਤਾ ਦਿੰਦੀ ਫਿਰੀ, ਪਰ ਫੇਰ ਆਪ ਵੀ ਮੰਜੀ 'ਤੇ ਡਿੱਗ ਪਈ। ਚੜ੍ਹਦੇ ਸਿਆਲ ਜਿਹੜਾ ਉਹਨੂੰ ਦਮੇਂ ਦਾ ਮਾਰੂ ਦੌਰਾ ਪੈਂਦਾ ਸੀ, ਐਤਕੀਂ ਉਹ ਏਨਾ ਕਰੜਾ ਸੀ ਕਿ ਕਿਤੇ-ਕਿਤੇ ਉਹਦਾ ਸਾਹ ਵੀ ਰੁਕ ਜਾਂਦਾ ਸੀ। ਅੱਖਾਂ ਖੜੋ ਜਾਂਦੀਆਂ ਸਨ ਤੇ ਪਲਾਂ ਵਿਚ ਈ ਹੱਥਾਂ ਪੈਰਾਂ ਵਿਚ ਆ ਜਾਂਦੀ ਸੀ।

ਜਗਸੀਰ ਅਜੇ ਭਾਵੇਂ ਚੰਗੀ ਤਰ੍ਹਾਂ ਤੁਰਨ-ਫਿਰਨ ਜੋਗਾ ਨਹੀਂ ਸੀ ਹੋਇਆ, ਪਰ ਨੰਦੀ ਦਾ ਫ਼ਿਕਰ ਕਰਕੇ ਉਹ ਤਾਪ ਚੜ੍ਹੇ-ਚੜ੍ਹਾਏ ਕੰਮ ਧੰਦਾ ਕਰਨ ਲਗ ਪਿਆ ਸੀ। ਰੌਣਕੀ ਤੋਂ ਉਹ ਪਹਿਲਾਂ ਵਾਲੀਆਂ ਗੋਲੀਆਂ ਵੀ ਲੈ ਕੇ ਉਹਨੇ ਖਾ ਲਈਆਂ ਸਨ। ਉਹਨਾਂ ਨਾਲ ਕੋਈ ਬਹੁਤਾ ਆਰਾਮ ਨਹੀਂ ਸੀ ਆਇਆ। ਅਖ਼ੀਰ ਉਹ ਸਿਰੜ ਕਰਕੇ ਤੁਰਿਆ-ਫਿਰਿਆ ਤੇ ਤੀਜੇ ਕੁ ਦਿਨ ਉਹਨੂੰ ਆਪਣਾ ਸਰੀਰ ਤੰਦਰੁਸਤ ਜਾਪਣ ਲਗ ਪਿਆ। ਪਰ ਨੰਦੀ ਜਿਉਂ ਮੰਜੀ 'ਚ ਪਈ ਮੁੜ ਨਾ ਉਠੀ ਤੇ ਜਗਸੀਰ ਨੂੰ ਯਕੀਨ ਹੋ ਗਿਆ ਕਿ ਹੁਣ ਉਸ ਉੱਠਣਾ ਵੀ ਨਹੀਂ ਸੀ।

ਇਕ ਦਿਨ, ਰਾਤ ਨੂੰ ਜਗਸੀਰ ਦੀ ਅੱਖ ਖੁੱਲ੍ਹੀ ਤੇ ਦੀਵੇ ਦੇ ਚਾਨਣੇ ਉਹਨੂੰ ਨੰਦੀ ਦੀ ਮੰਜੀ ਖ਼ਾਲੀ ਜਾਪੀ। ਉਹ ਤ੍ਰਭਕ ਕੇ ਉੱਠਿਆ, ਮੰਜੀ ਸੱਚੀਂ ਖ਼ਾਲੀ ਸੀ। ਕੋਠੜੀ ਦਾ ਇਕ ਬੂਹਾ ਖੁਲ੍ਹਾ ਸੀ। ਉਹ ਉੱਠ ਕੇ ਬਾਹਰ ਆਇਆ ਤਾਂ ਨੰਦੀ ਏਡੀ ਕਰੜੀ ਠੰਢ ਵਿਚ ਹੱਥਾਂ ਦੇ ਸਹਾਰੇ, ਲੂੰਜਿਆਂ ਵਾਂਗ ਪੈਰ ਘੜੀਸਦੀ, ਬੈਠੀ-ਬੈਠੀ ਵਿਹੜੇ ਵਿਚ ਮੜ੍ਹੀ ਦੇ ਨੇੜ ਨੂੰ ਖਿਸਕਦੀ ਜਾਂਦੀ ਦਿੱਸੀ। ਉਹਦੇ ਖਿੱਚਵੇਂ ਸਾਹ ਦੀ ਸੀਟੀ ਵਰਗੀ ਆਵਾਜ਼ ਜਗਸੀਰ ਨੂੰ ਸੁਣਦੀ ਸੀ। ਇਕ ਵਾਰੀ ਉਹ ਕਾਹਲ ਕਰਕੇ ਉਹਨੂੰ ਫੜਨ ਲਈ ਅਹੁਲਿਆ; ਪਰ ਫੇਰ ਕੁਝ ਸੋਚ ਕੇ ਦਿਹਲੀ ਉਤੇ ਈ ਬਹਿ ਗਿਆ।

"ਲੈ ਹੁਣ ਮੈਂ ਤਾਂ ਆਊਂਗੀ..." ਮੜ੍ਹੀ ਦੇ ਕੋਲ ਜਾ ਕੇ ਉਹਨੂੰ ਟੋਂਹਦਿਆਂ ਉਹ, ਉਭੜਵਾਹੀ, ਇੰਜ ਬੋਲੀ ਜਿਵੇਂ ਕਿਸੇ ਬੋਲ਼ੇ ਨਾਲ ਗੱਲਾਂ ਕਰਨ ਲੱਗੀ ਹੋਵੇ। 'ਮੈਨੂੰ...ਮੈਨੂੰ ਹੁਣ, ਕੋਈ ਨਮੋਸ਼ੀ ਨੀਂ... ਜ-ਦੋ ਜਦੋਂ ਤੈਨੂੰ ਕੋਈ ਨੀਂ ਤਾਂ... ਮੈਨੂੰ ਕਾਹ-ਦੀ ਐ... ਜੇ ਕੋਈ

ਸ...ਸ-ਤਿਆ ਤੇਰੇ 'ਚ ਹੁੰਦੀ ਤਾਂ ਜਾਣ ਤੋਂ ਪਹਿਲਾਂ ਈ ਕੁਸ਼ ਕਰਕੇ ਜਾਂਦਾ... ਨਾ ਹੁਣ ਤੇਰੀ, ਗਤ ਹੋ-ਵੇ, ਨਾ ਮੇਰੀ!... ਦੋਹਾਂ ਦੀ ਜੂਨ ਐਵੇਂ ਗਈ... ਏਦੂੰ ਤਾਂ ਨਾ ਜੰਮ-ਦੇ,... ਔਤ-ਰਿ-ਆ! ਕੀ ਥੁੜਿਆ ਪਿਆ ਸੀ ਅ-ਅਪ-ਣੇ ਬਿਨਾਂ...!"

ਤੇ ਉਹ ਸਾਹੋ-ਸਾਹ ਹੋਈ ਦੀ ਧੌਣ ਇਕ ਪਾਸੇ ਨੂੰ ਲੁੜਕ ਗਈ। ਜਗਸੀਰ ਭੱਜ ਕੇ ਉਹਦੇ ਕੋਲ ਗਿਆ ਤੇ ਉਹਨੂੰ ਨਿਆਣਿਆਂ ਵਾਂਗ ਗੋਦੀ ਚੁੱਕ ਕੇ ਅੰਦਰ ਲੈ ਆਇਆ। ਨੰਦੀ ਦਾ ਸਾਹ ਬੜਾ ਖਿੱਚਵਾਂ ਆਉਣ ਲੱਗ ਪਿਆ ਸੀ ਤੇ ਅੱਖਾਂ ਤਾੜੇ ਲੱਗ ਗਈਆਂ ਸਨ। ਉਹਨੂੰ ਮੰਜੀ ਉਤੇ ਪਾ ਕੇ ਜਗਸੀਰ ਹਾਰੇ ਵੱਲ ਭੱਜਿਆ ਤੇ ਤੌੜੀ ਵਿਚ ਤੱਤੇ ਰੱਖੇ ਪਾਣੀ ਦੀ ਕੌਲੀ ਭਰ ਲਿਆਇਆ। ਚੂਲੀ ਨਾਲ ਕੋਸਾ ਪਾਣੀ ਉਸ ਨੰਦੀ ਦੇ ਮੂੰਹ ਵਿਚ ਪਾਇਆ ਪਰ ਉਹਨੂੰ ਕੋਈ ਸੁਰਤ ਨਾ ਆਈ। ਫੇਰ ਉਹਨੇ ਨੰਦੀ ਨੂੰ ਚੰਗੀ ਤਰ੍ਹਾਂ ਰਜਾਈ ਵਿਚ ਵਲ੍ਹੇਟ ਕੇ ਉਹਦੇ ਉਤੇ ਇਕ ਖੇਸ ਹੋਰ ਦੇ ਦਿੱਤਾ ਤੇ ਉਹਦੀਆਂ ਖੜੋਤੀਆਂ ਲਗਦੀਆਂ ਅੱਖਾਂ ਵੱਲ ਤੇ ਅੱਡੇ ਹੋਏ ਮੂੰਹ ਵੱਲ ਝਾਕਦਾ ਰਿਹਾ। ਇਕ ਵਾਰੀ ਉਹਨੂੰ ਖ਼ਿਆਲ ਆਇਆ ਕਿ ਜਾ ਕੇ ਡੇਰੇ ਵਾਲੇ ਸਾਧ ਨੂੰ ਸੱਦ ਲਿਆਏ। ਪਰ ਫੇਰ ਆਪਣੀ ਮੰਜੀ ਉਤੇ ਬਹਿੰਦਿਆਂ ਉਸ ਬੋਲ ਕੇ ਆਖਿਆ :

"ਜਦੋਂ ਇਹਨੇ ਅੱਗੇ-ਪਿੱਛੇ ਮਰਨਾ ਈ ਐਂ ਤਾਂ ਹੋਰ ਇਹਨੂੰ ਕਾਹਤੋਂ ਬਹੁਤਾ ਦੁਖੀ ਕਰਕੇ, ਲਮਕਾ ਕੇ ਮਾਰਨੈਂ।" ਤੇ ਫੇਰ ਉਹ ਚੁੱਪ ਕਰਕੇ ਬੇਧਿਆਨਾ ਜਿਹਾ ਹੋਇਆ ਮੰਜੀ 'ਤੇ ਲੰਮਾ ਪੈ ਕੇ ਛੱਤ ਵੱਲ ਝਾਕਣ ਲੱਗ ਪਿਆ। ਉਹਨੂੰ ਇੰਜ ਜਾਪਿਆ ਜਿਵੇਂ ਛੱਤ ਵਿਚੋਂ ਕੋਈ ਬੰਦਾ ਉਹਦੇ ਵਲ ਝਾਕ ਰਿਹਾ ਹੋਵੇ ਤੇ ਉਹ ਇੰਜ ਬੋਲਣ ਲੱਗ ਪਿਆ ਜਿਵੇਂ ਇਸ ਬੰਦੇ ਨਾਲ ਗੱਲਾਂ ਕਰਦਾ ਹੋਵੇ।

"ਭੜੂਇਆ ਜਹਾਨ ਦਿਆ! ਭਲਾ ਏਹੋ ਜੇ ਨਰਕ ਦੇ ਕੀੜਿਆਂ ਨੂੰ ਬੰਦੇ ਦੇ ਜਾਮੇ ਈ ਪੌਣ ਦੀ ਕੀ ਲੋੜ ਹੁੰਦੀ ਐ, ਤੈਨੂੰ ?"

ਕੁਝ ਚਿਰ ਪਿਛੋਂ ਉਹਨੂੰ ਮੁੜ ਆਪਣਾ ਪਿੰਡਾ ਤਾਪ ਨਾਲ ਭਖਦਾ ਜਾਪਿਆ ਤੇ ਉਹ ਨਿਢਾਲ ਹੋ ਕੇ ਪਿਆ ਰਿਹਾ। ਫੇਰ ਉਹਨੂੰ ਨੰਦੀ ਦੇ ਸਾਹ ਨਾਲ ਇਕ ਅਜੀਬ ਆਵਾਜ਼ ਸੁਣਾਈ ਦਿਤੀ ਤੇ ਉਠ ਕੇ ਬਹਿ ਗਿਆ। ਪਰ ਉਹਦੇ ਉੱਠਦਿਆਂ ਉੱਠਦਿਆਂ ਉਹ ਆਵਾਜ਼ ਮੱਧਮ ਪੈ ਕੇ ਬੰਦ ਹੋ ਗਈ। ਜਦੋਂ ਤਾਈਂ ਉਹ ਨੰਦੀ ਦਾ ਹੱਥ ਫੜ ਕੇ ਨਬਜ਼ ਟੋਹਣ ਲਗਿਆ ਉਦੋਂ ਤਾਈਂ ਨੰਦੀ ਦੀਆਂ ਨਬਜ਼ਾਂ ਕੂਹਣੀਆਂ ਤੇ ਆ ਗਈਆਂ ਸਨ ਤੇ ਅੱਧਮਿਚੀਆਂ ਅੱਖਾਂ ਦਾ ਰੰਗ ਡੇਲਿਆਂ ਵਰਗਾ ਹੋ ਗਿਆ ਸੀ। ਇਕ ਜੁੱਲੀ ਟੰਗਣੇ ਤੋਂ ਲਾਹ ਕੇ ਜਗਸੀਰ ਨੇ ਭੁੰਜੇ ਸੁੱਟੀ ਤੇ ਨੰਦੀ ਨੂੰ ਚੁੱਕ ਕੇ ਉਹਦੇ ਉਤੇ ਪਾਉਂਦਿਆਂ ਬੋਲਿਆ :

'ਲੈ ਤੂੰ ਤਾਂ ਚੱਲ, ਬਿਨਾਂ ਗੰਗਾਜਲ ਮੂੰਹ ਲਾਇਆਂ ਈਂ!... ਮੈਂ ਹੋਰ ਕੁਸ਼ ਚਿਰ ਤਾਈਂ ਆਇਆ ਲੈ-ਤੇਰੇ ਮਗਰੇ!"

ਉਹਨੇ ਮੰਜੀ ਉਤੋਂ ਬਿਸਤਰਾ ਚੁੱਕ ਕੇ ਪਾਸੇ ਧਰ ਦਿੱਤਾ ਤੇ ਮੰਜੀ ਦੀ ਦੌਣ ਉਤਾਂਹ ਕਰਕੇ ਪੁੱਠੀ ਖੜੀ ਕਰ ਦਿਤੀ। ਉਸ ਪਿਛੋਂ ਉਹ ਨੰਦੀ ਦੀ ਲੋਥ ਦੇ ਕੋਲ, ਖੇਸ ਦੀ ਬੁੱਕਲ ਮਾਰ ਕੇ, ਸੁਤੇ-ਸੁਭਾ ਈ ਬਹਿ ਕੇ ਸਾਹਮਣੀ ਕੰਧ ਵਲ ਝਾਕਣ ਲੱਗ ਪਿਆ। ਤੇ ਉਹਨੂੰ ਇੰਜ ਬੈਠਿਆਂ-ਬੈਠਿਆਂ ਈ ਲੋਈ ਪਾਟ ਪਈ।

ਜਦੋਂ ਪਹੁ ਫੁਟਾਲੇ ਦੀ ਲੋਅ ਬੂਹੇ ਦੀਆਂ ਵਿਰਲਾਂ ਵਿਚੋਂ ਦਿੱਸੀ ਤਾਂ ਜਗਸੀਰ ਉੱਠ ਕੇ ਬਾਹਰ ਆ ਗਿਆ। ਪਹਿਲਾਂ ਉਸ ਵਿਹੜੇ ਦੀਆਂ ਇਕ ਦੋ ਸਿਆਣੀਆਂ ਬੁੱਢੀਆਂ ਤੇ ਬੰਦਿਆਂ ਨੂੰ ਦੱਸਿਆ ਤੇ ਫੇਰ ਧਰਮ ਸਿੰਘ ਕੇ ਘਰ ਵੱਲ ਤੁਰ ਗਿਆ। ਧਰਮ ਸਿੰਘ ਬਾਹਰਲੇ ਘਰ, ਛੱਪਰ ਹੇਠ ਈ ਸੁੱਤਾ ਸੀ। (ਉਸ ਦਿਨ ਪਿਛੋਂ ਉਹਨੇ ਘਰ ਜਾਣਾ ਈ ਛੱਡ ਦਿਤਾ ਸੀ ਤੇ ਬਾਹਰਲੇ

ਘਰ ਈ ਰਹਿਣ ਲੱਗ ਪਿਆ ਸੀ।)

"ਬਾਈ, ਰਾਤ, ਬੇਬੇ ਪੂਰੀ ਹੋਗੀ।" ਜਗਸੀਰ ਨੇ ਜਦੋਂ ਉਹਦੇ ਮੰਜੇ ਕੋਲ ਜਾ ਕੇ ਬਹਿੰਦਿਆਂ ਆਖਿਆ ਤਾਂ ਧਰਮ ਸਿੰਘ ਨੇ, ਰਤਾ ਵੀ ਹੈਰਾਨੀ ਜਾਂ ਅਫ਼ਸੋਸ ਕੀਤੇ ਬਿਨਾਂ ਇਕ ਲੰਮਾ ਹਉਕਾ ਭਰਦਿਆਂ, ਜਿਵੇਂ ਤਸੱਲੀ ਨਾਲ ਕਿਹਾ, "ਚਲੋ, ਵਚਾਰੀ...ਛੁਟਗੀ!... ਚੰਗੇ ਕਰਮ ਕਰਕੇ ਆਈ ਸੀ, ਸਾਡੇ..."

ਤੇ ਅੱਗੋਂ ਕੁਝ ਬੋਲਣ ਲੱਗਿਆਂ ਉਹਦਾ ਗੱਚ ਭਰ ਆਇਆ। ਜਦੋਂ ਉਹ ਉਠ ਕੇ ਪੱਗ ਵਲ੍ਹੇਟਦਿਆਂ ਜੁੱਤੀ ਪਾ ਰਿਹਾ ਸੀ ਤਾਂ ਜਗਸੀਰ ਨੇ ਉਹਦੀਆਂ ਉਨੀਂਦਰੇ ਨਾਲ ਸੂਹੀਆਂ ਹੋਈਆਂ ਅੱਖਾਂ ਵਿਚ ਸਿੱਲ ਵੇਖੀ ਤਾਂ ਜਗਸੀਰ ਦਾ ਟਿਕਿਆ-ਟਿਕਾਇਆ ਦਿਲ ਹਿੱਲ ਗਿਆ। ਜਦੋਂ ਉਹਨੇ ਨੀਵੀਂ ਪਾਈ ਤਾਂ ਉਹਦੀਆਂ ਅੱਖਾਂ ਵਿਚੋਂ ਜਿਵੇਂ ਵਰ੍ਹਿਆਂ ਦਾ ਕੱਠਾ ਹੋਇਆ ਪਾਣੀ ਸਾਰਾ ਈ ਮੁਧ ਗਿਆ ਤੇ ਉਹ ਭੁੱਬਾਂ ਮਾਰ ਮਾਰ ਰੋਣ ਲੱਗ ਪਿਆ।

"ਰੱਬ ਦਾ ਨਾਂ ਲੈ!... ਸਭ ਨੇ ਚਲਣੈਂ, ਇਹ ਤਾਂ ਬਣੀ ਆਈ ਐ- ਕੋਈ ਚਾਰ ਦਿਨ ਪਹਿਲਾਂ ਕੋਈ ਮਗਰੋਂ...!" ਧਰਮ ਸਿੰਘ ਨੇ ਘੱਗੀ ਆਵਾਜ਼ ਵਿਚ ਜਗਸੀਰ ਦਾ ਦਿਲ ਧਰਾਉਣ ਲਈ ਆਖਿਆ ਪਰ ਉਹਦਾ ਦਿਲ ਧਰਾਉਣ ਲੱਗਿਆਂ, ਉਹ ਆਪ ਉਸ ਨਾਲੋਂ ਪਹਿਲਾਂ ਡੋਲ ਗਿਆ ਤੇ ਮੁੜ ਉਹਤੋਂ ਕੋਈ ਗੱਲ ਨਾ ਕੀਤੀ ਗਈ।

ਕਿੰਨੇ ਚਿਰ ਪਿਛੋਂ ਉਹਨੇ ਅੱਖਾਂ ਪੂੰਝੀਆਂ ਤੇ ਮੂਕਾ ਮੋਢੇ ਉਤੇ ਧਰ ਕੇ, ਜਗਸੀਰ ਨੂੰ ਬਾਹੋਂ ਫੜ ਕੇ ਉਠਾਉਂਦਿਆਂ ਬੋਲਿਆ, "ਉੱਠ, ਉਹਨੂੰ ਹੁਣ ਕਿਸੇ ਟਕਾਣੇ ਲਾਈਏ-ਆਪਣੇ ਦੁੱਖ ਤਾਂ ਆਪਣੇ ਨਾਲ ਈ ਮੁੱਕਣਗੇ!"

ਤੇ ਧਰਮ ਸਿੰਘ ਦੀ ਸਾਰੀ ਦਿਹ 'ਆਪਣੇ ਦੁੱਖ' ਸ਼ਬਦ ਬੋਲਦਿਆਂ ਫੇਰ ਕੰਬ ਗਈ।

ਜਦੋਂ ਉਹ ਦੋਵੇਂ ਜਗਸੀਰ ਦੇ ਘਰ ਆਏ ਤਾਂ ਵਿਹੜੇ ਦੇ ਖ਼ਾਸੇ ਤੀਵੀਆਂ ਤੇ ਬੰਦੇ 'ਕੱਠੇ ਹੋਏ ਬੈਠੇ ਸਨ। ਨੰਦੀ ਨੂੰ ਤੀਵੀਆਂ ਨਹਾਈ ਜਾਂਦੀਆਂ ਸਨ। ਸੂਟ੍ਹੀ ਨੇ ਜਗਸੀਰ ਨੂੰ ਸੈਨਤ ਮਾਰ ਕੇ ਅੰਦਰ ਸੱਦ ਲਿਆ ਤੇ ਧਰਮ ਸਿੰਘ ਵਿਹੜੇ ਵਿਚ ਬੈਠੇ ਬੰਦਿਆਂ ਕੋਲ ਜਾ ਬੈਠਾ।

"ਉਤੇ ਪੌਣ ਨੂੰ ਕੋਈ ਕੱਪੜਾ-ਲੀੜਾ...?" ਕੁਝ ਫ਼ਿਕਰਮੰਦ ਆਵਾਜ਼ ਵਿਚ ਸੂਟ੍ਹੀ ਨੇ ਜਗਸੀਰ ਤੋਂ ਪੁੱਛਿਆ।

ਜਗਸੀਰ ਨੂੰ ਹੁਣ ਤਾਈਂ ਏਸ ਗੱਲ ਦਾ ਕੋਈ ਚਿੱਤ-ਚੇਤਾ ਵੀ ਨਹੀਂ ਸੀ। ਉਹ ਚੁੱਪ ਕੀਤਾ ਕੋਠੜੀ ਦੇ ਮਗਰਲੇ ਖੂੰਜੇ ਗਿਆ ਤੇ ਲੱਕੜ ਦਾ ਪੁਰਾਣਾ ਸੰਦੂਕ ਖੋਲ੍ਹਣ ਲੱਗ ਪਿਆ। ਜਰ ਦੀ ਖਾਧੀ ਓਹੋ ਜੰਦਰੀ ਦੋ ਕੁ ਵਾਰ ਹਿਲਾਏ ਤੋਂ ਖੁਲ੍ਹ ਗਈ। ਢੱਕਣ ਖੋਲ੍ਹ ਕੇ ਉਹਨੇ ਹੱਥ ਮਾਰਿਆ, ਇਕ ਪਾਸੇ ਉੱਤੇ ਈ ਖੱਦਰ ਦੇ ਇੱਕ ਕੱਪੜੇ ਵਿੱਚ ਨਿੱਕੀ ਜਿਹੀ ਇੱਕ ਗਠੜੀ ਬੰਨ੍ਹੀ ਪਈ ਸੀ।

"ਹਾਅ ਗਠੜੀ 'ਚ ਹੋਣੈਂ ਸਾਰਾ ਕੁਸ਼", ਉਹਦੇ ਮਗਰੇ ਆਈ ਸੂਟ੍ਹੀ ਨੇ ਓਕੜ ਕੇ ਸੰਦੂਕ ਵਿਚ ਝਾਕਦਿਆਂ ਆਖਿਆ।

ਜਗਸੀਰ ਨੇ ਉਹਨੂੰ ਗਠੜੀ ਕੱਢ ਕੇ ਫੜਾ ਦਿਤੀ। ਜਦੋਂ ਸੂਟ੍ਹੀ ਨੇ ਗਠੜੀ ਖੋਲ੍ਹੀ ਤਾਂ ਉਸ ਵਿਚੋਂ ਸਾਰਾ ਕੁਝ ਨਿਕਲ ਆਇਆ : ਤਿੰਨ ਕੱਪੜੇ, ਖਮ੍ਹਣੀ ਤੇ ਖੱਫਣ।

"ਬਸ ਸਭ ਕੁਸ਼ ਹੈਗਾ।" ਸੂਟ੍ਹੀ ਨੇ ਤਸੱਲੀ ਨਾਲ ਆਖਿਆ ਤੇ ਬਣੀ ਬਣਾਈ ਗਠੜੀ ਬਾਹਰ ਲੈ ਗਈ।

ਜਗਸੀਰ ਪਲ ਕੁ ਸੰਦੂਕ ਕੋਲ ਖੜੋਤਾ ਰਿਹਾ ਤੇ ਫੇਰ ਉਹਦੇ ਅੰਦਰੋਂ ਜਿਵੇਂ ਕੋਈ ਹੋਰ ਈ ਬੰਦਾ ਬੋਲਿਆ: 'ਬੇਬੇ ਮੇਰਾ ਲੀੜਾ-ਲੱਤਾ ?' ਤੇ ਉਹ ਓਥੇ ਈ ਸੰਦੂਕ ਕੋਲ ਬਹਿ

ਗਿਆ। ਉਹਦਾ ਚਿਹਰਾ ਇਕ ਬਹੁਰੰਗਾ ਭੇਤ ਬਣ ਗਿਆ : ਇਕ ਰੰਗ ਉਹਦੇ ਹੋਠਾਂ ਉਤੇ ਓਪਰੀ ਮੁਸਕਾਨ ਦਾ ਸੀ; ਦੂਜਾ ਰੰਗ ਉਹਦੀਆਂ ਅੱਖਾਂ ਵਿਚ ਸੋਗ ਤੇ ਉਦਾਸੀ ਦਾ ਸੀ, ਤੇ ਤੀਜਾ ਰੰਗ ਉਹਦੇ, ਆਲ੍ਹਣੇ ਦੇ ਤੀਲਿਆਂ ਵਾਂਗ ਉਲਝੇ ਰੁੱਖੇ ਚਿਹਰੇ ਉਤੇ ਸੀ।- ਅੱਗੇ ਦੇ ਹਨੇਰੇ ਦਾ ਰੰਗ!... ਤੇ ਇਹਨਾਂ ਤਿੰਨਾਂ ਰੰਗਾਂ ਵਿਚੋਂ ਜਿਵੇਂ ਜਗਸੀਰ ਦੀਆਂ ਪਿਛਲੀਆਂ ਸਾਰੀਆਂ ਪੀੜ੍ਹੀਆਂ ਦੇ ਲੋਕਾਂ ਦੇ ਜੀਵਨ ਦਾ ਕੋਈ ਭੇਤ ਉੱਘੜ ਆਇਆ ਸੀ- ਉਹ ਭੇਤ ਜਿਹਨੂੰ ਜਗਸੀਰ ਦੀ ਆਤਮਾ ਸਿਰਫ਼ ਮਹਿਸੂਸ ਕਰ ਸਕਦੀ ਸੀ, ਉਹਦੇ ਧੁਰ ਅੰਦਰ ਜਾਣਾ ਅਜੇ ਉਹਦੇ ਵੱਸ ਦੀ ਗੱਲ ਨਹੀਂ ਸੀ ਜਾਪਦੀ। ਉਹਦਾ ਮੁਹਾਂਦਰਾ, ਦਿਹ, ਜੂਨ ਇਕ ਅਜਿਹਾ ਭੇਤ ਭਰਿਆ ਚਿਤਰ ਜਾਪਦਾ ਸੀ ਜੀਹਦੀ ਹਰ ਲਕੀਰ ਵਿਚ ਪੂਰੀਆਂ ਸਦੀਆਂ ਦੇ ਰੰਗ ਭਰੇ ਪਏ ਸਨ।... ਪਰ ਏਸ ਚਿਤਰ ਦੇ ਘਸਮੈਲੇ ਰੰਗਾਂ ਵਿਚ ਗੁਆਚੇ ਭੇਤ ਅਜੇ ਵੀ, ਪਤਾ ਨਹੀਂ ਕਦੋਂ ਤੱਕ ਭੇਤ ਈ ਰਹਿਣੇ ਸਨ-ਕਿਉਂਕਿ ਰੰਗ ਮਨੁੱਖ ਦੀ ਅੱਖ ਨੂੰ ਅੱਜ ਵੀ ਵੱਡਾ ਭੁਲੇਖਾ ਪਾ ਸਕਣ ਦੇ ਸਮਰੱਥ ਹਨ: ਦੋ ਰੰਗ ਆਪੋ ਵਿਚ ਜਦੋਂ ਮਿਲਦੇ ਹਨ ਤਾਂ ਉਹ ਮਨੁੱਖ ਦੀ ਅੱਖ ਨੂੰ ਤੀਜੇ ਰੰਗ ਦਾ ਭੁਲੇਖਾ ਪਾ ਜਾਂਦੇ ਹਨ।

ਕੁਝ ਚਿਰ ਪਿਛੋਂ ਜਦੋਂ ਜਗਸੀਰ ਬਾਹਰ ਬੰਦਿਆਂ ਵਿਚ ਆ ਕੇ ਬੈਠਾ ਤਾਂ ਵਿਚੋਂ ਈ ਕਈ ਜਣੇ ਸਾਧਾਰਣ ਗੱਲਾਂ ਤੋਰ ਕੇ ਨੰਦੀ ਦਾ ਬਬਾਣ ਕੱਢਣ ਤੱਕ ਲੈ ਗਏ, ਪਰ ਸਿੱਧਾ ਆਖਣ ਦਾ ਕਿਸੇ ਦਾ ਹੀਆ ਨਹੀਂ ਸੀ। ਗੱਲ ਤੋਰਨ ਵਾਲਿਆਂ ਨੇ ਭਾਵੇਂ ਕਿਸੇ ਵੇਲੇ ਦੀ ਖਾਰ ਕੱਢਣ ਲਈ ਈ ਗੱਲ ਤੋਰੀ ਸੀ, ਪਰ ਜਗਸੀਰ ਦੇ ਕੂੰਨੇ ਸੁਭਾ ਨੇ ਉਹਨਾਂ ਦੀ ਧਾਰ ਖੁੰਢੀ ਕਰ ਦਿਤੀ। ਤੇ ਇਕ ਦੋ ਸਿਆਣਿਆਂ ਨੇ ਗੱਲਾਂ ਵਿਚੋਂ ਗੱਲ ਹੋਰ ਪਾਸੇ ਪਾ ਲਈ।

ਨੰਦੀ ਦੇ ਸੰਸਕਾਰ ਪਿੱਛੋਂ ਪਿੰਡ ਵਿਚ ਜੀਹਨੂੰ ਵੀ ਪਤਾ ਲੱਗਿਆ ਉਹ ਆ ਕੇ ਹਾਅ-ਦਾ-ਨਾਰ੍ਹਾ ਮਾਰ ਗਿਆ। ਆਂਢ-ਗੁਆਂਢ ਦੀਆਂ ਤੀਵੀਆਂ ਵਾਰੀ ਨਾਲ ਬੈਠੀਆਂ ਰਹੀਆਂ ਪਰ ਦਿਨ ਦੇ ਛੱਪਾ ਨਾਲ ਹੋਰ ਸਭ 'ਘਰੋ-ਘਰੀ' ਚਲੇ ਗਏ ਸਿਰਫ਼ ਜਗਸੀਰ ਤੇ ਧਰਮ ਸਿੰਘ ਦੋਵੇਂ ਰਹਿ ਗਏ। ਧਰਮ ਸਿੰਘ ਨੂੰ ਵੀ ਜਗਸੀਰ ਨੇ ਘਰ ਜਾਣ ਲਈ ਆਖਿਆ, ਪਰ ਉਸ ਲੰਮਾ ਹਉਕਾ ਭਰ ਕੇ ਜੁਆਬ ਦਿੱਤਾ, "ਹੁਣ ਆਪਣਾ ਘਰ ਕਿਥੇ ਐ ਜਗਸਿਆ ?"

ਤੇ ਫੇਰ ਬਿੰਦ ਕੁ ਰੁਕ ਕੇ, ਉਹ ਇੰਜ ਬੋਲਿਆ ਜਿਵੇਂ ਆਪਣਾ ਦਿਲ ਉਤੇ ਪਿਆ ਸਾਰਾ ਭਾਰ ਹੌਲਾ ਕਰ ਲੈਣਾ ਚਾਹੁੰਦਾ ਹੋਵੇ : "ਤੈਨੂੰ ਤਾਂ ਇਕੋ ਦਰੇਗ ਐ ਜਗਸਿਆ, ਬਈ ਤੇਰਾ ਕੁਸ਼ ਬਣਿਆ ਨ੍ਹੀਂ। ਪਰ ਜਿਨ੍ਹਾਂ ਦਾ ਸਭ ਕੁਸ਼ ਹੈ-ਗਾ-ਘਰ-ਬਾਰ, ਬਾਲ-ਬੱਚੇ, ਜ਼ਮੀਨ-ਜੈਦਾਦ ਉਹ ਤੇਰੇ ਭਾ-ਦਾ ਸਭ ਸੁਖੀ ਐ ? ਤੂੰ ਮੇਰਾ ਭਰਾ ਐਂ, ਤੇਰੇ ਕੋਲ ਕਾਹਦਾ ਲੁਕਾ ਐ। ਤੇਰੇ ਆਲੀ ਟਾਹਲੀ ਵੱਢਣ ਮਗਰੋਂ ਐਸਾ ਬਖੇੜਾ ਘਰ 'ਚ ਪਿਐ, ਸਭ ਕੁਸ਼ ਛਡ-ਛਡਾ ਕੇ ਸਾਧਾਂ ਆਂਗੂੰ, ਵਾੜੇ 'ਚ ਛੱਪਰ ਹੇਠ ਜਾ ਬੈਠੈਂ।... ਬੰਦਾ ਜਗਸਿਆ ਕੀ ਸੋਚਦੈ, ਹੋ ਕੀ ਜਾਂਦੈ। ਖ਼ਬਰੇ ਇਹ ਦੁਨੀਆਂ ਬਣੀ ਭੈੜੇ ਬੰਦਿਆਂ ਆਸਤੇ ਐ!... ਇਹੋ- ਜੇ ਲੋਕਾਂ ਨਾਲ ਕੱਟਣ ਆਸਤੇ ਜਗਸਿਆ ਬੰਦੇ ਦੀ ਕਾਠੀ ਸੱਤ ਮਣ ਲੋਹੇ ਵਾਲੇ ਗੱਡੇ ਅਰਗੀ ਨਰੋਈ ਚਾਹੀਦੀ ਐ-ਕਿੱਕਰ ਦੇ ਮੁੱਚਰ ਅਰਗੀ ਦੇਹ ਤੇ ਘਣ ਅਰਗੀ ਬੱਜਰ ਆਤਮਾ!... ਮਾੜੇ ਬੰਦੇ ਦਾ ਏਥੇ ਕੀ ਮਾਜਨਾ! ਮਾੜੇ ਨੂੰ ਤਾਂ ਦੁਨੀਆਂ ਛਿਲਕਾਂ ਦੇ ਊਠ ਆਂਗੂੰ ਖੰਡਾ ਦਿੰਦੀ ਐ।"

ਧਰਮ ਸਿੰਘ ਇਕ ਦਮ ਚੁੱਪ ਹੋ ਗਿਆ। ਪਰ ਇਕ ਬਿੰਦ ਮਗਰੋਂ ਉਬੜਵਾਹਾ ਬੋਲਿਆ:

"ਜਗਸਿਆ ਮੋਹ ਬਿਨਾਂ ਕਾਹਦੀ ਦੁਨੀਆਂ! ਤੇ ਮੋਹ ਹੁਣ ਦੇ ਲੋਕਾਂ 'ਚੋਂ ਪਤਾ ਨ੍ਹੀਂ ਊਂ ਈ ਮੁਕਦਾ ਜਾਂਦੈ। ਜਮੀਨ-ਜੈਦਾਤ ਨੂੰ ਕੀ ਅੱਗ ਲਾਉਣੈ, ਜਦੋਂ ਬੰਦਿਆਂ ਦੇ ਮਨ ਈ ਨਾ ਮਿਲੇ। ਜਮੀਨ-ਜੈਦਾਤ ਤਾਂ ਬੰਦੇ ਦੇ ਹੱਥਾਂ ਦੀ ਮੈਲ ਹੁੰਦੀ ਐ। ਜਦੋਂ ਬੰਦਾ ਮੈਲ ਈ ਚੱਟਣ ਲਗ-ਪੇ

ਫੇਰ ਧਿਰਗ ਐਸੀ ਜੂਨ ਦੇ...!"

ਧਰਮ ਸਿੰਘ ਫੇਰ ਚੁੱਪ ਕਰ ਗਿਆ ਤੇ ਬਿੰਦ ਕੁ ਮਗਰੋਂ ਉਸ ਇਕ ਲੰਮਾ ਹਉਕਾ ਭਰ ਕੇ 'ਹੇ ਵਾਹਿਗੁਰੂ' ਆਖਿਆ ਤੇ ਚੁੱਪ ਕਰ ਕੇ ਘਰ ਨੂੰ ਤੁਰ ਗਿਆ। ਜਗਸੀਰ ਗੁੰਮ-ਸੁੰਮ ਪਿਆ ਧਰਮ ਸਿੰਘ ਦੀਆਂ ਕਹੀਆਂ ਗੱਲਾਂ ਬਾਰੇ ਸੋਚਦਾ ਰਿਹਾ। 'ਮੁੱਚਰ ਵਰਗੀ ਦਿਹ' ਤੇ 'ਘਣ ਵਰਗੀ ਆਤਮਾ' ਬਾਰੇ ਉਹ ਮੁੜ-ਮੁੜ ਖ਼ਿਆਲਦਾ ਰਿਹਾ, ਪਰ ਅਜਿਹੀਆਂ ਦੇਹਾਂ ਤੇ ਆਤਮਾਵਾਂ ਵਾਲੇ ਬੰਦਿਆਂ ਦੇ ਮੁਹਾਂਦਰੇ ਫੇਰ ਵੀ ਉਹਦੀਆਂ ਅੱਖਾਂ ਅਗੇ ਸਾਫ਼ ਨਾ ਉੱਘੜੇ।

ਸੋਤੇ ਹੋਏ ਧਰਮ ਸਿੰਘ ਰੋਟੀ ਖਾ ਕੇ ਤੇ ਜਗਸੀਰ ਵਾਸਤੇ ਦੋ ਰੋਟੀਆਂ ਲੈ ਕੇ ਮੁੜ ਆਇਆ। ਵੱਡੀ ਰਾਤ ਤਾਈਂ ਉਹ ਦੋਵੇਂ ਗੱਲਾਂ ਕਰਦੇ ਰਹੇ। ਧਰਮ ਸਿੰਘ ਨੇ ਭੰਤੇ ਤੇ ਉਹਦੀ ਮਾਂ ਦੀਆਂ ਸਾਰੀਆਂ ਗੱਲਾਂ ਜਗਸੀਰ ਨੂੰ ਦੱਸ ਦਿੱਤੀਆਂ। ਤੇ ਅੱਧੀ ਰਾਤ ਵੇਲੇ ਜਦੋਂ ਉਹ ਸੁੱਤੇ ਤਾਂ ਧਰਮ ਸਿੰਘ ਦਾ ਚਿਤ ਬੜਾ ਹੌਲਾ ਹੋਇਆ ਹੋਇਆ ਸੀ। ਜਗਸੀਰ ਭਾਵੇਂ ਧਰਮ ਸਿੰਘ ਨਾਲ ਪਹਿਲੇ ਦਿਨੋਂ ਬੜਾ ਮੋਹ ਕਰਦਾ ਰਿਹਾ ਸੀ ਪਰ ਅਜ ਉਹਨੂੰ ਧਰਮ ਸਿੰਘ ਨਾਲ ਬੜੀ ਓਪਰੀ ਜਿਹੀ ਹਮਦਰਦੀ ਹੋਣ ਲੱਗ ਪਈ। ਤੇ ਜਦੋਂ ਧਰਮ ਸਿੰਘ ਸੌਂ ਵੀ ਗਿਆ ਸੀ, ਜਗਸੀਰ ਅਜੇ ਜਾਗਦਾ ਪਿਆ ਓਸੇ ਬਾਰੇ ਸੋਚੀ ਜਾਂਦਾ ਸੀ।

ਤੀਜੇ ਦਿਨ ਧਰਮ ਸਿੰਘ ਨੇ ਨਾਲ ਜਾ ਕੇ ਨੰਦੀ ਦੇ ਫੁੱਲ ਆਪ ਚੁਗਾਏ ਤੇ ਫੇਰ ਸਾਰੀ ਰਸਮ ਪੂਰੀ ਕਰ ਕੇ ਜਗਸੀਰ ਨੂੰ ਕਿਹਾ : "ਕਿਸੇ ਗੱਲ ਦਾ ਫਿਕਰ ਨਾ ਕਰੀਂ। ਮੇਰਾ ਵੀ ਹੁਣ ਚਿੱਤ ਹੱਲਿਆ ਖੜ੍ਹੈ। ਜੋ ਕੋਲੇ ਐ ਸਭ ਪੁੰਨ-ਖਾਤੇ ਲੱਗ ਜੇ ਤਾਂ ਖ਼ਬਰੇ ਜਨਮ ਸਫ਼ਲਾ ਹੋ ਈ ਜਾਏ! ਤੂੰ ਹਰਦੁਆਰ ਜਾ ਆ ਫੇਰ ਆਪਾਂ ਮਰਨੇ ਦੀ ਸਲਾਹ ਕਰਾਂਗੇ। ਪੈਸੇ-ਟਕੇ ਦਾ ਕੋਈ ਫਿਕਰ ਨਾ ਕਰੀਂ-ਆਹ ਲੈ ਹਾਲੇ ਐਨੇ ਕੁ ਲੈ ਜਾ।"

ਤੇ ਧਰਮ ਸਿੰਘ ਨੇ ਜਦੋਂ ਦਸਾਂ ਦਸਾਂ- ਦੇ ਪੰਜ ਨੋਟ ਕਢ ਕੇ ਜਗਸੀਰ ਨੂੰ ਫੜਾਏ, ਉਹਤੋਂ ਹੱਥ ਅਗਾਂਹ ਨਾ ਕੀਤਾ ਗਿਆ।

"ਫੜ ਲੈ", ਧਰਮ ਸਿੰਘ ਨੇ ਉਹਦਾ ਹੱਥ ਫੜ ਕੇ ਨੋਟ ਉਹਦੀ ਮੁੱਠੀ ਵਿਚ ਫੜਾਂਦਿਆਂ ਆਖਿਆ, "ਮੈਂ ਕੋਈ ਤੇਰੇ ਤੇ ਅਸਾਨ ਨੀਂ ਕਰਦਾ। ਉਹ ਮੇਰੀ ਵੀ ਧਰਮ ਦੀ ਮਾਂ ਸੀ। ਤੂੰ ਧਰਮ ਦਾ ਭਰਾ ਐਂ...ਹੋਰ ਤਾਂ ਮੇਰਾ ਏਸ ਦੁਨੀਆਂ 'ਚ ਹੈ-ਈ ਕੌ-ਣ, ਹੁਣ!"

ਤੇ ਨਾਲ ਈ ਧਰਮ ਸਿੰਘ ਦੀਆਂ ਅੱਖਾਂ ਵਹਿ ਤੁਰੀਆਂ।

"ਮੈਂ ਤੇਰਾ ਦੇਣਾ ਕਿੱਥੇ-ਕਿੱਥੇ ਦਊਂ ਬਾਈ!" ਜਗਸੀਰ ਤੋਂ ਵੀ ਜਦੋਂ ਆਪਣਾ-ਆਪ ਨਾ ਸਾਂਭਿਆ ਗਿਆ ਤਾਂ ਉਹ ਧਰਮ ਸਿੰਘ ਦੇ ਗਲ਼ ਨੂੰ ਚੰਬੜ ਕੇ ਭੁੱਬੀਂ ਰੋਣ ਲਗ ਪਿਆ।

ਧਰਮ ਸਿੰਘ ਉਹਨੂੰ ਨਿੱਕੇ ਬੱਚਿਆਂ ਵਾਂਗ ਥਾਪੜ ਕੇ ਵਰਾਂਦਾ ਰਿਹਾ, ਪਰ ਜਗਸੀਰ ਦਾ ਰੋਣ ਮੁੱਕਣ ਵਿਚ ਨਹੀਂ ਸੀ ਆਉਂਦਾ- ਜਿਵੇਂ ਸਾਰੀ ਉਮਰ ਦੀ ਇਕੱਠੀ ਹੋਈ ਪੀੜ, ਉਹ ਅੱਜ ਈ ਧੋਣਾ ਚਾਹੁੰਦਾ ਹੋਵੇ।

ਬਾਰਾਂ

ਜਿਦੋਂ ਨੰਦੀ ਦਾ ਮਰਨਾ ਹੋਇਆ ਤਾਂ ਸਾਰੇ ਪਿੰਡ ਵਿਚ ਇਹਦੀ ਚਰਚਾ ਛਿੜੀ। ਜਗਸੀਰ ਦੀਆਂ ਚਾਰੇ ਭੈਣਾਂ ਤੇ ਕਈ ਉਹਦੇ ਪਿਉ ਵੱਲੋਂ ਲਗਦੇ ਦੂਰ ਨੇੜੇ ਦੇ ਰਿਸ਼ਤੇਦਾਰ ਵੀ ਆਏ। ਇਹਨਾਂ ਸਭਨਾਂ ਦੀ ਜੋ ਸੇਵਾ ਜਗਸੀਰ ਨੇ ਕੀਤੀ ਉਹ ਵੇਖ ਕੇ ਲੋਕਾਂ ਦੇ ਮੂੰਹ ਅੱਡੇ ਰਹਿ ਗਏ। ਜਿਹੜੇ ਜਾਲਖੀ ਮਲਮਲ ਦੀਆਂ ਪੱਗਾਂ ਲੈ ਕੇ ਆਏ ਸਨ ਉਹਨਾਂ ਨੂੰ ਨਮੋਸ਼ੀ ਨਾਲ ਭੋਗ ਵੇਲੇ ਪੱਗਾਂ ਵਿਖਾਣੀਆਂ ਵੀ ਔਖੀਆਂ ਹੋ ਗਈਆਂ। ਭੈਣਾਂ ਨੂੰ ਤਿੰਨ-ਤਿੰਨ ਸੁਚੇ ਲੀੜੇ, ਪਸੇਰੀ-ਪਸੇਰੀ ਭਾਜੀ ਤੇ ਪੰਜ-ਪੰਜ ਰੁਪਈਏ ਜਗਸੀਰ ਨੇ ਨਕਦ ਦਿੱਤੇ। ਅਜਿਹੀ ਹੁੱਬ ਨਾਲ ਮਰਨਾ ਅੱਜ ਤਾਈਂ, ਪਿੰਡ ਵਿਚ ਕਿਸੇ ਸੌ ਘੁਮਾਂ ਦੇ ਮਾਲਕ ਨੇ ਵੀ ਨਹੀਂ ਸੀ ਕੀਤਾ। ਏਸ ਕਰਕੇ ਲੋਕਾਂ ਨੇ ਭਾਂਤ-ਭਾਂਤ ਦੀਆਂ ਗੱਲਾਂ ਬਣਾਈਆਂ।

"ਖਬਰੈ ਸਾਲੇ ਨੂੰ ਕਿਤੋਂ ਕੜਾਹਾ ਦੱਬਿਆ ਥਿਆ ਗਿਆ।"

"ਐਨਾ ਖਰਚ ਤਾਂ ਭੈੜਿਆ, ਸਰਦੇ-ਪੁੱਜਦੇ ਘਰ ਨ੍ਹੀਂ ਝੱਲ ਸਕਦੇ।"

"ਪਿਆ ਸਾਰੀ ਉਮਰ ਲਾਹੁੰਦਾ ਫਿਰੂ!"

"ਕੱਲੀ ਜਾਨ ਸੀ, ਨਾਲੇ ਬੁੜ੍ਹੀ ਕੰਜੂਸਾਂ ਦੀ ਪੜਦਾਦੀ ਸੀ, ਸਾਰੀ ਉਮਰ ਖਬਰੈ ਕਿੰਨਾ ਕੁ ਜੋੜਿਆ ਹੋਣੈ।"

ਪਰ ਅਸਲ ਗੱਲ ਦਾ ਭੇਤ ਧਰਮ ਸਿੰਘ ਤੇ ਜਗਸੀਰ ਨੂੰ ਈ ਪਤਾ ਸੀ। ਤੇ ਤੀਜਾ ਧੰਨੋ ਨੂੰ ਜਿਸ ਓਦੂੰ ਅਗਲੇ ਦਿਨ ਈ ਭੰਤੇ ਨੂੰ, ਆੜ੍ਹਤੀਆਂ ਦੀ ਹੱਟੀਓਂ ਇਹ ਪਤਾ ਕਰਨ ਲਈ ਘੱਲ ਦਿੱਤਾ ਸੀ ਕਿ ਧਰਮ ਸਿੰਘ ਕਿੰਨੇ ਕੁ ਪੈਸੇ ਉਹਨਾਂ ਕੋਲੋਂ ਲੈ ਕੇ ਆਇਆ ਸੀ। ਜਦੋਂ ਦਿਨ ਛਿਪੇ ਭੰਤੇ ਨੇ ਧੰਨੋ ਨੂੰ ਆ ਕੇ ਦੱਸਿਆ ਕਿ ਧਰਮ ਸਿੰਘ ਆੜ੍ਹਤੀਆਂ ਤੋਂ ਸੱਤ ਸੌ ਰੁਪਈਏ ਤੋਂ ਉਤੇ ਰਕਮ ਹੱਥ-ਉਧਾਰ ਫੜ ਲਿਆਇਆ ਸੀ ਤਾਂ ਧੰਨੋ ਦੇ ਸੱਤੀਂ ਕੱਪੜੀਂ ਅੱਗ ਲੱਗ ਗਈ। ਉਹਨੂੰ ਉਹ ਵੇਲਾ ਪਤਾ ਨਹੀਂ ਕਿਵੇਂ ਆਇਆ, ਜਦੋਂ ਜਗਸੀਰ ਦੇ ਆਏ ਸਾਰੇ ਪਰਾਹੁਣਿਆਂ ਨੂੰ ਤੋਰਨ ਮਗਰੋਂ ਵਿਹਲਾ ਹੋ ਕੇ ਧਰਮ ਸਿੰਘ, ਬਾਹਰਲੇ ਘਰ ਛੱਪਰ ਹੇਠ ਆ ਕੇ ਪਿਆ। ਉਹਦੇ ਆਉਣ ਤੋਂ ਪਹਿਲਾਂ ਦੋ ਵਾਰੀ ਉਹਨੇ ਛੋਟੇ ਮੁੰਡੇ ਨੂੰ ਬਾਹਰਲੇ ਘਰ ਪਤਾ ਕਰਨ ਭੇਜਿਆ ਸੀ। ਉਸ ਅਜੇ ਮੰਜੀ 'ਤੇ ਪਿੱਠ ਮਸਾਂ ਲਾਈ ਸੀ ਕਿ ਅੱਧੀ ਰਾਤ ਨੂੰ ਈ ਭੰਤੇ ਨੂੰ ਨਾਲ ਲੈ ਕੇ ਉਹ ਹਲ਼ਕੀ ਕੁੱਤੀ ਵਾਂਗ ਧਰਮ ਸਿੰਘ ਨੂੰ ਜਾ ਪਈ। ਦੋ ਦਿਨ ਧਰਮ ਸਿੰਘ ਜਗਸੀਰ ਕੋਲ ਈ ਰਿਹਾ ਸੀ।

"ਇਹ ਤੂੰ ਰੱਖ ਕੀ ਫੜਿਐ ?" ਧਰਮ ਸਿੰਘ ਦੀ ਮੰਜੀ ਕੋਲ ਜਾ ਕੇ ਧੰਨੋ ਨੇ ਆਖਿਆ : "ਜੇ ਘਰ ਐਂ ਈ ਫੂਕਣੈਂ ਤਾਂ ਊਂ ਈ ਤੇਲ ਪਾ ਕੇ ਅੱਗ ਲਾ ਦੇ, ਛੇਤੀ ਸਿਆਪਾ ਨਿਬੜੂ!... ਐਂ ਕਾਹਨੂੰ ਲੋਕਾਂ ਨੂੰ ਖੁਆ-ਖੁਆ ਕੇ ਫੂਕਦੈਂ ?"

ਧੰਨੋ ਦਾ ਖ਼ਿਆਲ ਸੀ ਧਰਮ ਸਿੰਘ ਅਗੋਂ ਕੁਝ ਹਿਰਖ ਕੇ ਜਵਾਬ ਦੇਵੇਗਾ ਤੇ ਫੇਰ ਉਹ ਤੇ ਭੰਤਾ ਆਪਣੇ ਦਿਲਾਂ ਦੀਆਂ ਲਾਹ ਲੈਣਗੇ। ਪਰ ਉਹ ਹੈਰਾਨ ਰਹਿ ਗਈ ਜਦੋਂ ਧਰਮ ਸਿੰਘ ਚੁੱਪ ਕੀਤਾ ਇੰਜ ਪਿਆ ਰਿਹਾ ਜਿਵੇਂ ਉਹਨੂੰ ਧੰਨੋ ਦੀ ਗੱਲ ਦਾ ਕੋਈ ਚਿਤ-ਚੇਤਾ ਈ ਨਹੀਂ ਹੁੰਦਾ।

"ਹੁਣ ਤਾਂ ਬੂਥੇ 'ਚ ਇੱਟ ਅੜ-ਗੀ ਹੋਣੀ ਐਂ ?" ਹੋਰ ਤਮਕ ਕੇ ਧੰਨੋ ਬੋਲੀ, "ਜੇ ਤੇਰੇ ਅਰਗੇ ਘਰ ਦੇ ਹੋਣ ਤਾਂ ਜ਼ਰੂਰ ਉਲਾਦਾਂ ਨੂੰ ਜੈਦਾਤਾਂ ਬਣਾ ਕੇ ਦੇ ਜਾਣ।... ਤੇਰੇ

ਅਰਗਿਆਂ ਦੇ ਈ ਪੁੱਤ-ਪੋਤੇ ਮਗਰੋਂ ਜਸ ਗੌਂਦੇ ਨ੍ਹੀਂ ਥਕਦੇ ਹੁੰਦੇ ਨਾ।"

ਪਰ ਧਰਮ ਸਿੰਘ ਅਜੇ ਵੀ ਚੁੱਪ ਸੀ। ਉਹਦੀ ਚੁੱਪ ਤੋਂ ਧੰਨੋ ਨੂੰ ਵਧੇਰੇ ਖਿਝ ਚੜ੍ਹਨ ਲੱਗ ਪਈ ਸੀ। ਉਹ ਉਹਦੀ ਮੰਜੀ ਦੇ ਹੋਰ ਨੇੜੇ ਹੋ ਗਈ ਤੇ ਆਪਣੀਆਂ ਬਾਹਰ ਨਿਕਲੀਆਂ ਦੋਹਾਂ ਢਾਕਾਂ ਉਤੇ ਹੱਥ ਧਰ ਕੇ, ਖੜੋਤੀ ਫੇਰ ਬਲੀ :

"ਉਹ ਕੁੱਤੀ ਜਾਤ, ਜਿਹੜਿਆਂ ਨੇ ਸਾਰੀ ਉਮਰ ਸਾਡੇ ਪਿੰਡੇ ਤੇ ਜੂੰ ਨ੍ਹੀਂ ਛੱਡੀ, ਉਹਨਾਂ ਪਤੰਦਰਾਂ ਨੂੰ ਤਾਂ ਸੱਤ-ਸੱਤ ਸੌ ਲਿਆ ਕੇ ਦੇਵੇ, ਤੇ ਉਹ ਵੀ ਉਧਾਰ ਫੜ ਕੇ, ਤੇ ਆਵਦੇ ਜੰਮਿਆਂ ਦੀ ਬਾਤ ਨਾ ਪੁੱਛੇਂ।... ਜੇ ਤੈਂ ਏਹੋ ਖੇਹ ਅਡੌਣੀ ਐ ਤਾਂ ਦੋਹਾਂ ਪੁੱਤਾਂ ਦੇ ਗਲ਼ ਗੂਠਾ ਦੇ ਦੇ ਤੇ ਮੈਨੂੰ ਇਕ ਖਫਣੀ ਠੂਠਾ ਲਿਆ ਤੇ, ਫੜ ਕੇ ਦਰ ਦਰ ਮੰਗਦੀ ਤਾਂ ਫਿਰੂੰ-ਨਾਲੇ ਤੇਰੀ 'ਸੋਭਾ' ਹੋਊ, ਬਾਰ੍ਹੀਂ ਪਿੰਡੀਂ।"

ਸੱਤ ਸੌ ਰੁਪਈਏ ਵਾਲਾ ਭੇਤ, ਤੇ ਧੰਨੋ ਦੀ ਅਸਹਿ ਵਿਅੰਗ ਨਾਲ ਆਖੀ 'ਸੋਭਾ' ਵਾਲੀ ਗੱਲ ਨੇ ਧਰਮ ਸਿੰਘ ਦਾ ਅੰਦਰ ਛਿੱਲ ਦਿੱਤਾ ਤੇ ਉਹਦੀ ਆਤਮਾ ਧੁਰ ਅੰਦਰੋਂ, ਪਾਣੀਉਂ ਬਾਹਰ ਆਈ ਮੱਛੀ ਵਾਂਗ ਤੜਫੀ। ਉਹ ਜਿਵੇਂ ਸਾਰੇ ਜ਼ੋਰ ਨਾਲ ਚੀਕ ਕੇ ਆਖਣਾ ਚਾਹੁੰਦਾ ਸੀ "ਜਾਹ ਜਾਂਦੀ ਰਹਿ ਕੁੱਤੀਏ! ਤੇਰੀਆਂ ਬੋਟੀਆਂ ਕਰ ਦੂੰ...।' ਪਰ ਉਹਦੇ ਸੰਘ ਵਿਚ ਕੁਝ ਅੜ ਗਿਆ ਸੀ। ਅੰਦਰੋਂ ਉੱਠੀ ਪੀੜ ਰੋਮ-ਰੋਮ ਵਿੱਚ ਇਕੋ ਵਾਰ ਸੂਈਆਂ ਵਾਂਗ ਚੁਭੀ ਤੇ ਉਹਦੀ ਸਾਰੀ ਦੀ ਸਾਰੀ ਦਿਹ ਪੱਛੀ ਗਈ। ਪਰ ਜੀਭ ਫੇਰ ਵੀ ਨਾ ਹਿੱਲੀ।

"ਆ ਚੱਲੀਏ ਬੇਬੇ। ਜੇ ਇਹਨੇ ਇਹੋ ਕੁਸ਼ ਕਰਨੈਂ ਤਾਂ ਆਪਾਂ ਨੂੰ ਕਿਹੜਾ ਹੋਰ ਰਾਹ ਨਾ ਥਿਆਊ।" ਪਿਛੇ ਖੜੋਤਾ ਭੰਤਾ ਬੋਲਿਆ, "ਹੁਣ ਤਾਈਂ ਇਹਦੀ ਇੱਜ਼ਤ ਕਰਦੇ ਸੀ, ਹੁਣ ਜਦੋਂ ਸਾਨੂੰ ਕੁਸ਼ ਨ੍ਹੀਂ ਗੌਲਦਾ ਤਾਂ ਸਾਡਾ ਇਹ ਨੇੜਿਓਂ ਲੱਗਦੈ ?"

ਧਰਮ ਸਿੰਘ ਨੂੰ ਭੰਤੇ ਦੇ ਨਾਲ ਹੋਣ ਦਾ ਅਜੇ ਤਾਈਂ ਪਤਾ ਨਹੀਂ ਸੀ। ਉਹਦੀ ਆਵਾਜ਼ ਸੁਣ ਕੇ ਉਹਦੀ ਪੀੜ ਹੋਰ ਵਧ ਗਈ, ਪਰ ਬੋਲ ਉਹ ਤਾਂਹ ਵੀ ਕੁਝ ਨਾ ਸਕਿਆ।

"ਕੁਸ਼ ਲਗਦਾ ਹੁੰਦਾ ਤਾਂ ਐਂ ਕਰਦਾ ?" ਧੰਨੋ ਨੇ ਹੋਰ ਸੜ-ਭੁੱਜ ਕੇ ਆਖਿਆ। "ਜੋ ਹੋਊ ਉਹ ਕਰਾਂਗੇ ਈ, ਹੋਰ ਹੁਣ ਏਸ ਰਾਕਸ਼ ਦੇ ਆਸਰੇ ਤਾਂ ਨ੍ਹੀਂ ਰਹਾਂਗੇ, ਜਿਹੜਾ ਘਰ ਨੂੰ ਲਾਂਬੂ ਲੌਣ ਦੀ ਧਾਰੀ ਫਿਰਦੈ!"

ਤੇ ਜਦੋਂ ਧਰਮ ਸਿੰਘ ਅਜੇ ਵੀ ਨਾ ਕੂਇਆ ਤਾਂ ਧੰਨੋ ਨੇ ਕੁਝ ਦਾਬੇ ਨਾਲ ਆਖਿਆ, "ਹੁਣ ਤਾਂ ਮੱਟਰ ਬਣਿਆਂ ਪਿਐਂ, ਪਰ ਕੰਨ ਖੋਲ੍ਹ ਕੇ ਸੁਣ ਲੈ : ਜੇ ਏਹੋ ਕੁਸ਼ ਕਰਨੈ ਤਾਂ ਮੇਰੇ ਪੁੱਤਾਂ ਦੀ ਜ਼ਮੀਨ ਵੰਡ ਦੇ; ਨਾਲੇ ਵੰਡ ਮੇਰੇ ਹਿੱਸੇ ਦੀ ਬਾਕੀ ਜਿਹੜੀ ਆਵਦੀ ਚਾਰ ਘੁਮਾਂ ਤੈਨੂੰ ਆਊ, ਉਹਨੂੰ ਸਾਡੇ ਵੰਨੀਓਂ ਚਾਹੇ ਦੂਜੇ ਦਿਨ ਫੂਕ-ਦੀਂ! ਤੇ ਫੇਰ ਜਾਂਦਾ ਰਹੀਂ ਓਸੇ ਔਤਰੇ ਕੋਲ! ਦੋਹੇਂ ਕੱਠੇ ਪਕਾਇਆ ਕਰਿਓ ਤੇ ਖਾ ਛੱਡਿਆ ਕਰਿਓ। ਨਾਲੇ ਫ਼ੀਮ, ਸ਼ਰਾਬ ਤੇ ਹੋਰ ਵੈਲ ਤੈਨੂੰ ਸਖਾ-ਦੂ... ਦੋਹਾਂ ਹੰਸਾਂ ਦੀ ਜੋੜੀ ਚੰਗੀ ਰਹੂ!..."

ਜੋ ਹੋਣਾ ਸੀ ਧਰਮ ਸਿੰਘ ਨੂੰ ਉਹਦਾ ਪਤਾ ਸੀ, ਪਰ ਧੰਨੋ ਏਹੋ-ਜਿਹੀਆਂ ਭੈੜੀਆਂ ਤੇ ਵਿਅੰਗਾਤਮਕ ਗੱਲਾਂ ਵੀ ਉਹਨੂੰ ਆਖੇਗੀ, ਇਹਦਾ ਉਹਨੂੰ ਕਦੇ ਖ਼ਿਆਲ ਨਹੀਂ ਸੀ ਆਇਆ। ਧੰਨੋ ਨਾਲ ਭਾਵੇਂ ਉਹਦੀ ਚੰਗੀ ਤਰ੍ਹਾਂ ਪਹਿਲੇ ਦਿਨੋਂ ਈ ਨਹੀਂ ਸੀ ਬਣੀ, ਪਰ ਹਰ ਝਗੜੇ ਨੂੰ ਸਦਾ ਆਪਣੇ ਵਲੋਂ ਝੁਕ ਕੇ ਨਬੇੜਨ ਦੀ ਧਰਮ ਸਿੰਘ ਦੀ ਆਦਤ ਨੇ ਗੱਲ ਕਦੇ ਵਧਣ ਨਹੀਂ ਸੀ ਦਿੱਤੀ। ਹੁਣ ਜਿਹੜੀ ਇਹ ਦੁਖਦਾਈ ਹਾਲਤ ਬਣ ਗਈ ਸੀ, ਉਹ ਧਰਮ ਸਿੰਘ ਦੇ ਵੱਸੋਂ ਬਾਹਰੀ ਹੁੰਦੀ ਜਾਪਦੀ ਸੀ।

ਧਰਮ ਸਿੰਘ ਦਾ ਸਿਰ ਪਾਟਣ ਲਗ ਪਿਆ ਸੀ। ਗਲ ਉੱਕਾ ਰੁਕ ਗਿਆ ਸੀ ਤੇ ਅੱਖਾਂ ਪਥਰਾ ਗਈਆਂ ਲਗਦੀਆਂ ਸਨ। ਏਸ ਪਿਛੋਂ ਉਹਨੂੰ ਨਹੀਂ ਪਤਾ ਧੰਨੋ ਨੇ ਹੋਰ ਕੀ ਬਕੜਵਾ ਕੀਤਾ ਤੇ ਕਦੋਂ ਉਹ ਤੇ ਭੰਤਾ ਮੁੜ ਗਏ।

ਧਰਮ ਸਿੰਘ ਦਾ ਜਦੋਂ ਕੁਝ ਚਿਤ ਟਿਕਾਣੇ ਆਇਆ ਤਾਂ ਰਾਤ ਦਾ ਤੀਜਾ ਪਹਿਰ ਬੀਤ ਰਿਹਾ ਸੀ। ਨਿਆਸਰੇ ਛੱਪਰ ਹੇਠ ਪੁਰਾਣੀ ਰਜਾਈ ਵਿਚੋਂ ਸੂਈਆਂ ਵਾਂਗ ਪਾਰ-ਸਾਰ ਨਿਕਲ ਕੇ ਵਿੰਨ੍ਹਦੀ ਕਹਿਰਾਂ ਦੀ ਠੰਢ ਨਾਲ ਉਹਦੇ ਗੋਡਿਆਂ ਦੀਆਂ ਪੀੜਾਂ ਹੋਰ ਵਧ ਗਈਆਂ ਸਨ। ਉਸ ਰਜਾਈ ਵਿਚੋਂ ਮੂੰਹ ਬਾਹਰ ਕੱਢਿਆ। ਛੱਪੜ ਦੇ ਖੱਬੇ ਪਾਸਿਉਂ ਸਰ ਦੇ ਲਮਕਦੇ ਫਲਸੂੜਿਆਂ ਵਿਚੋਂ-ਦੀ ਚਮਕੀਲੇ ਦੋ ਤਾਰੇ ਦਿੱਸੇ। ਕਿੰਨਾ ਚਿਰ ਉਹਨਾਂ ਤਾਰਿਆਂ ਵਲ ਨਿਗ੍ਹਾ ਟਿਕਾ ਕੇ ਝਾਕਦਾ ਰਿਹਾ ਤੇ ਹੌਲੀ-ਹੌਲੀ, ਉਹ ਚਮਕਦੇ ਤਾਰੇ ਗੀਠਿਆਂ ਵਾਂਗ ਦਿੱਸਣ ਲਗ ਪਏ। ਫੇਰ ਕੁਝ ਚਿਰ ਪਿਛੋਂ ਉਹਨੂੰ ਇੰਜ ਜਾਪਿਆ ਜਿਵੇਂ ਉਹਦੀ ਪਿੱਠ ਵਿਚ ਅੱਗ ਵਾਂਗ ਕੁਝ ਬਲ ਰਿਹਾ ਹੋਵੇ। ਉਹ ਉੱਠ ਕੇ ਬਹਿ ਗਿਆ; ਪਰ ਬੈਠਿਆਂ ਇਹ ਸੇਕ ਹੋਰ ਵਧ ਗਿਆ। ਫੇਰ ਉਹ ਰਜਾਈ ਦੀ ਬੁੱਕਲ ਮਾਰ ਕੇ ਉਠ ਖੜੋਤਾ ਤੇ ਸੁਤੇ-ਸਿੱਧ ਈ ਪੈਰੀਂ ਜੁੱਤੀ ਪਾ ਕੇ ਤੁਰ ਪਿਆ। ਠੰਡ ਨਾਲ ਉਹਦੇ ਗੋਡੇ ਤੁਰਦੇ ਨਹੀਂ ਸਨ; ਪਰ ਉਹਨਾਂ ਵਿਚ ਹੁੰਦੀ ਪੀੜ, ਉਹਦੀ ਪਿੱਠ ਵਿਚੋਂ ਆਉਂਦੇ ਸੇਕ ਦੀ ਪੀੜ ਨਾਲੋਂ ਏਨੀ ਘੱਟ ਗਈ ਕਿ ਇਹਦਾ ਖ਼ਿਆਲ ਵੀ ਉਹਨੂੰ ਨਹੀਂ ਸੀ ਆ ਰਿਹਾ। ਉਹ ਹੌਲੀ-ਹੌਲੀ ਲੱਤਾਂ ਧਰੀਕਦਾ, ਛੱਪੜ ਕੋਲੋਂ ਦੀ ਹੋ ਕੇ ਵਿਹੜੇ ਵਾਲੇ ਪਾਸੇ ਮੁੜ ਪਿਆ।

ਰਾਤ ਸਾਂ-ਸਾਂ ਕਰ ਰਹੀ ਸੀ। ਏਡੀ ਸੰਘਣੀ ਚੁੱਪ ਧਰਮ ਸਿੰਘ ਨੇ ਆਪਣੀ ਪੰਜਾਹ ਵਰ੍ਹਿਆਂ ਦੀ ਉਮਰ ਤਾਈਂ ਕਦੇ ਵੀ ਮਹਿਸੂਸ ਨਹੀਂ ਸੀ ਕੀਤੀ। ਏਸ ਚੁੱਪ ਵਿਚ ਇਕ ਬੜੀ ਓਪਰੀ ਉਦਾਸੀ ਸੀ, ਜੋ ਏਸ ਪੋਹ-ਮਾਘ ਦੀ ਠੰਢ ਵਾਂਗ ਉਹਦੀ ਹਿੱਕ ਵਿਚ ਲਹਿ ਕੇ ਉਹਦੇ ਸਾਰੇ ਅੰਗਾਂ ਨੂੰ ਸੁੰਨ ਕਰਦੀ ਜਾਂਦੀ ਸੀ। ਉਹਨੂੰ ਆਪਣਾ ਸਾਹ ਵੀ ਰੁਕ-ਰੁਕ ਕੇ ਆਉਂਦਾ ਲਗਦਾ ਸੀ।

ਵਿਹੜੇ ਕੋਲ ਜਾ ਕੇ ਉਹ ਇਕ ਬਿੰਦ ਖੜ੍ਹੋ ਗਿਆ। ਸਿਰ ਉਤਾਂਹ ਕਰਕੇ ਉਹਨੇ ਤਰਦੀ ਜਿਹੀ ਨਿਗ੍ਹਾ ਇਹਨਾਂ ਘੋਰਨਿਆਂ ਵਰਗੇ ਕੋਠਿਆਂ ਉਤੇ ਮਾਰੀ ਤੇ ਫੇਰ ਓਵੇਂ ਨੀਵੀਂ ਪਾ ਕੇ ਮੰਡੀ ਵਾਲੀ ਪਹੀ ਵਲ ਭਉਂ ਗਿਆ।

ਤੇਰਾਂ

ਨੰਦੀ ਦੇ ਮਰਨੇ ਤੋਂ ਪਿਛੋਂ ਜਗਸੀਰ ਜਿੱਧਰੋਂ ਦੀ ਲੰਘਦਾ ਉਹਨੂੰ ਲੋਕ ਹਾਲ ਚਾਲ ਪੁੱਛ ਲੈਂਦੇ। ਨੰਦੀ ਦੀ ਬੀਮਾਰੀ ਦੀਆਂ ਤੇ ਉਹਦੇ ਨਿੱਘੇ, ਕੂੰਨੇ ਸੁਭਾ ਵਾਲੀ ਸੁਹਿਰਦ ਬੁੱਢੀ ਹੋਣ ਦੀਆਂ ਸਿਫ਼ਤਾਂ ਕਰਦੇ। ਜਗਸੀਰ ਨੇ ਦੋਂਹ-ਚਹੁੰ ਦੇ ਮੂੰਹੋਂ ਤਾਂ ਆਪਣੀ ਮਾਂ ਦੀ ਇਹ ਮਹਿਮਾ ਸੁਣੀ ਤੇ ਫੇਰ ਉਹਨੂੰ ਇਸ ਤੋਂ ਕੁਝ ਅਜਿਹੀ ਸੰਗ ਆਉਣ ਲੱਗ ਪਈ ਕਿ ਮੁੜ ਉਹ ਦੋ ਤਿੰਨ ਤਿੰਨ ਦਿਨ ਘਰੋਂ ਈ ਨਾ ਨਿਕਲਿਆ।

ਜਿੰਨੇ ਦਿਨ ਨੰਦੀ ਦਾ ਸੱਥਰ ਵਿਛਿਆ ਰਿਹਾ, ਓਨੇ ਦਿਨ ਰੌਣਕੀ ਆ ਕੇ ਜਗਸੀਰ ਨਾਲ ਸਾਰੀਆਂ ਕਾਣਾਂ-ਮਕਾਣਾਂ ਨੂੰ ਸਾਂਭਦਾ ਰਿਹਾ ਸੀ। ਮਰਨੇ ਦਾ ਕੰਮ ਮੁੱਕਣ ਪਿੱਛੋਂ ਉਹਦੀ ਤਬੀਅਤ ਵੀ ਕੁਝ ਢਿੱਲੀ ਹੋ ਗਈ ਸੀ ਤੇ ਇਕ ਦੋ ਦਿਨ ਉਹ ਮੰਜੀ ਉਤੇ ਵੀ ਪਿਆ ਰਿਹਾ ਸੀ। ਅਗਲੇ ਦਿਨ ਰੌਣਕੀ ਦਾ ਖ਼ਿਆਲ ਸੀ ਕਿ ਜਗਸੀਰ ਜ਼ਰੂਰ ਉਹਨੂੰ ਮਿਲਣ ਆਏਗਾ। ਉਹ ਆਥਣ ਤਾਈਂ ਉਹਨੂੰ ਉਡੀਕਦਾ ਰਿਹਾ, ਪਰ ਜਦੋਂ ਉਹ ਨਾ ਆਇਆ ਤਾਂ ਆਥਣੇ ਰੌਣਕੀ ਆਪ ਓਧਰ ਨੂੰ ਤੁਰ ਪਿਆ।

"ਕਿਵੇਂ ਐਂ, ਸਰੀਰ ਤਾਂ ਤਕੜੈ ?" ਰੌਣਕੀ ਨੇ ਪੁੱਛਿਆ।

"ਆ ਰੌਣਕਾ!" ਜਗਸੀਰ ਨੂੰ ਜਿਵੇਂ ਚਾਹ ਜਿਹਾ ਚੜ੍ਹ ਗਿਆ। "ਸਰੀਰ ਤਾਂ ਤਕੜਾ ਈ ਐ, ਐਵੇਂ ਘਰੋਂ ਨਿਕਲਣ ਨੂੰ ਚਿੱਤ ਈ ਨ੍ਹੀਂ ਮੰਨਿਆਂ।"

"ਹੁੰਦਾ ਈ ਐ," ਰੌਣਕੀ ਨੇ ਬਜ਼ੁਰਗਾਂ ਵਾਲੀ ਆਵਾਜ਼ ਵਿਚ ਜਵਾਬ ਦਿਤਾ। "ਜਦੋਂ ਵੱਲ ਨਾਲੋਂ ਚੂੰਆਂ ਟੁੱਟੇ ਤਾਂਹ ਵੀ ਪਾਣੀ ਨਿਕਲਦੈ, ਤੇ ਬੰਦਾ... ਤੂੰ ਸਿਆਣੈਂ, ਕਿਥੇ ਥਿਔਂਦੈ। ਅੱਛਾ ਉਹਦੀ ਰਜ਼ਾ, ਆਪਣਾ ਕੋਈ ਜ਼ੋਰ ਐ, ਡਾਢੇ ਮੂਹਰੇ!"

ਜਗਸੀਰ ਨੇ ਅੱਗੋਂ ਕੋਈ ਮੋੜ ਨਾ ਦਿਤਾ। ਬਿੰਦ ਕੁ ਉਹ ਦੋਵੇਂ ਚੁੱਪ ਕਰੇ ਰਹੇ ਤੇ ਜਗਸੀਰ ਨੂੰ ਜਾਪਿਆ ਰੌਣਕੀ ਦਾ ਚਿਹਰਾ ਗੰਭੀਰ ਹੋ ਗਿਆ ਸੀ, ਪਰ ਓਸੇ ਪਲ ਰੌਣਕੀ ਨੇ ਆਪਣੀਆਂ ਚੂਹੇ ਮੁੱਛਾਂ ਉਤੇ ਹੱਥ ਫੇਰਿਆ ਤੇ ਬੋਲਿਆ :

"ਤੇ ਸੱਚ ਰੋਟੀ ਰਾਟੀ ?"

"ਭੁੱਖ ਈ ਨ੍ਹੀਂ ਲੱਗੀ।"

"ਹੇ-ਖਾਂ, ਕਮਲ਼ਾ!" ਉਹਨੂੰ ਨਿਆਣਿਆਂ ਵਾਂਗ ਝਿੜਕ ਕੇ ਰੌਣਕੀ ਨੇ ਹੱਥ ਮਾਰਦਿਆਂ ਆਖਿਆ, "ਅੰਨ ਦੀ ਦਿਹ ਐ; ਐਂ ਕਿਤੇ ਗਏ ਮੁੜ ਔਂਦੇ ਐ ? ਜਿਊਂਦਿਆਂ ਜੀਆਂ ਤੋਂ ਕੁਸ ਨ੍ਹੀਂ ਛੱਡਿਆ ਜਾਂਦਾ, ਜਗਸਿਆ! ਮੈਂ ਲਿਔਨੈ ਰੋਟੀ; ਆਵਦੀਆਂ ਵੀ ਪਕੌਣੀਐਂ, ਦੋ ਤੇਰੀਆਂ ਲਾਹ ਲੂੰ।"

ਜਗਸੀਰ ਨੂੰ ਰੌਣਕੀ ਦੇ ਅਪਣੱਤ ਅੱਗੇ ਕੋਈ ਗੱਲ ਨਾ ਅਹੁੜੀ।

"ਸੱਚ ਇਕ... ਮੈਂ ਤਾਂ ਭੁੱਲ ਈ ਗਿਆ", ਤੁਰਨ ਲੱਗਿਆਂ ਰੁਕ ਕੇ ਰੌਣਕੀ ਨੇ ਬਹੁਤ ਈ ਹੌਲੀ ਦੇਣੇ ਆਖਿਆ, "ਭਾਨੀ ਆਂਹਦੀ ਸੀ, 'ਉਹਨੂੰ ਆਖੀਂ ਕਿਤੇ ਖੜਾ ਖੜੋਤਾ ਗੇੜਾ ਮਾਰ-ਜੇ। ਓਦਰਿਆ ਹੋਣੈਂ, ਐਨੇ 'ਚ ਚਿੱਤ ਹੌਲਾ ਹੋ ਜਾਂਦੈ ਬੰਦੇ ਦਾ।"

ਫੇਰ ਉਹ ਬਿੰਦ ਕੁ ਚੁੱਪ ਕੀਤਾ ਰਿਹਾ ਤੇ ਉਹਦੀਆਂ ਨਿੱਕੀਆਂ ਅੱਖਾਂ ਵਿਚੋਂ ਜਗਸੀਰ ਨੂੰ ਬਿੱਲੀ ਦੀਆਂ ਅੱਖਾਂ ਵਰਗੀ ਲੋਅ ਫੁਟਦੀ ਜਾਪੀ। ਬਿੰਦ ਦਾ ਬਿੰਦ ਉਹ ਓਵੇਂ ਖੜੋਤਾ ਆਪਣੀ ਖੋਦੀ ਦਾੜ੍ਹੀ ਦੇ ਵਿਰਲੇ ਵਾਲਾਂ ਨੂੰ ਸੱਜੇ ਹੱਥ ਦੀਆਂ ਉਂਗਲਾਂ ਨਾਲ

ਟੋਂਹਦਾ ਰਿਹਾ ਤੇ ਫੇਰ ਜਗਸੀਰ ਵੱਲ ਥੋੜ੍ਹਾ ਝੁਕਦਿਆਂ ਬੜੀ ਧੀਮੀ ਆਵਾਜ਼ ਵਿਚ ਬੋਲਿਆ:-

"ਜਾ ਆਈਂ, ਮਿਲ ਗਿਲ ਕੇ ਬੰਦੇ ਦਾ ਦੁੱਖ ਅੱਧਾ ਰਹਿ ਜਾਂਦੈ। ਚੰਗਾ ਮੈਂ ਚਲਦੈਂ। ਘਰੇ ਰਹੀਂ, ਮੈਂ ਰੋਟੀ ਲੈ ਕੇ ਬਸ ਹੁਣੇ ਆਇਆ ਸਮਝ।"

ਤੇ ਜਦੋਂ ਰੌਣਕੀ ਚਲਾ ਗਿਆ, ਜਗਸੀਰ ਨੂੰ ਕੋਠੜੀ ਦੇ ਅੰਦਰ ਬਹੁਤਾ ਈ ਹਨੇਰਾ ਜਾਪਿਆ। ਉਸ ਚਾਰ-ਚੁਫੇਰੇ ਨਿਗ੍ਹਾ ਮਾਰੀ। ਉਹਨੂੰ ਟੰਗਣੇ ਉਤੇ ਟੰਗੀਆਂ ਦੋ ਤਿੰਨ ਪਾਟੀਆਂ-ਪੁਰਾਣੀਆਂ ਰਜਾਈਆਂ ਤੇ ਜੁੱਲੀਆਂ ਦੇ ਅਕਾਰ ਕੁਝ ਡਰਾਉਣੇ ਲੱਗੇ। ਹੌਲੀ ਦੇਣੇ ਉਠ ਕੇ ਉਹ ਦੀਵਾ ਬਾਲਣ ਲਈ ਡੱਬੀ ਲੱਭਣ ਲਗ ਪਿਆ। ਪਰ ਡੱਬੀ ਨਾ ਥਿਆਈ। ਜਗਸੀਰ ਨੇ ਕੋਠੜੀ ਵਿਚੋਂ ਬਾਹਰ ਨਿਕਲ ਕੇ ਵੇਖਿਆ ਅਜੇ ਪੂਰੀ ਤਰ੍ਹਾਂ ਹਨੇਰਾ ਨਹੀਂ ਸੀ ਹੋਇਆ, ਛਿਪਦੇ ਵਾਲੇ ਪਾਸੇ, ਅਸਮਾਨ ਉਤੇ ਮਾੜੀ-ਮਾੜੀ ਲੋਅ ਅਜੇ ਦਿਸਦੀ ਸੀ। ਬਿੰਦ ਕੁ ਉਹ ਕੋਠੜੀ ਦੇ ਬੂਹੇ ਅਗੇ ਖੜੋਤਾ ਰਿਹਾ ਤੇ ਫੇਰ ਬਾਹਰ ਨੂੰ ਤੁਰ ਪਿਆ। ਬੂਹਾ ਭੇੜਨ ਦਾ ਖ਼ਿਆਲ ਵੀ ਉਹਨੂੰ ਨਹੀਂ ਸੀ ਆਇਆ।

ਜਦੋਂ ਪਿੰਡੋਂ ਬਾਹਰ, ਮੰਡੀ ਵਾਲੀ ਪਹੀ ਪੈ ਕੇ ਉਹ ਛਪੜੀ ਕੋਲ ਅੱਪੜਿਆ ਤਾਂ ਚਾਣਚੱਕ ਇੰਜ ਖੜੋ ਗਿਆ ਜਿਵੇਂ ਕੁਝ ਭੁੱਲ ਆਇਆ ਹੋਵੇ। ਉਸ ਮੁੜ ਕੇ ਪਿਛਾਂਹ ਤੱਕਿਆ, ਹਨੇਰਾ ਵਧਣ ਕਰਕੇ ਪਿੰਡ ਦੇ ਕੋਠੇ ਮਨ੍ਹਿਆਂ ਵਾਂਗ ਦਿੱਸੇ। ਖੱਬੇ ਪਾਸੇ ਛਪੜੀ ਸੀ ਤੇ ਸੱਜੇ ਪਾਸੇ ਬਰਮਾ ਵਾਲਿਆਂ ਦੀ ਕਣਕ, ਝੱਲ ਦਾ ਝੱਲ, ਲਕ-ਲਕ ਤਾਈਂ ਹੋਈ ਇੰਜ ਪੱਧਰੀ ਦਿਸਦੀ ਸੀ ਜਿਵੇਂ ਉਤੋਂ ਕਿਸੇ ਨੇ ਕੈਂਚੀ ਨਾਲ ਕਤਰ ਕੇ ਬਰਾਬਰ ਕੀਤੀ ਹੋਵੇ। ਜਗਸੀਰ ਨੇ ਕਣਕ ਦੇ ਉੱਤੋਂ ਦੀ ਦੂਰ ਤਾਈਂ ਨਿਗ੍ਹਾ ਮਾਰੀ ਤੇ ਫੇਰ ਛਪੜੀ ਵਲ ਝਾਕਣ ਲਗ ਗਿਆ। ਛਪੜੀ ਵਿਚ ਥੱਲ ਥੱਲੇ, ਥੋੜ੍ਹਾ ਜਿੰਨਾ ਪਾਣੀ ਸੀ, ਜਿਵੇਂ ਕੌਲੇ ਵਿਚ ਬਚਿਆ ਕਾਹੜਾ ਰਹਿ ਗਿਆ ਹੋਵੇ। ਪਾਣੀ ਬੜਾ ਗੰਧਲਾ ਸੀ, ਪਰ ਇਹਦੇ ਵਿਚੋਂ ਵੀ ਤਾਰਿਆਂ ਦੇ ਪਰਛਾਵੇਂ ਦਿਸਦੇ ਸਨ।

ਜਗਸੀਰ ਨੂੰ ਇਹ ਸਭੋ ਕੁਝ ਬੜਾ ਓਪਰਾ-ਓਪਰਾ ਲੱਗਿਆ। ਏਥੇ ਖੜੋਤਿਆਂ ਉਹਦੇ ਮਨ ਵਿਚ ਕਈ ਉਤਰਾ-ਚੜ੍ਹਾ, ਪਲਾਂ ਵਿਚ ਆ ਗਏ ਸਨ ਜਿਵੇਂ ਉਹ ਚੰਡੋਲ ਉਤੇ ਚੜ੍ਹਿਆ ਹੋਇਆ ਹੋਵੇ : ਹੇਠ ਆਉਂਦਾ ਤਾਂ ਸਾਹ ਉਤਾਂਹ ਖਿੱਚ ਲੈਂਦਾ; ਉਤਾਂਹ ਚੜ੍ਹਦਾ ਤਾਂ ਉਹਦੀ ਹਿੱਕ ਭਾਰੀ-ਭਾਰੀ ਹੁੰਦੀ ਜਾਂਦੀ।... ਤੇ ਫੇਰ ਉਹ ਓਥੋਂ ਚੁੱਪ ਕਰਕੇ ਪਿੰਡ ਵੱਲ ਮੁੜ ਪਿਆ। ਮਨ ਵਿਚ ਆਉਂਦੇ ਉਤਰਾ-ਚੜ੍ਹਾ ਕਰਕੇ ਉਹਦਾ ਸਿਰ ਭਾਰਾ-ਭਾਰਾ ਹੋਇਆ ਲਗਦਾ ਸੀ।

ਪਿੰਡ ਦੇ ਨੇੜੇ ਆ ਕੇ ਉਹ ਫਿਰਨੀ ਪੈ ਗਿਆ ਤੇ ਵੱਡੇ ਛੱਪੜ ਕੋਲੋਂ-ਦੀ ਹੋ ਕੇ ਧਰਮ ਸਿੰਘ ਤੇ ਬਾਹਰਲੇ ਘਰ ਨੂੰ ਤੁਰ ਪਿਆ। ਨੇੜੇ ਆ ਕੇ, ਨਿੱਕੀ ਨਿੱਕੀ ਵਾੜ ਉਤੋਂ ਦੀ ਉਹਨੇ ਛੱਪਰ ਹੇਠਾਂ ਨਿਗ੍ਹਾ ਮਾਰੀ, ਓਥੇ ਕੋਈ ਨਾ ਦਿੱਸਿਆ। ਇਕ ਵਾਰੀ ਉਹਦਾ ਦਿਲ ਧੜਕਿਆ, ਪਰ ਫੇਰ ਉਹ ਨੀਵੀਂ ਪਾ ਕੇ ਅਗਾਂਹ ਤੁਰ ਪਿਆ।

ਪਿੰਡ ਦੇ ਉਤੋਂ-ਉਤੋਂ-ਦੀ ਹੋ ਕੇ ਨਿੱਕੇ ਕੀ ਗਲ਼ੀ ਜਾ ਪਿਆ। ਉਹਨਾਂ ਦੇ ਬੂਹੇ ਅਗੇ ਜਾ ਕੇ ਉਹਦੇ ਪੈਰ ਜਿਵੇਂ ਆਪਣੇ ਆਪ ਰੁਕ ਗਏ, ਪਰ ਗਲ਼ੀ ਦੇ ਵਿਚਕਾਰੋਂ ਬੂਹੇ ਤਕ, ਕੁੱਲ ਦੋ ਕਰਮਾਂ ਦੀ ਵਿੱਥ ਉਹਤੋਂ ਖਾਸੇ ਚਿਰ ਵਿਚ ਪਾਰ ਕੀਤੀ ਗਈ। ਮਿਣ-ਮਿਣ ਪੈਰ ਧਰਦਾ, ਉਹ ਇੰਜ ਬੂਹੇ ਦੇ ਨੇੜੇ ਹੋਇਆ ਜਿਵੇਂ ਭੁੱਬਲ ਉਤੇ ਤੁਰਦਾ ਹੋਵੇ। ਬੂਹੇ ਦੇ ਨੇੜੇ ਹੁੰਦਿਆਂ ਅੰਦਰੋਂ ਦੀਵੇ ਦੀ ਲੋਅ ਦਿੱਸੀ ਤੇ ਨਾਲੇ ਨਿਆਣਿਆਂ ਦਾ ਰੌਲਾ ਸੁਣਿਆਂ। ਉਹਦੇ ਹੋਠਾਂ ਉਤੇ ਇਕ ਬਿੰਦ ਮੁਸਕਾਨ ਆਈ ਤੇ ਫੇਰ ਡੂੰਘਾ ਸਾਹ ਖਿਚ ਕੇ ਜਦੋਂ ਛੱਡਿਆ ਤਾਂ ਨਾਲ ਦੀ ਨਾਲ ਉਹਦੇ ਚਿਹਰੇ ਦਾ ਪ੍ਰਭਾਵ ਬਦਲ ਕੇ ਗੰਭੀਰ ਹੋ ਗਿਆ।

88

"ਕੁੜੇ ਨਿੱਕੇ ਦੀ ਬਹੂ!... ਨੀ ਮੇਲੋ ਦੀ ਬੇਬੇ!"

ਜਗਸੀਰ ਨੂੰ, ਉੱਚੀ ਉੱਚੀ ਆਵਾਜ਼ਾਂ ਮਾਰਦੀ, ਨਿੱਕੇ ਕੇ ਗੁਆਂਢੀ ਕਾਕੇ ਦੀ ਤੀਵੀਂ ਦੀ ਆਵਾਜ਼ ਸੁਣੀਂ ਤੇ ਫੇਰ ਉਹਦੇ ਗੰਭੀਰ ਚਿਹਰੇ ਦਾ ਰੰਗ ਗ੍ਹਿਣੇ ਚੰਦ ਵਾਂਗ ਧੁਆਂਖਿਆ ਗਿਆ। ਬੂਹੇ ਦੇ ਐਨ ਕੋਲੋਂ ਉਹ ਇੰਜ ਪਿਛਾਂਹ ਮੁੜਿਆ ਜਿਵੇਂ ਉਹਦਾ ਪੈਰ ਅੰਗਿਆਰਾਂ ਤੇ ਟਿਕ ਗਿਆ ਹੋਵੇ ਤੇ ਓਥੋਂ ਸਿੱਧਾ ਘਰ ਆ ਗਿਆ।

"ਤੂੰ ਸਾਰੇ ਬਾਰ ਚੌੜ-ਚਪੱਟ ਕਰਕੇ ਕਿੱਧਰ ਉਠ ਗਿਆ ਸੀ ?" ਕੋਠੜੀ ਵਿਚ ਦੀਵਾ ਜਗਾਈ ਬੈਠੇ ਰੌਣਕੀ ਨੇ ਉਹਨੂੰ ਬੂਹੇ ਵੜਦਿਆਂ ਵੇਖ ਕੇ ਆਖਿਆ, "ਮੈਨੂੰ ਪਹਿਰ ਭਰ ਹੋ ਗਿਆ ਅਡੀਕਦੇ ਨੂੰ।"

ਪਰ ਜਗਸੀਰ ਬਿਨਾਂ ਕੁਝ ਬੋਲੇ ਮੰਜੀ ਉਤੇ ਬਹਿ ਗਿਆ।

"ਲੈ ਪਹਿਲਾਂ ਰੋਟੀ ਖਾ ਲੈ," ਰੋਟੀਆਂ ਵਾਲਾ ਪੋਣਾ ਉਹਦੇ ਮੂਹਰੇ ਧਰਦਿਆਂ ਰੌਣਕੀ ਬੋਲਿਆ, "ਫੇਰ ਸਾਰੀ ਰਾਤ ਆਪਣੀ ਈ ਐ।"

"ਰੋਟੀ ਦੀ ਤਾਂ ਰੌਣਕਾ ਜਮਾਂ ਭੁੱਖ ਨ੍ਹੀਂ।" ਜਗਸੀਰ ਨੇ ਹੌਲੀ ਦੇਣੇ ਜੁਆਬ ਦਿਤਾ ਤੇ ਮੰਜੀ ਉਤੇ ਲੰਮਾ ਪੈ ਗਿਆ।

"ਹੇ-ਖਾਂ!" ਰੌਣਕੀ ਨੇ ਉਹਨੂੰ ਬਾਹੋਂ ਫੜ ਕੇ ਬੈਠਾ ਕਰਦਿਆਂ ਆਖਿਆ। "ਭੈੜਿਆ ਕੀ ਜੁਆਕਾਂ ਆਲ਼ੀਆਂ ਗੱਲਾਂ ਕਰਦੈਂ ? ਐਂ ਰੋਟੀ ਛੱਡਿਆਂ ਪੂਰੀਆਂ ਪੈਂਦੀਆਂ ਹੁੰਦੀਐਂ, ਭਲਾ ?"

ਜਗਸੀਰ ਬੇ-ਵੱਸ ਜਿਹਾ ਹੋਇਆ ਉੱਠ ਕੇ ਬਹਿ ਗਿਆ। ਰੌਣਕੀ ਰੋਟੀਆਂ ਉਸ ਅੱਗੇ ਰਖ ਕੇ ਬਾਹਰੋਂ ਪਾਣੀ ਦਾ ਕੌਲਾ ਭਰਨ ਚਲਾ ਗਿਆ। ਬਿੰਦ ਦਾ ਬਿੰਦ ਜਗਸੀਰ ਵਿੰਗੀਆਂ ਤੇ ਕੱਚੀਆਂ-ਪਿੱਲੀਆਂ ਰੋਟੀਆਂ ਵਲ ਵੇਂਹਦਾ ਰਿਹਾ ਤੇ ਫੇਰ ਵੱਡੀਆਂ-ਵੱਡੀਆਂ ਬੁਰਕੀਆਂ ਤੋੜ ਕੇ ਮੂੰਹ ਵਿਚ ਤੁੰਨਣ ਲਗ ਪਿਆ। ਸਿਰ ਨੀਵਾਂ ਕਰੀ ਪਾਣੀ ਦੀਆਂ ਘੁੱਟਾਂ ਨਾਲ ਜਦੋਂ ਉਸ ਇਕ ਰੋਟੀ ਨਿਘਾਰ ਲਈ ਤਾਂ ਬਾਕੀ ਦੀਆਂ ਪੋਣੇ ਵਿਚ ਵਲ੍ਹੇਟ ਕੇ, ਦੀਵੇ ਦੇ ਮਗਰ ਆਲ਼ੇ ਵਿਚ ਰਖਦਿਆਂ ਉਸ ਆਖਿਆ :

"ਆਹ ਤੜਕੇ ਖਾ-ਲੂੰ, ਹੁਣ ਤਾਂ ਅਗਲੀ ਈ..."

"ਵਾਹ ਬਈ ਵਾਹ!" ਕੁਝ ਗੁੱਸੇ ਤੇ ਕੁਝ ਰੋਸ ਨਾਲ ਰੌਣਕੀ ਨੇ ਉਹਦੀ ਗੱਲ ਵਿਚੋਂ ਈ ਟੋਕਦਿਆਂ ਆਖਿਆ, "ਤੂੰ ਤਾਂ ਸੱਚੀਂ ਜਾਰ ਨਿਆਣਿਆਂ ਨਾਲੋਂ ਵੀ ਟਪਾ 'ਤੀ!"

ਪਰ ਜਗਸੀਰ ਨੇ ਉਹਦੀ ਗੱਲ ਵੱਲ ਧਿਆਨ ਕੀਤੇ ਬਿਨਾਂ ਮੁੜ ਮੰਜੀ ਉਤੇ ਪੈਂਦਿਆਂ ਕਿਹਾ, "ਅੱਜ ਰੌਣਕਾ ਤੂੰ ਮੇਰੇ ਕੋਲੇ ਈ ਪੈ ਜਾ; ਗੱਲਾਂ ਕਰਾਂਗੇ।"

"ਲੈ ਐਥੇ ਪੈ ਜਾਨੈਂ; ਓਥੇ ਕੀ ਆਪਣੀਆਂ ਮੋਹਰਾਂ ਦੱਬੀਐਂ, ਬਈ ਰਾਖੀ ਪੈਣਾ ਪਊ।" ਰੌਣਕੀ ਨੇ ਜੁਆਬ ਦਿੱਤਾ ਤੇ ਖੂੰਜੇ ਖੜੀ ਮੰਜੀ ਡਾਹ ਕੇ ਤਸੱਲੀ ਨਾਲ ਬਹਿ ਗਿਆ। ਰੌਣਕੀ ਦੇ ਚਿੱਤ ਨੂੰ ਅੱਜ ਜਿਵੇਂ ਵਰ੍ਹਿਆਂ ਮਗਰੋਂ ਇਕ ਖੁਸ਼ੀ ਜਿਹੀ ਹੋਈ ਸੀ। ਜਦੋਂ ਦੀ ਸੰਤੋ ਗਈ ਸੀ ਉਹਨੂੰ ਅਜਿਹੀ ਤਸੱਲੀ ਭਰੀ ਖੁਸ਼ੀ ਕਦੇ ਨਹੀਂ ਸੀ ਹੋਈ।

"ਜਗਸਿਆ, ਬੰਦੇ ਦਾ ਬੰਦਾ ਈ ਦਾਰੂ ਐ।" ਟੰਗਣੇ ਉਤੋਂ ਇਕ ਜੁੱਲੀ ਚੁੱਕ ਕੇ ਮੰਜੀ ਤੇ ਸੁਟਦਿਆਂ ਰੌਣਕੀ ਬੋਲਿਆ, "ਕੱਲਾ ਬੰਦਾ ਤਾਂ ਊਂ ਓਦਰ ਕੇ ਮਰ-ਜੇ।"

"ਹੂੰ।" ਜਗਸੀਰ ਨੇ ਉਹਦੇ ਨਾਲ ਸੰਖੇਪ 'ਹਾਂ' ਮਿਲਾਈ ਤੇ ਜਦੋਂ ਟੰਗਣੇ ਤੋਂ ਰਜਾਈ ਲਾਹ ਕੇ ਰੌਣਕੀ ਉਤੇ ਲੈ ਕੇ ਪਿਆ ਤਾਂ ਜਗਸੀਰ ਨੇ ਹੌਲੀ ਦੇਣੇ ਪੁੱਛਿਆ, "ਹੁਣ ਰੌਣਕਾ ਕਦੇ ਸੰਤੋ ਫੇਰ ਯਾਦ ਨ੍ਹੀਂ ਆਈ ?"

ਰੌਣਕੀ ਇਕ ਬਿੰਦ ਤਾਂ ਚੁੱਪ ਕਰ ਗਿਆ, ਪਰ ਫੇਰ ਉਭੜਵਾਹਾ ਈ ਬੋਲਿਆ,

"ਜਾਦ ਆ ਛੱਡ ਕਦੇ-ਕਦੇ ਤਾਂ...!" ਤੇ ਬੋਲਦਿਆਂ-ਬੋਲਦਿਆਂ ਬਿੰਦ ਕੁ ਉਹ ਫੇਰ ਰੁਕਿਆ; ਤੇ ਇਸ ਪਿਛੋਂ ਏਡੀ ਕਾਹਲੀ ਕਾਹਲੀ ਬੋਲਣ ਲਗ ਪਿਆ ਕਿ ਜਗਸੀਰ ਨੂੰ ਉਹਦੀ ਪੂਰੀ ਗੱਲ ਚੰਗੀ ਤਰ੍ਹਾਂ ਸਮਝ ਵੀ ਨਾ ਆਈ। "ਸੰਤੋ ਦੇ ਕੀ-ਕੀ ਦੁੱਖ ਫਰੋਲਦੈਂ ਜਗਸਿਆ, ਮਾਰ ਕੇ ਸਿਟ-ਗੀ ਤਬਾਹ ਕਰ ਕੇ ਧਰ-ਗੀ,ਕੱਖ ਨ੍ਹੀਂ ਛਡਿਆ ਵਹਿਲ ਨੇ ਉਹਦੇ ਹਿਜਰ ਨੇ ਤਾਂ, ਪਿੱਤਾ ਈ ਸਾੜ 'ਤਾ ਜਗਸਿਆ, ਮੇਰਾ ਰਹਿਣ ਕੀ ਦਿੱਤੈ!..."

ਜਗਸੀਰ ਨੂੰ ਇੰਜ ਜਾਪਿਆ ਜਿਵੇਂ ਰੌਣਕੀ ਦੇ ਅੰਦਰ, ਪੂਰੀ ਤਰ੍ਹਾਂ ਪੱਕੇ ਫੋੜੇ ਵਿਚ ਉਹ ਸੂਈ ਚੁਭੋ ਬੈਠਾ ਹੋਵੇ। ਉਹਦਾ ਖ਼ਿਆਲ ਸੀ ਸਾਧਾਰਨ ਵਾਂਗ ਰੌਣਕੀ ਸੰਤੋ ਦੀ ਗੱਲ ਹਾਸੇ ਪਾ ਲਏਗਾ। ਪਰ ਜਦੋਂ ਰੌਣਕੀ ਦਾ ਚਿਹਰਾ ਉਹਨੇ ਗਹੁ ਨਾਲ ਤੱਕਿਆ ਤਾਂ ਉਹਦੀਆਂ ਚੂਹੇ-ਮੁੱਛਾਂ ਫਰਕ ਰਹੀਆਂ ਸਨ, ਤੇ ਖੋਦੀ ਦਾੜ੍ਹੀ ਦੇ ਵਿਰਲੇ ਵਾਲਾਂ ਵਿਚ ਫਿਰਦੀਆਂ ਸਾਰੀਆਂ ਉਂਗਲਾਂ ਦੀਵੇ ਦੀ ਲੋਅ ਵਾਂਗ ਪਈਆਂ ਕੰਬਦੀਆਂ ਸਨ। ਜਗਸੀਰ ਕੁਝ ਚਿਰ ਉਹਦੇ ਵੱਲ ਇੰਜ ਵੇਂਹਦਾ ਰਿਹਾ ਜਿਵੇਂ ਉਹਦੇ ਅੰਦਰਲਾ ਫੋੜਾ ਛੇੜ ਕੇ ਪਛਤਾ ਰਿਹਾ ਹੋਵੇ।

"ਕਦੇ-ਕਦੇ ਮੈਂ ਐਂ ਸੋਚਦੈਂ ਜਗਸਿਆ", ਰੌਣਕੀ ਗੰਭੀਰ ਮੂੰਹ ਬਣਾ ਕੇ ਛੱਤ ਵਲ ਨਿਗ੍ਹਾ ਗੱਡ ਕੇ ਝਾਕਦਿਆਂ ਫੇਰ ਬੋਲਿਆ, "ਬਈ ਜੇ ਆਪਣੇ ਵਰਗੇ ਬੰਦਿਆਂ ਨਾਲ ਰੱਬ ਨੇ ਏਵੇਂ ਕਰਨੀ ਸੀ ਤਾਂ...ਤਾਂ... ਕੋਈ ਚਿੜੀ ਜਨੌਰ ਦੀ ਜੂਨ ਈ ਪਾ ਦਿੰਦਾ!"

ਤੇ ਚਿੜੀ ਜਨੌਰਾਂ ਦੇ ਜੀਵਨ ਵਾਲੀ ਖੁੱਲ੍ਹ ਦੀ ਕਲਪਨਾ ਕਰਦਿਆਂ ਈ ਰੌਣਕੀ ਨੂੰ ਜਿਵੇਂ ਅੱਗੋਂ ਮੋੜਵਾਂ ਬੜਾ ਕਰੜਾ, ਪੱਥਰ ਵਰਗਾ ਇਹ ਖ਼ਿਆਲ ਆਇਆ : 'ਏਡੀ ਖੁੱਲ੍ਹ ਮਿਲ ਕਿਵੇਂ ਸਕਦੀ ਐ ?' ਤੇ ਨਾਲ ਦੀ ਨਾਲ ਉਹਦੀ ਕਲਪਨਾ ਗੜੇ ਵਾਂਗ ਬੁੜ੍ਹਕ ਕੇ ਭੁੰਜੇ ਜਾ ਡਿੱਗੀ। ਉਹ ਚੁੱਪ ਕਰ ਗਿਆ।

ਜਗਸੀਰ ਨੇ ਰੌਣਕੀ ਨੂੰ ਸਿਰਫ਼ ਗੱਲੀਂ ਪਾਉਣ ਲਈ ਈ ਛੇੜਿਆ ਸੀ। ਉਹ ਰੌਣਕੀ ਦੇ ਬੋਲ-ਬੁਲਾਰੇ ਵਿਚ ਆਪਣੇ ਮਨ ਦੀ ਉਲਝਵੀਂ ਹਾਲਤ ਨੂੰ ਭੁੱਲਣਾ ਚਾਹੁੰਦਾ ਸੀ। ਪਰ ਜਦੋਂ ਉਹਨੇ ਵੇਖਿਆ ਕਿ ਰੌਣਕੀ ਵੀ ਉਹਦੇ ਵਾਂਗ ਈ ਆਪਣੇ ਵਹਿਣਾਂ ਵਿਚ ਵਹਿ ਚੱਲਿਆ ਸੀ ਤਾਂ ਉਸੇ ਉਦਾਸੀ ਨੇ ਮੁੜ ਉਹਦੇ ਉਤੇ ਕਾਬੂ ਪਾ ਲਿਆ।

"ਬੰਦਿਆ ਤੇਰੀਆਂ ਦੱਸ ਦੇਹੀਆਂ,
ਇੱਕੋ ਗਈ ਵਿਹਾ, ਨੌਂ ਕਿਧਰ ਗਈਆਂ।"

ਰੌਣਕੀ ਪਿਆ-ਪਿਆ ਆਪ ਮੁਹਾਰਾ ਈ ਬੋਲਿਆ ਤੇ ਬਿਨਾਂ ਜਗਸੀਰ ਵੱਲ ਤੱਕਿਆਂ ਬੋਲੀ ਗਿਆ।

"ਕੋਈ ਤੇਲੀ ਸੀ, ਜਗਸਿਆ, ਉਹਨੇ ਸਾਰੀ ਉਮਰ ਕੋਹਲੂ ਮਗਰ ਤੁਰਿਆਂ ਫਿਰਦਿਆਂ ਕੱਢ ਲਈ। ਵੱਡਿਆਂ-ਵਡੇਰਿਆਂ ਤੋਂ ਸੁਣਦਾ ਰਿਹਾ ਸੀ ਬਈ ਬੰਦੇ ਦੀ ਸਾਰੀ ਉਮਰ 'ਚ ਦਸ ਵਾਰ ਕਿਸਮਤ ਬਦਲਦੀ ਐ-ਨਾਲੇ ਕਹਿੰਦੇ ਬਾਰ੍ਹੀਂ ਵਰ੍ਹੀਂ ਤਾਂ ਰੂੜੀ ਦੀ ਵੀ ਸੁਣੀਂ ਜਾਂਦੀ ਐ, ਬੰਦੇ ਦੀ ਕਿਵੇਂ ਨਾ ਸੁਣੀਂ ਜਾਵੇ ? ਪਰ ਆਪਣੇ ਵਰਗਾ ਕੋਈ ਕਰਮਾਂ ਦਾ ਬਲੀ ਈ ਸੀ ਜਿਹੜਾ ਸਾਰੀ ਉਮਰ ਓਸੇ ਕੜਾਹੀ 'ਚ ਤੇਲ ਤੱਤਾ ਕਰ-ਕਰ ਪਾਈ ਗਿਆ, ਖੋਪੇ ਬਲਦ ਦੀਆਂ ਅੱਖਾਂ ਤੇ ਵੀ ਆਵਦੀਆਂ ਤੇ ਵੀ!... ਉਹਨੇ, ਬਲਦ ਦੀਆਂ 'ਤੇ ਚੜ੍ਹਾਈ ਰੱਖੇ, ਉਹਦੀਆਂ 'ਤੇ 'ਓਸ' ਸਕਤੇ ਨੇ ਚੜ੍ਹਾਈ ਰਖੇ।

"ਜਦੋਂ ਜਗਸਿਆ, ਕਹਿੰਦੇ ਪੰਜਾਹਾਂ ਸੱਠਾਂ ਦੇ ਨੇੜੇ ਪਹੁੰਚਿਆ ਤਾਂ ਫੇਰ ਉਹ ਕੋਹਲੂ ਮਗਰ ਫਿਰਦਾ ਇਹ ਪਖਾਣਾ ਬੋਲਿਆ ਕਰੇ : 'ਬੰਦਿਆ ਤੇਰੀਆਂ ਦਸ ਦੇਹੀਆਂ; ਇੱਕੋ ਗਈ ਵਿਹਾ ਨੌਂ ਕਿਧਰ ਗਈਆਂ ?' ਇਕ ਦਿਨ ਕਿਤੇ ਦਰਗਾਹ ਵਿਚ ਜਾ ਡੰਕੇ

ਵੱਜੇ। ਕੋਈ ਸਦਾਗਰ ਓਧਰ ਦੀ ਧਨ ਦੀਆਂ ਭਰੀਆਂ ਖੱਚਰਾਂ ਲਈ ਜਾਂਦਾ ਸੀ! ਉਹ ਰਾਤ ਕੱਟਣ ਖਾਤਰ ਤੇਲੀ ਦੇ ਸ਼ਹਿਰ ਠਹਿਰ ਪਿਆ। ਰਾਤ ਨੂੰ ਇਕ ਖੱਚਰ ਉੱਠ ਕੇ ਤੇਲੀ ਦੇ ਬਾਰ ਮੂਹਰੇ ਆ ਖੜੀ। ਤੇਲੀ ਨੇ ਅੰਦਰ ਵਾੜ ਕੇ ਮੋਹਰਾਂ ਲਾਹੀਆਂ ਤੇ ਅੰਦਰੇ ਦੱਬ-ਲੀਆਂ। ਖੱਚਰ ਦੇ ਦੋ ਮਾਰੇ ਡੰਡੇ ਤੇ ਬਾਹਰ ਨੂੰ ਦਬੱਲ 'ਤੀ।

"ਓਦੂੰ ਪਿਛੋਂ ਉਹ ਫੇਰ ਹੋਰ ਪਖਾਣਾ ਬੋਲਣ ਲਗ ਪਿਆ : 'ਬੰਦਿਆ ਜਦ ਤੇਰੀ ਦੇਹੀ ਆਵੇ, ਖੜ੍ਹ ਕੇ ਦੋਹੇਂ ਕੰਨ ਹਲਾਵੇ'।"

ਰੌਣਕੀ ਬਿੰਦ ਕੁ ਚੁੱਪ ਕਰ ਗਿਆ ਤੇ ਬਿਨਾਂ ਜਗਸੀਰ ਦਾ ਹੁੰਗਾਰਾ ਉਡੀਕੇ, ਓਵੇਂ ਛੱਤ ਵੱਲ ਤਾੜੀ ਲਾਈ ਫੇਰ ਬੋਲਿਆ, "ਧਨ ਨੂੰ ਬੜੀਆਂ ਤਫੀਕੈਂ, ਜਗਸਿਆ ਇਹ ਵੀ ਬੰਦੇ ਦੀ ਦੂਜੀ ਦੇਹੀ ਬਦਲ ਦਿੰਦੈ-ਜਰਮ ਈ ਦੂਜਾ ਹੋ ਜਾਂਦੈ! ਅਖੇ ਜੀਹਦੀ ਕੋਠੀ 'ਚ ਦਾਣੇ ਓਹਦੇ ਕਮਲ਼ੇ ਵੀ ਸਿਆਣੇ! ਹੁਣ ਤਾਂ ਜਗਸਿਆ ਦੁਨੀਆਂ ਬਣਦੀ ਈ 'ਪੈਸੇ ਦੀ ਪੁੱਤ' ਜਾਂਦੀ ਐ-ਪੈਸੇ ਬਿਨਾਂ..."

ਰੌਣਕੀ ਫੇਰ ਚੁੱਪ ਕਰ ਗਿਆ। ਉਹਦਾ ਸਾਹ ਜਿਵੇਂ ਰੁਕ ਗਿਆ ਲਗਦਾ ਸੀ।

"...ਜਦ ਤੇਰੀ ਦੇਹੀ ਆਵੇ, ਖੜ੍ਹ ਕੇ ਦੋਹੇਂ ਕੰਨ ਹਲਾਵੇ," ਪਲ ਕੁ ਮਗਰੋਂ ਉਹ ਉਭੜਵਾਹਾ ਈ ਏਡੀ ਉੱਚੀ ਬੋਲਿਆ ਕਿ ਜਗਸੀਰ ਤ੍ਰਭਕ ਗਿਆ। "ਪਰ ਸਾਡੀ ਤਾਂ ਸਹੁਰੇ ਮੇਰੇ ਨੇ ਪਹਿਲੀ ਦੇਹੀ ਵੀ ਖੋਹ-ਲੀ!...

ਤੇ ਨਾਲ ਦੀ ਨਾਲ ਉਹਨੇ ਏਡੀ ਉਚੀ ਠਹਾਕਾ ਮਾਰਿਆ ਕਿ ਜਗਸੀਰ ਨੇ ਛੇਤੀ ਦੇਣੇ ਉੱਠ ਕੇ ਉਸ ਵਲ ਇੰਜ ਵੇਖਿਆ ਜਿਵੇਂ ਸੱਚੀ-ਮੁੱਚੀ ਉਹਨੂੰ ਕੁਝ ਹੋ ਗਿਆ ਹੁੰਦੈ। ਪਰ ਰੌਣਕੀ ਆਪਣੀ ਦਾੜ੍ਹੀ ਦੇ ਵਿਰਲੇ ਵਾਲਾਂ ਵਿਚ ਸੱਜੇ ਹੱਥ ਦੀਆਂ ਵਿੰਗੀਆਂ ਉਂਗਲਾਂ ਫੇਰਦਾ, ਖੱਬੇ ਨਾਲ ਆਪਣੀਆਂ ਨਿੱਕੀਆਂ ਅੱਖਾਂ ਵਿਚੋਂ ਵਗਦਾ ਪਾਣੀ ਪੂੰਝੀ ਜਾਂਦਾ ਸੀ ਤੇ ਉਹਦੀਆਂ ਮੁੱਛਾਂ ਹੇਠੋਂ, ਵਰਾਛਾਂ ਇੰਜ ਖਿਲਰੀਆਂ ਲਗਦੀਆਂ ਸਨ, ਜਿਵੇਂ ਅਜੇ ਵੀ ਹੱਸ ਰਿਹਾ ਹੋਵੇ।

"ਕੀ ਗੱਲ ਸੀ ਰੌਣਕਾ ?" ਜਗਸੀਰ ਨੇ ਹੈਰਾਨੀ ਨਾਲ ਪੁੱਛਿਆ।

"ਕੁਸ਼ ਨ੍ਹੀਂ" ਬੜਾ ਹੈਰਾਨ ਜਿਹਾ ਹੋ ਕੇ ਉਸ ਜਗਸੀਰ ਵਲ ਝਾਕ ਕੇ ਜੁਆਬ ਦਿਤਾ। "ਮੈਨੂੰ ਕੀ ਹੋਣਾ ਸੀ, ਮੈਂ ਤਾਂ ਤੈਨੂੰ ਇਕ ਬਾਤ ਸੁਣੌਂਦਾ ਸੀ।"

ਤੇ ਉਹ ਮੁੜ ਛੱਤ ਵੱਲ ਝਾਕਣ ਲੱਗ ਪਿਆ ਤੇ ਓਵੇਂ ਦਾੜ੍ਹੀ ਦੇ ਵਾਲਾਂ ਨੂੰ ਫਰੋਲਦਿਆਂ ਇਕ ਡੂੰਘਾ ਹਉਕਾ ਭਰਦਿਆਂ ਬੋਲਿਆ, "ਐਦੂੰ ਵੱਧ ਹੋਰ ਆਪਾਂ ਨੂੰ ਕੀ ਹੋ-ਜੂ ਜਗਸਿਆ! ਜੇ ਅਜੇ ਵੀ ਕੋਈ ਕਸਰ ਐ ਤਾਂ ਸਾਡੀ ਜਿਹੜੀ ਪੂਛ ਪੜ੍ਹਿਉਰੇ ਮੇਰੇ ਤੋਂ ਪੱਟੀ ਦੀ ਐ ਪੱਟ-ਲੇ!"

ਗੱਲ ਭਾਵੇਂ ਰੌਣਕੀ ਨੇ ਹਉਕਾ ਲੈ ਕੇ ਆਖੀ ਸੀ, ਪਰ ਉਹਦੇ ਬੋਲ ਵਿਚ ਹਸਾਉਣਾ ਰਉਂ ਵੇਖ ਕੇ ਜਗਸੀਰ ਦੀ ਮੱਲੋਮੱਲੀ ਹਾਸੀ ਨਿੱਕਲ ਗਈ।

ਫੇਰ ਤਕੜੀ ਰਾਤ ਤਾਈਂ ਰੌਣਕੀ, ਜਗਸੀਰ ਨੂੰ ਰੂਪ ਬਸੰਤ, ਜਾਨੀ ਚੋਰ, ਨਲ-ਦਮਿਅੰਤੀ ਤੇ ਪੂਰਨ ਭਗਤ ਦੇ ਕਿੱਸਿਆਂ, 'ਚੋਂ ਟੋਟਕੇ ਤੇ ਘਟਨਾਵਾਂ ਸੁਣਾਉਂਦਾ ਰਿਹਾ। ਜਗਸੀਰ ਨੂੰ ਇੰਜ ਲੱਗਿਆ ਜਿਵੇਂ ਰੌਣਕੀ ਉਹਨੂੰ ਕਿਸੇ ਚਿੱਕੜ ਵਿਚੋਂ ਕੱਢ ਕੇ ਇਕ ਓਪਰੀ ਦੁਨੀਆਂ ਵਿਚ ਲੈ ਗਿਆ ਸੀ-ਬੜੀ ਓਪਰੀ, ਪਰ ਮਨ ਮੋਹਣੀ ਦੁਨੀਆਂ ਵਿਚ, ਤੇ ਓਸ ਰਾਤ ਜਦੋਂ ਉਹ ਸੁੱਤੇ ਤਾਂ ਜਗਸੀਰ ਦਾ ਚਿੱਤ ਕੁਝ ਟਿਕਾਣੇ ਆ ਗਿਆ ਸੀ।

ਚੌਦਾਂ

ਤੜਕਸਾਰ ਰੌਣਕੀ ਉੱਠ ਕੇ ਆਪਣੀ ਕੋਠੜੀ ਵੱਲ ਜਾਣ ਲੱਗਿਆ ਤਾਂ ਉਹਨੇ ਜਗਸੀਰ ਨੂੰ ਆਖਿਆ, "ਮੈਂ ਚੱਲ ਕੇ ਚਾਹ ਕਰਦੈਂ ਤੂੰ ਉਥੇ ਆ-ਜੀਂ, ਮੇਰੇ ਘਰੇ।' ਕੁਝ ਰੁਕ ਕੇ ਉਸ ਫੇਰ ਪੁੱਛਿਆ; "ਦੁਆਈ ਬੂਟੀ ਹੈ ਕਿ ਸਾਰੀ ਮੁਕਾਈ ਬੈਠੈਂ ?"

"ਦੋ ਕੁ ਮਾਵੇ ਹੋਣਗੇ।" ਮੰਜੀ 'ਤੇ ਪਿਆਂ ਈ ਜਗਸੀਰ ਨੇ ਜੁਆਬ ਦਿਤਾ।

ਇਕ ਹੱਥ ਨਾਲ ਰੌਣਕੀ ਆਪਣੀ ਪੱਗ ਸਿਰ ਤੇ ਵਲ੍ਹੇਟੀ ਜਾਂਦਾ ਸੀ ਤੇ ਦੂਜਾ ਉਹਨੇ ਖੀਸੇ ਨੂੰ ਪਾਇਆ ਹੋਇਆ ਸੀ। ਆਪਣੀਆਂ ਵਿੰਗੀਆਂ ਲੱਤਾਂ ਉਸ ਇੰਜ ਚੌੜੀਆਂ ਕੀਤੀਆਂ ਹੋਈਆਂ ਸਨ ਕਿ ਜਗਸੀਰ ਨੂੰ ਉਹ ਪੁਤਲੀਆਂ ਦੇ ਤਮਾਸ਼ੇ ਵਿਚ 'ਰਾਣੀ ਖਾਂ ਦੇ ਸਾਲੇ' ਵਰਗਾ ਲਗਦਾ ਸੀ। ਇਹ 'ਰਾਣੀ ਖਾਂ ਦੇ ਸਾਲੇ' ਵਾਲੀ ਗੱਲ ਪਤਾ ਨਹੀਂ ਕਿੰਜ ਜਗਸੀਰ ਨੂੰ ਯਾਦ ਆ ਗਈ ਸੀ, ਤੇ ਇਹ ਯਾਦ ਕਰਕੇ ਉਹਦੀ ਹਾਸੀ ਨਿਕਲ ਗਈ ਤੇ ਮੁਸਕਰਾਂਦਿਆਂ ਉਸ ਆਖਿਆ : "ਰੌਣਕਾ ਰਾਤ ਮੈਨੂੰ ਸੁਫਨਾ ਆਇਐ ਜਾਣੀ ਤੇਰੀ ਸੰਤੋ ਆ-ਗੀ ਤੇ ਉਹਨੇ ਤੇਰੀ ਪੱਗ ਛਤੀਰ ਨਾਲ ਬੰਨ੍ਹ ਕੇ ਤੈਨੂੰ ਛੱਤ ਨਾਲ ਲਮਕਾ 'ਤਾ। ਤੇਰਾ ਓਦੋਂ ਵੀ ਇਕ ਹੱਥ ਖੀਸੇ ਨੂੰ ਪਾਇਆ-ਵਿਆ ਸੀ।"

"ਜਗਸਿਆ ਹੁਣ ਤਾਂ ਆਪਣੀ ਜਾਨ ਈ ਏਸ ਡੱਬੀ 'ਚ ਰਹਿਗੀ!" ਰੌਣਕੀ ਨੇ ਉਹਦੀ ਗੱਲ ਵੱਲ ਧਿਆਨ ਦਿਤੇ ਬਿਨਾਂ ਪੁੱਠੀ-ਸਿਧੀ ਪੱਗ ਵਲ੍ਹੇਟ ਕੇ ਖੀਸੇ ਵਿੱਚੋਂ ਡੱਬੀ ਕਢਦਿਆਂ ਆਖਿਆ, "ਅਜੇ ਤਾਂ ਖ਼ਾਸੀ ਐ; ਨਿਕਲ ਜਾਣਗੇ ਪੰਜ-ਸੱਤ ਦਿਨ।"

ਜਦੋਂ ਇਕ ਮਾਵਾ ਮੂੰਹ ਵਿਚ ਪਾ ਕੇ ਰੌਣਕੀ ਨੇ ਡੱਬੀ ਖੀਸੇ ਵਿਚ ਪਾਈ ਤਾਂ ਉਹਦੀਆਂ ਨਿੱਕੀਆਂ ਅੱਖਾਂ ਵਿਚੋਂ ਇਕ ਤਸੱਲੀ ਝਲਕਦੀ ਸੀ। ਪਰ ਕੋਠੜੀਓਂ ਬਾਹਰ ਨਿਕਲਿਆ ਤਾਂ ਉਸਦੀਆਂ ਵਿੰਗੀਆਂ ਲੱਤਾਂ ਹੋਰ ਲਿਫ਼ ਗਈਆਂ ਤੇ ਤੋਰ ਵਧੇਰੇ ਹੌਲੀ ਹੋ ਗਈ- ਉਹਨੂੰ ਜਗਸੀਰ ਦੀ ਸੁਫਨੇ ਵਾਲੀ ਗੱਲ ਦਾ ਖ਼ਿਆਲ ਅਸਲ ਵਿਚ ਹੁਣੇ ਈ ਆਇਆ ਸੀ।

ਰੌਣਕੀ ਦੇ ਜਾਣ ਪਿੱਛੋਂ ਜਗਸੀਰ ਨੂੰ ਆਪਣੇ ਅੰਦਰ ਖੋਹ-ਜਿਹੀ ਪੈਂਦੀ ਜਾਪੀ। ਉਹ ਉਠ ਕੇ ਬਹਿ ਗਿਆ। ਇੰਜ ਜਾਪਦਾ ਸੀ ਕਿ ਉਹ ਕਿਸੇ ਗੱਲੋਂ ਓਦਰ ਗਿਆ ਸੀ- ਸ਼ਾਇਦ ਕੰਮ ਵਲੋਂ। ਅਹੁਲ ਕੇ ਉਹ ਉੱਠ ਖੜੋਤਾ ਤੇ ਤੌੜੇ ਵਿਚੋਂ ਗੜੇ ਵਰਗਾ ਠੰਢਾ, ਕਈ ਦਿਨਾਂ ਦਾ ਬੇਹਾ ਪਾਣੀ ਲੈ ਕੇ ਮੂੰਹ ਧੋਣ ਲੱਗ ਪਿਆ। ਮੂੰਹ ਧੋ ਕੇ ਹੱਥ ਕੁ ਦੇ ਦਸਤੇ ਵਾਲਾ ਇਕ ਕਸੀਆ ਚੁੱਕਿਆ ਤੇ ਬਾਹਰ ਨੂੰ ਤੁਰ ਪਿਆ। ਪਰ ਘਰੋਂ ਨਿੱਕਲਦਿਆਂ ਈ ਠੰਡੀ ਹਵਾ ਦਾ ਇਕ ਬੁੱਲ੍ਹਾ ਆਇਆ ਤੇ ਉਹਨੂੰ ਧੁੜ-ਧੁੜੀ ਆ ਗਈ। ਉਤੇ ਲਏ ਖੇਸ ਦੀ ਬੁੱਕਲ ਸੂਤ ਕਰ ਕੇ ਮਾਰਦਿਆਂ ਖੇਸ ਦਾ ਪੱਲਾ ਉਸ ਸਾਰੇ ਮੂੰਹ ਉਤੇ ਵਲ੍ਹੇਟ ਲਿਆ, ਪਰ ਕਾਂਬਾ ਅਜੇ ਵੀ ਨਹੀਂ ਸੀ ਹਟਿਆ।

ਜਦੋਂ ਉਹ ਰੌਣਕੀ ਦੀ ਕੋਠੜੀ ਕੋਲ ਆਇਆ ਤਾਂ ਅੰਦਰ ਅੱਗ ਮਚਦੀ ਵੇਖ ਕੇ ਸੇਕਣ ਨੂੰ ਚਿੱਤ ਕੀਤਾ, ਤੇ ਉਹ ਕੋਠੜੀ ਅੰਦਰ ਜਾ ਵੜਿਆ। ਰੌਣਕੀ ਇੱਟਾਂ ਦੇ ਚੁੱਲ੍ਹੇ ਉਤੇ ਪਾਣੀ ਦਾ ਪਤੀਲਾ ਰੱਖੀ, ਹੇਠਾਂ ਕੱਖ-ਕਾਣ ਨਾਲ ਅੱਗ ਬਾਲੀ ਜਾਂਦਾ ਸੀ। ਸਾਰੀ ਕੋਠੜੀ ਧੂੰਏਂ ਨਾਲ ਭਰੀ ਹੋਈ ਸੀ। ਜਗਸੀਰ ਅੰਦਰ ਵੜਿਆ ਤਾਂ ਰੌਣਕੀ ਨੂੰ ਕੋਈ ਪਤਾ ਨਾ ਲੱਗਿਆ ਤੇ ਉਹ ਸਲ੍ਹਾਬੇ ਬਾਲਣ ਨੂੰ ਗਾਲ੍ਹਾਂ ਕਢਦਾ ਆਪ ਮੁਹਾਰਾ ਈ ਬੋਲੀ ਗਿਆ।

"ਰਾਤ ਰੌਣਕਾ ਅਹੁ ਸਾਹਮਣੇ ਛਤੀਰ ਨਾਲ ਲਮਕਾਇਆ ਸੀ ਤੈਨੂੰ, ਸੰਤੋ ਨੇ।" ਜਗਸੀਰ ਨੇ ਧੂੰਏਂ ਵਿਚੋਂ ਦੀ, ਤੱਕ ਨਾਲ ਈ ਸੈਣਤ ਕਰ ਕੇ, ਰੌਣਕੀ ਦੇ ਕੋਲ ਬਹਿੰਦਿਆਂ ਆਖਿਆ।

ਰੌਣਕੀ ਰਤਾ ਕੁ ਤ੍ਰਭਕਿਆ ਤੇ ਫੇਰ ਧੂੰਏਂ ਨਾਲ ਭਰੀਆਂ ਅੱਖਾਂ ਨੂੰ ਮਲਦਿਆਂ ਬੋਲਿਆ, "ਚਾਹੇ ਕਾਸੇ ਨਾਲ ਲਮਕਾ-ਲੇ, ਉਹਦੀ ਮਰਜ਼ੀ ਐ।... ਦੋ ਢਾਈ ਵਰ੍ਹੇ ਹੋ ਚੱਲੇ ਹਰ ਵੇਲੇ ਈ ਲਮਕਾਈ ਰਖਦੀ ਐ, ਜੇ ਸੁਫਨੇ 'ਚ ਲਮਕਾ ਲਿਆ ਤਾਂ ਕੀ ਫਰਕ ਪੈਂਦੈ।"

ਰੌਣਕੀ ਦੇ ਬੋਲ ਦੀ ਬੇਪ੍ਰਵਾਹੀ ਵਿਚ ਵੀ ਜਗਸੀਰ ਨੂੰ ਸੰਤੋ ਦੇ ਮੋਹ ਦਾ ਅਜਿਹਾ ਰਲ਼ਾ ਮਹਿਸੂਸ ਹੋਇਆ ਜਿਸ ਨਾਲ ਉਹਨੂੰ ਤਸੱਲੀ ਹੋ ਗਈ ਕਿ ਰੌਣਕੀ ਸੰਤੋ ਨੂੰ ਮਰਨ ਵੇਲੇ ਤਾਈਂ ਵੀ ਭੁੱਲ ਨਹੀਂ ਸਕੇਗਾ।

"ਕੇਹੀ ਚੰਦਰੀ ਇਹ ਹੋ-ਗੀ ਐ ਜੂਨ ਬੇਲੀਆ, ਕੁਦਰਤ ਨੇ ਵਿਛੋੜੀ ਡਾਰੋਂ ਮੂਨ ਬੋਲੀਆ।"

ਹੌਲੀ ਦੇਣੇ ਜਗਸੀਰ ਨੇ, ਰਾਤ, ਕਿਸੇ ਕਿੱਸੇ ਵਿਚੋਂ ਰੌਣਕੀ ਦਾ ਈ ਸੁਣਾਇਆ ਇਕ ਬੰਦ ਦੁਹਰਾਇਆ। ਨਾਲ ਦੀ ਨਾਲ ਰੌਣਕੀ ਦੀਆਂ ਧੂੰਏਂ ਕਰ ਕੇ ਗਿੱਲੀਆਂ ਹੋਈਆਂ ਅੱਖਾਂ ਅੱਗ ਦੇ ਚਾਨਣੇ ਲਿਸ਼ਕੀਆਂ।

"ਹਾਂ!" ਰੌਣਕੀ ਨੇ ਆਪਣੇ ਈ ਰਉਂ ਵਿਚ ਆਖਿਆ : "ਡਾਰੋਂ ਬਛੋੜੀ ਮੂਨ ਓਇ ਪਾਪੀਆ, ਕਾਹਨੂੰ ਬਛੋੜੀ ਮੂਨ!..."

ਤੇ ਪਲ ਦਾ ਪਲ ਰੌਣਕੀ ਦਾ ਸਾਰਾ ਝੁਰੜੀਆਂ ਬੁਣਿਆਂ ਚਿਹਰਾ ਧੂੰਏਂ ਦੇ ਰੰਗ ਨਾਲੋਂ ਵੀ ਵਧੇਰੇ ਕਾਲਾ ਜਾਪਣ ਲਗ ਪਿਆ। ਉਹਦੀਆਂ ਅੱਖਾਂ ਮੁੜ ਸਿੱਲੀਆਂ ਹੋ ਗਈਆਂ ਤੇ ਉਹ ਦੋਹਾਂ ਹਥੇਲੀਆਂ ਨਾਲ ਉਹਨਾਂ ਨੂੰ ਮਲਣ ਲਗ ਗਿਆ।

ਜਗਸੀਰ ਨੂੰ ਜਾਪਿਆ ਉਸ ਰੌਣਕੀ ਕੋਲ ਸੰਤੋ ਦੀ ਗੱਲ ਦੂਜੀ ਵਾਰ ਛੇੜ ਕੇ ਚੰਗਾ ਨਹੀਂ ਸੀ ਕੀਤਾ। ਏਸ ਕਰਕੇ ਉਹ ਮੁੜ ਕੁਝ ਨਾ ਬੋਲਿਆ। ਰੌਣਕੀ ਨੇ ਚੁੱਲ੍ਹੇ ਉਤੇ ਰੱਖੀ ਪਤੀਲੀ ਵਿਚ ਗੁੜ ਦਾ ਡਲ਼ਾ ਤੇ ਲੱਪ ਸਾਰੀ ਚਾਹ ਵੀ ਸੁਟ ਦਿਤੀ ਸੀ, ਤੇ ਦਾਖ਼ੀ ਰੰਗ ਦਾ ਪਾਣੀ ਉੱਬਲ-ਉੱਬਲ ਕੇ ਪਤੀਲੀ ਦੇ ਕੰਢਿਆਂ ਤੋਂ ਬਾਹਰ ਨਿਕਲਣ ਲਗ ਪਿਆ ਸੀ। ਰੌਣਕੀ ਨੇ ਕਿਸੇ ਦੇ ਘਰੋਂ ਮੰਗ ਕੇ ਲਿਆਂਦਾ ਦੁੱਧ ਉਲਟ ਦਿਤਾ ਤੇ ਉਬਲਦਾ ਗਾੜ੍ਹਾ ਪਾਣੀ ਇੱਕੋ ਵਾਰ ਥੱਲੇ ਬਹਿ ਗਿਆ।

"ਜਦੋਂ ਜਗਸਿਆ ਬੰਦਾ ਇਉਂ ਚਾਹ ਆਗੂੰ ਰਿਝਦਾ ਹੋਵੇ ਨਾ, ਤਾਂ ਤੀਵੀਂ ਕੱਚੇ ਦੁੱਧ ਆਂਗੂੰ ਉਹਦੇ ਵਿਚ ਰਲ ਕੇ, ਥੱਲੇ ਬਹਾ ਦੇਂਦੀ ਐ!..." ਰੌਣਕੀ ਬੋਲਿਆ।

ਜਗਸੀਰ ਨੇ ਉਹਦੇ ਮੂੰਹ ਵੱਲ ਵੇਖਿਆ ਤਾਂ ਉਹਦੀਆਂ ਸਲ਼ਾਬੀਆਂ ਅੱਖਾਂ, ਫੂਸ ਦੀ, ਕਦੇ ਭੜਕਦੀ ਤੇ ਕਦੇ ਬੁਝ ਕੇ ਧੂੰਆਂ-ਧਾਰ ਕਰਦੀ ਅੱਗ ਦੇ ਚਾਨਣ ਵਿਚ, ਮੁੜ ਲਿਸ਼ਕ ਰਹੀਆਂ ਸਨ। ਰੌਣਕੀ ਦੇ ਚਿਹਰੇ ਦੇ ਇਹ ਤੁਰਤ-ਪੈਰੇ ਬਦਲਦੇ ਪ੍ਰਭਾਵਾਂ ਨੇ ਜਗਸੀਰ ਨੂੰ ਦੁਚਿੱਤੀ ਵਿਚ ਪਾ ਦਿਤਾ ਸੀ। ਇਕੋ ਵੇਲੇ ਉਹਦੀ ਬੇਪ੍ਰਵਾਹੀ, ਗੰਭੀਰਤਾ ਤੇ ਦੁਖ ਨੇ ਰੌਣਕੀ ਨੂੰ ਬੜੇ ਓਪਰੇ ਵਹਿਣਾਂ ਵਿਚ ਪਾ ਦਿੱਤਾ ਲਗਦਾ ਸੀ।

"ਜੇ ਭਲਾ ਕਿਸੇ ਕੋਲ ਲਵੇਰਾ ਹੋਏ ਈ ਨਾ ਤੇ ਮਾਰੂ ਚਾਹ ਈ ਪੀਣੀ ਪਵੇ ?" ਜਗਸੀਰ ਨੇ ਮੁਸਕਰਾਂਦਿਆਂ ਆਖਿਆ।

"ਫੇਰ ਸਾਡੇ ਆਂਗੂੰ ਕਿਸੇ ਦੀ ਬੱਕਰੀ ਚੋਅ ਲਿਆਵੇ! ਦੁੱਧੋਂ ਬਿਨਾਂ ਚਾਹ ਦਾ ਕੀ ਪੀਣ ਐਂ!" ਰੌਣਕੀ ਬੋਲਿਆ, "ਮਾਰੂ ਚਾਹ ਤਾਂ ਜਗਸਿਆ ਬੰਦੇ ਦਾ ਪਿੱਤਾ ਈ ਸਾੜ ਦਿੰਦੀ ਐ! ਛੜੇ ਖ਼ਬਰੈ ਏਸੇ ਕਰ ਕੇ ਛੇਤੀ ਮਰ ਜਾਂਦੇ ਐ। ਉਹ ਮਾਰੂ ਚਾਹ ਆਂਗੂੰ ਸੁੱਕੇ ਈ

ਰਿੱਝਦੇ ਰਹਿੰਦੇ ਐ, ਉਤੋਂ ਦੁੱਧ ਪਵੇ ਤਾਂ ਰਿੱਝਣੋਂ ਹਟਣ। ਰਿੱਝੀ ਜਾਂਦੇ ਐ, ਰਿੱਝੀ ਜਾਂਦੇ ਐ ਤੇ ਜਦੋਂ ਸੜ-ਸੜ ਕੇ ਅੰਦਰ ਸੁਕ ਜਾਂਦੈ ਤਾਂ ਪਤੀਲੀ ਖਾਲੀ!"

ਐਤਕੀਂ ਵੀ ਰੌਣਕੀ ਦਾ ਓਹੋ ਰਲਵੇਂ ਰਉਂ ਵਾਲਾ ਬੋਲ ਸੀ। ਜਗਸੀਰ ਫੇਰ ਦੁਚਿੱਤੀ ਵਿਚ ਪੈ ਗਿਆ ਤੇ ਅੱਗੋਂ 'ਹੂੰ' ਕਹਿ ਕੇ ਸਿਰ ਹਿਲਾਣ ਮਗਰੋਂ ਉਹ ਚੁੱਪ ਕਰ ਗਿਆ।

ਚਾਹ ਪੀ ਕੇ ਜਗਸੀਰ ਖੇਤ ਨੂੰ ਤੁਰ ਪਿਆ। ਚਾਹ ਦੇ ਨਾਲ ਉਸ ਇਕ ਮਾਵਾ ਅਫ਼ੀਮ ਵੀ ਖਾ ਲਿਆ। ਜਦੋਂ ਉਹ ਪਿੰਡੋਂ ਬਾਹਰ ਨਿੱਕਲਿਆ ਤਾਂ ਸੂਰਜ ਚੜ੍ਹ ਪਿਆ ਸੀ। ਕੁਝ ਧੁੱਪ ਦੇ ਨਿੱਘ ਕਰ ਕੇ ਤੇ ਕੁਝ ਅਫ਼ੀਮ ਤੇ ਚਾਹ ਦੇ ਅਮਲ ਕਰ ਕੇ ਉਹਦੇ ਹੱਥ-ਪੈਰ ਕੁਝ ਨਿੱਘੇ-ਨਿੱਘੇ ਹੋਣ ਲੱਗ ਪਏ ਸਨ।

ਪਿੰਡੋਂ ਨਿਕਲਦਿਆਂ ਇਕ ਵਾਰ ਜਗਸੀਰ ਨੂੰ ਖ਼ਿਆਲ ਆਇਆ ਕਿ ਧਰਮ ਸਿੰਘ ਦੇ ਘਰੋਂ ਹੋ ਕੇ ਫੇਰ, ਖੇਤ ਵਲ ਜਾਏ, ਪਰ 'ਆਪਣੇ ਖੇਤ' ਵੇਖਣ ਦੀ ਉਹਦੇ ਚਿੱਤ ਨੂੰ ਏਨੀ ਲਾਲਸਾ ਸੀ ਕਿ ਦੂਜੇ ਪਲ ਸਭ ਕੁਝ ਵਿੱਸਰ ਗਿਆ। ਉਹ ਛੇਤੀ ਅਪੜਨ ਲਈ ਹੋਰ ਕਾਹਲੇ ਕਦਮ ਪੁੱਟਣ ਲਗ ਪਿਆ।

ਖੇਤੋਂ ਦੋ ਤਿੰਨ ਵਾਹਣ ਉਰੇ, ਟਿੱਬੀ ਤੋਂ ਈ ਉਹਨੇ ਨਿਗ੍ਹਾ ਮਾਰੀ ਤਾਂ ਉਹਨੂੰ ਪਟ-ਪਟ ਹੋਈਆਂ ਕਣਕਾਂ ਦੇ ਝੱਲ ਵਿਚੋਂ 'ਆਪਣੀ ਕਣਕ' ਨਾ ਦਿੱਸੀ। ਪਹੀ ਲੰਘ ਕੇ ਉਹ ਖੇਤਾਂ ਵਾਲੀ ਡੰਡੀ ਪਿਆ ਤਾਂ ਮੁੜ ਫੇਰ ਉਹਨੇ ਖੜੋ ਕੇ ਨਿਗ੍ਹਾ ਮਾਰੀ। ਦੋ-ਦੋ ਗਿੱਠਾਂ, ਪੀਲੇ ਪਏ ਕਣਕ ਦੇ ਬੂਟੇ ਵੇਖ ਕੇ ਉਹਦਾ ਦਿਲ ਇੱਕੋ ਵਾਰ ਜ਼ੋਰ ਦੀ ਧੜਕਿਆ ਤੇ ਫੇਰ ਜਿਵੇਂ ਬੰਦ ਹੋ ਗਿਆ। ਅੱਖਾਂ ਅਗੇ ਹਨੇਰਾ ਆਉਣ ਲੱਗ ਪਿਆ ਸੀ। ਜੋ ਕੁਝ ਉਹਨੇ ਵੇਖਿਆ ਸੀ, ਉਹਦੀ ਉਹਨੂੰ ਹੁਣ ਤਾਈਂ ਆਸ ਨਹੀਂ ਸੀ।

ਖੇਤ ਦੇ ਕੋਲ ਜਾ ਕੇ ਉਹ ਉਰਲੀ ਟਿੱਬੀ ਉਤੇ, (ਜਿਥੇ ਓਦੋਂ ਰਾਤ ਨੂੰ ਕਾਲਾ ਨਾਗ ਉਹਦੇ ਉਤੋਂ ਦੀ ਲੰਘ ਕੇ ਖੇਡਦਾ ਫਿਰਿਆ ਸੀ) ਉਹ ਕਸੀਏ ਦੇ ਦਸਤੇ ਉਤੇ ਭਾਰ ਦੇ ਕੇ ਬਹਿ ਗਿਆ ਤੇ ਹੌਲੀ-ਹੌਲੀ ਉਹਦੀਆਂ ਮਰਨਊ ਅੱਖਾਂ 'ਆਪਣੇ ਖੇਤ' ਦੇ ਇਕ ਖੂੰਜਿਓਂ ਦੂਜੇ ਤਾਈਂ ਇੰਜ- ਇਕ ਇਕ ਬੂਟੇ ਨੂੰ ਵਿੰਹਦੀਆਂ ਰਹੀਆਂ ਜਿਵੇਂ ਹਰੇਕ ਦਾ ਮੁਰਝਾਇਆ, ਪੀਲਾ ਪਿਆ ਜਾਂ ਮੁੱਛਿਆ ਪੱਤਾ, ਉਹਨਾਂ ਵਿਚ ਰੜਕਦਾ ਹੋਵੇ। ਥਾਂ ਥਾਂ ਉਤੋਂ ਬੂਟੇ ਪਸ਼ੂਆਂ ਨੇ ਮੁੱਛੇ ਹੋਏ ਸਨ ਤੇ ਧੁਰ ਤਕ ਸਾਰੇ ਕਿਆਰੇ ਇੰਜ ਹੋਏ ਹੋਏ ਸਨ ਜਿਵੇਂ ਕੋਹੜੀ ਦਾ ਸਰੀਰ ਫਿਟਿਆ ਹੋਵੇ। ਸਾਰਾ ਖੇਤ ਰੋੜ ਵਾਂਗ ਪੱਥਰ ਹੋਇਆ ਪਿਆ ਸੀ, ਨਾ ਕਿਸੇ ਪਾਣੀ ਲਾਇਆ ਸੀ ਨਾ ਗੋਡੀ ਕੀਤੀ ਸੀ। ਵੱਟਾਂ ਉਤੇ ਖੜੋਤਾ ਘਾਹ ਵੀ ਸੁੱਕੀ ਠੰਢ ਨਾਲ ਮੱਚ ਗਿਆ ਸੀ।

ਜਗਸੀਰ ਨੇ ਜਦੋਂ ਨਿਗ੍ਹਾ ਪਾਸੇ ਫੇਰੀ ਤਾਂ ਨਾਲ ਦੇ ਖੇਤਾਂ ਵਿਚ ਹਰੀਆਂ ਕਚੂਰ ਕਣਕਾਂ ਦਾ ਝੱਲ ਵੇਖ ਕੇ ਉਹਦੀਆਂ ਅੱਖਾਂ ਵਿਚ ਇਹਨਾਂ ਲੰਮੀਆਂ ਕਣਕਾਂ ਦੇ ਪੱਤਿਆਂ ਦੀਆਂ ਨੋਕਾਂ, 'ਆਪਣੀ ਕਣਕ' ਦੇ ਝੁਲਸੇ ਬੂਟਿਆਂ ਨਾਲੋਂ ਵੀ ਵਧੇਰੇ ਚੋਭ ਮਾਰਨ ਲਗ ਪਈਆਂ ਤੇ ਉਹ ਹੋਰ ਵਧੇਰੇ ਚਿਰ ਓਧਰ ਨਾ ਝਾਕ ਸਕਿਆ।

ਫੇਰ ਜਦੋਂ ਓਧਰੋਂ ਨਿਗ੍ਹਾ ਹਟਾ ਕੇ ਨੀਵੀਂ ਪਾਉਣ ਲਗਿਆ ਤਾਂ ਉਹਨੂੰ ਇਕ ਡੂੰਘਾ ਟੋਆ ਦਿੱਸਿਆ-ਟੋਆ, ਜਿਵੇਂ ਧਰਤੀ ਦੀ ਅੱਖ ਫੁੱਟ ਗਈ ਹੋਵੇ!... ਇਸ ਦੇ ਪਾਸਿਆਂ 'ਤੇ ਪਈ ਮਿੱਟੀ ਝਿੰਮਣੀਓਂ ਸੱਖਣੀਆਂ ਗੰਨੀਆਂ ਵਾਂਗ ਏਸ ਸੱਖਣੇ ਡੂੰਘ ਦੇ ਪਾਸੀਂ ਬੜੀ ਕੋਝੀ ਲਗਦੀ ਸੀ। ਜਗਸੀਰ ਤੋਂ ਇਹ ਟੋਆ ਵੀ ਨਾ ਵੇਖਿਆ ਗਿਆ। ਉਹ ਕਸੀਆ ਲੈ ਕੇ ਉਠ ਖੜੋਤਾ ਤੇ ਟੋਏ ਦੇ ਨੇੜੇ ਜਾ ਕੇ ਪਾਸੀਂ ਪਈ ਮਿੱਟੀ ਉਹਦੇ ਵਿਚ ਸੁੱਟਣ ਲਗ ਗਿਆ।

ਏਸ ਪਿੱਛੋਂ ਰੋਟੀ ਵੇਲੇ ਤਾਈਂ ਬਿਨਾਂ ਸਿਰ ਉਤਾਂਹ ਚੁਕਿਆਂ ਟੋਆ ਭਰਨ ਲਗਿਆ

ਰਿਹਾ, ਪਰ ਉਹ ਜਿਵੇਂ ਭਰਦਾ ਨਹੀਂ ਸੀ। ਉਹਦੇ ਟੁੰਡ ਵਰਗੇ ਕਸੀਏ ਨਾਲ ਬੁੱਕ ਕੁ ਮਿੱਟੀ ਵੀ ਨਹੀਂ ਸੀ ਪੈਂਦੀ। ਜਗਸੀਰ ਨੇ ਏਨੇ ਨਿੱਕੇ ਕੰਮ ਤੇ ਕਦੇ ਏਨਾਂ ਚਿਰ ਨਹੀਂ ਸੀ ਲਾਇਆ। ਹਮੇਸ਼ਾਂ ਉਹਨੂੰ, ਕਿਸੇ ਕੰਮ ਉਤੇ ਲੋੜੋਂ ਵੱਧ ਲਗਿਆ ਸਮਾਂ ਅਕਾ ਦਿੰਦਾ ਸੀ; ਪਰ ਅਜ ਇਹ ਅਕੇਵਾਂ ਵੀ ਉਹਨੂੰ ਨਹੀਂ ਸੀ ਹੋ ਰਿਹਾ। ਜਦੋਂ ਉਸ ਟੋਆ ਭਰ ਵੀ ਲਿਆ ਤਾਂ ਵੀ ਉਹ ਓਥੇ ਬੈਠਾ, ਮੋਟੇ ਡਲੇ ਭੰਨ-ਭੰਨ ਕੇ ਬਰਾਬਰ ਕਰਦਾ ਰਿਹਾ ਤੇ ਜਦੋਂ ਸਾਰਾ ਥਾਂ ਪੱਧਰਾ ਕਰਕੇ ਓਥੋਂ ਉਠਿਆ ਤਾਂ ਸੂਰਜ ਸਿਖ਼ਰ ਆ ਗਿਆ ਸੀ।

ਜਗਸੀਰ ਨੇ ਉੱਠ ਕੇ ਦੂਰ ਤਾਈਂ ਨਿਗ੍ਹਾ ਮਾਰੀ। ਸੂਏ ਦੀ ਪਟੜੀ 'ਤੇ ਤੁਰੇ ਜਾਂਦੇ ਬੰਦਿਆਂ ਤੋਂ ਬਿਨਾਂ ਹੋਰ ਕੋਈ ਬੰਦਾ ਨਾ ਦਿੱਸਿਆ। ਕੁਝ ਚਿਰ ਖੜੋਤਾ ਉਹ ਇੰਜ ਚਾਰ ਚੁਫੇਰੇ ਝਾਕਦਾ ਰਿਹਾ ਤੇ ਫ਼ੇਰ ਕਸੀਆ ਮੋਢੇ ਤੇ ਧਰ ਕੇ ਟਿੱਬੀ ਵਲ ਤੁਰ ਪਿਆ। ਉਹਦੇ ਢਿੱਡ ਵਿਚ ਖੋਹ ਪੈਣ ਲੱਗ ਪਈ ਸੀ। ਪਿੱਠ ਵਿਚ ਬੜੀ ਪੀੜ ਹੁੰਦੀ ਸੀ; ਤੇ ਲੱਤਾਂ ਵਿਚੋਂ ਸਾਹ-ਸਤ ਉਕਾ ਮੁਕ ਗਿਆ ਲਗਦਾ ਸੀ।

ਟਿੱਬੀ ਉਤੇ ਜਾ ਕੇ ਉਹ ਬਿੰਦ ਕੁ ਖੜੋਤਾ ਤੇ ਓਥੋਂ ਫੇਰ ਮੁੜ ਆਇਆ। ਟੋਏ ਦੇ ਆਸੀਂ-ਪਾਸੀਂ, ਪਾਲੇ ਨਾਲ ਝੁਲਸੇ ਨਿੱਕੇ-ਨਿੱਕੇ ਬੂਟਿਆਂ ਵਿਚਕਾਰ ਉਹਨੂੰ ਕੋਈ ਚੀਜ਼ ਦਿੱਸ ਪਈ ਸੀ। ਓਥੇ ਆ ਕੇ ਉਹ ਬਹਿ ਗਿਆ ਤੇ ਇਹਨੂੰ ਆਪਣੀ ਪੱਗ ਦਾ ਲੜ ਖੋਹਲ ਕੇ, ਉਹਦੇ ਵਿਚ ਚੁਗ-ਚੁਗ ਕੇ ਪਾਉਣ ਲਗ ਪਿਆ। ਇਹ ਉਹਨਾਂ ਦੀ ਟਾਹਲੀ ਦੇ ਸੱਕ ਸਨ।

ਕੁਝ ਚਿਰ ਪਿੱਛੋਂ ਜਗਸੀਰ ਜਦੋਂ ਪਿੰਡ ਨੂੰ ਪਰਤ ਰਿਹਾ ਸੀ ਤਾਂ ਉਹਦੀ ਪੱਗ ਦੇ ਲੜ ਦੀ ਬਣਾ ਕੇ, ਸਿਰ ਤੇ ਰਖੀ ਗੰਢ ਤੇ ਵਿੰਗੀ; ਢਿੱਲੀ ਤੋਰ ਵੱਲ ਵੇਖ ਕੇ ਮੁਸਕਰਾਂਦਿਆਂ, ਕੋਲੋਂ ਲੰਘਦੇ ਵਸਾਖੇ ਨੇ ਆਖਿਆ, "ਕਿਵੇਂ ਠੁਰੀਏ ਲਗਿਆ ਜਾਨੈਂ ? ਹਾਅ ਕੀ ਐ, ਜਿਵੇਂ ਕਰੇਲੇ ਤੋੜ ਕੇ ਲਿਆਇਆ ਹੁੰਨੈਂ, ਤੜਕਣ ਨੂੰ ?"

ਪਰ ਜਗਸੀਰ ਚੁੱਪ ਕੀਤਾ ਇੰਜ ਤੁਰਿਆ ਗਿਆ ਜਿਵੇਂ ਉਸ ਵਸਾਖੇ ਦੀ ਗੱਲ ਸੁਣੀਂ ਈ ਨਹੀਂ ਹੁੰਦੀ।

"ਸਾਲ਼ਾ ਚੜ੍ਹਮ ਕੇਰਾਂ ਈ ਵੱਡਾ ਰਾਣੀ ਖਾਂ ਦਾ ਪਤ੍ਰਿਉਰਾ ਬਣਿਆਂ ਜਾਂਦੈ! 'ਹਮ ਕਾਲੇ ਆਦਮੀ ਸੇ ਬਾਤ ਈ ਨਹੀਂ ਕਰਤੇ!... ਬੁੜ੍ਹੀ ਦਾ ਮਰਨਾ ਕੀ ਕਰ ਲਿਆ ਊਂ-ਈਂ ਮਾਂਹ ਦੇ ਆਟੇ ਆਂਗੂੰ ਆਕੜ ਗਿਆ; ਗੱਲ ਈ ਨ੍ਹੀਂ ਕਰਦਾ!"

ਵਸਾਖੇ ਦੇ ਹੌਲੀ-ਹੌਲੀ ਬੋਲੇ ਸ਼ਬਦ ਵੀ ਉਹਨੂੰ, ਪਿਛੋਂ ਸੁਣਦੇ ਰਹੇ; ਪਰ ਉਹ ਫੇਰ ਵੀ ਕੁਝ ਨਾ ਬੋਲਿਆ। (ਉਂਜ ਅੱਖਾਂ ਵਿਚ, ਕਣਕ ਦੇ ਪੱਤਿਆਂ ਦੀਆਂ ਨੋਕਾਂ ਦੀ ਚੋਭ ਵਧੇਰੇ ਰੜਕਣ ਲਗ ਪਈ।)

ਪੰਦਰਾਂ

ਘਰ ਆਉਂਦਿਆਂ ਈ ਜਗਸੀਰ ਮੰਜੀ ਵਿਹੜੇ ਵਿਚ ਡਾਹ ਕੇ ਪੈ ਗਿਆ। ਅੰਦਰ ਖੋਹ ਏਨੀ ਪਈ ਜਾਂਦੀ ਸੀ, ਜਿਵੇਂ ਕਾਲਜਾ ਵੱਢਿਆ ਜਾ ਰਿਹਾ ਸੀ। ਖੱਦਰ ਦੇ ਮੂਕੇ ਨਾਲ ਕਸ ਕੇ ਉਹਨੇ ਲੱਕ ਬੰਨ੍ਹ ਲਿਆ ਤੇ ਗੋਡੇ ਹਿੱਕ ਵਿਚ ਦੇ ਕੇ ਪਿਆ ਰਿਹਾ। ਪਰ ਖੋਹ ਅਜੇ ਵੀ ਨਹੀਂ ਸੀ ਹਟਦੀ। ਖੇਸ ਵਿਚ ਮੂੰਹ ਸਿਰ ਢਕ ਕੇ ਅੱਖਾਂ ਮੀਚਦਿਆਂ ਉਹਨੇ ਕਈ ਵਾਰ ਏਧਰੋਂ ਧਿਆਨ ਕੱਢਣ ਦਾ ਯਤਨ ਕੀਤਾ, ਪਰ ਬੇਚੈਨੀ ਹੋਰ ਵਧਦੀ ਗਈ। ਅਖ਼ੀਰ ਉਹ ਉੱਠ ਕੇ ਬਹਿ ਗਿਆ। ਕੁਝ ਚਿਰ ਗੋਡਿਆਂ ਤੇ ਕੂਹਣੀਆਂ ਧਰੀ ਢਿੱਡ ਇੱਕਠਾ ਕਰੀ ਰੱਖਿਆ; ਪਰ ਫੇਰ ਉੱਠ ਕੇ ਤੁਰ ਪਿਆ। ਤੁਰਨ ਲੱਗਿਆਂ ਕਾਲਜੇ ਵਿਚੋਂ ਇਕ ਚੀਸ ਉੱਠ ਕੇ ਸਿਰ ਨੂੰ ਚੜ੍ਹੀ ਤੇ ਬਿੰਦ ਕੁ ਫੇਰ ਕੌਲ਼ੇ ਦਾ ਸਹਾਰਾ ਲੈ ਕੇ ਖੜ੍ਹ ਗਿਆ। ਕੁਝ ਚਿਰ ਮਗਰੋਂ ਅੱਖਾਂ ਅਗੇ ਆਇਆ ਹਨੇਰਾ ਘਟਣ ਲਗ ਪਿਆ ਤੇ ਆਪਣਾ ਆਪ ਸਾਂਭ ਕੇ ਉਹ ਮੁੜ ਤੁਰ ਪਿਆ।

ਦਿਨ ਛਿਪ ਚੱਲਿਆ ਸੀ। ਹੌਲੀ-ਹੌਲੀ ਉਹ ਧਰਮ ਸਿੰਘ ਕੇ ਘਰ ਤਾਈਂ ਅੱਪੜ ਗਿਆ। ਜਦੋਂ ਗਲੀ ਵਿਚੋਂ ਉਹਨੇ ਨਿਗ੍ਹਾ ਮਾਰ ਕੇ ਵੇਖਿਆ, ਮਗਰਲੇ ਕੋਠੇ ਦੇ ਸਾਹਮਣੇ, ਚੌਂਕੇ ਵਿਚ ਭੰਤੇ ਦੀ ਬਹੂ ਆਟਾ ਗੁੰਨ੍ਹੀ ਜਾਂਦੀ ਦਿੱਸੀ। ਪਹਿਲਾਂ ਉਹ ਕੁਝ ਝਿਜਕਿਆ, ਪਰ ਫੇਰ ਵੱਡੇ ਤਖ਼ਤੇ ਦੀ ਵਿੱਥ ਵਿਚੋਂ ਉਹਨੂੰ ਇਕ ਮੋਟੀ ਸਾਰੀ ਅੱਖ ਲਿਸ਼ਕਦੀ ਦਿਸੀ; ਤੇ ਨਾਲ ਦੀ ਨਾਲ ਸਾਵਾ ਬਲਦ ਰੰਭਿਆ। ਜਗਸੀਰ ਦੇ ਧੁਰ ਅੰਦਰ ਜਿਵੇਂ ਤਿੱਖੀ ਸ਼ੈ ਖੁੱਭ ਗਈ ਹੋਵੇ ਤੇ ਨਾਲ ਦੀ ਨਾਲ ਉਹਨੂੰ ਕੋਈ ਨਿੱਗਰ ਜਿਹੀ ਚੀਜ਼ ਪੰਘਰ ਕੇ ਢਲਦੀ ਤੇ ਤੱਤੇ ਘਿਉ ਵਾਂਗ ਸਾਰੇ ਪਿੰਡੇ ਵਿਚ ਖਿਲਰਦੀ ਲੱਗੀ। ਇਕ ਪਲ ਹੋਰ ਤੇ ਜਗਸੀਰ ਨੂੰ ਜਿਵੇਂ ਬਾਹੋਂ ਫੜ ਕੇ ਕੋਈ ਅੰਦਰ ਖਿਚ ਕੇ ਲੈ ਗਿਆ।

ਅੰਦਰ ਵੜਦਿਆਂ ਉਹਨੇ ਆਟਾ ਗੁੰਨਦੀ ਭੰਤੇ ਦੀ ਬਹੂ ਵਲ ਤੱਕਿਆ। ਉਹਦਾ ਧਿਆਨ ਆਪਣੇ ਕੰਮ ਵਿਚ ਸੀ। ਜਦੋਂ ਜਗਸੀਰ ਦਰਵਾਜ਼ੇ ਵਿਚ ਦਿੱਸਿਆ ਤਾਂ ਦੋਵੇਂ ਬਲਦ ਫੇਰ ਰੰਭੇ।

ਜਗਸੀਰ ਅੰਦਰ ਵੜਦਿਆਂ ਸਾਰ ਦੋਹਾਂ ਬਲਦਾਂ ਦੇ ਵਿਚਕਾਰ ਖਲੋ ਗਿਆ। ਝੱਲਿਆਂ ਵਾਂਗ ਉਹ ਉਹਨਾਂ ਨੂੰ ਥਾਪੀਆਂ ਦਿੰਦਾ, ਪਿੰਡੇ ਤੇ ਹੱਥ ਫੇਰਦਾ ਤੇ ਉਹਨਾਂ ਦੇ ਕੰਨ ਟੋਂਹਦਾ ਆਪ ਮੁਹਾਰਾ ਈ ਬੋਲੀ ਗਿਆ : "ਤੁਸੀਂ ਤਾਂ ਸਹੁਰਿਓ ਮਾੜੇ ਈ ਬਲਾ ਹੋ ਗੇ, ਕਿਸੇ ਨੇ ਕਦੇ ਪੱਠਾ-ਦੱਥਾ ਵੀ ਚੱਜ ਨਾਲ ਪਾਈਐ ਕਿ ਓਇ ਸਹੁਰਿਓ ਭੋਲੂਓ! ਥੋਡੀਆਂ ਤਾਂ ਕੁੱਖਾਂ ਈ ਅੰਦਰ ਵੜੀਆਂ ਪਈਐਂ... ਵੇਖ ਕਿਵੇਂ ਸਾਰੀਆਂ ਪਸਲੀਆਂ ਅੱਡ-ਅੱਡ ਦਿਸਦੀਐਂ... ਜਦੋਂ ਪਾਲਣ ਆਲਾ ਥੋਡਾ ਖ਼ਿਆਲ ਛੱਡ ਗਿਆ, ਹੋਰ ਕੌਣ ਕਰੇ ?... ਕਿਸੇ ਨੂੰ ਕੀ ਲੋੜ ਐ; ਲੋਕਾਂ ਨੂੰ ਤਾਂ ਕੰਮ ਚਾਹੀਦੈ, ਹੈ-ਖਾਂ!... ਨਿਰੇ ਹੱਡ ਈ ਹੱਡ ਰਹਿਗੇ...!"

ਬਲਦ ਉਹਦੇ ਹੱਥ, ਲੱਤਾਂ, ਬਾਹਾਂ ਇਂਜ ਚੱਟੀ ਜਾਂਦੇ ਸਨ ਜਿਵੇਂ ਉਹਨੂੰ ਚੱਟ-ਚੱਟ ਈ ਆਪਣੀ ਭੁੱਖ ਮਿਟਾਣਾ ਚਾਹੁੰਦੇ ਹੋਣ। ਉਹਨਾਂ ਦੀਆਂ ਮੋਟੀਆਂ ਨਗੌਰੀ ਅੱਖਾਂ ਵਿਚ ਇਕ ਅਜਿਹੀ ਸਿੱਲ਼ ਸੀ ਜੀਹਦਾ ਅਨੁਭਵ ਕੇਵਲ ਜਗਸੀਰ ਵਰਗਾ ਬੰਦਾ ਈ ਕਰ ਸਕਦਾ ਸੀ, ਜਿਸ ਉਹਨਾਂ ਨੂੰ ਨਿੱਕੇ ਹੁੰਦਿਆਂ ਤੋਂ ਨਾਲਾਂ ਨਾਲ ਦੁੱਧ ਪਿਆ-ਪਿਆ ਕੇ ਪਾਲਿਆ

ਸੀ; ਘੰਟਿਆਂ ਬੱਧੀ ਉਹਨਾਂ ਦੇ ਪਿੰਡੇ ਖ਼ਰਖਰੇ ਨਾਲ ਖੁਰਚ-ਖੁਰਚ ਕੇ, ਕਪੜੇ ਨਾਲ ਪੂੰਝ-ਪੂੰਝ ਕੇ ਮਖ਼ਮਲ ਵਾਂਗ ਕੂਲੇ ਕੀਤੇ ਸਨ, ਉਹਨਾਂ ਦੇ ਸਿੰਗ ਮਖਣੀ ਨਾਲ ਚੋਪੜ-ਚੋਪੜ ਨਾਗਾਂ ਵਾਂਗ ਲਿਸ਼ਕਾਏ ਸਨ; ਸਿਆਲ ਦੇ ਮਹੀਨੇ ਰਾਤਾਂ ਨੂੰ ਉੱਠ-ਉੱਠ ਕੇ ਉਹਨਾਂ ਦੇ ਹੇਠੋਂ ਗੋਹਾ ਹੂੰਝ-ਹੂੰਝ ਕੇ ਸੁੱਕ ਖਿਲਾਰੀ ਸੀ, ਤੇ ਜਿਸ ਕਦੇ ਵੀ ਉਹਨਾਂ ਕੋਲੋਂ ਵਿਤੋਂ ਵਧ ਕੰਮ ਨਹੀਂ ਸੀ ਲਿਆ, ਤੇ ਕਦੇ ਜ਼ੋਰ ਨਾਲ ਪਰਾਣੀ ਨਹੀਂ ਸੀ ਮਾਰੀ। ਦੋਹਾਂ ਬਲਦਾਂ ਨੇ ਉਹਨੂੰ ਆਪਣੇ ਵਿਚਕਾਰ ਇੰਜ ਘੁੱਟ ਲਿਆ ਸੀ ਜਿਵੇਂ ਹੁਣ ਮੁੜ ਏਥੋਂ ਹਿੱਲਣ ਨਾ ਦੇਣਾ ਚਾਹੁੰਦੇ ਹੋਣ। ਜਗਸੀਰ ਉਹਨਾਂ ਦੀਆਂ ਅੱਖਾਂ ਵਿਚ ਤੱਕਦਾ, ਉਹਨਾਂ ਦੀਆਂ ਬੂਥੀਆਂ ਤੇ ਮੱਥਿਆਂ ਨੂੰ ਪਲੋਸਦਾ ਓਵੇਂ ਉਹਨਾਂ ਨਾਲ ਗੱਲਾਂ ਕਰੀ ਜਾਂਦਾ ਸੀ। ਉਹਨੂੰ ਆਪਣੀ ਸਾਰੀ ਪੀੜ ਵਿੱਸਰ ਗਈ ਸੀ; ਸਾਰੀ ਦੁਨੀਆਂ ਈ ਜਿਵੇਂ ਭੁੱਲ ਗਈ ਜਾਪਦੀ ਸੀ।

"ਹੋਰ ਤਾਂ ਜਿਹੜਾ ਕੁਸ਼ ਕਰਨਾ ਸੀ ਕਰ 'ਤਾ ਹੁਣ ਇਹਨਾਂ ਨੂੰ ਵੀ ਖੋਹਲ ਕੇ ਲਜਾਣ ਦੀ ਸਲਾਹ ਹੋਣੀ ਐ ?"

ਜਗਸੀਰ ਦੇ ਸਿਰ ਵਿਚ ਜਿਵੇਂ ਕਿਸੇ ਨੇ ਇੱਟ ਮਾਰੀ ਹੋਵੇ। ਉਸ ਪਿਛਾਂਹ ਵੇਖਿਆ, ਨਿੱਕਾ ਜਿਹਾ ਘੁੰਡ ਕੱਢੀਂ ਭੰਤੇ ਦੀ ਬਹੂ ਦਰਵਾਜ਼ੇ ਦੇ ਅੰਦਰ, ਬੂਹੇ ਕੋਲ ਖੜੋਤੀ ਸੀ, ਧੰਨੋ ਵਾਂਗ ਈ ਉਹਨੇ ਇਕ ਹੱਥ ਨਾਲ ਘੁੰਡ ਫੜ ਕੇ ਦੂਜਾ ਢਾਕ ਉਤੇ ਧਰਿਆ ਹੋਇਆ ਸੀ। ਜਗਸੀਰ ਨੇ ਇਕ ਵਾਰੀ ਉਸ ਵੱਲ ਵੇਖ ਕੇ ਇੰਜ ਨੀਵੀਂ ਪਾ ਲਈ ਜਿਵੇਂ ਉਹ ਸੱਚੀਂ-ਮੁੱਚੀਂ, ਚੋਰੀਓਂ ਬਲਦ ਖੋਹਲਣ ਆਇਆ ਫੜਿਆ ਗਿਆ ਹੋਵੇ। ਉਸ ਨੀਵੀਂ ਪਾਈ, ਦੋਸ਼ੀਆਂ ਵਾਲੀ ਆਵਾਜ਼ ਵਿਚ, ਹੌਲੀ ਜਿਹੀ ਕਿਹਾ, "ਕੋਈ ਨ੍ਹੀਂ ਬੱਚਾ, ਮੈਂ ਧਰਮ ਸਿਓਂ ਨੂੰ..."

"ਲਗਦਾ... ਸਿਓਂ ਦਾ! ਉਹਦੀ ਗੱਲ ਵਿਚੋਂ ਟੋਕ ਕੇ ਭੰਤੇ ਦੀ ਬਹੂ ਗੁੱਸੇ ਵਿਚ ਬੋਲੀ, "ਤੇਰੀ ਜਾਨ ਦੇ ਪੁਆੜੇ ਪਾਇਆਂ ਨੇ ਖ਼ਬਰੈ ਉਹਨੂੰ ਕਿਹੜੇ ਖੂਹ-ਟੋਭੇ ਪਾਇਐ ? ਸਾਡੇ ਤਾਂ, ਚਾਰ ਦਿਨ ਹੋ-ਗੇ ਸਾਰੇ ਟੱਬਰ ਨੂੰ ਭਾਜੜ ਪਈ ਫਿਰਦੀ ਐ ਤੇ ਇਹ ਵੱਡਾ ਸਰਦਾਰ ਅਜੇ ਮਿਲਣੀਆਂ ਕਰਨ ਆਇਐ!...ਵੱਡੇ ਪਿਆਰਾਂ ਵਾਲਾ, ਇਹਨਾਂ ਦੇ ਮੂੰਹ ਚੱਟੀ ਜਾਨੈ, ਉਹਨੂੰ ਲਿਆ ਖਾਂ ਭਾਲ ਕੇ ਜਿਹਦਾ ਸਾਰੀ ਉਮਰ ਅੰਨ ਖਾਧੈ ? ਬੁੜ੍ਹੀ ਆਵਦੀ ਦਾ ਮਰਨਾ ਕਰਾ ਲਿਆ; ਲੋਕਾਂ ਤੋਂ ਵਾਹ-ਵਾਹ ਖਟ ਲੀ, ਤੇ ਘਰ ਸਾਡਾ ਉਜਾੜ 'ਤਾ!... ਤੇਰੇ ਅਰਗੇ ਬੰਦੇ ਹੁੰਦੇ ਐ!... ਜੇ ਲੰਮੀ ਸੋਚਦਾ ਤਾਂ ਸਾਡੇ ਨਾਲ ਐਂ ਨਾ ਕਰਦਾ, ਆਵਦੀ ਦੋ ਦਿਨਾਂ ਦੀ ਵਾਹ-ਵਾਹ ਖਾਤਰ, ਤੈਂ ਸਾਡਾ ਜੀਓ-ਜੀ- ਸੂਲੀ ਟੰਗ 'ਤਾ, ਤੈਨੂੰ..."

ਇਕੋ ਸਾਹ ਭੰਤੇ ਦੀ ਬਹੂ ਬੋਲੀ ਜਾਂਦੀ ਸੀ। ਜਗਸੀਰ ਸੁੰਨ ਹੋਇਆ ਸੁਣੀ ਜਾਂਦਾ ਸੀ। ਉਹਦੇ ਚਿਹਰੇ ਉਤੇ ਇਹਨਾਂ ਦੋਹ ਪਲਾਂ ਵਿਚ ਈ ਕਿੰਨੇ ਪ੍ਰਭਾਵ ਉਘੜੇ ਤੇ ਗੁਆਚ ਗਏ ਸਨ। ਭੰਤੇ ਦੀ ਬਹੂ ਦਾ ਕੋਈ ਸ਼ਬਦ ਹੈਰਾਨੀ ਨਾਲ ਉਹਦੀਆਂ ਅੱਖਾਂ ਪਾੜ ਦਿੰਦਾ ਸੀ, ਕੋਈ ਉਹਦੇ ਸਿਰ ਵਿਚਕਾਰ ਵੱਟੇ ਵਾਂਗ ਵਜਦਾ ਸੀ, ਤੇ ਕੋਈ ਉਹਦੇ ਢਿੱਡ ਵਿਚ ਸੇਲੇ ਵਾਂਗ ਧਸ ਕੇ ਸਾਰੀ ਦਿਹ ਨੂੰ ਤੜਫਣ ਲਾ ਦਿੰਦਾ ਸੀ।

ਇਹਨਾਂ ਦੋ ਪਲਾਂ ਦਾ ਸਮਾਂ ਉਹਦੇ ਲਈ ਏਡਾ ਲੰਮਾ ਹੋ ਗਿਆ ਸੀ ਜਿਵੇਂ ਦੋ ਵਰ੍ਹੇ ਉਹਨੂੰ ਇੰਜ ਬਲਦਾਂ ਦੇ ਵਿਚਕਾਰ ਖੜੋਤਿਆਂ ਬੀਤ ਗਏ ਹੋਣ। ਉਹਦੇ ਪੈਰ ਹਿਲਦੇ ਨਹੀਂ ਸਨ ਜਿਵੇਂ ਧਰਤੀ ਵਿਚ ਗੱਡੇ ਗਏ ਹੋਣ; ਜਿਵੇਂ ਉਹ ਇਕ ਰੁੱਖ ਹੋਵੇ ਜੀਹਨੂੰ ਜ਼ੋਰਾਂ ਦਾ ਝੱਖੜ ਮੋੜ-ਘੋੜ ਧਰਤੀ ਨਾਲ ਪਟਕ ਰਿਹਾ ਹੋਵੇ, ਪਰ ਉਹਦੀਆਂ ਜੜ੍ਹਾਂ ਅਜੇ ਵੀ ਪੁੱਟੀਆਂ ਨਾ ਜਾ ਰਹੀਆਂ ਹੋਣ।

ਜਗਸੀਰ ਦੇ ਹੋਸ਼-ਹਵਾਸ ਪੂਰੀ ਤਰ੍ਹਾਂ ਕੰਮ ਨਹੀਂ ਸਨ ਕਰ ਰਹੇ, ਉਹਨੂੰ ਬੜਾ ਉੱਚਾ ਸੁਣ ਰਿਹਾ ਸੀ, ਬੜਾ ਈ ਘੱਟ ਦਿੱਸ ਰਿਹਾ ਸੀ, ਬਲਦਾਂ ਦੇ ਹੇਠ ਪਏ ਸੁੱਕੀ ਚਰ੍ਹੀ ਦੇ ਮੋਟੇ

ਟਾਂਡੇ ਵੀ ਨਹੀਂ ਸਨ ਦਿੱਸ ਰਹੇ।

"ਇਹ ਕੁਜਾਤ, ਏਥੇ ਕੀ ਲੈਣ ਆਇਐ ?" ਸੁਫ਼ਨੇ ਵਿਚ ਸੁਣਦੇ ਕਿਸੇ ਭੂਤ ਦੀ ਆਵਾਜ਼ ਵਾਂਗ ਉਹਨੂੰ ਭੰਤੇ ਦੀ ਬਹੂ ਦੀ ਆਵਾਜ਼ ਵਰਗੀ, ਪਰ ਓਦੂੰ ਭਾਰੀ ਤੇ ਕੁਰੱਖ਼ਤ ਆਵਾਜ਼ ਸੁਣਾਈ ਦਿੱਤੀ। ਜਦੋਂ ਉਸ ਰਤਾ ਸਿਰ ਉਤਾਂਹ ਚੁਕਿਆ ਤਾਂ ਸਾਹਮਣੇ ਰਾਕਸ਼ ਵਾਂਗ ਖੜੋਤੀ ਧੰਨੋ ਨੂੰ ਵੇਖ ਕੇ ਉਹਦੀਆਂ ਅੱਖਾਂ ਅਗੇ ਪਹਿਲਾਂ ਨਾਲੋਂ ਵਧੇਰੇ ਸੰਘਣਾ ਹਨੇਰਾ ਛਾ ਗਿਆ।

"ਜੇ ਬੰਦੇ ਦਾ ਪੁੱਤ ਐਂ ਤਾਂ ਹੁਣੇ ਨਿਕਲ ਜਾ ਏਥੋਂ, ਨਹੀਂ ਤੇਰੀਆਂ ਬੋਟੀਆਂ ਕਰਕੇ ਖਾ-ਜੂੰ!" ਧੰਨੋ ਨੇ ਦੰਦ ਕਚੀਚਦਿਆਂ ਆਖਿਆ, ਪਰ ਉਹਦੀ ਆਵਾਜ਼ ਜਗਸੀਰ ਨੂੰ ਐਤਕੀਂ ਪਹਿਲਾਂ ਨਾਲੋਂ ਅਸਪਸ਼ਟ ਸੁਣਾਈ ਦਿਤੀ। "ਅੱਗ ਲਾਈ ਡੱਬੂ ਕੰਧ 'ਤੇ!... ਸਾਡੇ ਘਰ ਹੱਥੀਂ ਲਾ ਕੇ ਉਤੋਂ ਫੂਕਾਂ ਮਾਰਨ ਆਇਐਂ ? ਜਾਹ ਨਿਕਲ ਜਾ ਮੇਰੇ ਘਰੋਂ! ਤੇ ਨਾਲੇ ਏਦੂੰ ਮੁੜ ਕੇ ਮੈਂ ਖੇਤ ਫਿਰਦਾ ਸੁਣ ਵੀ ਲਿਆ ਤਾਂ ਤੇਰੀਆਂ ਲੱਤਾਂ ਉਥੇ ਈ ਵੱਢ ਕੇ ਆਊਂ 'ਸਾਡਾ ਖੇ...ਟ'! ਲਗਦੇ ਖੇਤਾਂ ਦੇ। ਤੁਸੀਂ ਖੇਤ ਦੇ ਸਾਲੇ ਲਗਦੇ ਓਂ ? ਜਿਵੇਂ ਕਿਤੇ ਪਿਓ ਦੀ ਕਮਾਈ ਦਾ ਖਰੀਦਿਆ ਹੁੰਦੈ। ਓਸ ਭੌਂਦੂ ਦੇ ਸਿਰ 'ਚ ਸੁਆਹ ਦੀ ਚੂੰਢੀ ਪਾ ਕੇ ਉਹ ਫਫਾ-ਕੁਟਣੀ ਨੇ ਸਾਰੀ ਉਮਰ ਚੂੰਡ-ਚੂੰਡ ਖਾ ਲਿਆ। ਹੁੰਦੀ ਨਾ ਉਹ ਜਿਉਂਦੀ; ਫੇਰ ਮੈਂ ਪਟਦੀ ਉਹਦਾ ਝਾਟਾ ਵਾਲ-ਵਾਲ ਕਰ ਕੇ। ਜਿਹੜੀਆਂ ਤੁਸੀਂ ਸਾਡੇ ਨਾਲ ਕੀਤੀਐਂ... ਰਹਿੰਦੀ-ਖੂੰਹਦੀ ਇਕੋ ਕਸਰ ਸੀ, ਘਰ ਪਾੜਨ ਦੀ, ਉਹ ਵੀ ਪੂਰੀ ਕਰ 'ਤੀ। ਚੜ੍ਹਾ ਕੇ ਓਸ ਪਤੰਦਰ ਨੂੰ ਹੱਥ ਤੇ ਮੰਗਾ ਲੈ ਨੋਟ। ਬਗਾਨੇ ਧਨ ਨਾਲ ਮਰਨੇ ਕਰਕੇ, ਓਸ ਡੈਣ ਦੀ ਗਤ ਨ੍ਹੀਂ ਹੋਣੀਂ... ਜਾਹ ਨਿਕਲ ਜਾ ਮੇਰੇ ਘਰੋਂ! ਜੇ ਮੁੜ ਏਸ ਗਲੀ ਵੀ ਨੰਘਦਾ ਵੇਖ ਲਿਆ ਤਾਂ ਸੀਰਮੇ ਪੀ-ਜੂੰ...!"

'ਸੀਰਮੇ ਪੀ-ਜੂੰ', ਧੰਨੋ ਨੇ ਏਨੇ ਜ਼ੋਰ ਨਾਲ ਦੰਦ ਪੀਂਹਦਿਆਂ, ਚੀਕ ਕੇ ਆਖਿਆ ਕਿ ਜਗਸੀਰ ਨੂੰ ਇੰਜ ਲੱਗਿਆ ਜਿਵੇਂ ਉਹਦੇ ਸੁੱਤੇ ਪਏ ਦੇ ਸਿਰ ਵਿਚ ਕਿਸੇ ਨੇ ਡਾਂਗ ਮਾਰੀ ਹੋਵੇ। ਹੋਰ ਜੋ ਕੁਝ ਧੰਨੋ ਨੇ ਆਖਿਆ ਸੀ ਉਹਨੂੰ ਪਲੋ-ਪਲ ਵਧੇਰੇ ਅਸਪਸ਼ਟ ਸੁਣੀਂਦਾ ਗਿਆ ਸੀ, ਤੇ ਏਸ 'ਸੀਰਮੇ ਪੀ-ਜੂੰ' ਆਖਣ ਤਕ ਉਹਦੀ ਦਿਹ ਸੁੰਞੀ ਹੋਈ ਰਹੀ ਸੀ।

ਤੇ ਜਦੋਂ ਜਗਸੀਰ ਨੇ ਆਪਣਾ ਖੱਬਾ ਪੈਰ ਉਤਾਂਹ ਚੁਕਿਆ ਤਾਂ ਉਹਨੂੰ ਏਨਾ ਜ਼ੋਰ ਲਾਉਣਾ ਪਿਆ ਜਿਵੇਂ ਜੱਫੇ 'ਚ ਆਉਣ ਜੋਗੀ ਕਿੱਕਰ ਨੂੰ ਜੜੋਂ ਪੁੱਟ ਰਿਹਾ ਹੋਵੇ। ਪੋਹ ਦੇ ਮਹੀਨੇ ਵੀ ਉਹਦਾ ਸਾਰਾ ਸਰੀਰ ਮੁੜ੍ਹਕੋ-ਮੁੜ੍ਹਕੀ ਹੋ ਗਿਆ ਸੀ। ਏਵੇਂ ਉਸ ਸੱਜਾ ਪੈਰ ਚੁੱਕਿਆ। ਤੇ ਫੇਰ ਆਪਣੀ ਏਡੀ ਹੌਲੀ ਹੋ ਗਈ ਦਿਹ ਹੇਠ ਉਹਦੀਆਂ ਲੱਤਾਂ ਇੰਜ ਕੰਬਦੀਆਂ ਆਈਆਂ ਜਿਵੇਂ ਭਾਰਾ ਮੁੱਚਰ ਸਿਰ ਉਤੇ ਧਰੀਂ ਆਉਂਦਾ ਹੋਵੇ। ਧੰਨੋ ਪਿਛੋਂ, ਹੋਰ ਕੀ ਕੁਝ ਆਖਦੀ ਰਹੀ; ਗਲੀ ਵਿਚ ਕੌਣ-ਕੌਣ ਟੱਕਰਿਆ; ਕੀਹਨੇ ਕੀ ਉਹਨੂੰ ਪੁੱਛਿਆ ਤੇ ਕੀ ਆਖਿਆ- ਕਿਸੇ ਵੀ ਗੱਲ ਦਾ ਉਹਨੂੰ ਪਤਾ ਨਹੀਂ ਸੀ।

ਘਰ ਆ ਕੇ ਉਹ ਕੋਠੜੀ ਅੰਦਰ ਆ ਵੜਿਆ ਤੇ ਰਜਾਈ ਵਿਚ ਮੂੰਹ-ਸਿਰ ਵਲ੍ਹੇਟ ਕੇ ਪੈ ਗਿਆ।

ਸੋਲਾਂ

ਏਸ ਗੱਲ ਤੋਂ ਥੋੜ੍ਹੇ ਦਿਨ ਪਿਛੋਂ, ਇਕ ਦਿਨ ਜਦ ਜਗਸੀਰ ਵਿਹੜੇ ਵਿਚ ਬੈਠਾ ਧੁੱਪ ਸੇਕੀ ਜਾਂਦਾ ਸੀ ਤਾਂ ਰੌਣਕੀ ਨੇ ਉਹਦੇ ਕੋਲ ਆ ਕੇ ਬਹਿੰਦਿਆਂ ਦਬਵੀਂ ਆਵਾਜ਼ ਨਾਲ ਆਖਿਆ, "ਮੈਂ ਅੱਜ ਜਗਸਿਆ ਇਕ ਹੋਰ ਈ ਗੱਲ ਸੁਣ ਕੇ ਆਇਐਂ।" ਪਰ ਜਦੋਂ ਜਗਸੀਰ ਨੇ ਉਹਦੀ ਗੱਲ ਵਲ ਕੋਈ ਧਿਆਨ ਨਾ ਦਿਤਾ ਤਾਂ ਉਹ ਆਸੇ ਪਾਸੇ ਝਾਕ ਕੇ, ਹੌਲੀ ਦੇਣੇ ਭੇਤ ਭਰੀ ਆਵਾਜ਼ ਵਿਚ ਬੋਲਿਆ, "ਸੁਣਿਐਂ ਧਰਮ ਸਿਓਂ ਕਈ ਦਿਨਾਂ ਦਾ ਘਰੇ ਨ੍ਹੀਂ ਆਇਆ ?"

ਜਗਸੀਰ ਨੂੰ ਬੜੇ ਜ਼ੋਰ ਦੀ ਖੰਘ ਛਿੜ ਪਈ ਸੀ ਤੇ ਉਸ ਖੰਘਦਿਆਂ-ਖੰਘਦਿਆਂ ਗੋਡਿਆਂ ਵਿਚਾਲੇ ਮੂੰਹ ਦੇ ਕੇ ਖੇਸ ਦਾ ਝੁੰਬ ਜਿਹਾ ਮਾਰ ਲਿਆ। ਰੌਣਕੀ ਦੀ ਗੱਲ ਵਿਚ ਉਹਦਾ ਪੂਰਾ ਧਿਆਨ ਭਾਵੇਂ ਨਹੀਂ ਸੀ, ਪਰ ਉਹਨੂੰ ਆਪ ਮੁਹਾਰਿਆਂ ਬੋਲੀ ਜਾਂਦੇ ਨੂੰ ਉਹ ਸੁਣਦਾ ਰਿਹਾ।

"ਕੋਈ ਕੁਸ਼ ਕਹਿੰਦੈ, ਕੋਈ ਕੁਸ਼। ਪਰ ਜਗਸਿਆ ਕੋਈ ਬੰਦਾ ਸੀ, ਉਹ ਤਾਂ ਸਿੱਧ ਸੀ। ਖ਼ਬਰੈ ਪਾਪੀਆਂ ਨੇ ਅੰਦਰੇ-ਅੰਦਰ ਉਹਦੇ ਨਾਲ ਕੀ-ਕੀ ਕੀਤੀਆਂ ਹੋਣੀਐਂ। ਉਹ ਗੋਹ-ਜੀ ਤੀਵੀਂ ਵੇਖਣ 'ਚ ਈ ਸਾਊ ਲਗਦੀ ਐ, ਊਂ ਸਾਲੀ ਡੈਣ ਐਂ! ਕੋਈ ਕਹਿੰਦੈ ਉਹਨੇ ਤੇ ਭੰਤੇ ਨੇ ਕੁੱਟ ਕੇ ਘਰੋਂ ਕੱਢਿਐ, ਕੋਈ ਕਹਿੰਦੈ ਦੁਖੀ ਹੋਇਆ ਆਪੇ ਨਿਕਲ ਗਿਆ, ਜਿੰਨੇ ਮੂੰਹ ਓਨੀਆਂ ਭਾਖਿਆ। ਕੋਈ ਪਤਾ ਲਗਦੈ; ਰੱਬ ਦੀਆਂ ਰੱਬ ਜਾਣੇ। ਪਰ ਬੰਦੇ ਉਹਦੇ ਅਰਗੇ ਘਰ-ਘਰ ਨ੍ਹੀਂ ਜੰਮਣੇ ਜਗਸਿਆ! ਰੱਬ ਵੀ...ਦਾ ਖ਼ਸਮ ਏਹੋ-ਜਿਆਂ ਤੋਂ ਈ ਬਦਲੇ ਲੈਂਦੇ, ਜਿਹੜੇ ਛੋਟੇ ਸਾਲੇ ਦਿਨ ਰਾਤ ਕੰਜਰਖਾਨੇ ਕਰਦੇ ਐ, ਤੇ ਝੂਠ ਤੂਫ਼ਾਨ ਬੋਲਦੇ ਐ, ਉਹਨਾਂ ਸੱਗੇ-ਰੱਤਿਆਂ ਦੇ ਉਹ ਵੀ ਨੇੜੇ ਨ੍ਹੀਂ ਲਗਦਾ-ਓਹਨਾਂ ਪਤੰਦਰਾਂ ਤੋਂ ਡਰ ਲਗਦੈ। ਨੇੜੇ ਕਿਵੇਂ ਲੱਗੇ!..."

ਰੌਣਕੀ ਕੀ ਕੁਝ ਬੋਲੀ ਗਿਆ, ਜਗਸੀਰ ਦਾ ਏਧਰ ਕੋਈ ਧਿਆਨ ਨਹੀਂ ਸੀ। ਉਹਨੂੰ ਸਾਰੀ ਅਸਲ ਗੱਲ ਦਾ ਓਦੋਂ ਈ ਪਤਾ ਲੱਗ ਗਿਆ ਸੀ ਜਿੱਦੇਂ ਭੰਤੇ ਦੀ ਬਹੂ ਤੇ ਧੰਨੋ ਨੇ ਉਹਨੂੰ ਮੰਦਾ-ਚੰਗਾ ਬੋਲ ਕੇ ਘਰੋਂ ਕੱਢਿਆ ਸੀ। ਉਸ ਪਿਛੋਂ ਅੱਜ ਤੱਕ, ਘੋਰੀ ਸਾਧਾਂ ਵਾਂਗ ਅੰਦਰੇ ਪਿਆ ਉਹ ਇਸੇ ਬਾਰੇ ਸੋਚਦਾ ਰਹਿੰਦਾ ਸੀ। ਧਰਮ ਸਿੰਘ ਕਿਉਂ ਘਰੋਂ ਚਲਿਆ ਗਿਆ? ਮੈਂ ਉਹਤੋਂ ਕਿਉਂ ਪੈਸੇ ਲੈ ਲਏ ? ਇਹਨਾਂ ਕਰਕੇ ਈ ਤਾਂ ਸ਼ੈਦ ਉਹਨੂੰ ਘਰੋਂ ਨਿਕਲਣਾ ਪਿਆ ਹੋਣੈਂ! ਇਹ ਬਣ ਕੀ ਗਿਆ ? ਹੁਣ ਬਣੂੰਗਾ ਕੀ ?... ਤੇ ਜਦੋਂ ਉਹ ਕਿਸੇ ਵੀ ਸਵਾਲ ਦਾ ਜਵਾਬ ਪੂਰੀ ਤਰ੍ਹਾਂ ਨਾ ਲੱਭ ਸਕਦਾ ਤਾਂ ਨਿਢਾਲ ਹੋ ਕੇ ਮੰਜੇ 'ਤੇ ਪੈ ਜਾਂਦਾ। ਨਾਲ ਦੀ ਨਾਲ ਉਹਨੂੰ ਖੰਘ ਛਿੜ ਪੈਂਦੀ ਤੇ ਪਿੰਡਾ ਭੱਖਣ ਲੱਗ ਪੈਂਦਾ ਤੇ ਸਿਰ ਏਨਾ ਭਾਰਾ ਹੋ ਜਾਂਦਾ ਕਿ ਉਹਤੋਂ ਧੌਣ ਪਾਸੇ ਵੀ ਨਾ ਭੁਆਈ ਜਾਂਦੀ, ਸਿੱਧਣ-ਸਿੱਧਾ ਪਿਆ ਉਹ ਛੱਤ ਵਲ ਝਾਕਦਾ ਰਹਿੰਦਾ।

ਜਗਸੀਰ ਲਈ ਹੁਣ ਇਕੋ-ਇਕ ਰੌਣਕੀ ਦਾ ਈ ਸਹਾਰਾ ਸੀ। ਓਹੋ ਦੋਏ ਵੇਲੇ ਉਹਨੂੰ ਰੋਟੀ ਦੀ ਬੁਰਕੀ ਤੇ ਚਾਹ ਦੇ ਜਾਂਦਾ ਸੀ, ਹੋਰ ਕਦੇ ਉਹਦੀ ਕਿਸੇ ਨੇ ਆ ਕੇ ਸਾਰ

ਨਹੀਂ ਸੀ ਲਈ। ਆਉਂਦੇ ਜਾਂਦੇ ਵਿਹੜੇ ਦੇ ਲੋਕ ਕਦੇ ਕਦਾਈਂ, 'ਕੀ ਹਾਲ ਐ', ਕਹਿ ਕੇ ਉਹਦੇ ਅੰਦਰ ਸੂਲਾਂ ਜਿਹੀਆਂ ਚੋਭ ਜਾਂਦੇ ਸਨ। ਪਰ ਜਦੋਂ ਤੋਂ ਉਹ ਇੰਜ ਅੰਦਰ ਪਿਆ ਸੀ, ਉਹਦੀ ਸੋਚ ਬੜੀ ਓਪਰੀ ਹੋ ਗਈ ਸੀ। ਉਹਨੂੰ ਇਹਨਾਂ ਲੋਕਾਂ ਉਤੇ ਦਿਨੋ ਦਿਨ ਰੋਸ ਘਟਦਾ ਜਾਂਦਾ ਸੀ। 'ਇਹ ਆਪ ਮੇਰੇ ਨਾਲੋਂ ਬਹੁਤੇ ਔਖੇ ਐ, ਮੈਨੂੰ ਕੀ ਕਰਨ।' ਆਪਣੇ ਮਨ ਨੂੰ ਸਮਝਾ ਕੇ ਉਹ ਚੁੱਪ ਕਰ ਜਾਂਦਾ। ਤੇ ਸੂਲਾਂ ਵਰਗੀ ਉਹ ਚੋਭ ਘਟ ਜਾਂਦੀ।

ਹੌਲੀ-ਹੌਲੀ ਜਗਸੀਰ ਨੇ ਰੋਟੀ ਵੀ ਛੱਡ ਦਿੱਤੀ; ਨਿਰੀ ਚਾਹ ਤੇ ਆ ਗਿਆ। ਰੌਣਕੀ ਕੋਈ ਦੁਆਈ ਬੂਟੀ ਲਿਆ ਦਿੰਦਾ ਤਾਂ ਉਹ ਵੀ ਉਹ ਨਾ ਖਾਂਦਾ। ਉਹ ਰੌਣਕੀ ਨਾਲ ਬੋਲਣ ਵੀ ਬੜਾ ਘੱਟ ਲੱਗ ਪਿਆ ਸੀ। ਜਦੋਂ ਬੋਲਦਾ ਤਾਂ ਓਪਰੀਆਂ ਗੱਲਾਂ ਕਰਨ ਲੱਗ ਪੈਂਦਾ, ਜੋ ਰੌਣਕੀ ਨੂੰ ਸਮਝ ਨਾ ਪੈਂਦੀਆਂ ਤੇ ਉਹ ਖਿੱਝ ਕੇ ਉਹਨੂੰ ਚੁੱਪ ਕਰਾਣ ਲਈ ਆਖਦਾ, "ਕੋਈ ਨੀਂ ਹੁਣ ਤੂੰ ਚੁੱਪ ਕਰਕੇ ਪੈ ਜਾ, ਕਲ਼ ਨੂੰ ਗੱਲ ਕਰਾਂਗੇ।"

"ਰੌਣਕੀ ਮੈਨੂੰ ਰਾਤ ਨੂੰ ਡਰ ਜਿਆ ਲਗਦਾ ਰਹਿੰਦੈ, ਤੂੰ ਮੇਰੇ ਕੋਲ ਈ ਪੈ ਜਿਆ ਕਰ।" ਇਕ ਦਿਨ ਬਿਮਾਰੀਓਂ ਉਠੇ ਰਿਹਾੜੂ ਨਿਆਣੇ ਵਾਂਗ ਜਗਸੀਰ ਨੇ ਆਖਿਆ।

ਉਸ ਦਿਨ ਪਿਛੋਂ ਰੌਣਕੀ ਸੌਣ ਵੀ ਓਥੇ ਈ ਲੱਗ ਪਿਆ। ਰੌਣਕੀ ਕੋਲ ਕਈ ਪੁਰਾਣੇ ਕਿੱਸੇ ਪਏ ਸਨ। ਇਹਨਾਂ ਨੂੰ ਪੜ੍ਹਨ ਜੋਗੀ ਪੰਜਾਬੀ ਉਸ ਡੇਰੇ ਵਾਲੇ ਸਾਧ ਕੋਲੋਂ, ਨਿੱਕੇ ਹੁੰਦਿਆਂ ਸਿੱਖੀ-ਪੜ੍ਹੀ ਸੀ। ਉਹ ਜਗਸੀਰ ਨੂੰ ਅੱਧੀ-ਅੱਧੀ ਰਾਤ ਤਾਈਂ ਕਿੱਸੇ ਸੁਣਾਉਂਦਾ ਰਹਿੰਦਾ। ਜਦੋਂ ਉਹ ਕਿੱਸੇ ਦਾ ਸੁਖਾਂਤ ਭਾਗ ਪੜ੍ਹਦਾ ਤਾਂ ਜਗਸੀਰ ਨੂੰ ਆਪਣੀ ਹਿੱਕ ਅੰਦਰ ਕੁਝ ਨਿੱਘ ਜਿਹਾ ਆਉਂਦਾ ਲਗਦਾ। ਪਰ ਜਦੋਂ ਕਿਤੇ ਦੁੱਖ ਦੀ ਗੱਲ ਆ ਜਾਂਦੀ ਤਾਂ ਉਹ ਕਾਹਲਾ ਪੈ ਕੇ ਆਖਦਾ : "ਇਹ ਛੱਡ ਕੇ ਗਾਹਾਂ ਤੋਂ ਪੜ੍ਹ, ਰੌਣਕਾ।" ਰੌਣਕੀ ਨੂੰ ਦੋ ਤਿੰਨ ਦਿਨਾਂ ਪਿਛੋਂ ਜਦੋਂ ਜਗਸੀਰ ਦੀ ਇਸ ਆਦਤ ਦਾ ਪਤਾ ਲਗ ਗਿਆ ਤਾਂ ਉਹ ਦੁਖਾਂਤ ਭਾਗ ਆਪੇ ਈ ਛੱਡਣ ਲਗ ਪਿਆ। ਪਰ ਇੰਜ ਕਿੱਸੇ ਦੀ ਲੜੀ ਨਾ ਜੁੜਦੀ ਤੇ ਰੌਣਕੀ ਤੋਂ ਉਸ ਲੈਅ ਨਾਲ ਨਾ ਪੜ੍ਹਿਆ ਜਾਂਦਾ, ਜਿਸ ਨਾਲ ਉਹ ਲੜੀ ਜੁੜਦੀ ਰਹਿਣ ਤੇ ਪੜ੍ਹ ਸਕਦਾ ਸੀ। ਜਗਸੀਰ ਨੂੰ ਵੀ ਇਹ ਟੁੱਟੀ ਲੜੀ ਇੰਜ ਲਗਦੀ ਜਿਵੇਂ ਕਿੱਸੇ ਦੇ ਪਾਤਰ ਤੁਰੇ ਜਾਂਦੇ ਖਾਲ਼ ਉਤੋਂ ਦੀ ਛਾਲ ਮਾਰ ਕੇ ਜਦੋਂ ਮੁੜ ਤੁਰਨ ਲਗਦੇ ਹੋਣ, ਤਾਂ ਕਿਸੇ ਨਾ ਕਿਸੇ ਦਾ ਗਿੱਟਾ ਉਤਰਨ ਜਾਂ ਗੋਡੇ ਦੀ ਚੱਪਣੀ ਹਿੱਲਣ ਕਰਕੇ ਉਹਨਾਂ ਦੀ ਤੋਰ ਅਸਾਵੀਂ ਹੋ ਜਾਂਦੀ ਹੋਵੇ। ਇਹਨਾਂ ਦੀ ਅਸਾਵੀਂ ਤੋਰ ਤੋਂ ਵੀ ਜਗਸੀਰ ਦਾ ਚਿੱਤ ਘਬਰਾਣ ਲੱਗ ਪੈਂਦਾ। ਤੇ ਕਈ ਵਾਰ ਉਹ ਰੌਣਕੀ ਨੂੰ ਕਿੱਸਾ ਛਡ ਕੇ ਗੱਲਾਂ ਕਰਨ ਲਈ ਆਖਦਾ।

"ਗੱਲਾਂ ਕੀ ਕਰੀਏ, ਤੂੰ ਤਾਂ ਹੁਣ ਯਭਲੀਆਂ ਮਾਰਨ ਲੱਗ ਪੈਨੈਂ!" ਰੌਣਕੀ ਇਕ ਦਿਨ ਕਿਧਰੇ ਹਾਸੇ ਵਿਚ ਈ ਆਖ ਬੈਠਾ। ਉਸੇ ਦਿਨ ਪਿਛੋਂ ਜਗਸੀਰ ਨੇ ਗੱਲਾਂ ਕਰਨ ਨੂੰ ਵੀ ਉਹਨੂੰ ਕਦੇ ਨਾ ਆਖਿਆ।

ਰੌਣਕੀ ਇਹ ਕਹਿ ਕੇ ਬੜਾ ਪਛਤਾਇਆ, ਪਰ ਜੋ ਉਸ ਆਖਿਆ ਸੀ; ਗੱਲ ਸੱਚੀ ਈ ਸੀ। ਉਹਨੂੰ ਪੂਰੀ ਤਸੱਲੀ ਹੋ ਗਈ ਸੀ ਕਿ ਅੰਦਰਲੀ ਬੀਮਾਰੀ ਕਰ ਕੇ ਜਿਥੇ ਜਗਸੀਰ ਦਾ ਸਰੀਰ ਦਿਨੋ-ਦਿਨ ਨਿਘਰਦਾ ਜਾਂਦਾ ਸੀ ਓਥੇ ਉਸ ਦਾ ਦਿਮਾਗ਼ ਵੀ ਟਿਕਾਣਿਓਂ ਹਿਲਦਾ ਜਾਂਦਾ ਸੀ। ਉਹ ਅਜਿਹੇ ਬੇ-ਸਿਰ ਪੈਰੇ ਸਵਾਲ ਕਰਦਾ ਕਿ ਰੌਣਕੀ ਨੂੰ ਉਹਨਾਂ ਦੀ ਸਮਝ ਨਹੀਂ ਸੀ ਪੈਂਦੀ ਤੇ ਉਹ ਖਿਝ ਜਾਂਦਾ ਸੀ। ਕਦੇ-ਕਦੇ ਉਹ ਪੁੱਛਦਾ : "ਰੌਣਕੀ! ਜੇ ਬੰਦਾ ਭਲਾ ਨਾ ਜੰਮੇ ਤਾਂ ਫੇਰ ਕੀ ਬਣੇ ? ਕਹਿੰਦੇ ਚੁਰਾਸੀ ਲੱਖ ਜੂਨੀ ਭੋਗ ਕੇ ਜੀ ਨੂੰ ਮਨੁੱਖ ਦਾ ਜਾਮਾ ਮਿਲਦੈ। ਪਰ ਜੇ ਉਹ ਆਖੇ ਬਈ ਮੈਂ ਤਾਂ ਮਨੁੱਖ ਦੇ ਜਾਮੇ ਪੈਣਾ ਈ ਨੀਂ, ਮੈਨੂੰ ਮੁੜ ਕੇ ਕਿਸੇ ਜਨੌਰ ਦੇ ਜਾਮੇ ਈ ਪਾ ਦਿਓ, ਤਾਂ ਫੇਰ ਉਹਨੂੰ ਧਰਮਰਾਜ ਮੱਲੋਮੱਲੀ ਮਨੁੱਖ ਦੇ ਜਾਮੇ

ਪਾਊ ?"

ਕਦੇ ਕਦੇ ਉਹ ਅਜਿਹੇ ਸੁਆਲ ਵੀ ਪੁੱਛਦਾ ਜੋ ਰੌਣਕੀ ਦਾ, ਆਪ ਵੀ ਪੁੱਛਣ ਨੂੰ ਜੀ ਕਰਦਾ ਹੁੰਦਾ। ਪਲ ਦਾ ਪਲ ਤਾਂ ਉਹ ਖਿੜ ਜਾਂਦਾ, ਪਰ ਫੇਰ ਉਹਨੂੰ ਓਹੋ ਖਿਝ ਚੜ੍ਹਨ ਲੱਗ ਪੈਂਦੀ, ਕਿਉਂਕਿ ਉਹਨੂੰ ਇਹਨਾਂ ਵਿਚੋਂ ਕਿਸੇ ਦਾ ਵੀ ਜਵਾਬ ਨਹੀਂ ਸੀ ਅਹੁੜਦਾ। ਪਰ ਅਜਿਹੀ ਖਿਝ ਵੇਲੇ ਉਹ ਜਗਸੀਰ ਨੂੰ ਟੋਕਦਾ ਨਾ, ਤੇ ਉਹਦੇ ਕੀਤੇ ਸਵਾਲਾਂ ਨੂੰ ਗਹੁ ਨਾਲ ਸੁਣਦਾ ਰਹਿੰਦਾ। ਜਗਸੀਰ ਵੀ ਬਿਨਾਂ ਜਵਾਬ ਉਡੀਕੇ ਉੱਪਰੋ-ਥੱਲੀ ਪੁੱਛਦਾ ਰਹਿੰਦਾ :

"ਜੇ ਰੌਣਕਾ ਬੰਦੇ ਦਾ ਕੁਸ਼ ਨਾ ਹੋਵੇ- ਨਾ ਘਰ-ਘਾਟ, ਨਾ ਬਾਲ-ਬੱਚੇ, ਨਾ ਅੱਗਾ-ਪਿੱਛਾ- ਤਾਂ ਫੇਰ ਜਿਉਂਦਾ ਕਿਵੇਂ ਰਹਿੰਦੈ ?"

"ਜਿਹੜਿਆਂ ਕੋਲੇ ਜਮੀਨੈਂ, ਚੰਗੇ ਘਰ-ਬਾਰ ਐ, ਵਿਆਹੇ-ਵਰੇ ਐ, ਬਾਲ ਬੱਚੇਦਾਰ ਐ, ਉਹਨਾਂ ਦੇ ਸਾਡੇ ਨਾਲੋਂ ਕੁਸ਼ ਚੰਗੇ ਕਰਮ ਕੀਤੇ ਹੁੰਦੇ ਐ, ਰੌਣਕਾ ?"

"ਇਹ ਕਰਮ, ਕਰਮ, ਕਰਮ-ਕਰਮ ਰੌਣਕਾ ਹੁੰਦੇ ਕੀ ਐ ? ਜਿਹੜਾ ਪਿਛਲੇ ਜਰਮ 'ਚ ਕੁਸ਼ ਕੀਤਾ ਹੋਵੇ ਉਹੋ ਹੁੰਦੇ ਐ ਕਿ ਐਸ ਜੂਨ 'ਚ ਕੀਤੇ ਕੰਮ ਹੁੰਦੇ ਐ ?"

"ਲੈ, ਭਲਾ ਕਿਸੇ ਨੂੰ ਕੀ ਸੁਫ਼ਨਾ ਆਉਂਦੈ ਬਈ ਪਿਛਲੇ ਜਰਮ 'ਚ ਕੋਈ ਕੀ ਕਰ ਕੇ ਆਇਐ ?... ਐਵੇਂ ਕੁੱਤੀ ਜਾਤ ਭੌਂਕਦੀ ਐ!..."

"ਜਦੋਂ ਰੌਣਕਾ ਅਗਲੀ ਦਰਗਾਹ ਬੰਦੇ ਦਾ ਲੇਖਾ ਹੁੰਦੈ, ਓਦੋਂ ਨਿਰਾ ਲੈਣਾ ਈ ਦਸਦੇ ਐ ਕਿ ਦੇਣੇ ਦਾ ਹਸਾਬ ਵੀ ਕਰਦੇ ਐ ?... ਦੇਣੇ ਦਾ ਕੀ ਕਰਦੇ ਹੋਣੇ ਐਂ! ਜਦੋਂ ਐਥੇ ਆਲ਼ੇ ਨ੍ਹੀਂ ਕਰਦੇ, ਓਥੋਂ ਆਲ਼ਿਆਂ ਨੇ ਕੀ ਕਰਨੈਂ...! ਰੌਣਕਾ, ਇਹ ਲੇਖੇ ਪੱਤੇ 'ਚ ਲੋਕ ਪੈਂਦੇ ਈ ਕਿਉਂ ਐਂ, ਭਲਾ ?..."

ਤੇ ਉਹਦੇ ਇਹ ਉਲਝਵੇਂ ਸੁਆਲ ਮੁੱਕਣ ਵਿਚ ਈ ਨਾ ਆਉਂਦੇ।

ਜਦੋਂ ਦਿਨੇ ਰੌਣਕੀ ਭੱਠੀ ਲਈ ਬਾਹਰੋਂ ਬਾਲਣ ਲੈਣ ਚਲਿਆ ਜਾਂਦਾ ਤਾਂ ਇਕੱਲਾ ਪਿਆ ਜਗਸੀਰ ਅਜਿਹੀਆਂ ਗੱਲਾਂ ਸੋਚਦਾ ਰਹਿੰਦਾ। ਕਈ ਵਾਰੀ ਉਹਨੂੰ ਏਡੇ ਓਪਰੇ ਤੇ ਬੇ-ਸਿਰ-ਪੈਰੇ ਖ਼ਿਆਲ ਆਉਂਦੇ ਕਿ ਉਹ ਆਪ ਵੀ ਬੜਾ ਹੈਰਾਨ ਹੋ ਜਾਂਦਾ। ਇਹਨਾਂ ਈ ਵਿਹਲੇ ਪਲਾਂ ਵਿਚ ਉਸ ਬਚਪਨ ਤੋਂ ਲੈ ਕੇ ਹੁਣ ਤੱਕ ਆਪਣੇ ਸਾਰੇ ਜੀਵਨ ਨੂੰ ਇੰਜ ਪ੍ਰਤੱਖ ਵੇਖਿਆ ਸੀ ਜਿਵੇਂ ਇਹ ਵੀ ਇੱਕ ਕਿੱਸਾ ਹੋਵੇ, ਪਰ ਏਸ ਕਿੱਸੇ ਵਿਚ ਰੌਣਕੀ ਦੇ ਕਿੱਸਿਆਂ ਵਾਂਗ ਕਿਤੇ ਇਕਸਾਰੀ ਲੜੀ ਨਹੀਂ ਸੀ ਜੁੜੀ ਹੋਈ! ਨਾ ਛੰਦਾ-ਬੰਦੀ ਸੀ, ਨਾ ਲੈਅ ਸੀ। ਉਹਨੂੰ ਇੰਜ ਲਗਦਾ ਜਿਵੇਂ ਇਹ ਖੇਤਾਂ ਦੀ ਡੰਡੀ ਵਰਗਾ ਕਿੱਸਾ ਸੀ : ਕਿਤੇ ਰਾਹ ਵਿਚ ਖਾਲ਼, ਕਿਤੇ ਝਾੜ-ਮਲ੍ਹੇ, ਕਿਤੇ ਬੀਜੀ ਫ਼ਸਲ, ਕਿਤੇ ਵੱਢ ਤੇ ਕਿਤੇ ਮਿੱਧੇ ਹੋਏ ਕਚਰੇ!

"ਰੌਣਕਾ! ਜੇ ਇਕ ਦਿਨ...ਇਕ ਦਿਨ...ਨਿੱਕੇ ਦੀ ਬਹੂ ਨੂੰ ਸੱਦ ਕੇ..."

ਜਗਸੀਰ ਨੂੰ 'ਨਿੱਕੇ ਦੀ ਬਹੂ' ਕਹਿੰਦਿਆਂ ਸੁਣ ਕੇ ਰੌਣਕੀ ਗੱਲ ਪੂਰੀ ਹੋਣੋਂ ਪਹਿਲਾਂ ਹੱਸ ਪਿਆ। ਪਰ ਨਾਲ ਦੀ ਨਾਲ ਉਹ ਇੰਜ ਗੰਭੀਰ ਹੋ ਗਿਆ ਜਿਵੇਂ ਉਹਤੋਂ ਚਾਣਚਕ ਕਿਸੇ ਸਾਊ ਬੰਦੇ ਨੂੰ ਬਿਨਾਂ ਗੱਲੋਂ ਗਾਲ਼ ਕਢੀ ਗਈ ਹੋਵੇ।

ਅਗਲੇ ਦਿਨ ਰੌਣਕੀ ਤਕੜੀ ਰਾਤ ਤਾਈਂ ਨਾ ਮੁੜਿਆ। ਤੇ ਜਦੋਂ ਉਹ ਆਇਆ ਉਹਦਾ ਝੁਰੜੀਆਂ ਬੁਣਿਆਂ ਮੂੰਹ ਲੱਥਾ ਹੋਇਆ ਸੀ। ਇਹ ਗੱਲ ਦੱਸਣ ਦਾ ਹੌਸਲਾ ਉਹ ਨਾ ਕਰ ਸਕਿਆ ਕਿ 'ਨਿੱਕੇ ਦੀ ਬਹੂ' ਭਰਾ ਦੇ ਵਿਆਹ ਕਰਕੇ; ਕਈ ਦਿਨਾਂ ਦੀ ਪੇਕੀਂ ਗਈ ਹੋਈ ਸੀ। ਓਦੋਂ ਉਹ ਕਿੱਸਾ ਵੀ ਨਾ ਪੜ੍ਹ ਸਕਿਆ ਤੇ ਉੱਚੀ-ਉੱਚੀ 'ਹੇ ਵਾਖਰੂ, ਹੇ ਵਾਖਰੂ' ਕਰਦਿਆਂ ਆਪਣੀ ਮੰਜੀ ਉਤੇ ਜਾ ਪਿਆ। ਤੇ ਪਿਆ ਵੀ ਇੰਜ ਈ ਉੱਚੀ-ਉੱਚੀ 'ਹੇ ਵਾਖਰੂ, ਹੇ ਵਾਖਰੂ' ਕਰਦਾ ਰਿਹਾ, ਜਿਵੇਂ ਏਸ ਰੌਲ਼ੇ ਵਿਚ, ਗਲ਼ ਵਿਚ ਅੜੀ ਕਿਸੇ ਗੱਲ

ਨੂੰ ਬਾਹਰ ਆਉਣੋਂ ਰੋਕ ਰਿਹਾ ਹੋਵੇ। ਕਦੇ-ਕਦੇ ਤਾਂ 'ਹੇ-ਵਾਖਰੂ' ਲਮਕਾ ਕੇ ਆਖਣ ਦੀ ਥਾਂ ਏਡੀ ਛੇਤੀ ਤੇ ਉਚੀ ਚੀਕ-ਜਿਹੀ ਮਾਰ ਕੇ ਆਖਦਾ ਜਿਵੇਂ ਸੱਪ ਤੋਂ ਡਰ ਕੇ ਤ੍ਰਹਿ ਗਿਆ ਹੋਵੇ।

ਜਗਸੀਰ ਨੇ ਵੀ ਬੂਹੇ ਵੜਦੇ ਰੌਣਕੀ ਵਲ ਇਕ ਵਾਰ ਵੇਖਿਆ ਸੀ ਤੇ ਫੇਰ ਉਹ ਛੱਤ ਵਲ ਅੱਖਾਂ ਗੱਡ ਕੇ ਇੰਜ ਝਾਕਣ ਲੱਗ ਪਿਆ ਸੀ ਜਿਵੇਂ ਇਹਨਾਂ ਨੂੰ ਵਿੰਗੀਆਂ ਕੜੀਆਂ ਵਿਚ ਵਰਮਿਆਂ ਵਾਂਗ ਗੱਡ ਦੇਣਾ ਚਾਹੁੰਦਾ ਹੋਵੇ। ਉਹਨੂੰ ਇੰਜ ਪਿਆਂ ਆਪਣੇ ਆਲੇ ਦੁਆਲੇ ਦੀ ਹਰ ਸ਼ੈ ਦਿੱਸ ਰਹੀ ਸੀ; ਜਿਵੇਂ ਵਿੰਗੀਆਂ ਕੜੀਆਂ-ਸਿਰਕੀ ਵਿਚ ਕੋਈ ਵੱਡਾ ਸ਼ੀਸ਼ਾ ਲੱਗਿਆ ਹੋਵੇ ਤੇ ਉਸ ਵਿਚੋਂ ਹਰ ਸ਼ੈ ਦਾ ਅਕਸ ਪੈ ਰਿਹਾ ਹੋਵੇ : ਫੁਟੇ ਤੇ ਧੂੜ ਭਰੇ ਕੁੱਜੇ ਬਠਲੀਆਂ। ਪਾਟੇ ਪੁਰਾਣੇ ਲੀੜੇ ਤੇ ਜੁੱਲੀਆਂ; ਉਹਦੀ ਬੇਬੇ ਦਾ ਹਾਣੀ ਸੰਦੂਕ ਤੇ ਕੁਝ ਟੁੱਟੇ ਭੱਜੇ ਖੇਤੀ ਦੇ ਸੰਦ, ਜੋ ਉਹਦੇ ਆਪਣੇ ਨਹੀਂ ਧਰਮ ਸਿੰਘ ਕੇ ਸਨ। ਇਹ ਕੋਠੜੀ ਜਿਹੜੀ ਉਹਦੀ ਸੁਰਤੋਂ ਅੱਗੋਂ ਦੀ ਬਣੀ ਹੋਈ ਸੀ, ਜੀਹਦੀਆਂ ਸਿਰਕੀਆਂ ਵਿਚੋਂ ਪਾਣੀ ਦੀਆਂ ਘਰਾਲਾਂ ਵਗ-ਵਗ, ਕੰਧਾਂ ਉਤੇ ਕਈ ਓਪਰੀਆਂ-ਓਪਰੀਆਂ ਸ਼ਕਲਾਂ ਵਹਿ ਗਈਆਂ ਸਨ, ਤੇ ਇਹਨਾਂ ਅਜੀਬ ਡਰਾਉਣੀਆਂ ਸ਼ਕਲਾਂ ਵਿਚੋਂ ਉਹਨੂੰ ਕਈ ਤਰ੍ਹਾਂ ਦੇ ਚਿਤਰ ਬਣਦੇ ਤੇ ਉਘੜ ਕੇ ਫੇਰ ਇਹਨਾਂ ਘਰਾਲਾਂ ਦੀ ਖੁਰੀ-ਮਿੱਟੀ ਵਿਚ ਰਲਦੇ ਸਨ, ਪਰ ਕਿਸੇ ਵੀ ਚਿਤਰ ਦੇ ਰੰਗ ਸਪਸ਼ਟ ਨਹੀਂ ਸਨ ਦਿਸਦੇ।

"ਰੌਣਕਾ ? ਧਰਮ ਸਿਉਂ ਦਾ ਲੱਗਿਆ ਕੋਈ ਪਤਾ ?" ਜਗਸੀਰ ਨੇ ਚਾਣਚੱਕ ਪੁੱਛਿਆ।

"ਨਹੀ," ਰੌਣਕੀ ਨੇ ਏਨਾ ਈ ਜਵਾਬ ਦਿਤਾ ਤੇ ਫੇਰ ਓਵੇਂ ਉੱਚੀ ਸਾਰੀ 'ਹੇ ਵਾਖਰੂ' ਆਖ ਕੇ ਚੁੱਪ ਕਰ ਗਿਆ।

ਜਗਸੀਰ ਫੇਰ ਕਿੰਨਾ ਚਿਰ ਓਵੇਂ ਛੱਤ ਵਲ ਝਾਕੀ ਗਿਆ ਤੇ ਪਹਿਲਾਂ ਵਾਂਗ ਈ ਫੇਰ ਬੋਲਿਆ, "ਨਿੱਕੇ ਦੀ ਬਹੂ ਨੂੰ ਆਖੀਂ, ਰੌਣਕਾ; ਮੇਰੀ ਮੜ੍ਹੀ ਬਰ-ਜ਼ਰੂਰ ਪੋਚਿਆ ਕਰੂ...ਬਣਾ ਤਾਂ ਤੂੰ ਦੇਵੇਂਗਾ ਈ।..."

ਰੌਣਕੀ ਨੇ ਉਹਦੀ ਗੱਲ ਦਾ ਉੱਤਰ ਦਿਤੇ ਬਿਨਾਂ ਫੇਰ ਚੀਕ ਜਿਹੀ ਮਾਰ ਕੇ 'ਹੇ ਵਾਖਰੂ' ਆਖਿਆ, ਪਰ ਐਤਕੀਂ ਉਹ ਆਪਣੇ ਗਲ਼ ਤੇ ਅੱਖਾਂ ਵਿਚ ਅੜੀ ਉਸ ਸ਼ੈ ਨੂੰ ਨਾ ਰੋਕ ਸਕਿਆ।

"ਕਿਉਂ ਮਰੇ ਨੂੰ ਮਾਰਦੈਂ।... ਮੇਰਾ ਦੋਹਾਂ ਜਹਾਨਾਂ ਦੇ ਧਰਕਾਰੇ ਦਾ ਹੋਰ ਕੌਣ ਐਂ। ਤੂੰ ਹੀ ਇਕ ਸੀ, ਤੂੰ ਹੀ ਐਂ ਗੱਲਾਂ ਕਰਨ ਲੱਗ ਪਿਆ।..." ਪੀੜੋ-ਪੀੜ ਹੋਈ ਘੱਗੀ ਆਵਾਜ਼ ਨਾਲ ਰੌਣਕੀ ਨੇ ਕਿਹਾ ਤੇ ਹੰਝੂਆਂ ਦੀਆਂ ਦੋ ਧਾਰਾਂ, ਉਹਦੀਆਂ ਡੂੰਘੇ ਟੋਇਆਂ ਵਰਗੀਆਂ ਨਿੱਕੀਆਂ ਅੱਖਾਂ ਵਿਚੋਂ ਉੱਛਲ ਕੇ ਵਹਿਣ ਲੱਗ ਪਈਆਂ।

ਉਸ ਦਿਨ ਪਿੱਛੋਂ ਜਗਸੀਰ ਦੇ ਮੂੰਹੋਂ ਨਾ ਕੋਈ ਹੋਰ ਬੋਲ ਰੌਣਕੀ ਨੇ ਸੁਣਿਆ ਤੇ ਨਾ ਉਹਦੀ ਨਿਗ੍ਹਾ ਛੱਤ ਤੋਂ ਪਾਸੇ ਹਟਦੀ ਵੇਖੀ। ਸਿੱਧਣ-ਸਿੱਧਾ ਪਿਆ ਉਹ ਕੜੀਆਂ ਵਲ ਝਾਕਦਾ ਰਿਹਾ; ਉਹਦੀਆਂ ਅੱਖਾਂ ਓਵੇਂ ਦੀਆਂ ਓਵੇਂ ਖੁੱਲ੍ਹੀਆਂ ਰਹੀਆਂ। ਤੇ ਫੇਰ ਪੰਜਵੇਂ ਦਿਨ ਉਹਨਾਂ ਦੀ ਮੱਧਮ ਪਈ ਚਮਕ ਮੁੱਕ ਗਈ। ਡੇਲੇ ਗੀਠਿਆਂ ਵਰਗੇ ਹੋ ਗਏ।

x x x

ਤੇ ਜਗਸੀਰ ਦੇ ਫੁੱਲ ਪਾ ਕੇ ਮੁੜਨ ਮਗਰੋਂ ਰੌਣਕੀ ਨੇ ਉਹਦੀ ਆਖ਼ਰੀ ਇੱਛਾ ਅਨੁਸਾਰ ਉਹਦੀ ਮੜ੍ਹੀ ਬਣਾ ਦਿਤੀ; ਪਰ ਭਾਨੀ ਨੂੰ- ਜੋ ਆਪਣੇ ਭਰਾ ਦੇ ਵਿਆਹ ਤੋਂ ਹੁਣੇ ਮੁੜੀ ਸੀ-ਮੜ੍ਹੀ ਪੋਚਣ ਲਈ ਆਖਣ ਦਾ ਹੀਆ ਉਹ ਨਾ ਕਰ ਸਕਿਆ। ਉਹਦੀਆਂ

ਕੁਢੱਬੀਆਂ ਚਿਣੀਆਂ ਇੱਟਾਂ ਇੱਕ ਦਿਨ ਉਂਜ ਦੀਆਂ ਉਂਜ ਚਿਣੀਆਂ ਰਹੀਆਂ, ਪਰ ਦੂਜੇ ਦਿਨ ਜਦੋਂ ਦਿਨ ਦੇ ਛਿਪਾ ਨਾਲ ਉਹ ਸਿਵਿਆਂ ਕੋਲੋਂ ਲੰਘਿਆ ਤਾਂ ਸੱਜਰੀ ਪੋਚੀ ਮੜ੍ਹੀ ਵਿਚ ਦੀਵਾ ਜਗਦਾ ਵੇਖ ਕੇ ਰੁਕ ਗਿਆ। ਕਿੰਨਾ ਚਿਰ ਉਹ ਦੀਵੇ ਦੀ ਸੂਹੀ ਲੋਅ ਵਲ ਤਕਦਾ ਰਿਹਾ। ਇਹ ਲੋਅ ਹਵਾ ਨਾਲ ਕੰਬਦੀ, ਪਾਟ ਕੇ ਦੋ ਹੋ ਜਾਂਦੀ ਤੇ ਫੇਰ ਟਿਕ ਕੇ ਇਕੋ ਅਡੋਲ ਲਾਟ ਬਣਦਿਆਂ ਵਧੇਰੇ ਉੱਚੀ ਹੋ ਜਾਂਦੀ।...

ਫੇਰ ਚਾਣਚਕ ਰੌਣਕੀ ਨੂੰ ਕਿਸੇ ਦੀ ਪੈੜ-ਚਾਪ ਸੁਣਾਈ ਦਿੱਤੀ ਤੇ ਉਸ ਉਤਾਂਹ ਤੱਕਿਆ। ਸਾਹਮਣੀ ਡੰਡੀ ਉਤੋਂ ਮੜ੍ਹੀ ਦੇ ਦੀਵੇ ਦੀ ਲੋਅ ਵਾਂਗ ਕੰਬਦੀ, ਕੰਬ ਕੇ ਦੋ ਹੁੰਦੀ ਤੇ ਮੁੜ ਅਡੋਲ ਲਾਟ ਬਣ ਕੇ ਉੱਚੀ ਹੁੰਦੀ ਤੀਵੀਂ।...

"ਤੂੰ ਤਾਂ ਤੁਰ ਗਿਆ ਦਲਾਸੇ ਦੇ ਕੇ,
ਸਾਡਾ ਜੱਗੋਂ ਸੀਰ ਮੁੱਕ ਗਿਆ!"

ਰੌਣਕੀ ਨੇ ਹੌਲੀ ਜਿਹੀ ਆਖਿਆ ਤੇ ਸਾਫੇ ਦੇ ਲੜ ਨਾਲ ਅੱਖਾਂ ਪੂੰਝਦਿਆਂ, ਤੀਵੀਂ ਦੇ ਮਗਰ-ਮਗਰ ਪਿੰਡ ਨੂੰ ਤੁਰ ਪਿਆ।

ਇਕ ਨਾਵਲ-ਇਕ ਇਤਿਹਾਸ

"ਪੰਜਾਬੀ ਨਾਵਲ ਦੇ ਇਤਿਹਾਸ ਵਿਚ ਜਿੰਨੀ ਗੰਭੀਰ ਚਰਚਾ ਗੁਰਦਿਆਲ ਸਿੰਘ ਦੇ ਪਹਿਲੇ ਨਾਵਲ 'ਮੜ੍ਹੀ ਦਾ ਦੀਵਾ' (1964) ਬਾਰੇ ਹੋਈ ਹੈ, ਉਨੀ ਸ਼ਾਇਦ ਕਿਸੇ ਹੋਰ ਨਾਵਲ ਬਾਰੇ ਨਹੀਂ ਹੋਈ!"

(ਡਾ. ਜੋਗਿੰਦਰ ਸਿੰਘ ਰਾਹੀ)

... ...

ਪੰਜਾਬੀ ਦਾ ਇਹ ਪਹਿਲਾ ਨਾਵਲ ਹੈ ਜਿਹੜਾ ਸਭ ਤੋਂ ਵਧ ਗੌਲਿਆ ਗਿਆ ਹੈ। ਸਾਧਾਰਨ ਪਾਠਕ ਤੋਂ ਲੈ ਕੇ ਉੱਚ-ਕੋਟੀ ਦੇ ਵਿਦਵਾਨਾਂ ਨੇ ਆਪਣੇ ਗੰਭੀਰ ਵਿਚਾਰ ਇਸ ਨਾਵਲ ਬਾਰੇ ਪ੍ਰਗਟਾਏ ਹਨ। ਇਸ ਤੋਂ ਵੀ ਅੱਗੇ (ਜਦੋਂ ਇਹ ਨਾਵਲ ਹਿੰਦੀ ਵਿਚ ਅਨੁਵਾਦ ਹੋ ਕੇ- 1967 'ਚ ਛਪਿਆ) ਇਸ ਨਾਵਲ ਨੇ ਭਾਰਤ ਦੇ ਅਨੇਕ ਇਲਾਕਿਆਂ ਦੇ ਪਾਠਕਾਂ, ਵਿਦਵਾਨਾਂ ਤੇ ਆਲੋਚਕਾਂ ਦਾ ਧਿਆਨ ਆਪਣੇ ਵਲ ਖਿੱਚਿਆ ਹੈ। ਪ੍ਰਸਿਧ ਹਿੰਦੀ ਵਿਦਵਾਨ, ਆਲੋਚਕ ਡਾ. ਨਾਮਵਰ ਸਿੰਹ (ਜੋ ਹੁਣ ਜਵਾਹਰ ਲਾਲ ਨਹਿਰੂ ਯੂਨੀਵਰਸਿਟੀ, ਨਵੀਂ ਦਿੱਲੀ, ਭਾਰਤੀ-ਭਾਸ਼ਾਵਾਂ ਨਾਲ ਸੰਬੰਧਿਤ ਵਿਭਾਗ ਦੇ ਮੁਖੀ, ਤੇ ਹਿੰਦੀ ਦੇ ਪ੍ਰੋਫੈਸਰ ਤੇ ਵਿਭਾਗੀ ਮੁਖੀ ਵੀ ਹਨ) ਸ਼ਿਵਦਾਨ ਸਿੰਹ ਚੌਹਾਨ, ਤੇ ਸੁਪ੍ਰਸਿਧ ਹਿੰਦੀ ਲੇਖਕ ਵਿਸ਼ਨੂੰ ਪ੍ਰਭਾਕਰ ਵਰਗੇ ਅਨੇਕ ਸੂਝਵਾਨ ਲੋਕਾਂ ਨੂੰ ਇਸ ਨੇ ਪ੍ਰਭਾਵਿਤ ਕੀਤਾ ਹੈ।

ਕੋਈ ਦਸ ਬਾਰਾਂ ਸਾਲ ਪਹਿਲਾਂ ਇਸ ਨਾਵਲ ਦਾ ਰੂਸੀ ਅਨੁਵਾਦ ਪ੍ਰਸਿਧ ਰੂਸੀ ਰਸਾਲੇ 'ਵਿਦੇਸ਼ੀ ਸਾਹਿਤ' ਦੇ ਇਕ ਅੰਕ ਵਿਚ, ਪ੍ਰਕਾਸ਼ਿਤ ਹੋਇਆ, ਜੋ ਚਾਰ ਲੱਖ ਦੀ ਗਿਣਤੀ ਵਿਚ ਛਪਿਆ। ਉਸ ਭਾਸ਼ਾ ਦੇ ਸੂਝਵਾਨਾਂ ਤੇ ਪਾਠਕਾਂ ਵਿਚ ਵੀ ਇਹ ਚਰਚਾ ਦਾ ਵਿਸ਼ਾ ਬਣਿਆਂ। ਇਸ ਤੋਂ ਬਿਨਾਂ, ਇਹ ਹਿੰਦੀ, ਉਰਦੂ, ਉੜੀਆ, ਤੇ ਅੰਗਰੇਜ਼ੀ ਵਿਚ ਵੀ ਅਨੁਵਾਦ ਹੋ ਚੁੱਕਾ ਹੈ।

ਇਸ ਨਾਵਲ ਬਾਰੇ ਇਕ ਦਿਲਚਸਪ ਗੱਲ ਇਹ ਹੈ ਕਿ ਪਿਛਲੇ ਪੰਦਰਾਂ ਸਾਲ ਅੰਦਰ, ਕੋਈ ਪੰਜੀ-ਤੀਹ ਵਾਰ, ਇਹਦਾ ਨਾਟਕੀ ਰੂਪ, ਪੰਜਾਬ ਦੇ ਸਾਧਾਰਨ ਪਿੰਡ ਦੀਆਂ ਸੱਥਾਂ ਤੋਂ ਲੈ ਕੇ, ਬੰਬਈ ਵਰਗੇ (ਮੈਟਰੋਪੋਲੀਟਨ) ਸ਼ਹਿਰ ਦੇ ਪ੍ਰਸਿਧ ਪ੍ਰਿਥਵੀ ਥੀਏਟਰ ਤਕ, ਪੇਸ਼ ਕੀਤਾ ਗਿਆ ਹੈ। ਸਭ ਤੋਂ ਪਹਿਲਾਂ, ਪ੍ਰਸਿਧ ਨਿਰਦੇਸ਼ਕ-ਨਾਟਕਕਾਰ ਸ. ਗੁਰਸ਼ਰਨ ਸਿੰਘ ਨੇ ਇਹਦਾ ਨਾਟਕੀ-ਰੂਪ ਅੰਮ੍ਰਿਤਸਰ, ਚੰਡੀਗੜ੍ਹ, ਪਟਿਆਲੇ, ਦਿੱਲੀ ਤੋਂ ਲੈ ਕੇ ਨਿੱਕੇ-ਨਿੱਕੇ ਪਿੰਡਾਂ ਵਿਚ ਵੀ ਸਫਲਤਾ ਨਾਲ ਪੇਸ਼ ਕੀਤਾ। ਉਸ ਮਗਰੋਂ ਚੰਡੀਗੜ੍ਹ ਤੇ ਪਟਿਆਲੇ ਦੀਆਂ ਕਈ ਨਾਟਕ ਮੰਡਲੀਆਂ ਨੇ ਇਸ ਨੂੰ ਪੇਸ਼ ਕਰਨ ਦਾ ਉੱਦਮ ਕੀਤਾ। ਤੇ ਫੇਰ ਬੰਬਈ ਦੀ 'ਨਾਟਕੀ-ਟੋਲੀ' ਨਾਂ ਦੀ ਨਾਟਕ ਮੰਡਲੀ ਨੇ, ਮਸ਼ਹੂਰ ਫਿਲਮ ਨਿਰਦੇਸ਼ਕ ਸਾਗਰ-ਸਰਹੱਦੀ ਦੀ ਸਰਪਰਸਤੀ ਹੇਠ ਇਹਨੂੰ ਕਈ ਵਾਰ, ਮਹਾਨ ਫਿਲਮੀ ਅਦਾਕਾਰ ਪ੍ਰਿਥਵੀ ਰਾਜ ਕਪੂਰ ਦੇ ਸਥਾਪਤ ਕੀਤੇ 'ਪ੍ਰਿਥਵੀ ਥੀਏਟਰ' ਤੇ ਕੁਝ ਹੋਰ ਥੀਏਟਰਾਂ ਵਿਚ ਖੇਡਿਆ। (ਰੇਡੀਉ ਤੋਂ ਵੀ ਇਹਦਾ ਨਾਟਕੀ-ਰੂਪ ਪੇਸ਼ ਕੀਤਾ ਜਾ ਚੁੱਕਾ ਹੈ)।

ਅਜ ਕਲ੍ਹ ਇਕ ਪੰਜਾਬੀ ਫਿਲਮ ਡਾਇਰੈਕਟਰ-ਪ੍ਰੋਡਿਊਸਰ, ਇਸ ਨਾਵਲ ਉਤੇ

ਫਿਲਮ ਵੀ ਬਣਾ ਰਿਹਾ ਹੈ (ਜਿਸ ਵਿਚ, ਇਕ ਮੁੱਖ ਭੂਮਿਕਾ, ਅੰਤਰ-ਰਾਸ਼ਟਰੀ ਪੱਧਰ ਦਾ ਉੱਤਮ ਅਦਾਕਾਰ, ਓਮਪੁਰੀ ਨਿਭਾਏਗਾ)।

... ...

ਇਸੇ ਸੰਖੇਪ ਵੇਰਵੇ ਤੋਂ ਸਪਸ਼ਟ ਹੈ ਕਿ ਨਾਵਲ 'ਮੜ੍ਹੀ ਦਾ ਦੀਵਾ' ਸਾਧਾਰਨ ਨਾਵਲ ਨਹੀਂ ਹੈ। ਕੋਈ ਵੀ ਸਾਧਾਰਨ ਰਚਨਾ, ਏਨਾ ਤੇ ਅਜਿਹਾ ਧਿਆਨ ਨਹੀਂ ਖਿੱਚ ਸਕਦੀ। ਸਾਨੂੰ ਇਸ ਗੱਲ ਦਾ ਮਾਣ ਹੈ ਕਿ ਇਸ ਨਾਵਲ ਨੂੰ ਅਸੀਂ ਪਹਿਲੀ ਵਾਰ 1961 ਵਿਚ ਛਾਪਿਆ ਸੀ ਤੇ ਉਸ ਮਗਰੋਂ ਲਗਾਤਾਰ ਇਹਦੀਆਂ ਕਈ ਐਡੀਸ਼ਨਾਂ ਛਾਪ ਚੁੱਕੇ ਹਾਂ।

ਇਹ ਹਥਲੀ ਐਡੀਸ਼ਨ ਅਸੀਂ ਵਿਸ਼ੇਸ਼ ਤੌਰ ਤੇ ਵਿਦਿਆਰਥੀ-ਸੰਸਕ੍ਰਣ ਦੇ ਰੂਪ ਵਿਚ ਛਾਪ ਰਹੇ ਹਾਂ। ਇਸੇ ਗੱਲ ਨੂੰ ਧਿਆਨ ਵਿਚ ਰਖਦਿਆਂ ਅਸੀਂ ਪੰਜਾਬੀ ਤੇ ਹਿੰਦੀ ਦੇ ਪ੍ਰਸਿਧ ਵਿਦਵਾਨਾਂ ਤੇ ਅਲੋਚਕਾਂ ਦੇ, ਇਸ ਨਾਵਲ ਬਾਰੇ ਪ੍ਰਗਟਾਏ ਵਿਚਾਰਾਂ ਦਾ ਕੁਝ ਵੇਰਵਾ ਹੇਠ ਦੇ ਰਹੇ ਹਾਂ। ਇਹਨਾਂ ਵਿਦਵਾਨਾਂ ਆਲੋਚਕਾਂ, ਲੇਖਕਾਂ ਨੇ ਆਪਣੇ ਵਿਚਾਰ, ਬੜੇ ਵਿਸਥਾਰ ਨਾਲ ਪ੍ਰਗਟਾਏ ਹਨ। ਪਰ ਥਾਂ ਦੀ ਥੁੜ੍ਹ ਕਰਕੇ, ਅਸੀਂ ਇਹਨਾਂ ਵਿਚਾਰਾਂ ਵਿਚੋਂ, ਕੁਝ ਮਹੱਤਵਪੂਰਨ ਆਲੋਚਨਾ-ਅੰਸ਼, ਵਿਚਾਰ ਤੇ ਟਿਪਣੀਆਂ ਛਾਪ ਰਹੇ ਹਾਂ ਤਾਂ ਜੋ ਵਿਦਿਆਰਥੀ, ਇਹਨਾਂ ਤੋਂ ਲਾਭ ਉਠਾ ਸਕਣ। ਆਸ ਹੈ ਸਾਡੇ ਵਿਦਿਆਰਥੀ-ਪਾਠਕ ਇਹਨਾਂ ਤੋਂ ਲੋੜੀਂਦਾ ਲਾਭ ਉਠਾ ਸਕਣਗੇ।

(ਪ੍ਰਕਾਸ਼ਕ)

ਆਲੋਚਨਾ-ਅੰਸ਼

ਇਸ ਨਾਵਲ ਦੀ ਕਥਾ ਦੇ ਤਿੰਨ ਮੁੱਖ ਪਾਤਰ ਹਨ-ਜਗਸੀਰ, ਧਰਮ ਸਿੰਘ ਅਤੇ ਭੰਤਾ। ਜਗਸੀਰ ਭੂਮੀਹੀਣ ਅਛੂਤ ਜਾਤੀ ਨਾਲ ਸੰਬੰਧਤ ਹੈ ਅਤੇ ਧਰਮ ਸਿੰਘ ਕਿਆਂ ਦਾ ਸੀਰੀ ਹੈ। ਧਰਮ ਸਿੰਘ ਦੇ ਪਿਉ ਨੇ ਜਗਸੀਰ ਦੇ ਪਿਉ ਠੋਲ੍ਹੇ ਨੂੰ ਉਸਦੇ ਜੱਦੀ ਪਿੰਡੋਂ 'ਭਰਾ' ਬਣਾ ਕੇ ਲਿਆਂਦਾ ਸੀ। ਧਰਮ ਸਿੰਘ ਵੀ ਜਗਸੀਰ ਕਿਆਂ ਨਾਲ ਆਪਣੇ ਪਿਉ ਵਾਲਾ 'ਧਰਮ' ਨਿਭਾਉਂਦਾ ਰਿਹਾ।... ਉਸ ਨੇ ਜਗਸੀਰ ਦੀਆਂ ਭੈਣਾਂ ਦੇ ਵਿਆਹ ਕੀਤੇ। ਜਗਸੀਰ ਦੇ ਵਿਆਹ ਲਈ ਉਪਰਾਲੇ ਕੀਤੇ। ਜਗਸੀਰ ਦੀ ਮਾਂ ਦੇ ਮਰਨੇ ਲਈ ਘਰ ਦਿਆਂ ਤੋਂ ਚੋਰੀ ਸੱਤ ਸੌ ਰੁਪਏ ਵੀ ਦਿੱਤੇ। ਧਰਮ ਸਿੰਘ ਦਾ ਜਗਸੀਰ ਕਿਆਂ ਨਾਲ ਉਪਰੋਕਤ ਵਤੀਰਾ ਉਸਨੂੰ ਜਗੀਰਦਾਰੀ ਮਾਨਵਵਾਦ ਦਾ 'ਆਦਰਸ਼ ਟਾਈਪ' ਬਣਾਉਂਦਾ ਹੈ।

'ਆਦਰਸ਼' ਮਾਲਕ ਪ੍ਰਤੀ ਸ਼ਰਧਾ ਜਗੀਰਦਾਰੀ ਮਾਨਵਵਾਦ ਦੀ ਦੂਸਰੀ ਕੜੀ ਹੈ, ਜਿਹੜੀ ਠੋਲ੍ਹੇ, ਨੰਦੀ ਅਤੇ ਜਗਸੀਰ ਦੇ ਧਰਮ ਸਿੰਘ ਪ੍ਰਤੀ ਵਤੀਰੇ ਵਿਚੋਂ ਜ਼ਾਹਰ ਹੁੰਦੀ ਹੈ। ਉਨ੍ਹਾਂ ਦੀ ਜੂਨ ਜਾਗੀਰਦਾਰੀ ਮਾਨਵੀ ਕਦਰਾਂ (Values) 'ਤੇ ਨਿਰਭਰ ਹੈ ਅਤੇ ਇਹ 'ਨਿਰਭਰਤਾ' ਇਕ ਕਦਰ ਦੇ ਰੂਪ ਵਿਚ ਉਨ੍ਹਾਂ ਦੇ ਮਨ ਵਿਚ ਵਸੀ ਹੋਈ ਹੈ। 'ਪੁੰਨ ਦੇ ਵਿਆਹ ਦਾ ਸੰਕਲਪ', 'ਵੱਡਿਆਂ ਦੇ ਆਦਰ ਦਾ ਸੰਕਲਪ', 'ਪੁੱਤਰ ਰਾਹੀਂ ਕੁਲ ਦਾ ਸੀਰ ਬਣਾਈ ਰੱਖਣ ਦਾ ਸੰਕਲਪ' ਅਤੇ 'ਗਤੀ ਦਾ ਸੰਕਲਪ' ਆਦਿ ਵੀ ਜਗੀਰਦਾਰੀ ਮਰਯਾਦਾ ਦੇ ਹੀ ਸੰਕਲਪ ਹਨ, ਜਿਹੜੇ ਉਨ੍ਹਾਂ ਦਾ ਸੁਭਾ ਬਣ ਚੁੱਕੇ ਹੋਏ ਹਨ। ਇਸ ਮਰਿਆਦਾ ਪ੍ਰਤੀ ਸਹਿਜ ਵਫ਼ਾਦਾਰੀ ਜਗਸੀਰ ਨੂੰ ਵੀ ਜਗੀਰਦਾਰੀ ਸੰਸਕ੍ਰਿਤੀ ਵਿਚ ਸੀਰੀ ਦਾ 'ਆਦਰਸ਼ ਟਾਈਪ' ਬਣਾਉਂਦੀ ਹੈ।

ਜਾਗੀਰਦਾਰੀ ਸੰਸਕ੍ਰਿਤੀ ਦੀ ਤੀਸਰੀ ਕੜੀ ਭੰਤਾ ਹੈ, ਉਹ ਜਾਗੀਰਦਾਰੀ ਹਉਮੈ ਦਾ ਪ੍ਰਤੀਕ ਬਣ ਕੇ ਉਭਰਦਾ ਹੈ। ਉਹ ਆਪਣੇ ਸੀਰੀਆਂ ਤੋਂ ਕੰਮ ਲੈਣਾ ਅਤੇ ਉਨ੍ਹਾਂ ਦੀ ਮਿਹਨਤ ਨਾਲ 'ਆਪਣੇ ਮਹਿਲ ਖੜੇ ਕਰਨਾ' ਆਪਣਾ ਹੱਕ ਸਮਝਦਾ ਹੈ। ਉਸ ਨੂੰ ਧਰਮ ਸਿੰਘ ਦੀ ਜਗਸੀਰ ਕਿਆਂ ਨਾਲ ਹਮਦਰਦੀ ਆਪਣੇ ਆਪ ਨਾਲ ਵਧੀਕੀ ਜਾਪਦੀ ਹੈ, ਜਿਸ ਕਰਕੇ ਉਹ ਧਰਮ ਸਿੰਘ ਨੂੰ ਘਰੋਂ ਨਿਕਲਣ ਲਈ ਮਜਬੂਰ ਕਰ ਦਿੰਦਾ ਹੈ। ਇਸ ਪ੍ਰਕਾਰ ਉਹ ਜਗੀਰਦਾਰੀ ਦੇ ਗ਼ੈਰ-ਮਾਨਵੀ ਪੱਖ ਦਾ 'ਆਦਰਸ਼ ਟਾਈਪ' ਬਣਦਾ ਹੈ।

ਉਪਰੋਕਤ ਤਿੰਨਾਂ ਪਾਤਰਾਂ ਦੇ ਸੁਭਾ ਵਿਚੋਂ 'ਧੁਨੀ' ਇਹ ਨਿਕਲਦੀ ਹੈ ਕਿ 'ਜਗੀਰਦਾਰੀ ਦੇ ਅਸਲ ਕਿਰਦਾਰ ਦੀ ਪ੍ਰਤੀਨਿਧਤਾ ਭੰਤੇ ਵਰਗੇ ਨੀਚਤਾ ਦੀ ਹੱਦ ਤਕ ਸਵਾਰਥੀ ਤੇ ਜਗੀਰਦਾਰੀ ਹਉਮੈ ਵਿਚ ਵਿਗੜੇ 'ਅੜ੍ਹਬ ਸਰਦਾਰ' ਹੀ ਨਹੀਂ ਕਰਦੇ ਸਗੋਂ ਧਰਮ ਸਿੰਘ ਅਤੇ ਜਗਸੀਰ ਵਰਗੇ ਸਾਊ ਮਨੁੱਖ ਵੀ ਇਸੇ ਵਿਵਸਥਾ ਦਾ ਹੀ ਅੰਗ ਹਨ।

ਇਹ 'ਆਦਰਸ਼ ਟਾਈਪ' ਪਾਤਰ ਵਸਤੂ-ਜਗਤ ਦੇ ਵਾਸਤਵਿਕ ਪਾਤਰ ਨਹੀਂ, ਜਗੀਰਦਾਰੀ ਸੰਸਕ੍ਰਿਤੀ ਦੇ ਪ੍ਰਤੀਕ-ਪਾਤਰ ਹਨ। ਆਪਣੇ ਟੱਬਰ ਤੋਂ ਲੁਕ ਕੇ ਆਪਣੇ ਸੀਰੀ ਦੀਆਂ ਲੋੜਾਂ ਪੂਰੀਆਂ ਕਰਨ ਵਾਲਾ ਧਰਮੀ ਧਰਮ ਸਿੰਘ, ਆਪਣੇ ਪਿਉ ਨੂੰ ਦਿੱਤਾ ਬਚਨ ਨਿਭਾਉਣ ਵਾਲਾ, ਸਾਊ-ਸੰਗਾਊ ਜਗਸੀਰ, ਆਪਣੇ ਪਿਉ ਨੂੰ ਘਰੋਂ ਕਢ ਦੇਣ ਵਾਲਾ

ਨੀਚ ਭੰਤਾ-ਵਸਤੂ-ਜਗਤ ਦੇ ਵਾਸਤਵਿਕ ਪਾਤਰ ਨਹੀਂ ਸਗੋਂ ਲੇਖਕ ਦੁਆਰਾ ਸਿਰਜੇ ਕਲਾ-ਜਗਤ ਦੇ ਯਥਾਰਥਕ ਪਾਤਰ ਹਨ। ਕਲਾ ਦੇ ਸਿਰਜੇ ਹੋਏ ਪ੍ਰਤੀਕ-ਪਾਤਰ ਹੋਣ ਕਰ ਕੇ ਉਹ ਜਾਗੀਰਦਾਰੀ ਦੇ ਅੰਤਰ-ਵਿਰੋਧ ਦਾ ਸੰਭਾਵਿਤ ਯਥਾਰਥ ਪੇਸ਼ ਕਰ ਸਕੇ ਹਨ।

ਨਾਵਲ ਵਿਚ ਜੋ ਕੁਝ ਜਗਸੀਰ ਅਤੇ ਧਰਮ ਸਿੰਘ ਨਾਲ ਵਾਪਰਦਾ ਹੈ, ਉਹ ਉਨ੍ਹਾਂ ਦੀਆਂ ਮਾਨਵੀ ਕਦਰਾਂ ਦੇ ਆਦਰਸ਼ੀਕਰਣ ਦੀ ਥਾਂ ਕਦਰਾਂ ਦੀ ਤ੍ਰਾਸਦੀ ਦਾ ਪ੍ਰਗਟਾਵਾ ਹੈ। ਜਗਸੀਰ ਆਪਣੀ ਬੇਮੁਰਾਦ ਜੂਨ ਦੇ ਬਿਆਲੀ ਵਰ੍ਹੇ 'ਕੁੱਤਿਆਂ ਦੇ ਘੋਰਨਿਆਂ' ਵਰਗੇ ਘਰਾਂ ਵਿਚ ਕੱਲਮ-ਕੱਲਾ ਗੁਜ਼ਾਰ ਕੇ ਤੁਰ ਜਾਂਦਾ ਹੈ, ਧਰਮ ਸਿੰਘ ਉਮਰ ਭਰ ਆਪਣਾ ਧਰਮ ਨਿਭਾਉਂਦਾ ਹੈ, ਪਰ ਬੁੱਢੇ-ਵਾਰੇ ਘਰ-ਬਾਰ ਛੱਡਕੇ ਕਿਧਰੇ ਨਿਕਲ ਜਾਂਦਾ ਹੈ।...ਜਗਸੀਰ ਤੇ ਧਰਮ ਸਿੰਘ ਦੀ ਤ੍ਰਾਸਦੀ ਦਾ ਕਾਰਨ ਇਹ ਹੈ ਕਿ ਉਹ ਆਪਣੇ 'ਧਰਮ' ਦੀ ਸੀਮਿਤ ਸੰਭਾਵਨਾ ਬਾਰੇ ਚੇਤੰਨ ਨਹੀਂ। ਇਹ ਸਾਡੇ ਦੇਸ਼ ਦਾ ਕਠੋਰ ਯਥਾਰਥ ਹੈ ਅਤੇ ਇਸ ਯਥਾਰਥ ਦੀ ਪਛਾਣ ਨਾਵਲ ਦੀ ਵਿਸ਼ੇਸ਼ ਪ੍ਰਾਪਤੀ ਹੈ।

ਨਾਵਲ ਵਿਚ ਪੇਸ਼ ਜੀਵਨ ਵਿਚੋਂ ਸਾਫ਼ ਜ਼ਾਹਰ ਹੈ ਕਿ ਧਰਮ ਸਿੰਘ ਦਾ ਪ੍ਰਤੀਰੂਪ ਉਸ ਦਾ ਪਿਉ ਜਗਸੀਰ ਕਿਆਂ ਦੇ ਨਾਮ ਚਾਰ ਵਿੱਘੇ ਭੋਂ ਲਗਾਉਣ ਦੀ ਆਪਣੀ ਇੱਛਾ ਪੂਰੀ ਨਾ ਕਰ ਸਕਿਆ; ਜਗਸੀਰ ਦੇ ਮਾਂ-ਪਿਉ ਅਤੇ ਉਹ ਆਪ ਉਮਰ ਭਰ 'ਸੱਪਾਂ ਦੀਆਂ ਸਿਰੀਆਂ ਮਿੱਧ ਕੇ' ਅਤੇ ਧਰਮ ਸਿੰਘ ਕਿਆਂ ਦਾ 'ਗੋਲਪੁਣਾ' ਕਰ ਕੇ ਵੀ ਸੀਰੀ ਦਾ ਸੀਰੀ ਹੀ ਰਿਹਾ; ਠੋਲ੍ਹਾ ਆਪਣੀਆਂ ਚਹੁੰ ਧੀਆਂ ਦਾ ਪੁੰਨ ਵਿਆਹ ਕਰ ਕੇ ਵੀ ਆਪਣੇ ਜਗਸੀਰ ਨੂੰ ਨਾ ਵਿਆਹ ਸਕਿਆ; ਜਗਸੀਰ ਸਥਾਪਤ ਸਦਾਚਾਰ ਦਾ ਮੁਜੱਸਮਾ ਹੁੰਦੇ ਹੋਏ ਵੀ 'ਮਾਰੂ ਚਾਹ ਪੀ ਕੇ ਆਪਣਾ ਪਿੱਤਾ ਸਾੜਦਾ ਰਿਹਾ'। ਅਤੇ ਇਹ ਸਭ ਕੁਝ ਉਦੋਂ ਵਾਪਰਿਆ ਜਦੋਂ ਧਰਮ ਸਿੰਘ ਦੀ ਚੌਧਰ ਕਾਇਮ ਸੀ। ਇਸ ਵਿਚ ਕੋਈ ਸੰਦੇਹ ਨਹੀਂ ਕਿ ਭੰਤੇ ਦੀਆਂ ਵਧੀਕੀਆਂ ਕਰਨ ਦਾ ਅਵਸਰ ਵੀ ਤਾਂ ਹੀ ਮਿਲਿਆ ਜੇ ਧਰਮ ਸਿੰਘ ਅਤੇ ਜਗਸੀਰ ਦੇ ਪਦਾਰਥਕ ਸੰਬੰਧਾਂ ਵਿਚ ਅਸਾਵਾਂਪਣ ਸੀ ਅਤੇ ਇਹ ਅਸਾਵਾਂਪਣ ਦੋਹਾਂ ਦੇ 'ਧਰਮ' ਦੇ ਵਸਤੂਗਤ ਸਿੱਟੇ ਵਜੋਂ ਹੋਰ ਵੀ ਵਧ ਗਿਆ ਸੀ।

ਭੰਤੇ ਦਾ ਪ੍ਰਵੇਸ਼ ਜਗਸੀਰ ਤੇ ਧਰਮ ਸਿੰਘ ਦੀ ਤ੍ਰਾਸਦ-ਸਥਿਤੀ ਦੇ ਜਮੂਦ ਨੂੰ ਤੋੜਦਾ ਹੈ। ਉਸ ਦਾ ਰੁੱਖਾ ਵਤੀਰਾ ਜਗਸੀਰ ਨੂੰ ਅਨੁਭਵ ਕਰਵਾਉਂਦਾ ਹੈ ਕਿ 'ਧਰਮ ਸਿੰਘ ਤੋਂ ਮਗਰੋਂ ਭੰਤੇ ਨਾਲ ਉਹਦੀ ਇਕ ਦਿਨ ਵੀ ਨਹੀਂ ਨਿਭਣੀ।... ਜਿਵੇਂ ਆਦਰ-ਭਾਉ ਨਾਲ ਉਹਨੇ ਧਰਮ ਸਿੰਘ ਨਾਲ ਦਿਨ ਕੱਟੇ ਸਨ, ਉਹ ਚਾਹੁੰਦਾ ਸੀ ਬਾਕੀ ਦੀ ਉਮਰ ਵੀ ਏਵੇਂ ਲੰਘ ਜਾਏ, ਪਰ ਇਹ ਗੱਲ ਉਹਨੂੰ ਪੁਗਦੀ ਨਹੀਂ ਸੀ ਜਾਪਦੀ।' ਭੰਤੇ ਦੇ ਰੁੱਖੇ ਵਤੀਰੇ ਕਰ ਕੇ ਹੀ ਜਗਸੀਰ ਦੇ ਮਨ ਵਿਚ ਪਿੰਡ ਦੇ ਬਦਲਦੇ ਹਾਲਾਤ ਪ੍ਰਤੀ ਚੇਤਨਾ ਜਾਗਦੀ ਹੈ ਅਤੇ ਉਹ 'ਆਪਣੇ ਵਿਹੜੇ' ਦੀ ਸਦੀਆਂ ਪੁਰਾਣੀ ਗਤੀਹੀਣ ਸਥਿਤੀ ਦਾ ਮੁਕਾਬਲਾ 'ਖੇਮੇ ਛੱਤੀ ਕੇ ਤਿੰਨਾਂ ਗਾਡਰਾਂ ਉਤੇ ਪਏ ਨਵੇਂ ਦਰਵਾਜ਼ੇ' ਨਾਲ ਕਰਦਾ ਹੈ : 'ਜਗਸੀਰ ਨੇ ਇਕ ਭਰਵੀਂ ਨਿਗਾਹ ਧੁਰੋ-ਧੁਰ ਦਰਵਾਜ਼ੇ ਉਤੇ ਮਾਰੀ ਤੇ ਫੇਰ ਸਾਹਮਣੇ ਦਿਸਦੇ ਆਪਣੇ ਵਿਹੜੇ ਦੇ ਘਰਾਂ ਵਲ ਝਾਕਿਆ। ਏਸ ਦਰਵਾਜ਼ੇ ਨੂੰ ਵੇਖਣ ਪਿਛੋਂ ਉਹ ਹੋਰ ਵੀ ਨਿੱਕੇ ਨਿੱਕੇ ਤੇ ਕਾਲੇ ਕਾਲੇ ਜਾਪਣ ਲਗ ਪਏ ਸਨ, ਜਿਵੇਂ ਕੱਚੀਆਂ ਇੱਟਾਂ ਦੀਆਂ ਮੜ੍ਹੀਆਂ ਹੋਣ।'

ਇਸ ਤੋਂ ਪਿਛੋਂ ਜਗਸੀਰ ਨੂੰ ਪਤਾ ਲਗਦਾ ਹੈ ਕਿ ਭੰਤੇ ਨੇ, 'ਉਨ੍ਹਾਂ ਦੀ ਟਾਹਲੀ' ਮੰਡੀ ਸ਼ਾਹਾਂ ਕੋਲ ਵੇਚ ਦਿਤੀ ਹੈ। ਇਹ ਘਟਨਾ ਉਸ ਨੂੰ ਆਪਣੀ ਸਮਾਜਕ ਸਥਿਤੀ ਦਾ ਧੁੰਦਲਾ ਜਿਹਾ ਗਿਆਨ ਕਰਵਾਉਂਦੀ ਹੈ ਤੇ ਉਹਦੇ ਮਨ ਵਿਚ ਪਹਿਲੀ ਵਾਰੀ ਓਪਰੇ ਤੇ ਟੁੱਟਵੇਂ ਜਿਹੇ ਵਿਚਾਰ ਉਠਦੇ ਹਨ : 'ਜ਼ਿਮੀਦਾਰ' 'ਸੀਰੀ', 'ਮਾਲਕ', 'ਧਰਮ ਸਿੰਘ'...'ਭੰਤਾ'।

ਤੇ ਭੰਤੇ ਦੀ ਦਿਨ ਬ-ਦਿਨ ਵਧਦੀ 'ਨੀਚਤਾ' ਜਗਸੀਰ ਦੀ ਚੇਤਨਾ ਵਿਚ ਵਾਧਾ ਕਰਦੀ ਤੁਰੀ ਜਾਂਦੀ। ਨਿਰਾਸ਼ ਭਾਵੁਕਤਾ ਦੇ ਵੇਗ ਵਿਚ ਉਹ ਆਪਣੇ ਮਿੱਤਰ ਰੌਣਕੀ ਨਾਲ ਰੱਲ ਕੇ, ਰੱਬ, ਕਿਸਮਤ, ਕਰਮ ਆਦਿ ਤੇ ਵੇਲਾ ਵਿਹਾ ਚੁੱਕੇ ਸੰਕਲਪਾਂ ਪ੍ਰਤੀ ਰੋਹ ਪ੍ਰਗਟ ਕਰਦਾ ਹੈ; ਇਥੋਂ ਤਕ ਕਿ ਜ਼ਿੰਦਗੀ ਤੋਂ ਹੀ ਉਸਦਾ ਭਰੋਸਾ ਉਠ ਜਾਂਦਾ ਹੈ। ਪਰ ਜਗਸੀਰ ਅਤੇ ਧਰਮ ਸਿੰਘ ਦੇ ਮਨ ਵਿਚ ਭੂਪਵਾਦੀ ਮਾਨਵੀ ਕਦਰਾਂ ਇਤਨੀਆਂ ਡੂੰਘੀਆਂ ਉੱਤਰੀਆਂ ਹੋਈਆਂ ਹਨ ਕਿ ਉਹ ਆਪਣੇ ਦੁੱਖਾਂ ਦਾ ਕਾਰਨ ਇਨ੍ਹਾਂ ਦੀ 'ਸੀਮਿਤ ਸਮਰੱਥਾ' ਵਿਚ ਵੇਖਣ ਦੀ ਬਜਾਏ ਭੰਤੇ ਦੀ ਨੀਚਤਾ ਵਿਚ ਹੀ ਵੇਖਦੇ ਰਹਿੰਦੇ ਹਨ। ਦੋਹਾਂ ਦੀ ਤ੍ਰਾਸਦੀ ਦਾ ਮੂਲ ਇਸ 'ਭੁਲੇਖੇ' ਵਿਚ ਛੁਪਿਆ ਹੋਇਆ ਹੈ। ਇਸ 'ਭੁਲੇਖੇ' ਦਾ ਵਿਵੇਕ ਨਾਵਲ ਦੇ ਕਿਸੇ ਪਾਤਰ ਦੀ ਸਮਝ ਵਿਚ ਨਹੀਂ ਆਉਂਦਾ, ਪਰ ਉਨ੍ਹਾਂ ਦੇ ਜੀਵਨ ਦਾ ਜਿਹੜਾ ਚਿਤਰ ਮੂਰਤੀਮਾਨ ਹੋਇਆ ਹੈ ਉਸਦੀ 'ਧੁਨੀ' ਇਹੀ ਹੈ ਕਿ ਜਦੋਂ ਤਕ ਭੂਪਵਾਦੀ ਸਮਾਜਕ-ਆਰਥਕ ਰਿਸ਼ਤੇ ਕਾਇਮ ਹਨ, ਸੱਚੀਆਂ-ਸੁੱਚੀਆਂ ਮਾਨਵੀ ਕਦਰਾਂ ਵੀ, ਅੰਤਮ ਰੂਪ ਵਿਚ, ਆਪਣੇ ਪਦਾਰਥਕ ਅਧਾਰ ਹੀ ਮਜ਼ਬੂਤ ਕਰਦੀਆਂ ਤੁਰੀਆਂ ਜਾਂਦੀਆਂ ਹਨ।

(ਗੁਰਦਿਆਲ ਸਿੰਘ ਅਭਿਨੰਦਨ ਗ੍ਰੰਥ' ਵਿਚੋਂ)

x x x

'ਮੜ੍ਹੀ ਦਾ ਦੀਵਾ' ਜਗੀਰਦਾਰੀ ਸਮਾਜ ਦੀ ਉਸ ਜਮਾਤੀ-ਜਾਤੀ ਸੰਸਕ੍ਰਿਤੀ ਦੇ ਸੰਕਟ ਦਾ ਸਮਗ੍ਰ ਯਥਾਰਥ ਰੂਪਮਾਨ ਕਰਦਾ ਹੈ ਜੋ ਭੂਮੀ-ਰਹਿਤ ਸੀਰੀ ਤੇ ਭੂਮੀਪਤੀ ਜ਼ਿਮੀਦਾਰ ਦੇ ਬੁਨਿਆਦੀ ਰਿਸ਼ਤਿਆਂ 'ਤੇ ਉਸਰਦੀ ਹੈ।...

x x x

ਪੰਜਾਬੀ ਪੇਂਡੂ ਸੰਸਕ੍ਰਿਤੀ ਵਿਚ ਪੂੰਜੀਵਾਦ ਦੇ ਪ੍ਰਵੇਸ਼ ਨਾਲ ਜਿਹੜੀ ਸਦੀਆਂ ਪੁਰਾਣੀ ਸਾਂਝ ਟੁੱਟ ਰਹੀ ਹੈ ਤੇ ਉਸਦੀ ਥਾਂ ਨਿਰੋਲ ਜਾਇਦਾਦੀ ਸੰਬੰਧ ਲੈ ਰਹੇ ਹਨ, ਉਹ ਪੂੰਜੀਵਾਦ ਦੇ ਨਕਾਰਾਤਮਿਕ ਪੱਖ ਹਨ। ਮੜ੍ਹੀ ਦਾ ਦੀਵਾ ਦਾ ਕੇਂਦਰੀ-ਵਸਤੂ ਇਹੀ ਪੱਖ ਹੈ।

(ਪੰਜ ਨਾਵਲਾਂ ਵਿਚੋਂ)

ਡਾ. ਜੁਗਿੰਦਰ ਸਿੰਘ ਰਾਹੀ

ਗੁਰਦਿਆਲ ਸਿੰਘ ਦੀ ਰਚਨਾ-ਦ੍ਰਿਸ਼ਟੀ ਦੇ ਪ੍ਰਮਾਣਕ ਨਿਖੇੜੇ ਲਈ 'ਮੜ੍ਹੀ ਦਾ ਦੀਵਾ' ਵਿਚ ਸਿਰਜਿਤ ਤ੍ਰਾਸਦ-ਜਗਤ ਦੀ ਬਣਤ ਨੂੰ ਨਵੇਂ ਸਿਰਿਓਂ ਵਿਚਾਰਨ ਦੀ ਲੋੜ ਹੈ ਕਿਉਂਕਿ ਕਥਾਨਕ ਦਾ ਸਾਰਾ ਬਲ ਹੀ ਕੁਝ ਵਿਸ਼ੇਸ਼ ਤ੍ਰਾਸਦ ਸਥਿਤੀਆਂ ਨੂੰ ਸਿਰਜਣ ਉਤੇ ਹੈ। ਧਿਆਨ ਦੇਣ ਵਾਲੀ ਗੱਲ ਇਹ ਹੈ ਕਿ ਇਹਨਾਂ ਤ੍ਰਾਸਦ ਸਥਿਤੀਆਂ ਨਾਲ ਸੰਬੰਧਤ ਸਮਾਚਾਰ, ਆਦਿ ਤੋਂ ਅੰਤ ਤਕ ਨਾਵਲ ਦੇ ਦੁਖਾਂਤ ਪਾਤਰਾਂ- ਜਿਵੇਂ ਜਗਸੀਰ, ਨੰਦੀ, ਧਰਮ ਸਿੰਘ ਤੇ ਰੌਣਕੀ ਦੀਆਂ ਕ੍ਰਿਆਵਾਂ-ਪ੍ਰਤਿਕ੍ਰਿਆਵਾਂ ਦੇ ਸੰਦਰਭ ਵਿਚ ਖੁਲ੍ਹਦੇ ਹਨ। ਕਿਧਰੇ ਵੀ ਤ੍ਰਸਾਦ ਸਥਿਤਿਆਂ ਨੂੰ ਉਪਜਾਣ ਵਾਲੇ ਵਰਗ ਦੀਆਂ ਮਨੁੱਖ- ਵਿਰੋਧੀ ਗਤੀ-ਵਿਧੀਆਂ ਦਾ ਨਾਨਕ ਸਿੰਘ ਜਾਂ ਜਸਵੰਤ ਸਿੰਘ ਕੰਵਲ ਦੇ ਨਾਵਲ ਵਰਗਾ ਸਿੱਧਾ ਵਰਣਨ ਨਹੀਂ। ਦੂਜੀ ਧਿਆਨ ਦੇਣ ਵਾਲੀ ਗੱਲ ਇਹ ਹੈ ਕਿ ਦੁਖਾਂਤ ਪਾਤਰਾਂ ਨਾਲ 'ਬੀਤ ਚੁੱਕੀ ਘਟਨਾ' ਦਾ ਸੰਕੇਤ ਪਹਿਲਾਂ ਮਿਲਦਾ ਹੈ ਤੇ ਪਿਛੋਕੜ ਪਿਛੋਂ ਦੱਸਿਆ ਜਾਂਦਾ ਹੈ।' ਨਾਵਲ, ਕੇਂਦਰੀ ਪਾਤਰ ਜਗਸੀਰ ਦੇ ਅਣ-ਵਿਆਹਿਆ ਰਹਿ ਜਾਣ ਨਾਲ ਉਸ ਦੀ ਮਾਂ ਨੰਦੀ ਲਈ ਉਪਜੇ ਭਾਵੁਕ ਕਲੇਸ਼ ਅਤੇ ਸੰਕਟ ਦੀ ਅਵਸਥਾ ਤੋਂ ਆਰੰਭ ਹੁੰਦਾ ਹੈ ਤੇ ਇਸ

ਕਲੇਸ਼ ਨੂੰ ਜਨਮ ਦੇਣ ਵਾਲੀਆਂ ਪਰਿਸਥਿਤੀਆਂ ਦਾ ਇਤਿਹਾਸ ਕੁਝ ਠਹਿਰ ਕੇ ਹੌਲੀ-ਹੌਲੀ ਖੁਲ੍ਹਦਾ ਹੈ। ਇਨ੍ਹਾਂ ਰਚਨਾ-ਜੁਗਤਾਂ ਦਾ ਸਿੱਧਾ ਭਾਵ ਹੈ ਕਿ ਤ੍ਰਾਸਦ-ਸਥਿਤੀਆਂ ਦੇ ਵਸਤੂ-ਪ੍ਰਕਰਣ ਨਾਲੋਂ ਵੀ ਨਾਵਲਕਾਰ ਦੀ ਵਧੇਰੇ ਦਿਲਚਸਪੀ ਇਨ੍ਹਾਂ ਸਥਿਤੀਆਂ ਵਿਚ ਗ੍ਰਸੇ ਦੁਖਾਂਤ-ਪਾਤਰਾਂ ਦੀਆਂ ਗਤੀਵਿਧੀਆਂ ਵਿਚ ਹੈ ਜਾਂ ਇਸ ਗੱਲ ਵਿਚ ਹੈ ਕਿ 'ਘਟਨਾ ਬੀਤ ਚੁੱਕਣ ਤੋਂ ਬਾਅਦ ਮਨੁੱਖੀ ਰਿਸ਼ਤਿਆਂ ਦੇ ਪ੍ਰਸੰਗ ਵਿਚ ਉਸ ਦੇ ਕੀ ਸਿੱਟੇ ਨਿਕਲੇ।'..."

x x x

ਧਰਮ ਸਿੰਘ ਸ਼੍ਰੇਣਿਕ ਚਰਿੱਤਰ-ਵਰਣਾਂ ਦਾ ਅਪਵਾਦ ਹੈ, ਪਰ ਮਹੱਤਵਪੂਰਨ ਗੱਲ ਇਹ ਹੈ ਕਿ ਉਹ ਅਪਵਾਦ ਹੋ ਕੇ ਵੀ ਪ੍ਰਤੀਨਿਧ ਸ਼੍ਰੇਣਿਕ ਵਰਤਾਰੇ ਦੀ ਇਤਿਹਾਸਕ-ਪਦਾਰਥਕ ਅਸਲੀਅਤ ਉਤੇ ਝਰੋਖਾ ਹੋ ਨਿਬੜਦਾ ਹੈ। ਅਪਵਾਦ ਪਾਤਰ ਹੋਣ ਦੇ ਨਾਤੇ ਉਹ ਇਕ ਵਿਲੱਖਣ ਸੰਭਾਵਨਾ-ਪਾਤਰ ਹੈ, ਜਿਸ ਦਾ ਭਾਵ ਇਹ ਹੈ ਕਿ ਇਕ ਭੂਮੀਪਤੀ ਵਿਅਕਤੀਗਤ ਪੱਧਰ ਉਤੇ ਆਪਣੀ ਮਿੱਤਰ-ਭਾਵਨਾ ਵਿਚ ਸੁਹਿਰਦ ਹੋ ਸਕਦਾ ਹੈ ਤੇ ਇਸ ਨਾਲ ਸੰਬੰਧਿਤ ਧਿਰਾਂ ਦੀ ਜ਼ਿੰਦਗੀ ਵਿਚ ਕੁਝ ਸਮੇਂ ਲਈ ਕੁਝ ਪ੍ਰਸੰਨ ਸਿੱਟੇ ਵੀ ਨਿਕਲ ਸਕਦੇ ਹਨ, ਜਿਵੇਂ ਜਗਸੀਰ ਤੇ ਉਸ ਦੇ ਮਾਂ-ਪਿਉ ਦੀ ਜ਼ਿੰਦਗੀ ਵਿਚ ਨਿਕਲਦੇ ਹਨ : 'ਬਣਦੇ ਸੀਰ' ਤੋਂ ਬਿਨਾਂ ਧਰਮ ਸਿੰਘ ਦੇ ਪਿਉ ਨੇ ਜਗਸੀਰ ਦੇ ਪਿਉ ਨੂੰ ਚਾਰ ਵਿੱਘੇ ਪੈਲੀ ਵੀ ਦਿੱਤੀ ਹੋਈ ਸੀ ਜਿਸ ਨੂੰ ਉਹ ਉਹਦੇ ਨਾਂ ਕਰਾਉਣ ਲਈ ਵੀ ਤਿਆਰ ਸੀ, 'ਆਹਲਾ ਤੇ ਅਦਨਾ' ਮਾਲਕੀ ਦੇ ਝਗੜੇ ਕਾਰਨ ਨਾ ਕਰਵਾ ਸਕਿਆ।" ਪਰਤੂੰ ਇਸ ਸਥਿਤੀ ਦਾ ਸੰਕਟ ਇਹ ਹੈ ਕਿ ਇਹ ਕੇਵਲ ਜਾਗੀਰਦਾਰੀ ਉਦਾਰਤਾ ਉਤੇ ਨਿਰਭਰ ਹੋਣ ਕਾਰਣ ਕਿਸੇ ਸਮਾਜਵਾਦੀ ਵਿਵਸਥਾ ਵਾਂਗ ਪੂਰਨ ਜਾਂ ਪਾਇਦਾਰ ਨਹੀਂ ਹੋ ਸਕਦੀ, ਜਿਵੇਂ ਕਿ ਜਗਸੀਰ ਦੇ ਦੁਖਾਂਤ ਤੋਂ ਪ੍ਰਗਟ ਹੈ। 'ਮੜ੍ਹੀ ਦਾ ਦੀਵਾ' ਦੀ ਰੂਪ-ਰਚਨਾ ਦਾ ਧੁਰਾ ਇਹ ਸੰਕਟ ਹੀ ਹੈ। ਜਿਸ ਨੂੰ ਨਾਵਲਕਾਰ ਇਤਿਹਾਸ ਦੀ ਪਰੀਖਿਆ ਵਿਚ ਪਾ ਕੇ ਸਿਰਜਦਾ ਹੈ। ਕਥਾਨਕ ਨੂੰ ਤਿੰਨ ਪੀੜ੍ਹੀਆਂ ਦੀ ਸਥਿਤੀ ਉਤੇ ਫੈਲਾਉਣਾ ਨਾਵਲ ਦੀ ਪ੍ਰਤੀਕ- ਭਾਸ਼ਾ ਵਿਚ ਇਤਿਹਾਸਕ ਪਰੀਖਿਆ ਦੀ ਸਿਰਜਕ-ਵਿਧੀ ਹੈ। ਕਹਿਣ ਦਾ ਭਾਵ ਹੈ ਕਿ ਧਰਮ ਸਿੰਘ ਦੀ ਜਗਸੀਰ ਵੱਲ ਮਿੱਤਰ-ਭਾਵਨਾ ਨਾਵਲਕਾਰ ਦੀ ਰਚਨਾ-ਦ੍ਰਿਸ਼ਟੀ ਦੀ ਨਹੀਂ, ਕੇਵਲ ਉਸ ਦੇ ਰਚਨਾ-ਵਸਤੂ ਦੀ ਸੂਚਕ ਹੈ। ਰਚਨਾ-ਦ੍ਰਿਸ਼ਟੀ ਤਾਂ ਇਸ ਮਿੱਤਰ-ਭਾਵਨਾ ਦੀਆਂ ਇਤਿਹਾਸਕ ਤਰੇੜਾਂ ਵਿਚੋਂ ਉਪਜੇ ਤਣਾਉ ਤੇ ਮਨੁੱਖੀ ਸੰਕਟ ਦੇ ਸਿਰਜਨ ਨਾਲ ਸਬੰਧਤ ਹੈ। ਇਸ ਤਣਾਉ ਦੇ ਸੰਕਟ ਦੇ ਗਲਪ-ਬਿੰਬ ਵਿਚ ਧਰਮ ਸਿੰਘ ਦੀ ਧਰਮ ਪਾਲਣਾ ਦੇ ਬਾਵਜੂਦ ਜਾਗੀਰਦਾਰੀ ਦੇ ਮਨੁੱਖ-ਵਿਰੋਧੀ ਸ਼੍ਰੇਣਿਕ ਕਿਰਦਾਰ; ਜਿਸ ਦੇ ਪ੍ਰਤਿਨਿਧ ਭੰਤਾ ਸਰਦਾਰ ਤੇ ਉਸ ਦੀ ਮਾਂ ਧੰਨੋ ਹਨ, ਉਤੇ ਵਿਅੰਗ ਬੜਾ ਸਪਸ਼ਟ ਹੈ। ਇਸ ਵਿਅੰਗ ਦੇ ਸਿਧਾਂਤਕ ਅਰਥ ਵੀ ਸਪਸ਼ਟ ਹਨ : ਜਦੋਂ ਤਕ ਜਾਇਦਾਦੀ ਰਿਸ਼ਤਿਆਂ ਦਾ ਜਮਾਤੀ ਕਿਰਦਾਰ ਕਾਇਮ ਹੈ, ਤਦੋਂ ਤਕ ਹੋਰ ਸਮਾਜਕ ਰਿਸ਼ਤਿਆਂ ਤੇ ਕਦਰਾਂ ਵਿਚ ਵੀ ਜਮਾਤੀ ਛੂਤ-ਛਾਤ ਤੇ ਵਪਾਰਕ ਸੌਦੇ-ਬਾਜ਼ੀਆਂ ਦਾ ਧੰਦਾ ਸਥਿਰ ਰਹੇਗਾ ਅਤੇ ਮਨੁੱਖ ਸਮਝੇ ਜਾਣ ਦੀ ਸੰਭਾਵਨਾ ਬੜੀ ਸੀਮਤ, ਸੌੜੀ ਤੇ ਕੱਚੀ ਰਹੇਗੀ। ਸਮਾਜ ਵਿਚ ਸ਼੍ਰੇਣੀ-ਵੰਡੀਆਂ ਦੀ ਧਰਤੀ ਨੂੰ ਪੱਧਰਾ ਕੀਤੇ ਬਿਨਾਂ ਤੁਰਨ ਵਾਲਾ ਮਨੁੱਖੀ ਆਦਰਸ਼ਵਾਦ, ਇਤਿਹਾਸਕ ਵਿਕਾਸ ਦੀ ਦ੍ਰਿਸ਼ਟੀ ਤੋਂ ਬਹੁਤ ਦੂਰ ਤਕ ਸਫ਼ਲ ਨਹੀਂ ਹੁੰਦਾ। ਕੇਵਲ ਇਕ ਕੁਜਾਤ ਮਾਂ ਦਾ ਪੁੱਤਰ ਹੋਣ ਦੇ ਦਾਗ਼ ਕਰਕੇ ਇਕ ਬਾਂਕਾ ਜਵਾਨ ਤੇ ਸਿਰੜੀ ਕਾਮਾ ਹੋਣ ਦੇ ਬਾਵਜੂਦ ਜਗਸੀਰ ਦੇ ਅਣ-ਵਿਆਹਿਆ ਰਹਿ ਜਾਣ ਤੇ ਇਸ ਬੇਮੁਰਾਦੀ ਦੇ ਦੁੱਖ ਵਿਚ ਹੋਣੀ ਬਾਰੇ ਸੰਦੇਹਾਂ ਵਿਚ ਝੂਰਦੇ ਹੋਏ ਅੰਦਰੋ-ਅੰਦਰ ਘੁਲ ਘੁਲ ਮਰ ਜਾਣਾ ਅਸਾਵੀਂ

ਸਮਾਜਕ ਸਥਿਤੀ ਵਿਚੋਂ ਉਪਜੀ ਦੁਖਾਂਤ ਭਾਵੀ ਦਾ ਪ੍ਰਮਾਣ ਹੈ।

x x x

ਇਤਿਹਾਸਕ-ਯਥਾਰਥਕ ਅਰਥਾਂ ਦੇ ਪ੍ਰਸੰਗ ਵਿਚ ਜ਼ਾਹਰ ਹੈ ਕਿ ਨਾਵਲ ਦੀ ਪਾਤਰ-ਵਿਉਂਤ ਵਿਚ 'ਚਰਿੱਤਰ ਦਾ ਸੱਚ' ਕੇਵਲ ਸਦਾਚਾਰਕ ਰੁੜ੍ਹੀ ਤਕ ਸੀਮਤ ਨਹੀਂ ਹੈ। ਪਾਤਰਾਂ ਦੇ ਵਤੀਰੇ ਦੀ ਜੋ ਵੀ ਸਦਾਚਾਰਕ ਨੁਹਾਰ ਹੈ ਉਹ ਨਾਨਕ ਸਿੰਘ ਦੇ ਗਲਪ-ਅਨੁਭਵ ਵਰਗੀ ਕਿਸੇ ਸਥਿਤੀ-ਨਿਰਪੇਖ ਆਦਰਸ਼ਵਾਦੀ ਦ੍ਰਿਸ਼ਟੀ ਦਾ ਸਿੱਟਾ ਨਹੀਂ, ਸਗੋਂ ਸਥਿਤੀ-ਸਾਖੇਪ ਇਤਿਹਾਸਕ ਦ੍ਰਿਸ਼ਟੀ ਦਾ ਪਰਿਣਾਮ ਹੈ। ਇਸ ਇਤਿਹਾਸਕ ਦ੍ਰਿਸ਼ਟੀ ਨਾਲ ਪੰਜਾਬੀ ਨਾਵਲ ਵਿਚ ਮਨੁੱਖੀ ਦੁੱਖ ਨੂੰ ਚਿਤਰਨ ਦੀ ਪਰੰਪਰਾ ਵਿਚ ਇਕ ਮੂਲਕ ਪਰਿਵਰਤਨ ਆਉਂਦਾ ਹੈ। ਭਾਈ ਵੀਰ ਸਿੰਘ ਤੇ ਉਸ ਦੇ ਸਾਥੀ ਨਾਵਲਕਾਰਾਂ (ਜਿਵੇਂ ਚਰਨ ਸਿੰਘ ਸ਼ਹੀਦ ਤੇ ਮੋਹਨ ਸਿੰਘ ਵੈਦ) ਦੇ ਨਾਵਲਾਂ ਵਿਚ ਪਾਤਰਾਂ ਤੇ ਉਨ੍ਹਾਂ ਨਾਲ ਵਾਪਰਦੀਆਂ ਘਟਨਾਵਾਂ ਜਾਂ ਉਨ੍ਹਾਂ ਦੀਆਂ ਆਪਣੀਆਂ ਕ੍ਰਿਆਵਾਂ-ਪ੍ਰਤਿਕ੍ਰਿਆਵਾਂ ਦਾ ਨਿਆਇ ਮਨੁੱਖੀ ਦੁੱਖ ਤੇ ਇਸ ਦੇ ਸਮਾਧਾਨ ਨੂੰ ਧਰਮ-ਅਧਰਮ ਨਾਲ ਜੋੜਨ ਦੀ ਨੀਤੀ ਦਾ ਸੂਚਕ ਹੈ-ਧਰਮ-ਅਧਰਮ ਵੀ ਉਹ ਜਿਸ ਦਾ ਸੁਭਾ ਕਿਸੇ ਗਤੀਸ਼ੀਲ ਚਿੰਤਨ ਦਾ ਨਹੀਂ, ਸਥਿਰ ਸੰਪਰਦਾਇਕਤਾ ਦਾ ਹੈ। ਧਰਮ-ਅਧਰਮ ਦੀ ਇਹ ਧਾਰਣਾ ਪਹਿਲਾਂ ਇਨ੍ਹਾਂ ਨਾਵਲਾਂ ਦੀ ਗੋਂਦ ਵਿਚ ਸੰਪਰਦਾਇਕਤਾ ਧੜਿਆਂ ਵਿਚ ਵੰਡੇ ਹੋਏ ਪਾਤਰਾਂ ਦੀ ਟੱਕਰ ਵਿਚ ਉਜਾਗਰ ਹੁੰਦੀ ਹੈ ਤੇ ਫਿਰ ਇਸ ਟੱਕਰ ਦੇ ਸੁਲਝਾਉ ਹਿਤ ਵਰਤੀ ਧਾਰਮਿਕ ਨਿਆਂ ਦੀ ਸੰਕੁਚਿਤ ਨੀਤੀ ਵਿਚ। ਦੋਹਾਂ ਹੀ ਹਾਲਤਾਂ ਵਿਚ ਸਾਰੀ ਖੇਡ ਧਾਰਮਿਕ-ਸੰਪਰਦਾਇਕ ਭਾਵਨਾਵਾਂ ਦੀ ਪੱਖ-ਪੂਰਤੀ ਦੇ ਧਰਾਤਲ 'ਤੇ ਵਾਪਰਦੀ ਹੈ ਜਿਸ ਵਿਚ ਧਰਮ-ਭਾਈ ਸੁਖ ਦੇ ਘਰ ਆਉਂਦੇ ਹਨ ਤੇ ਵਿਰੋਧੀ ਧਿਰ ਦੁੱਖ ਭੋਗਦੀ ਹੈ। ਮਨੁੱਖ ਦੁੱਖ-ਸੁੱਖ ਦੀ ਇਸ ਧਾਰਮਿਕ-ਪ੍ਰਤਿਮਾਨਕ ਵਿਆਖਿਆ ਵਿਚ ਜੀਵਨ ਦੀਆਂ ਇਤਿਹਾਸਕ-ਸਾਂਸਕ੍ਰਿਤਿਕ ਹਕੀਕਤਾਂ ਦੇ ਸਰਲੀਕਰਣ ਜਾਂ ਵਿਸਿਮ੍ਰਣ ਦੀ ਰੁਚੀ ਬੜੀ ਸਪਸ਼ਟ ਹੈ। ਨਾਨਕ ਸਿੰਘ ਦੁੱਖ ਦਾ ਮੂਲ ਆਦਰਸ਼ਾਂ ਦੇ ਅਭਾਵ ਵਿਚ ਨਿਸਚਿਤ ਕਰਦਾ ਹੈ ਤੇ ਇਸ ਦਾ ਸਮਾਧਾਨ ਮਨੁੱਖੀ ਚਰਿੱਤਰ ਦੇ ਆਦਰਸ਼ਵਾਦੀ ਕਾਇਆਕਲਪ ਵਿਚ। (ਜਸਵੰਤ ਸਿੰਘ) ਕੰਵਲ ਨਾਨਕ ਸਿੰਘ ਨਾਲੋਂ ਜ਼ਰਾ ਵਧੇਰੇ ਯਥਾਰਥਵਾਦੀ ਦ੍ਰਿਸ਼ਟੀ ਅਪਣਾਉਂਦਾ ਹੋਇਆ, ਦੁਖਮਈ ਸਥਿਤੀਆਂ ਨੂੰ ਆਰਥਿਕ ਵਰਗ-ਵੰਡ ਦੇ ਅਸੰਤੁਲਨ ਨਾਲ ਸੰਬੰਧਿਤ ਕਰਦਾ ਹੈ। ਪਰ ਇਨ੍ਹਾਂ ਅਸੰਤੁਲਨਾਂ ਦੀ ਮਾਰ ਵਿਚੋਂ ਨਿਕਲਣ ਦੀ ਚਿੰਤਾ ਅਧੀਨ ਉਹ ਵੀ ਆਪਣੇ ਨਾਵਲਾਂ ਵਿਚ ਪੀੜਿਤ ਵਰਗ ਦੇ ਨਾਇਕ ਪਾਤਰਾਂ ਦੀ ਕ੍ਰਿਆਤਮਕ ਪੂਰਿਪੂਰਣਤਾ ਦੀ ਦ੍ਰਿਸ਼ਟਾਂਤਕ ਵਿਧੀ ਰਾਹੀਂ, ਨਾਨਕ ਸਿੰਘ ਦੇ ਆਦਰਸ਼ਵਾਦੀ ਕਾਇਆ-ਕਲਪ ਦੇ ਸਿੱਧਾਂਤ ਨਾਲ ਮਿਲਦੇ ਜੁਲਦੇ ਸ਼ੈਣਿਕ ਉੱਦਾਤਕਾਰਜ ਦੀ ਮਹੱਤਤਾ ਉਜਾਗਰ ਕਰਨ ਵਿਚ ਮਗਨ ਰਹਿੰਦਾ ਹੈ। ਪੰਜਾਬੀ ਨਾਵਲ ਦੀ ਇਸ ਪਰੰਪਰਾ ਵਿਚ ਦੁੱਖ ਕਿਧਰੇ ਵੀ ਦੁਖਾਂਤ ਨਹੀਂ ਬਣਦਾ। ਦੁਖ ਦੇ ਦੁਖਾਂਤ ਬਣਨ ਤੋਂ ਭਾਵ ਪਰਿਸਥਿਤੀਆਂ ਦੇ ਕਠੋਰ ਯਥਾਰਥਕ ਦੀ ਇਤਿਹਾਸਕ ਜਾਂ ਮਾਨਸਿਕ ਅਨਿਵਾਰਤਾ ਦੇ ਸਿਰਜਨ ਤੋਂ ਹੈ।

ਭਾਈ ਵੀਰ ਸਿੰਘ, ਨਾਨਕ ਸਿੰਘ ਤੇ ਕੰਵਲ ਆਦਿ ਦੇ ਨਾਵਲਾਂ ਵਿਚ ਮਨੁੱਖੀ ਦੁੱਖ ਦਾ ਚਿਤ੍ਰਣ ਕਿਸੇ ਧਾਰਮਿਕ, ਆਦਰਸ਼ਵਾਦੀ ਜਾਂ ਸ਼ੈਣਿਕ ਸੂਰਮਗਤੀ ਦੀ ਪਿੱਠਭੂਮੀ ਦੇ ਰੂਪ ਵਿਚ ਹੁੰਦਾ ਹੈ। ਸੂਰਮਗਤੀ ਦੇ ਧਰਾਤਲ ਤੇ ਆ ਕੇ ਇਸ ਪਿੱਠਭੂਮੀ ਦੀ ਰੰਗਤ ਵੀ ਸੁਖਾਵੀਂ ਹੋ ਜਾਂਦੀ। 'ਪਵਿੱਤਰ ਪਾਪੀ' ਵਰਗੇ ਨਾਵਲਾਂ ਵਿਚ ਦੁੱਖ ਦੀ ਭੂਮਿਕਾ ਇਕ ਪ੍ਰਕਾਰ ਆਦਰਸ਼-ਪ੍ਰਾਪਤੀ ਦੇ ਮਾਧਿਅਮ ਵਜੋਂ ਨਿਭਾਈ ਗਈ ਹੈ। 'ਮੜ੍ਹੀ ਦਾ ਦੀਵਾ' ਦੇ

ਰਚਨਾ-ਸੰਸਾਰ ਵਿਚ ਮਨੁੱਖੀ ਦੁੱਖ ਨਾ ਕਿਸੇ ਆਦਰਸ਼-ਪ੍ਰਾਪਤੀ ਦਾ ਮਾਧਿਅਮ ਹੈ ਤੇ ਨਾ ਹੀ ਕਿਸੇ ਹੋਰ ਸੁਖਾਵੇਂ ਰੂਪਾਂਤ੍ਰਣ ਦੀ ਇੱਛਾ ਦਾ ਵਿਸ਼ੈ। ਇਹ ਇਕ ਕੌੜੀ ਕਸੈਲੀ ਸਚਾਈ ਹੈ, ਜਿਸ ਦਾ ਸੰਬੰਧ ਮਨੁੱਖੀ ਪੀੜਾ ਤੇ ਇਸ ਦੇ ਇਤਿਹਾਸਕ ਸਮਾਧਾਨ ਦੇ ਵਿਚਕਾਰ ਹਾਇਲ ਇਤਿਹਾਸਕ-ਸਾਂਸਕ੍ਰਿਤਿਕ ਵਾਸਤਵਿਕਤਾ ਦੇ ਅੰਤਰ-ਵਿਰੋਧਾਂ ਦੀ ਕਠੋਰ ਸਥਿਤੀ ਨਾਲ ਹੈ। ਗੁਰਦਿਆਲ ਸਿੰਘ ਆਪਣੇ ਨਾਵਲਾਂ ਦੀ ਰੂਪ-ਰਚਨਾ ਵਿਚ ਕਿਧਰੇ ਵੀ ਇਸ ਸਥਿਤੀ ਦੇ ਸਰਲੀਕਰਣ ਦਾ ਪਹਿਲੇ ਨਾਵਲਕਾਰਾਂ ਵਾਲਾ ਪੈਂਤੜਾ ਨਹੀਂ ਅਪਣਾਉਂਦਾ। ਸਰਲੀਕਰਣ ਦੀ ਰੁੜ੍ਹੀ ਦਾ ਤਿਆਗ ਤੇ ਮਨੁੱਖੀ ਦੁੱਖ ਤੇ ਵਿਵੇਕ ਦਾ ਇਤਿਹਾਸਕ-ਸਾਂਸਕ੍ਰਿਤਿਕ ਗਤੀਵਿਧੀਆਂ ਦੀ ਅਨਿਵਾਰਤਾ ਦੇ ਸੰਦਰਭ ਵਿਚ ਸਿਰਜਨ ਉਸ ਦੇ "ਗਲਪ-ਅਨੁਭਵ ਦੀ ਇਕ ਅਜਿਹੀ ਵਿਸ਼ੇਸ਼ਤਾ ਹੈ ਜਿਸ ਨਾਲ ਪੰਜਾਬੀ ਨਾਵਲ ਦੀ ਪਰੰਪਰਾ ਇਕ ਵਿਲੱਖਣ ਤੇ ਮਹੱਤਵ-ਪੂਰਨ ਮੋੜ ਕਟਦੀ ਹੈ।" ਉਸ ਦੇ ਲਗ-ਭਗ ਸਾਰੇ ਹੀ ਪ੍ਰਮੁਖ ਨਾਵਲਾਂ, ਜਿਵੇਂ 'ਮੜ੍ਹੀ ਦਾ ਦੀਵਾ', 'ਅਣਹੋਏ', 'ਅੱਧ ਚਾਨਣੀ ਰਾਤ' ਤੇ 'ਆਥਣ-ਉੱਗਣ' ਦੀ ਰੂਪ-ਰਚਨਾ ਦਾ ਧੁਰਾ ਕੁਝ ਅਜਿਹੀਆਂ ਦੁਖਾਂਤ ਸਥਿਤੀਆਂ ਹਨ ਜਿਨ੍ਹਾਂ ਦਾ ਸੰਬੰਧ ਚੇਤਨਾ ਦੇ ਇਤਿਹਾਸਕ-ਸਾਂਸਕ੍ਰਿਤਿਕ ਸੰਕਟ ਦੇ ਵਿਭਿੰਨ ਪ੍ਰਕਰਣਾਂ ਨਾਲ ਹੈ!

...ਨਾਨਕ ਸਿੰਘ-ਕੰਵਲ ਪਰੰਪਰਾ ਦੀ ਭਾਸ਼ਣੀ ਗਲਪ-ਸ਼ੈਲੀ ਦੇ ਉਲਟ 'ਮੜ੍ਹੀ ਦਾ ਦੀਵਾ', ਦੇ ਵਿਧਾਨਕ ਸੰਗਠਨ ਦੀ ਮੁੱਖ ਵਿਧੀ ਕਲਾਤਮਕ ਵਿਰੋਧ-ਭਾਸ਼ਾ ਜਾਂ ਵਿਰੋਧ-ਜੁੱਟਾਂ ਦਾ ਸਿਰਜਨ ਹੈ। ਰੂਪ-ਦ੍ਰਿਸ਼ਟੀ ਦੀ ਪੱਧਰ ਉੱਤੇ ਇਨ੍ਹਾਂ ਵਿਰੁੱਧ-ਜੁੱਟਾਂ ਰਾਹੀ ਨਾਵਲ ਕਥਨ ਦੀ ਸੰਬੋਧਨੀ ਸ਼ੈਲੀ ਤਿਆਗ ਕੇ ਸੰਕੇਤ ਦੀ ਭਾਸ਼ਾ ਵਿਚ ਗੱਲ ਕਹਿਣ ਦੀ ਵਿਧੀ ਨਾਲ ਜੁੜਦਾ ਹੈ। ਵਸਤੂ-ਦ੍ਰਿਸ਼ਟੀ ਦੀ ਪੱਧਰ ਉਤੇ ਵਿਰੋਧੀ-ਜੁੱਟਾਂ ਦੀ ਵਿਧੀ ਜ਼ਿੰਦਗੀ ਦੇ ਅੰਤਰ-ਵਿਰੋਧੀ ਤੱਥਾਂ ਤੇ ਸਥਿਤੀਆਂ ਦੀ ਕਟਾਖਸ਼ਮਈ ਸਮੀਪਤਾ, ਵਿੱਥ, ਤੁਲਨਾ ਤੇ ਜੁੱਟ-ਬੰਦੀ ਦੀ ਪ੍ਰਕ੍ਰਿਆ ਵਿਚੋਂ ਹੀ ਜ਼ਿੰਦਗੀ ਦੇ ਦਵੰਦਵਾਦੀ ਵਿਰੋਧਾਂ ਨਾਲ ਸੰਬੰਧਿਤ ਅਰਥਾਂ ਦੇ ਸਿਰਜਨ ਦਾ ਪ੍ਰਕਾਰਜ ਨਿਭਾਉਂਦੀ ਹੈ।"

ਟਿੱਪਣੀਆਂ

ਗੁਰਦਿਆਲ ਸਿੰਘ ਬੜੀ ਅਡੋਲ, ਅਟੰਕ, ਡੂੰਘੀ ਤੇ ਸਾਧਨਾਸ਼ੀਲ ਸ਼ਖ਼ਸੀਅਤ ਵਾਲਾ ਸਾਹਿਤਕਾਰ ਹੈ। ਉਸ ਨੇ ਆਪਣੀ ਰਚਨਾ ਦੇ ਸਫ਼ਰ ਵਿਚਕਾਰ ਹਮੇਸ਼ਾ ਆਪਣੇ ਆਪ ਨੂੰ ਉਨ੍ਹਾਂ ਸਾਧਾਰਨ ਲੋਕਾਂ ਨਾਲ ਜੋੜਿਆ ਹੈ ਜੋ ਅਣਹੋਇਆਂ ਦਾ ਜੀਵਨ ਜਿਉਂਦੇ ਹੋਏ ਵੀ ਸਾਡੀ ਜ਼ਿੰਦਗੀ ਦੀਆਂ ਅਨੇਕਾਂ ਹੋਣੀਆਂ ਦੇ ਸਿਰਜਣਹਾਰ ਹਨ। ਗੁਰਦਿਆਲ ਸਿੰਘ ਮਨੁੱਖ ਦੀ ਰੂਹ ਵਿਚ ਵੱਸਦੇ ਜਿਊਣ-ਚਾਅ ਦਾ ਕਲਾਕਾਰ ਹੈ। ਇਹ ਜਿਊਣ-ਚਾਅ ਉਸ ਦੀ ਰਚਨਾ ਦੀ ਸਾਦਾ ਖ਼ੂਬਸੂਰਤੀ ਦਾ ਰਹੱਸ ਵੀ ਹੈ ਅਤੇ ਤਾਕਤ ਵੀ।

ਗੁਰਬਖ਼ਸ਼ ਸਿੰਘ(ਪ੍ਰੀਤ ਲੜੀ)

ਇਹ ਕਦੇ ਕਦਾਈਂ ਹੀ ਵਾਪਰਦਾ ਹੈ ਕਿ ਵਧੀਆ ਇਨਸਾਨ ਤੇ ਵਧੀਆ ਲੇਖਕ ਇਕੋ ਬੰਦੇ ਵਿਚ ਇਕੱਠੇ ਹੋ ਜਾਂਦੇ ਹਨ। ਪੰਜਾਬੀ ਸਾਹਿਤ ਵਿਚ ਇਹ ਖ਼ੂਬਸੂਰਤ ਹਾਦਸਾ ਗੁਰਦਿਆਲ ਸਿੰਘ ਦੇ ਰੂਪ ਵਿਚ ਵਾਪਰਿਆ ਹੈ-ਜਿਹਦੀ ਮੁਬਾਰਕ ਸਾਨੂੰ ਸਾਰਿਆਂ ਨੂੰ ਹੈ-ਜੋ ਉਹਦੇ ਸਮਕਾਲੀ ਹਾਂ।

ਅੰਮ੍ਰਿਤਾ ਪ੍ਰੀਤਮ

ਗੁਰਦਿਆਲ ਸਿੰਘ ਵਿਚ ਸਾਰੇ ਉਹ ਗੁਣ ਹਨ ਜਿਹੜੇ ਕਿਸੇ ਸਾਹਿਤਕਾਰ ਨੂੰ ਪਹਿਲੀ ਸ਼੍ਰੇਣੀ ਦਾ ਲਿਖਾਰੀ ਬਣਾਂਦੇ ਹਨ-ਇਮਾਨਦਾਰੀ, ਲਗਨ, ਮਿਹਨਤ ਤੇ ਨਿਮਰਤਾ।

ਕਰਤਾਰ ਸਿੰਘ ਦੁੱਗਲ

ਗੁਰਦਿਆਲ ਸਿੰਘ ਦੀ ਗਲਪ-ਦ੍ਰਿਸ਼ਟੀ ਸਮਾਜਕ ਯਥਾਰਥ ਦੇ ਬਹੁਪਰਤੀ ਰਿਸ਼ਤਿਆਂ ਦੇ ਚਿਤਰਣ ਰਾਹੀਂ ਸਮਾਜਕ-ਇਤਿਹਾਸਕ ਗਤੀ ਦੇ ਸੁਹਜਾਤਮਕ ਅਰਥ ਵੀ ਜਗਾਂਦੀ ਹੈ ਅਤੇ ਗਲਪਕਾਰ ਦੇ ਅਡੋਲ ਆਸਣ ਵਿਚ ਸਮਾਜ ਦੇ ਅਣਗੌਲੇ ਲੋਕਾਂ ਦੀ ਅਣਫਰੋਲੀ ਵਿਥਿਆ ਤੇ ਵੇਦਨਾ ਤੇ ਅਬੋਲ ਅਕਾਂਖਿਆਵਾਂ ਤੇ ਸੰਭਾਵਨਾਵਾਂ ਦਾ ਮਹਾਂ-ਕਾਵਿਕ ਦੀਦਾਰ ਕਰਾਉਣ ਵਿਚ ਵੀ ਆਪਣਾ ਯੋਗਦਾਨ ਪਾਉਂਦੀ ਨਜ਼ਰ ਆਉਂਦੀ ਹੈ।

ਡਾ. ਕਰਮਜੀਤ ਸਿੰਘ

ਗੁਰਦਿਆਲ ਸਿੰਘ ਦੇ ਨਾਵਲ ਪੰਜਾਬੀ ਵਿਚ ਨਵਾਂ ਰਾਹ ਦੱਸਣ ਵਾਲੀਆਂ ਕਿਰਤਾਂ ਹਨ ਅਤੇ ਉਨ੍ਹਾਂ ਦੀ ਕਲਾ ਦਾ ਮੁਕਾਬਲਾ ਭਾਰਤੀ ਬੋਲੀਆਂ ਵਿਚ ਚੰਗੇ ਲੇਖਕਾਂ ਨਾਲ ਹੀ ਕੀਤਾ ਜਾ ਸਕਦਾ ਹੈ। ਪੰਜਾਬ ਦੇ ਗ੍ਰਾਮੀਣ ਲੋਕਾਂ ਦੇ ਦੁੱਖ-ਸੁੱਖ, ਉਸ ਦਾ ਦੁਖਾਂਤ ਉਹਨੇ ਚਿਤਰੇ ਹਨ। ਜਿਸ ਪੱਧਰ ਉਪਰ ਉਹ ਪੁੱਜਿਆ ਹੈ ਪੰਜਾਬੀ ਵਿਚ ਘੱਟ ਹੀ ਕੋਈ ਗਲਪ-ਕਲਾ ਦੇ ਪੱਖ ਤੋਂ ਪੁੱਜਿਆ ਹੈ।

ਗੁਰਬਚਨ ਸਿੰਘ ਤਾਲਿਬ

ਰਚਨਾ-ਵਿਵੇਕ

ਕਿਸੇ ਇਕ ਨਾਵਲ ਦੇ ਰਚਨਾ-ਸੁਭਾਅ ਦਾ ਦੂਸਰੇ ਨਾਵਲ ਦੇ ਰਚਨਾ-ਸੁਭਾਅ ਤੋਂ ਨਿਖੇੜਾ ਕੇਵਲ ਰਚਨਾ-ਵਸਤੂ ਦੀ ਪ੍ਰਕ੍ਰਿਤੀ ਜਾਂ ਤਕਨੀਕੀ ਵਿਧੀਆਂ ਦੇ ਆਧਾਰ ਉਤੇ ਕਰਨਾ ਸੰਭਵ ਨਹੀਂ। ਭਿੰਨਤਾ ਜਾਂ ਸਮਤਾ ਦਾ ਅਸਲ ਆਧਾਰ ਰਚਨਾ-ਵਿਵੇਕ ਜਾਂ ਰਚਨਾ-ਦ੍ਰਿਸ਼ਟੀ ਦੀ ਪ੍ਰਕ੍ਰਿਤੀ ਹੁੰਦੀ ਹੈ, ਨਾ ਕਿ ਰਚਨਾ-ਵਸਤੂ ਜਾਂ ਕੇਵਲ ਤਕਨੀਕੀ ਵਿਧੀਆਂ ਦੀ ਪ੍ਰਕ੍ਰਿਤੀ। ਰਚਨਾ-ਵਸਤੂ ਦੀ ਦ੍ਰਿਸ਼ਟੀ ਤੋਂ ਦੇਖਿਆਂ ਡਾ. ਹਰਿਭਜਨ ਸਿੰਘ ਨੂੰ ਨਾਨਕ ਸਿੰਘ ਤੇ ਗੁਰਦਿਆਲ ਸਿੰਘ ਇੱਕੋ ਵੰਨਗੀ ਦੇ ਨਾਵਲਕਾਰ ਦਿੱਸਦੇ ਹਨ। ਪਰੰਤੂ, ਜੇ ਰਚਨਾ-ਵਿਵੇਕ ਦੀ ਦ੍ਰਿਸ਼ਟੀ ਤੋਂ ਦੇਖੀਏ ਤਾਂ ਪਤਾ ਚਲਦਾ ਹੈ ਕਿ ਜਿਥੇ ਨਾਨਕ ਸਿੰਘ ਦੇ ਨਾਵਲਾਂ ਦੀ ਰੂਪ-ਰਚਨਾ ਉਸ ਦੇ ਸੁਧਾਰਵਾਦੀ-ਆਦਰਸ਼ਵਾਦੀ ਵਾਤਾਵਰਣ ਦੇ ਦੋਸ਼-ਪੂਰਤ ਅਨੁਭਵ-ਬੋਧ ਦਾ ਹੀ ਅਲਾਮਤੀ ਪ੍ਰਗਟਾਵਾ ਹੈ, ਉਥੇ ਗੁਰਦਿਆਲ ਸਿੰਘ ਦੇ ਪ੍ਰਮੁੱਖ ਨਾਵਲਾਂ ਦੀ ਰੂਪ-ਰਚਨਾ ਉਸ ਦੇ ਸਾਂਸਕ੍ਰਿਤਿਕ ਵਾਤਾਵਰਣ ਦੇ ਅਨੁਭਵ-ਬੋਧ ਦੀਆਂ ਤਰੇੜਾਂ ਦਾ ਆਲੋਚਨਾਤਮਕ ਬਿੰਬ ਪੇਸ਼ ਕਰਦੀ ਹੈ। ਨਾਨਕ ਸਿੰਘ ਦੇ ਨਾਵਲਾਂ ਦੀ ਰੂਪ-ਰਚਨਾ ਉਸ ਦੇ ਬਾਹਰ ਵਰਤਮਾਨ ਸੰਸਕ੍ਰਿਤੀ ਦੇ ਭਰਮ-ਗ੍ਰਸਤ ਅਨੁਭਵ-ਬੋਧ ਦਾ ਸ਼ਸਤਰ ਬਣਦੀ ਹੈ, ਜਿੱਥੇ ਕਿ ਗੁਰਦਿਆਲ ਸਿੰਘ ਦੇ ਨਾਵਲਾਂ ਦੀ ਰੂਪ—ਰਚਨਾ ਅਜਿਹੀ ਸੰਸਕ੍ਰਿਤੀ ਦੇ ਵਿਰੁੱਧ ਸ਼ਸਤਰ ਬਣਦੀ ਹੈ। ਕਹਿਣ ਦਾ ਭਾਵ ਇਹ ਹੈ ਕਿ ਪੰਜਾਬੀ ਨਾਵਲ ਦੀ ਪਰੰਪਰਾ ਦੇ ਸਥਿਰ ਜਾਂ ਗਤੀਸ਼ੀਲ ਸੁਭਾਅ ਦਾ ਠੀਕ ਨਿਖੇੜਾ ਕੇਵਲ ਰਚਨਾ-ਵਿਵੇਕ ਦੇ ਪਰਿਪੇਖ ਵਿਚ ਹੀ ਹੋ ਸਕਦਾ ਹੈ, ਕਿਸੇ ਹੋਰ ਪਰਿਪੇਖ ਵਿਚ ਨਹੀਂ। ਅਪ੍ਰਮਾਣਕ ਪਰਿਪੇਖ ਵਿਚ ਬਹੁਤ ਵਾਰੀ ਸਥਿਰਤਾ ਗਤੀਸ਼ੀਲਤਾ ਤੇ ਗਤੀਸ਼ੀਲਤਾ ਸਥਿਰਤਾ ਨਜ਼ਰ ਆਉਣ ਲਗ ਪੈਂਦੀ ਹੈ। ('ਪੰਜਾਬੀ ਨਾਵਲ' ਵਿਚੋਂ)

ਪ੍ਰੋ. ਕਿਸ਼ਨ ਸਿੰਘ

ਜਗਸੀਰ ਨੂੰ ਦੋ ਹੀ ਮਾਮਲੇ ਪੈਂਦੇ ਹਨ। ਇਕ ਭਾਨੀ ਨਾਲ ਇਸ਼ਕ ਤੇ ਉਸ ਨਾਲ ਵਸਲ ਦਾ ਤੇ ਦੂਸਰਾ ਭੰਤੇ ਨਾਲ ਸਾਹਮਣਾ ਹੋਣ ਦਾ। ਅਮਲ ਦੀ ਪੱਧਰ 'ਤੇ ਉਹ ਇਹਨਾਂ ਦੋਹਾਂ ਵਿਚ ਹੀ ਮਰਦ ਸਾਬਤ ਨਹੀਂ ਹੁੰਦਾ। ਧਰਮ ਸਿੰਘ ਵੀ ਬਗ਼ੈਰ ਕਿਸੇ ਕਿਸਮ ਦੇ ਦੰਦ ਵਿਖਾਇਆਂ, ਬਗ਼ੈਰ ਕਿਸੇ ਕਿਸਮ ਦੀ ਚਾਰਾਜੋਈ ਕੀਤਿਆਂ ਭੰਤੇ ਤੇ ਉਸ ਦੀ ਮਾਂ ਅੱਗੋਂ, ਪਿੱਛੇ ਹਟ ਜਾਂਦਾ ਏ। ਕੀ ਉਹ ਐਵੇਂ ਕਿਵੇਂ ਦਾ ਹੀ ਬੁੱਤ ਹੈ ? ਨਹੀਂ। "ਸੁਣਿਐਂ ਧਰਮ ਸਿਉਂ ਕਈ ਦਿਨਾਂ ਦਾ ਘਰੇ ਨੀਂ ਆਇਆ।... ਕੋਈ ਕੁਸ਼ ਕਹਿੰਦੈ, ਕੋਈ ਕੁਸ਼। ਪਰ ਉਹ ਜਗਸਿਆ ਕੋਈ ਬੰਦਾ ਸੀ, ਉਹ ਤਾਂ ਸਿੱਧ ਸੀ।... ਬੰਦੇ ਉਹਦੇ ਅਰਗੇ ਘਰ-ਘਰ ਨੀਂ ਜੰਮਣੇ ਜਗਸਿਆ।" ਪਰ ਧਰਮ ਸਿੰਘ ਨੂੰ ਮਾਰ ਕੀ ਵਗੀ ਕਿ ਉਹ ਨਿਸ਼ਾਨਾ ਗਲਤ ਬਣਾ ਬੈਠਾ। ਉਸ ਦੀ ਸਮਝ ਨੇ, ਉਸ ਦੀ ਦਿਮਾਗੀ ਕਲਚਰ ਨੇ ਉਸ ਨੂੰ ਸਹੀ ਰਸਤਾ ਨਹੀਂ ਦੱਸਿਆ। ਉਹ ਬਣਾ ਬੈਠਾ ਕਿ ਘਰ ਵਿਚ ਵਿਬੁੜ ਨਾ ਪਵੇ, ਘਰ ਦੀ ਢੱਕੀ ਹੀ ਰਿੱਝੇ। ਜਿਸ ਨੂੰ ਢੱਕੀ ਰਖਣਾ ਚਾਹੁੰਦਾ ਸੀ ਉਹ ਕਿਸ ਤਰ੍ਹਾਂ ਸਾਰੇ ਨਸ਼ਰ ਹੋਈ ਉਹ ਸਾਡੇ ਸਾਹਮਣੇ ਆ। ਭਾਨੀ ਆਪਣਾ ਇਸ਼ਕ

ਨੇਪਰੇ ਚੜ੍ਹਿਆ ਚਾਹੁੰਦੀ ਏ। ਉਹ ਜਗਸੀਰ ਨੂੰ ਤਾਹਨਾ ਮਾਰਦੀ ਏ : "ਜੇ ਹੈ ਕੋਈ ਕਣੀ ਤਾਂ ਸਿੱਧੀ ਅੱਖੀਂ ਮੱਥੇ ਲੱਗਿਆ ਕਰ, ਐਂ ਡਰ-ਡਰ ਕੇ ਨਹੀਂ ਪੁਗਦੀਆਂ ਹੁੰਦੀਆਂ ਚੰਦਰਿਆ ਜਿੰਨਾ ਰੱਬ ਨੇ ਰੂਪ ਦਿੱਤੈ, ਜੇ ਓਨਾ ਮਰਦਊ-ਪੁਣਾ ਦਿੱਤਾ ਹੁੰਦਾ..."

ਕੀ ਜਗਸੀਰ ਨਿਰਾ-ਪੁਰਾ ਮਾਤਾ ਦਾ ਮਾਲ ਈ ਏ ? ਨਾਵਲਕਾਰ ਨੇ ਉਸ ਨੂੰ ਕੇਂਦਰੀ ਪਾਤਰ ਬਣਾਇਆ ਏ। ਕੀ ਉਸ ਨੇ ਸਾਡੇ ਵਲੋਂ ਉਸ 'ਤੇ ਤਰਸ ਕਰਾਉਣ ਵਾਸਤੇ ਈ ਉਸ ਨੂੰ ਕੇਂਦਰ ਵਿਚ ਰੱਖਿਆ ਏ ? ਕੀ ਉਹ ਮੂਲੋਂ-ਮੁੱਢੋਂ, ਜੜ੍ਹੋਂ ਹੀ, ਕਿਸੇ ਹਾਲਤ ਵਿਚ ਵੀ ਨਾਇਕ ਬਣਨ ਦੇ ਰਾਹੇ ਪੈਣ ਜੋਗਾ ਨਹੀਂ ? ਕੀ ਉਹ ਜਨਮੋਂ ਹੀ, ਅਸਲਿਓਂ ਹੀ ਹੀਜੜਾ ਏ ? ਨਹੀਂ। ਸਾਨੂੰ ਉਸ 'ਤੇ ਤਰਸ ਨਹੀਂ ਆਉਂਦਾ, ਉਸ ਨਾਲ ਹਮਦਰਦੀ ਹੁੰਦੀ ਏ। ਉਸ ਨਾਲ ਅਪਣੱਤ ਜਾਗਦੀ ਏ। ਕਿਸੇ ਪਾਸਿਓਂ ਉਹਦੇ ਵਿਚ ਆਪਣਾ ਆਪ ਦਿੱਸਦਾ ਏ, ਲੁਕਾਈ ਦਿੱਸਦੀ ਏ। ਨਹੀਂ, ਜਗਸਾ ਨਾਮਰਦ ਨਹੀਂ। ਅਸਲਿਉਂ ਮਰਦ ਏ। ਨਾ ਹਾਰਨ ਵਾਲਾ ਮਰਦ ਏ। ਜਿਸ ਤਰ੍ਹਾਂ ਇਸ਼ਕ ਤੇ ਕਾਬਜ਼ ਕਲਚਰ ਦੇ ਬਣਾਏ ਈਮਾਨ ਦੀ ਬੁਰਦੋ-ਬੁਰਦੀ ਨਾਲ ਜਗਸੇ ਨੇ ਆਪਣੇ ਅੰਦਰਲੇ ਦੇ ਤੂੰਬੇ ਤੁੜਵਾਏ ਨੇ, ਮਾਤਾ ਦੇ ਮਾਲ ਦੀ ਕੀ ਮਜਾਲ ਇਸ ਦਾ ਸੁਪਨਾ ਵੀ ਲੈ ਸਕੇ। ਸਿਦਕ,ਸਿਰੜ ਤੇ ਤਾਕਤ ਜਗਸੇ ਵਿਚ ਲੋਹੜੇ ਦੀ ਏ।...

ਭਾਨੀ ਨੂੰ ਆਪਣੇ ਇਸ਼ਕ ਦੀ ਕਿਉਂਕਿ ਸਾਰ ਏ, ਉਹ ਟੁੱਟ ਕੇ ਨਹੀਂ ਡਿਗਦੀ। ਡਿੱਗ ਹੀ ਨਹੀਂ ਸਕਦੀ। ਜਗਸੀਰ ਵਾਂਗ ਉਹਨੇ ਢੇਰੀ ਨਹੀਂ ਢਾਹੀ ਹੋਈ। ਜਿੱਥੇ ਵੀ ਜ਼ਿੰਦਗੀ ਬੁੜ੍ਹਕਦੀ ਏ, ਉਥੇ ਹੀ ਉਹ ਅੱਗੇ ਹੁੰਦੀ ਏ। ਮੱਛਰੀਆਂ ਹੋਈਆਂ ਜੱਟੀਆਂ ਦੀ ਉਹ ਮੋਹਰਨ ਏ। ਉਹ ਅੰਦਰੋਂ ਮਰੀ ਨਹੀਂ। ਲਲਕਾਰੇ ਮਾਰਦੀ ਏ। ਟੱਲੀ ਵਾਂਗ ਟੁਣਕਦੀ ਏ। ਛੈਣਿਆਂ ਵਾਂਗ ਛਣਕਦੀ ਏ। ਧਰਤੀ ਕੰਬਾਉਂਦੀ ਏ। ਨੰਗੇ, ਮੂੰਗੇ, ਮਰੇ ਯਾਰ ਦੀ ਮੜ੍ਹੀ ਪੋਚਦੀ ਏ। ਉਸ 'ਤੇ ਦੀਵਾ ਜਗਾਉਂਦੀ ਏ।

('ਸੇਧ'-ਫਰਵਰੀ, 1978)

ਵਿਸ਼ਨੂੰ ਪ੍ਰਭਾਕਰ [1]

ਲੇਖਕ ਹਾਂ, ਪੁਸਤਕਾਂ ਵਿਚ ਰਹਿੰਦਾ ਹਾਂ। ਡਰਦਾ-ਡਰਦਾ ਪੜ੍ਹਦਾ ਵੀ ਹਾਂ। ਡਰਦਾ-ਡਰਦਾ ਇਸ ਲਈ ਕਿ ਜੋ ਪੜ੍ਹਨ ਯੋਗ ਹੈ ਉਹ ਕਿੰਨਾ ਕੁ! ਪਰ 'ਮੜ੍ਹੀ ਦਾ ਦੀਵਾ' ਪੜ੍ਹਿਆ ਤਾਂ ਉਸ ਦੇ ਦਰਦ ਦੀ ਗੁੰਝਲ ਤੋਂ ਅਜੇ ਤਕ ਮੁਕਤ ਨਹੀਂ ਹੋ ਸਕਿਆ। ਪਿੰਡ ਦੀ ਇਸ ਕਹਾਣੀ ਵਿਚ ਪਿੰਡ ਦੀ ਆਤਮਾ ਜਿਸ ਤਰ੍ਹਾਂ ਕੁਰਲਾ ਉੱਠੀ ਹੈ ਉਸ ਨੇ ਅਜੇ ਤਕ ਮੈਨੂੰ ਵਿਆਕੁਲ ਕੀਤਾ ਹੋਇਆ ਹੈ। ਲਗਦਾ ਹੈ, ਜਿਸ ਤਰ੍ਹਾਂ ਡਿਕਨਜ਼ ਜਾਂ ਤਾਲਸਤਾਏ ਜਾਂ ਸ਼ਰਤ ਚੰਦਰ ਆਪਣੇ ਪਾਤਰਾਂ ਨਾਲ ਇਕ ਪਾਤਰ ਬਣ ਕੇ ਜਿਉਂਦੇ ਸਨ ਗੁਰਦਿਆਲ ਸਿੰਘ ਵੀ ਉਹਨਾਂ ਵਾਂਗ ਆਪਣੇ ਪਾਤਰਾਂ ਨੂੰ ਬੇਓੜਕ ਪਿਆਰ ਕਰਦਾ ਹੈ। ਦੁਖੀ ਪਾਤਰ ਅੱਖਾਂ ਅੱਗੋਂ ਲਾਂਭੇ ਹੋ ਜਾਂਦੇ ਹਨ, ਰਹਿ ਜਾਂਦੇ ਹਨ, ਬਸ ਗੁਰਦਿਆਲ ਸਿੰਘ, ਜਿਸ ਤਰ੍ਹਾਂ ਉਹ ਪਾਤਰ ਉਨ੍ਹਾਂ ਦਾ ਆਪਣਾ ਰੂਪ ਹੀ ਹੋਣ। ਕਰੂਰ ਦੀ ਕਰੂਰਤਾ ਵੀ ਵਿਅਕਤੀ ਦੇ ਅੰਤਰ ਮਨ ਦੀ ਤਸਵੀਰ ਏਨੀ ਨਹੀਂ ਹੁੰਦੀ ਜਿੰਨੀ ਬਦਲਦੀ ਸਮਾਜਕ ਵਿਵਸਥਾ ਦੀ, ਬਦਲੀਆਂ ਕੀਮਤਾਂ ਦੀ ਹੁੰਦੀ ਹੈ।

ਪਰੇਮ ਚੰਦ ਨੇ ਪਹਿਲੀ ਵਾਰ ਇਨਸਾਨ ਨੂੰ ਉਸ ਦੇ ਦੁੱਖ-ਸੁੱਖ, ਵਿਥਿਆ-ਵੇਦਨਾ, ਗੁਣ-ਔਗੁਣਾਂ ਸਹਿਤ, ਜਿਸ ਤਰ੍ਹਾਂ ਦਾ ਉਹ ਹੈ, ਸਾਹਿਤ ਵਿਚ ਮਰਯਾਦਾ ਦਾ ਸਥਾਨ ਦਿੱਤਾ। ਸ਼ਰਤ ਚੰਦਰ ਨੇ ਪਹਿਲੀ ਵਾਰ ਮਨੁੱਖਾਂ ਵਿਚ ਜੋ ਨੀਵੇਂ ਸਮਝੇ ਜਾਂਦੇ ਰਹੇ ਹਨ,

1. ਪ੍ਰਸਿਧ ਹਿੰਦੀ ਲੇਖਕ।

ਅਣਗੌਲੇ ਰਹੇ ਹਨ, ਉਨ੍ਹਾਂ ਬੈਦ, ਨਾਉਲ, ਜੋਲਾ, ਚਾਸੀ ਆਦਿ ਲੋਕਾਂ ਨੂੰ ਸਾਹਿਤ 'ਚ ਸਥਾਨ ਦਿੱਤਾ। ਗੁਰਦਿਆਲ ਸਿੰਘ ਨੇ ਵੀ ਉਸੇ ਤਰ੍ਹਾਂ ਸਾਂਹਸੀਆਂ ਦੀ ਧੀ ਤੇ ਚੂੜ੍ਹਿਆਂ ਦੇ ਜੀਵਨ ਨੂੰ ਮਨੁੱਖੀ ਸੰਵੇਦਨਾ ਅਤੇ ਪੀੜਾ ਦੀ ਪਿੱਠਭੂਮੀ ਵਿਚ ਸਾਕਾਰ ਕੀਤਾ ਹੈ। ਯੁਗ ਦੀਆਂ ਬਦਲਦੀਆਂ ਕੀਮਤਾਂ ਨੇ ਜੋ ਸੰਕਟ ਪੈਦਾ ਕਰ ਦਿੱਤਾ ਹੈ, ਇਹ ਨਾਵਲ ਉਸੇ ਸੰਕਟ ਦਾ ਦਸਤਾਵੇਜ਼ ਹੈ।

ਜਗਸੀਰ ਦਾ ਪਿਆਰ ਬੇਸ਼ਕ ਤੋੜ ਨਹੀਂ ਚੜ੍ਹਦਾ, ਪਰ ਉਸ ਦੀ ਵਿਥਿਆ ਤੇ ਵੇਦਨਾ ਦੇ ਮਾਰਮਿਕ ਚਿਤਰ 'ਮੜ੍ਹੀ ਦਾ ਦੀਵਾ' ਵਿਚ ਇਸ ਤਰ੍ਹਾਂ ਉਲੀਕੇ ਗਏ ਹਨ ਕਿ ਦਰਦ ਸਾਕਾਰ ਹੋਇਆ ਪ੍ਰਤੀਤ ਹੁੰਦਾ ਹੈ। ਅੰਤ ਸਮੇਂ ਉਸ ਨੂੰ ਭਾਨੀ ਦੀ ਯਾਦ ਆਉਂਦੀ ਹੈ ਤਾਂ ਪਹਿਲੀ ਵਾਰ ਉਹ ਆਪਣੀ ਮੁਹੱਬਤ ਨੂੰ ਜ਼ਬਾਨ ਉਤੇ ਲਿਆਉਂਦਾ ਹੈ। "ਰੌਣਕਾ! ਜੇ ਇਕ ਦਿਨ...ਇਕ ਦਿਨ...ਨਿੱਕੇ ਦੀ ਬਹੂ' ਨੂੰ ਸੱਦ ਕੇ..."

ਪਰ ਉਹ ਤਾਂ ਪੇਕੇ ਗਈ ਹੋਈ ਹੈ। ਉਹ ਉਡੀਕਦਾ ਹੀ ਤੁਰ ਜਾਂਦਾ ਹੈ, ਪਰ ਅੰਤਲੇ ਛਿਣਾਂ ਵਿਚ ਇਹ ਕਹਿਣਾ ਨਹੀਂ ਭੁਲਦਾ, "ਨਿੱਕੇ ਦੀ ਬਹੂ' ਨੂੰ ਆਖੀਂ, ਮੇਰੀ ਮੜ੍ਹੀ ਬਰ-ਜ਼ਰੂਰ ਪੋਚਿਆ ਕਰੂ-ਬਣਾ ਤਾਂ ਤੂੰ ਦੇਵੇਂਗਾ ਈ!"

ਇਹ ਨਿਰੀ ਭਾਵਕੁਤਾ ਨਹੀਂ, ਦਰਦ ਹੈ ਜੋ ਰੌਣਕੀ ਦੇ ਦਿਲ ਨੂੰ ਹੀ ਨਹੀਂ ਚੀਰਦਾ, ਪੜ੍ਹਨ ਵਾਲੇ ਨੂੰ ਵੀ ਕਲਵਲ ਕਰ ਦਿੰਦਾ ਹੈ। ਅਤੇ ਜਦੋਂ ਉਸ ਦੀ ਮੌਤ ਤੋਂ ਮਗਰੋਂ ਆਪਣੀ ਬਣਾਈ ਵਿੰਗੀ-ਟੇਢੀ ਮੜ੍ਹੀ ਨਾ ਸਿਰਫ ਪੋਚੀ ਹੋਈ ਵੇਖਦਾ ਹੈ ਸਗੋਂ ਉਸ 'ਤੇ ਦੀਵਾ ਜਗਦਾ ਹੈ ਤਾਂ ਤ੍ਰਬਕ ਕੇ ਰੁਕ ਜਾਂਦਾ ਹੈ- ਦੀਵੇ ਦੀ 'ਲੋਅ ਹਵਾ ਨਾਲ ਕੰਬਦੀ, ਪਾਟ ਕੇ ਦੋ ਹੋ ਜਾਂਦੀ ਤੇ ਫੇਰ ਟਿਕ ਕੇ ਅਡੋਲ ਲਾਟ ਬਣਦਿਆਂ ਵਧੇਰੇ ਉੱਚੀ ਹੋ ਜਾਂਦੀ!"... ਤੇ ਉਹ ਦੀਵੇ ਨੂੰ ਹੀ ਨਹੀਂ ਦੀਵਾ ਜਗਾਣ ਵਾਲੀ ਨੂੰ ਵੀ ਵੇਖਦਾ ਹੈ, 'ਓਵੇਂ ਮੜ੍ਹੀ ਦੇ ਦੀਵੇ ਦੀ ਲੋਅ ਵਾਂਗ ਕੰਬਦੀ, ਕੰਬ ਕੇ ਦੋ ਹੁੰਦੀ ਤੇ ਮੁੜ ਅਡੋਲ ਲਾਟ ਬਣ ਕੇ ਉੱਚੀ ਹੁੰਦੀ ਤੀਵੀਂ!"

ਮੂਕ ਪੀੜਾ ਦੇ ਦਰਦ ਨੂੰ ਮਹਿਮਾ ਪ੍ਰਦਾਨ ਕਰਨ ਦਾ ਇਸ ਤੋਂ ਵਧੇਰੇ ਮਾਰਮਿਕ ਚਿਤਰ ਹੋਰ ਕੀ ਹੋਵੇਗਾ ? ਉਹਦਾ ਪਿਆਰ ਸੱਚ-ਮੁੱਚ ਅੰਦਰ ਵਿਲਕਦਾ ਹੈ ਅਤੇ ਬਾਹਰ ਦਰਦ ਦਿੰਦਾ ਹੈ। ਇਸੇ ਲਈ ਤਾਂ ਉਹ ਆਪਣੀ 'ਪ੍ਰੇਮਕਾ' ਨੂੰ ਸਿਰ ਉਚਾ ਕਰਕੇ ਕਹਿ ਸਕਿਆ, "ਆਪਣੇ ਸੰਨ੍ਹ ਰੱਬ ਐ ਭਾਨੋ! ਇਹੋ ਜਿਹਾ ਗੰਦ ਜਦੋਂ ਆਪਾਂ ਘੋਲਣ ਵੇਲੇ ਨਾ ਘੋਲਿਆ, ਹੁਣ ਕਾਲਖ ਦਾ ਟਿੱਕਾ ਕਾਹਦੀ ਖਾਤਰ ਖਟਣੈ! ਆਖਣ ਦੇ ਜੋ ਆਖਦੈ ਐ, ਉਤਾਂਹ ਥੁਕਿਆ ਆਵਦੇ ਮੂੰਹ 'ਤੇ ਈ ਪੈਂਦੈ!"

ਭਾਨੀ ਦਾ ਪਿਆਰ ਥਾਂ-ਥਾਂ ਉਤੇ ਚਸ਼ਮੇ ਵਾਂਗ ਫੁੱਟਿਆ ਹੈ। ਹੱਦਾਂ ਬੰਨੇ ਤੋੜਨ ਲਈ ਮਚਲਿਆ ਹੈ। ਪਰ ਹਰ ਵਾਰ ਸਮੁੰਦਰ ਦੀਆਂ ਲਹਿਰਾਂ ਵਾਂਗ ਕਿਨਾਰਿਆਂ ਨਾਲ ਟਕਰਾ ਕੇ ਮੁੜ ਆਇਆ ਹੈ। ਸਮੁੰਦਰ ਆਪਣੇ ਅੰਦਰ ਕਿਸ-ਕਿਸ ਤਰ੍ਹਾਂ ਉਸਲਵੱਟੇ ਲੈਂਦਾ ਹੈ ਪਰ ਮਰਯਾਦਾ ਦਾ ਉਲੰਘਣ ਕਦੇ ਨਹੀਂ ਕਰਦਾ, ਇਸੇ ਲਈ ਤਾਂ ਉਹ ਸਮੁੰਦਰ ਹੈ।

'ਮੜ੍ਹੀ ਦਾ ਦੀਵਾ' ਵਿਚ ਇਸ ਸਮੁੰਦਰ ਵਰਗੇ ਪਿਆਰ ਦੀ ਕਹਾਣੀ ਹੀ ਨਹੀਂ, ਮਾਨਵੀ ਸੰਵੇਦਨਾ ਅਤੇ ਅੰਤਰ ਪੀੜਾ ਨੂੰ ਇਕ ਹੋਰ ਪੱਧਰ ਉਤੇ ਵੀ ਪੂਰੀ ਸ਼ਕਤੀ ਨਾਲ ਚਿਤਰਿਆ ਗਿਆ ਹੈ। ਜ਼ਾਤ-ਪਾਤ ਤੇ ਆਰਥਕ ਔਕੜਾਂ ਦੇ ਚਿਤਰ ਵੀ ਏਨੇ ਹੀ ਮਾਰਮਿਕ ਹਨ।... ਪ੍ਰੇਮ ਦੀ ਪੀੜਾ ਦੇ ਅੰਤਰਗਤ ਛਲਕਦੇ ਹਾਸ-ਪ੍ਰਹਾਸ ਧੜਕਦਾ ਉਮਾਹ, ਸਹਾਨਭੂਤੀ-ਸੰਵੇਦਨਾ, ਠੱਠਾ-ਮਖ਼ੌਲ, ਵਾਤਸਲ ਪਿਆਰ ਤੇ ਕਰੁਣਾ ਦੇ ਦ੍ਰਿਸ਼ ਵੀ ਘੱਟ ਨਹੀਂ।

ਨਾਵਲ ਵਿਚ ਇਕ ਹੋਰ ਕਹਾਣੀ ਹੈ, ਰੌਣਕੀ ਤੇ ਉਹਦੀ ਘਰਵਾਲੀ ਸੰਤੋ ਦੀ।

115

ਕੈਸਾ ਅਣਘੜ੍ਹ, ਅੱਥਰਾ ਪਰ ਕਿੰਨਾ ਸ਼ਕਤੀਸ਼ਾਲੀ ਹੈ ਉਹਨਾਂ ਦਾ ਪਰੰਪਰਾਵਾਦੀ ਪਿਆਰ! ਸੰਤੋ ਦੇ ਚਲੇ ਜਾਣ ਪਿਛੋਂ ਰੌਣਕੀ ਦੇ ਇਹ ਬੋਲ ਇਸ ਪਿਆਰ ਦੇ ਸੰਘਣੇਪਣ ਨੂੰ ਸਪਸ਼ਟ ਕਰ ਦਿੰਦੇ ਹਨ : "ਦੋ ਵਰ੍ਹੇ ਹੋ ਚੱਲੇ ਉਹਨੂੰ ਗਈ ਨੂੰ ਪਰ ਅੰਦਰੋਂ ਕੰਜਰ ਦੀ ਅਜੇ ਵੀ ਨ੍ਹੀਂ ਨਿਕਲਦੀ। ਰਾਤ ਨੂੰ ਸੁਫ਼ਨਿਆਂ ਵਿਚ ਈ ਖਹਿੜਾ ਨਹੀਂ ਛਡਦੀ। ਜਾਗਦੇ ਨੂੰ ਵੀ ਐਂ ਭੁਲੇਖੇ ਪਈ ਜਾਂਦੇ ਐ ਬਸ, ਹੁਣ ਆਈ, ਬਿੰਦੇ ਆਈ, ਐਂ ਆਊ ਕੇਰਾਂ ਝੋਟੇ ਆਂਗੂੰ ਫੈਂ ਫੈਂ ਕਰਦੀ ਤੇ ਆਉਣ ਸਾਰ ਸਿੰਗਾਂ ਤੇ ਚੱਕ ਲੂ, ਤੇ ਲਲਕਾਰਾ ਮਾਰ ਕੇ ਆਖੂ- 'ਜਾਏ ਖਾਣਿਆਂ ਜਾਂਦੂਆ ਅੱਜ ਬਾਲਣ ਨੂੰ ਨ੍ਹੀਂ ਜਾਣਾ, ਭੱਠੀ 'ਚ ਤੇਰਾ ਸਿਰ ਲਾਊਂ ?...ਜਗਸਿਆ ਸਹੁੰ ਗਊ ਦੀ..."

ਇਹੀ ਰੌਣਕੀ ਜਗਸੀਰ ਦੇ ਅੰਤਮ ਛਿਣਾਂ ਤਕ ਉਸ ਦਾ ਮਿੱਤਰ ਅਤੇ ਸਹਾਰਾ ਬਣਿਆਂ ਰਿਹਾ ਅਤੇ ਜਦੋਂ ਉਹ ਤੁਰ ਗਿਆ ਤਾਂ ਕੂਕ ਉੱਠਿਆ-

"ਤੂੰ ਤਾਂ ਤੁਰ ਗਿਆ ਦਲਾਸੇ ਦੇ ਕੇ,
ਜੱਗੋਂ ਸਾਡਾ ਸੀਰ ਮੁੱਕ ਗਿਆ!"

ਇਹ ਬੋਲ ਰੌਣਕੀ ਦਾ ਹੀ ਨਹੀਂ ਭਾਨੀ ਦਾ ਵੀ ਹੈ ਅਤੇ ਸ਼ਾਇਦ ਧਰਮ ਸਿੰਘ ਦਾ ਵੀ, ਭਾਵੇਂ ਉਸ ਨੂੰ ਸੁਣਨ ਦਾ ਕੋਈ ਵੀ ਸਾਧਨ ਸਾਡੇ ਕੋਲ ਨਹੀਂ।

ਪਿੰਡ ਦੇ ਜੀਵਨ ਦੀਆਂ ਪਿਆਰ ਅਤੇ ਮੋਹ-ਭਿੱਜੀਆਂ ਅਨੁਭੂਤੀਆਂ, ਸੁਆਰਥ ਪ੍ਰੇਰਤ ਕਰੂਰਤਾਵਾਂ, ਦੂਸ਼ਿਤ ਸਮਾਜਕ ਪ੍ਰਬੰਧ ਵਿਚ ਦਮ ਤੋੜਦੀ ਇਨਸਾਨੀਅਤ, ਸਭ ਕੁਝ ਅੰਦਰ ਹੀ ਅੰਦਰ ਵਟ ਖਾਂਦਾ ਹੈ, ਬੇਸ਼ਕ ਭਾਂਬੜ ਨਹੀਂ ਮਚਦੇ। ਇਹ ਇਸ ਦੀ ਕਮਜ਼ੋਰੀ ਵੀ ਹੋ ਸਕਦੀ ਹੈ, ਪਰ ਅੰਦਰੇ-ਅੰਦਰ ਸੁਲਘਣਾ ਕਿੰਨਾ ਪੀੜਾ-ਦਾਇਕ ਹੁੰਦਾ ਹੈ! ਉਹ ਪੀੜ, ਉਹੀ ਟੁੱਟਣ ਦਾ ਦਰਦ, ਉਹੀ ਵਿਚਾਰ-ਹੀਣਤਾ ਦੀ ਦਿਲ-ਵਿੰਨਵੀਂ ਜਲਣ... ਇਹ ਤਾਂ ਹਾਸਲ ਹਨ ਉਸ ਚਿਤਰਣ ਦੇ ਜੋ ਨਵੇਂ ਸਵੇਰੇ ਦੀ ਕਲਪਨਾ ਨੂੰ ਸਾਕਾਰ ਕਰਦਾ ਹੈ ਕਿਉਂਕਿ ਉਹ ਪ੍ਰਸ਼ਨ-ਚਿੰਨ੍ਹ ਲਗਾਂਦਾ ਹੈ। ਜਦੋਂ ਪ੍ਰਸ਼ਨ-ਚਿੰਨ੍ਹ ਲਗਦੇ ਹਨ, ਸੰਦੇਹ ਜਾਗਦਾ ਹੈ, ਉਦੋਂ ਕ੍ਰਾਂਤੀ ਫੁੱਟਦੀ ਹੈ।

ਪੂਰਾ ਨਾਵਲ ਪਿੰਡ ਦੀ ਭਿੰਨੀ-ਭਿੰਨੀ ਸੁਗੰਧ ਨਾਲ ਓਤ-ਪੋਤ ਹੈ। ਆਪਣੇ ਸਭ ਗੁਣਾਂ-ਔਗੁਣਾਂ ਸਮੇਤ ਇਸ ਵਿਚ, ਪੇਂਡੂ ਜੀਵਨ ਜਿਵੇਂ ਮੂੰਹੋਂ ਬੋਲ ਉਠਿਆ ਹੈ।

ਵਿਚਾਰ

ਡਾ. ਨਾਮਵਰ ਸਿੰਘ [1]

ਜਾਰਜ ਲੂਕਾਚ ਇਕ ਜਗ੍ਹਾ ਕਹਿੰਦਾ ਹੈ ਜਦੋਂ ਸਾਰੇ ਯੂਰਪ ਵਿਚ ਨਾਵਲ ਅਥਵਾ ਗਲਪ ਸਾਹਿਤ ਢਲਾਨ ਤੇ ਸੀ ਤਾਂ ਉਸ ਸਮੇਂ ਰੂਸ ਵਰਗੇ ਪਛੜੇ ਹੋਏ ਦੇਸ ਵਿਚ ਤਾਲਸਤਾਏ ਨੇ 'ਜੰਗ ਤੇ ਅਮਨ' ਵਰਗੇ ਮਹਾ-ਕਾਵਿਕ ਨਾਵਲ ਦੀ ਰਚਨਾ ਕਰਕੇ ਸਾਰੇ ਯੂਰਪ ਵਿਚ ਇਕ ਰਚਨਾਤਮਕ ਚਮਤਕਾਰ ਕਰ ਵਿਖਾਇਆ।

ਕੁਝ ਇਸੇ ਤਰ੍ਹਾਂ ਦੇ ਅਨੁਭਵ ਦਾ ਅਹਿਸਾਸ ਮੈਨੂੰ ਉਦੋਂ ਹੋਇਆ ਜਦੋਂ ਮੈਂ ਗੁਰਦਿਆਲ ਸਿੰਘ ਦਾ ਨਾਵਲ 'ਮੜ੍ਹੀ ਦਾ ਦੀਵਾ' ਹਿੰਦੀ ਅਨੁਵਾਦ ਦੇ ਰੂਪ ਵਿਚ ਵਾਚਿਆ। ਮੈਂ ਉਦੋਂ ਨਵਾਂ ਨਵਾਂ ਰਾਜਕਮਲ ਪ੍ਰਕਾਸ਼ਨ ਦਾ ਸਾਹਿਤਕ ਸਲਾਹਕਾਰ ਬਣ ਕੇ ਦਿੱਲੀ ਆਇਆ ਸਾਂ। ਗੁਰਦਿਆਲ ਸਿੰਘ ਨੇ ਆਪ ਇਹ ਨਾਵਲ ਹਿੰਦੀ ਵਿਚ ਅਨੁਵਾਦ ਕਰਕੇ ਰਾਜਕਮਲ ਨੂੰ ਪ੍ਰਕਾਸ਼ਨ ਹਿਤ ਭੇਜਿਆ ਸੀ। ਜਦੋਂ ਇਸ ਦਾ ਖਰੜਾ ਮੇਰੇ ਕੋਲ ਮਸ਼ਵਰੇ ਲਈ ਪਹੁੰਚਿਆ ਤਾਂ ਮੈਂ ਸਚ-ਮੁਚ ਇਸ ਨੂੰ ਪੜ੍ਹ ਕੇ ਚਕ੍ਰਿਤ ਰਹਿ ਗਿਆ।

'ਮੜ੍ਹੀ ਦਾ ਦੀਵਾ' ਮੂਲ ਪੰਜਾਬੀ ਰੂਪ ਵਿਚ 1961 ਵਿਚ ਪ੍ਰਕਾਸ਼ਿਤ ਹੋਇਆ ਸੀ। ਜਿਥੋਂ ਤਕ ਮੈਂ ਜਾਣਦਾ ਹਾਂ ਇਹ ਸਮਾਂ ਹਿੰਦੀ, ਮਰਾਠੀ, ਗੁਜਰਾਤੀ ਤੇ ਬੰਗਾਲੀ ਆਦਿ ਬੋਲੀਆਂ ਵਿਚ ਵੀ ਉਪਨਿਆਸ-ਰਚਨਾ ਦੀ ਢਲਾਣ ਦਾ ਸਮਾਂ ਸੀ। ਇਸ ਸਥਿਤੀ ਵਿਚ ਵੀ ਪੰਜਾਬੀ ਨੂੰ ਇਕ ਸਾਹਿਤਕ ਭਾਸ਼ਾ ਦੇ ਤੌਰ 'ਤੇ ਆਧੁਨਿਕ ਭਾਰਤੀ ਬੋਲੀਆਂ ਵਿਚ ਨਿਸਚੇ ਹੀ, ਬਹੁਤ ਉੱਤਮ ਤੇ ਉੱਨਤ ਭਾਸ਼ਾ ਨਹੀਂ ਸੀ ਸਮਝਿਆ ਜਾਂਦਾ। ਇਸ ਲਈ ਪੰਜਾਬੀ ਵਿਚ 'ਮੜ੍ਹੀ ਦਾ ਦੀਵਾ' ਵਰਗੀ ਰਚਨਾ ਦਾ ਉਦੈ ਮੈਨੂੰ ਸਚ-ਮੁਚ ਗਲਪ-ਸਾਹਿਤ ਵਿਚ ਇਕ ਚਮਤਕਾਰ ਪ੍ਰਤੀਤ ਹੋਇਆ।

ਗੁਰਦਿਆਲ ਸਿੰਘ ਦੀ ਇਹ ਪ੍ਰਥਮ ਰਚਨਾ ਹੀ ਭਾਰਤੀ ਪੱਧਰ ਦੇ ਗਲਪਕਾਰਾਂ ਦੇ ਪੱਧਰ ਦੀ ਤਾਂ ਸੀ ਹੀ, ਪਰ ਮੈਨੂੰ ਇਸ ਤੋਂ ਵੀ ਅੱਗੇ ਇਹ ਜਾਗੀਰਦਾਰੀ ਰਿਸ਼ਤਿਆਂ ਅਤੇ ਪੰਜਾਬ ਦੇ ਪੇਂਡੂ ਜੀਵਨ ਦੇ ਯਥਾਰਥ ਚਿਤਰਣ ਦੀ ਅਤਿਅੰਤ ਪ੍ਰਭਾਵਸ਼ਾਲੀ ਕ੍ਰਿਤਿ ਅਨੁਭਵ ਹੋਈ। ਇਸ ਨਾਵਲ ਦੀ ਮੂਲ ਧੁਨੀ ਮੈਨੂੰ ਪ੍ਰਗੀਤ ਜਿਹੀ ਪ੍ਰਤੀਤ ਹੋਈ ਕਿਉਂਕਿ ਜਗਸੀਰ ਤੇ ਭਾਨੀ ਦੇ ਪ੍ਰੇਮ ਦੀ ਵਾਰਤਾ ਦਾ ਪ੍ਰਤਿਪਾਦਨ ਤੀਬਰ ਭਾਵਨਾ-ਮੂਲਕ ਅਤੇ ਰੁਮਾਂਟਿਕ ਪੱਧਰ ਉਤੇ ਕੀਤਾ ਗਿਆ ਹੈ। ਪਰ ਆਪਣੇ ਸਮੁੱਚੇ ਪਾਸਾਰ ਵਿਚ ਇਹ ਕਹਾਣੀ ਨਿਰੀ ਪਿਆਰ- ਕਹਾਣੀ ਨਹੀਂ ਰਹਿ ਜਾਂਦੀ ਸਗੋਂ ਜਾਗੀਰਦਾਰੀ ਰਿਸ਼ਤਿਆਂ ਦੇ ਸੰਦਰਭ ਵਿਚ ਜਾਗੀਰਦਾਰੀ ਸਦਾਚਾਰ ਅਤੇ ਸ਼ਰੇਣੀ-ਰਿਸ਼ਤਿਆਂ ਦੇ ਵਿਰੋਧਾਂ ਦੇ ਚਿਤਰਣ ਵਿਚ ਵੀ ਫੈਲਦੀ ਹੈ।

ਮੇਰੀ ਆਸ਼ਾ ਹੈ ਕਿ : ਪੰਜਾਬੀ ਆਲੋਚਨਾ ਗੁਰਦਿਆਲ ਸਿੰਘ ਦੀ ਰਚਨਾਤਮਕ ਪ੍ਰਾਪਤੀ ਨੂੰ ਭਾਰਤੀ-ਗਲਪ-ਸਾਹਿਤ ਦੇ ਵਿਸ਼ਾਲ ਸੰਦਰਭ ਵਿਚ, ਨਿਰਸੰਕੋਚ ਭਾਵਨਾ ਨਾਲ, ਪੁਨਰ ਚਿੰਤਨ ਅਤੇ ਮੁਲਾਂਕਣ ਦਾ ਵਿਸ਼ਾ ਬਣਾਏਗੀ। ਉਹ ਰਾਸ਼ਟਰੀ ਅੰਤਰ-ਰਾਸ਼ਟਰੀ ਪੱਧਰ ਦੇ ਗਲਪਕਾਰਾਂ ਨਾਲ ਬਰ ਮੇਚਣ ਵਾਲਾ ਸਾਹਿਕਾਰ ਹੈ, ਇਸ ਬਾਰੇ ਮੈਨੂੰ

1. ਸੁਪ੍ਰਸਿਧ ਹਿੰਦੀ ਵਿਦਵਾਨ, ਆਲੋਚਕ (ਜਵਾਹਰ ਲਾਲ ਨਹਿਰੂ ਯੂਨੀਵਰਸਿਟੀ ਦੇ ਹਿੰਦੀ ਵਿਭਾਗ ਦੇ ਪ੍ਰੋ. ਤੇ ਮੁਖੀ)

ਸੰਦੇਹ ਦੀ ਕੋਈ ਗੁੰਜਾਇਸ਼ ਨਜ਼ਰ ਨਹੀਂ ਆਉਂਦੀ।

ਡਾ. ਸ਼ਿਵਦਾਨ ਸਿੰਘ ਚੌਹਾਨ [2]

'ਮੜ੍ਹੀ ਦਾ ਦੀਵਾ'... ਨੇ ਮੈਨੂੰ ਝੰਜੋੜਿਆ ਹੈ ਅਤੇ ਡੂੰਘੀ ਵੇਦਨਾ ਦਿਤੀ ਹੈ। ਇਹ ਗੱਲ ਹੋਰ ਵੀ ਕਈ ਨਾਵਲਾਂ ਬਾਰੇ ਕਹੀ ਜਾ ਸਕਦੀ ਹੈ, ਫਰਕ ਕੇਵਲ ਮਾਤਰਾ ਭੇਦ ਤੇ ਗੁਣ-ਭੇਦ ਵਿਚ ਹੈ। ਗੁਰਦਿਆਲ ਸਿੰਘ ਦੇ ਨਾਵਲਾਂ ਨੂੰ ਪੜ੍ਹਦਿਆਂ ਅੱਖਾਂ ਵਾਰ-ਵਾਰ ਛਲਕ ਪੈਂਦੀਆਂ ਹਨ ਅਤੇ ਮਨ ਅੰਦਰ ਡੂੰਘੀ ਉਦਾਸੀ ਭਰ ਜਾਂਦੀ ਹੈ। ਜਾਪਦਾ ਹੈ ਜਿਵੇਂ ਭਾਰਤੀ ਸਮਾਜ ਦੇ ਮੂਲ ਵਿਚ ਖਲੋਤੀਆਂ ਅਨਿਆਂ ਦੀਆਂ ਦੀਵਾਰਾਂ ਨਾਲ ਟਕਰਾਂਦੇ, ਆਪਣਾ ਸਿਰ ਭੰਨਦੇ ਅਣਗਿਣਤ ਇਨਸਾਨ ਅਚਾਨਕ ਸਾਹਮਣੇ ਆ ਖਲੋਂਦੇ ਹਨ ਤੇ ਉਨ੍ਹਾਂ ਦੇ ਜੀਵਨ ਦੀ ਪੀੜ ਤੇ ਘੁਟਣ ਪਾਠਕ ਦੇ ਦਿਲ ਨੂੰ ਟੁੰਬ ਜਾਂਦੀ ਹੈ। ਕਈ ਵਾਰ ਸੋਚਿਆ ਹੈ ਕਿੰਨਾ ਪਿਆਰ ਹੈ ਗੁਰਦਿਆਲ ਸਿੰਘ ਦੇ ਦਿਲ ਵਿਚ ਉਨ੍ਹਾਂ ਗਰੀਬ, ਸਰਾਪੇ ਹੋਏ ਲੋਕਾਂ ਪ੍ਰਤੀ ਜੋ ਭਾਰਤੀ ਸਮਾਜ ਵਿਚ ਅਛੂਤ, ਦਲਿਤ ਅਤੇ ਸਭ ਅਧਿਕਾਰਾਂ ਤੋਂ ਵੰਚਿਤ ਹਨ, ਜਿਨ੍ਹਾਂ ਤੋਂ ਇਹ ਅਹਿਸਾਸ ਵੀ ਖੋਹ ਲਿਆ ਗਿਆ ਹੈ ਕਿ ਉਹ ਇਨਸਾਨ ਹਨ। ਕਿੰਨੇ ਥੋੜੇ ਪਰ ਅਰਥ ਭਰਪੂਰ ਸ਼ਬਦਾਂ ਵਿਚ, ਉਹ ਉਨ੍ਹਾਂ ਦੀ ਜ਼ਿੰਦਗੀ ਦੀ ਹਕੀਕਤ ਨੂੰ ਪ੍ਰਤਿਬਿੰਬਤ ਕਰ ਦੇਂਦਾ ਹੈ, ਜਿਵੇਂ ਬੂੰਦ ਵਿਚ ਸਾਗਰ ਭਰ ਦਿੱਤਾ ਹੋਵੇ। ਆਪਣੇ ਸਰਾਪੇ ਹੋਏ ਜੀਵਨ ਦੀ ਹੋਣੀ ਨਾਲ ਜੂਝਦੇ ਹੋਏ ਉਸ ਦੇ ਹਰ ਪਾਤਰ ਵਿਚ ਜਿਊਣ ਅਤੇ ਇਕ ਇਨਸਾਨ ਵਾਂਗ ਜਿਊਣ ਦੀ ਕਿੰਨੀ ਜ਼ਬਰਦਸਤ ਰੀਝ ਹੈ ਅਤੇ ਐਸੇ ਜੀਵਨ ਨੂੰ ਪ੍ਰਾਪਤ ਕਰਨ ਲਈ ਉਹ ਕਿਹੜੀ ਕਿਹੜੀ ਕੁਰਬਾਨੀ ਨਹੀਂ ਦਿੰਦਾ। ਇਸ ਸੰਘਰਸ਼ ਵਿਚ ਉਹ ਮਿਟ ਜਾਂਦਾ ਹੈ, ਪਰ ਹਾਰ ਨਹੀਂ ਮੰਨਦਾ। ਉਸ ਦਾ ਮਿਟਣਾ ਜਿੱਥੇ ਉਸ ਦੀ ਨਾ ਦੱਬੇ ਜਾਣ ਦੀ ਚਿਣਗ ਨਾਲ ਦਿਲ ਨੂੰ ਰੌਸ਼ਨ ਕਰ ਦਿੰਦਾ ਹੈ, ਉਥੇ ਦੁੱਖ ਅਤੇ ਵੇਦਨਾ ਦੀ ਚੀਸ ਵੀ ਭਰ ਦਿੰਦਾ ਹੈ। ਲੱਗਦਾ ਹੈ ਜਿਵੇਂ ਕਿਸੇ ਆਪਣੇ ਦੀ ਮੌਤ ਨੇ ਡੌਰ-ਭੌਰ ਕਰ ਦਿੱਤਾ ਹੈ। ਗੁਰਦਿਆਲ ਸਿੰਘ ਦੇ ਨਾਵਲ ਪੜ੍ਹ ਕੇ ਐਸਾ ਹੀ ਪ੍ਰਭਾਵ ਪੈਂਦਾ ਹੈ ਅਤੇ ਪੁਰਾਣੀ ਭਾਰਤੀ ਸਮਾਜਕ ਵਿਵਸਥਾ ਦੀਆਂ ਘਿਨਾਉਣੀਆਂ ਹਕੀਕਤਾਂ ਦਾ ਏਨਾ ਡੂੰਘਾ ਅਹਿਸਾਸ ਪੈਦਾ ਕਰਨ ਲਈ ਮਨ ਨਾਵਲਕਾਰ ਪ੍ਰਤੀ ਕਿਰਤੱਗਤਾ ਨਾਲ ਭਰ ਜਾਂਦਾ ਹੈ।

ਡਾ. ਅਤਰ ਸਿੰਘ

"ਮੜ੍ਹੀ ਦਾ ਦੀਵਾ' ਮੂਲ ਰੂਪ ਵਿਚ ਇਕ ਨਾਟਕੀ ਸਥਿਤੀ ਤੇ ਕਲਾਸੀਕਲ ਢੰਗ ਨਾਲ ਖੁਲ੍ਹਣ ਤੇ ਬੱਝਣ ਦੇ ਇਕ-ਲਕੀਰੀ ਪਾਸਾਰ ਵਿਚ ਵਾਪਰਦਾ ਹੈ। (ਪਰ) ਨਾਵਲ ਦਾ ਸਾਰਾ ਬਲ ਉਸ ਮੂਲ ਮਨੁੱਖੀ ਸਥਿਤੀ ਜਾਂ ਉਸ ਬੁਨਿਆਦੀ ਸਮਾਜਕ ਰਿਸ਼ਤੇ ਉਪਰ ਹੈ ਜੋ ਵਿਅਕਤੀਆਂ ਦੀ ਹੋਣੀ ਨੂੰ ਆਪਣੇ ਵੇਗ ਅਨੁਸਾਰ ਮੋੜਦਾ-ਤੋੜਦਾ ਜਾਂ ਢਾਹੁੰਦਾ-ਉਸਾਰਦਾ ਹੈ।

ਵਿਦਵਾਨ-ਆਲੋਚਕ ਦੇ ਵਿਚਾਰ ਵਿਚ ਇਹ ਨਾਵਲ ਮਹਾਨ ਭਾਰਤੀ ਲੇਖਕ ਮੁਨਸ਼ੀ ਪ੍ਰੇਮ ਚੰਦ ਦੇ ਸਰਬੋਤਮ ਨਾਵਲ 'ਗੋਦਾਨ' ਤੇ ਫੁਣੇਸ਼ਵਰ ਰੇਣੂ 'ਮੈਲਾ ਆਂਚਲ' ਦੇ ਪੱਧਰ ਦੀ ਰਚਨਾ ਹੋਣ ਕਰਕੇ, "ਪੰਜਾਬੀ ਵਿਚ ਇਕ 'ਟਰੈਂਡ ਸੈਟਰ' ਹੀ ਬਣ ਗਿਆ, ਤੇ ਮਗਰੋਂ ਹੋਰ ਬਹੁਤ ਸਾਰੇ ਲੇਖਕਾਂ ਨੇ ਵੀ ਉਸ ਸੱਚ ਨੂੰ ਬਿਆਨ ਕਰਨਾ ਸ਼ੁਰੂ ਕਰ ਦਿੱਤਾ (ਜੋ ਸੱਚ ਇਸ ਨਾਵਲ ਵਿਚ ਬਿਆਨਿਆ ਗਿਆ ਹੈ)।"

---

2. (ਪ੍ਰਸਿਧ ਹਿੰਦੀ ਵਿਦਵਾਨ, ਆਲੋਚਕ)

118